ചെന്നമല്ലീപുരത്തെ പുളിമരങ്ങൾ

chennamallipurathe pulimarangal
novel

•

v muhamed koya

•

first edition
july 2014

•

typesetting & published
chintha publishers, thiruvananthapuram

•

•

cover
swetha

•

വിതരണം

ദേശാഭിമാനി ബുക്ക് ഹൗസ്

H O തിരുവനന്തപുരം–695 035
phone: 0471-2303026, 6063026
www.chinthapublishers.com
chinthapublishers@gmail.com

ബ്രാഞ്ചുകൾ

ഹെഡ്ഡാഫീസ് ബ്രാഞ്ച് കുന്നുകുഴി • സ്റ്റാച്യു തിരുവനന്തപുരം • കെ എസ് ആർ ടി സി ബസ് സ്റ്റേഷൻ ആലപ്പുഴ • കെ എസ് ആർ ടി സി ബസ് സ്റ്റേഷൻ എറണാകുളം • മച്ചിങ്ങൽ ലെയ്ൻ തൃശൂർ • ഐ ജി റോഡ് കോഴിക്കോട് • മാവൂർ റോഡ് കോഴിക്കോട് • എൻ ജി ഒ യൂണിയൻ ബിൽഡിങ് കണ്ണൂർ • സെൻട്രൽ ബസ് ടെർമിനൽ കോംപ്ലക്സ് താവക്കര കണ്ണൂർ

CO - 2079 / 3492

ചെന്നമല്ലീപുരത്തെ പുളിമരങ്ങൾ

(നോവൽ)

വി മുഹമ്മദ് കോയ

ചിന്ത പബ്ലിഷേഴ്സ്
തിരുവനന്തപുരം-695 035

വി മുഹമ്മദ് കോയ

കോഴിക്കോട് ജില്ലയിലെ കൊടുവള്ളിക്കടുത്ത ആരാമ്പ്രത്ത് 1955 ൽ ജനിച്ചു. പിതാവ്: മാളിയേക്കൽ കുഞ്ഞാമുട്ടി ഹാജി. മാതാവ്: പൊയിലങ്ങൽ പാത്തു. കുറച്ചുകാലം പ്രവാസ ജീവിതം. പരിസ്ഥിതി പ്രവർത്തകനും പ്രഭാഷകനുമാണ്. അന്യംനിന്നു പോകുന്ന വൃക്ഷങ്ങൾ സംരക്ഷിച്ചു സ്വന്ത മായി ഒരു വനം വളർത്തിവരുന്നു. ഇതിനെക്കുറിച്ചു നിര വധി വർത്തമാനപത്രങ്ങളിലും ആനുകാലികങ്ങളിലും വാർത്താ ചാനലുകളിലും ഫീച്ചറുകൾ വന്നിട്ടുണ്ട്. ഒയിസ്ക ഇന്റർനാഷണൽ ദക്ഷിണേന്ത്യാ ചാപ്റ്ററിന്റെ വനബന്ധു പുരസ്കാരം ലഭിച്ചിട്ടുണ്ട്. സംസ്ഥാന സർക്കാരിന്റെ 2014 ലെ വനമിത്ര പുരസ്കാരം ലഭിച്ചു.

മറ്റുപുസ്തകങ്ങൾ: *ഷാർജയിലെ ദുഃഖപുത്രി* (നോവൽ), *വാസവദത്ത* (ചെറുകഥകൾ) *മരുഭൂമിയിലെ കറുത്ത പക്ഷികൾ* (നാടകം), *ഉഹദ്മല പറയുന്നത്* (ചരിത്ര നോവൽ).

ഭാര്യ	:	ലൈല
മക്കൾ	:	ഷഹ്ബാസ്, അസ്മൽ, നിസാം, ജസ്‌ലിൻ, ബിൻയാമിൻ
വിലാസം	:	എടിയാടിപൊയിൽ ഹൗസ് ആരാമ്പ്രം, പി ഒ പടനിലം കോഴിക്കോട്
പിൻ	:	673571
ഫോൺ	:	0495–2800553, 9847910355

പ്രസാധകക്കുറിപ്പ്

നമ്മുടെ ആഘോഷങ്ങൾക്ക് ചാരുത പകരാൻ ചെണ്ടുമല്ലിപ്പൂക്കൾ എത്തുന്നത് ചെന്നമല്ലീപുരത്തു നിന്നാണ്. കേരള-കർണാടക അതിർത്തിയിലെ ഒരു ഗ്രാമമത്രെ ചെന്നമല്ലീപുരം. സുൽത്താൻ ബത്തേരി മൈസൂർ ഹൈവേയിൽ മുത്തങ്ങയും ആനക്കാടും കഴിഞ്ഞ് ചെല്ലുമ്പോൾ ചെന്നമല്ലീപുരമായി. ബംഗളൂരുവിലെ സിമെന്റു ഫാക്ടറിയിലെ വാച്ച്മാൻ ജോലിയിൽനിന്നും വിരമിച്ച് സ്വന്തം നാടായ ചെന്നമല്ലീപുരത്തെത്തി പൂക്കൃഷിയാരംഭിക്കുന്ന ശിവണ്ണന്റെ കഥയാണ് ഒരർഥത്തിൽ *ചെന്നമല്ലീപുരത്തെ പുളിമരങ്ങൾ.* സിമെന്റു ഫാക്ടറിക്ക് കാവലിരിക്കുമ്പോൾ ശിവണ്ണൻ നാട്ടിലെ മാറ്റങ്ങളറിഞ്ഞില്ല. പഴയഗ്രാമവും ഗ്രാമജീവിതവുമായിരുന്നു മനസിൽ. ശിവണ്ണന്റെ ഭാര്യ കാഞ്ചന, മകൾ സീത, സഹായി നഞ്ചുണ്ടൻ ഇവരായിരുന്നു അയാൾക്ക് ലോകത്തേക്കു തുറക്കുന്ന കണ്ണുകൾ. വനഭൂമി പാട്ടത്തിനെടുത്ത് വഞ്ചിക്കപ്പെടുകയും വിത്തിനുവേണ്ടി കൃഷിയാഫീസ് കയറിയിറങ്ങുകയും ചെയ്യുന്ന ശിവണ്ണൻ. അനീതിയെ ഒറ്റയ്ക്കു ചോദ്യം ചെയ്യുന്ന സുള്ള്യൻ. ചെറിയചെറിയ എതിർപ്പുകൾ ഒരു കൊടുങ്കാറ്റിന്റെ രൂപം പ്രാപിക്കുന്നതിന്റെ സൂചനകൾ സുള്ള്യൻ എന്ന കഥാപാത്രത്തിലൂടെ ആവിഷ്കരിക്കപ്പെടുന്നു. ഒരു ദേശത്തിന്റെ ഗ്രാമീണതയിലേക്ക് അന്തകവിത്തുകളും മാരകകീടനാശിനികളും കൊള്ളപ്പലിശയും കടന്നുവരുന്നതിന്റെ കൃത്യമായ സൂചനകൾ ഈ പുസ്തകം തരുന്നു. കേരളത്തിനോടു ചേർന്നുകിടക്കുന്ന ചെന്നമല്ലീപുരം ഈ നോവലിലൂടെ ഇന്ത്യൻ ഗ്രാമങ്ങളുടെ പ്രതീകമായി ഉയർത്തപ്പെടുന്നു. ശ്രീകൃഷ്ണ ആലനഹള്ളിയുടെ നോവലുകളിലൂടെ നാം കണ്ട ദക്ഷിണ കർണാടകത്തിലെ ജീവിതത്തിലേക്ക് നമ്മെ കൂട്ടിക്കൊണ്ടുപോകാൻ ഈ നോവലിനു കഴിയുന്നു. കേരളത്തിനു പുറത്തേക്കു വികസിക്കുന്ന മലയാള നോവലുകൾക്കൊപ്പം ചേർത്തു വയ്ക്കാവുന്ന കൃതി.

ചിന്ത പബ്ലിഷേഴ്സ്

തുമ്പികൾ പറഞ്ഞുതന്ന വഴികൾ

ഡോ. മിനി പ്രസാദ്

ഗൃഹാതുരതയാർന്ന സ്വപ്നങ്ങളിൽ അഭിരമിക്കാൻ വളരെ ഇഷ്ടമുള്ള ഒരു സമൂഹമാണ് മലയാളികൾ. മലയാളി ഏറ്റവും സന്തോഷത്തോടെ ഓർമ പുതുക്കുന്ന ആഘോഷമാണ് ഓണം. തങ്ങളുടെ പഴയ രാജാവിനെ എതിരേൽക്കാൻ കോടിവസ്ത്രങ്ങളും സദ്യവട്ടങ്ങളുമായി ഒരു സമൂഹം കാത്തിരിക്കുന്നു. കാലത്തിനനുസരിച്ച് ഈ ആഘോഷങ്ങൾക്കും ചില വ്യതിയാനങ്ങൾ സംഭവിച്ചിട്ടുണ്ട്. ഇപ്പോൾ ഓണം ഓണാഘോഷങ്ങളായി മാറിപ്പോയി. അങ്ങനെ അത് കുറേക്കൂടി ഒത്തൊരുമയുടെ ആഘോഷമായി എന്നുകൂടി നാം മനസിലാക്കണം. പൂക്കളമത്സരങ്ങളിലൊക്കെ ജാതിമതഭേദമന്യേയുള്ള പ്രാതിനിധ്യങ്ങൾ, ഉത്സാഹങ്ങൾ ഇവയൊക്കെ സന്തോഷത്തോടെ സ്വീകരിക്കേണ്ടതുണ്ട്. ഇത്തരം ആഘോഷങ്ങളെല്ലാം പൊടിപൊടിക്കാൻ സകല സാധനങ്ങളും അന്യസംസ്ഥാനങ്ങളിൽനിന്നും എത്തേണ്ടതുണ്ട്. അരിയും പച്ചക്കറികളും സദ്യയുണ്ണാനുള്ള വാഴയില വരെ മൈലുകൾ യാത്രചെയ്ത് നമുക്കായി എത്തേണ്ടതുണ്ട്. പൂക്കളങ്ങൾക്കായി ക്വിന്റൽ കണക്കിനു പൂക്കൾ പല നിറത്തിലും പലതരത്തിലും ഉള്ളവ നമ്മെ തിരഞ്ഞുവന്ന് നമ്മുടെ തെരുവോരങ്ങളിൽ കുന്നുകൂടി കിടക്കും. ആ പൂക്കുനകൾ പോലും മനോഹരമായൊരു കാഴ്ചയാണ്. വീടും തൊടികളും കുറയുകയും പൂക്കളമൊരുക്കാനുള്ള പൂതേടി നടക്കാനുള്ള സമയമോ സൗകര്യമോ എല്ലാവർക്കും ഇല്ലാതെയാവുകയും ചെയ്തപ്പോഴാണ് അന്യസംസ്ഥാനപൂക്കൾ കടന്നുവന്നത്. ഇവയൊക്കെ ഒരുക്കിത്തന്ന് നമ്മുടെ ആഘോഷങ്ങൾ കൊഴുപ്പിക്കാനായി അധ്വാനിക്കുന്നവരെക്കുറിച്ച്, പൊരിവെയിലിൽ കരിഞ്ഞുതീരുന്ന അവരുടെ ജീവിതങ്ങളെക്കുറിച്ച് നമ്മൾ ഓർക്കാറേയില്ല. നാം പണം കൊടുത്താണ് വാങ്ങുന്നത് എന്ന ധാർഷ്ട്യമാണ് എന്നും എപ്പോഴും നമ്മെ ഭരിക്കുന്നത്. അന്യസംസ്ഥാനക്കാർക്ക് വൃത്തിഹീനർ, പാണ്ടികൾ,

സംസ്കാരശൂന്യർ എന്നിങ്ങനെ അനേകം ബഹുമതികൾ നാം കൽപ്പിച്ചു കൊടുത്തിട്ടുണ്ട്. ഈ മനോഭാവത്തെയാണ് "ഈ തറവാടിത്ത ഘോഷണത്തെപ്പോലെ വൃത്തികെട്ട് മറ്റൊന്നുമില്ലൂഴിയിൽ" എന്ന് ഇടശ്ശേരി പരിഹരിച്ചത്. അത്തരം ഒരു വിഭാഗം മനുഷ്യരുടെ അരികു ജീവിതങ്ങളുടെ കഥയാണ് വി മുഹമ്മദ്കോയ *ചെന്നമല്ലീപുരത്തെ പുളിമരങ്ങൾ* എന്ന നോവലിലൂടെ നമ്മോട് പറയുന്നത്. കഥ എന്നതിനേക്കാളേറെ അവരുടെ കണ്ണീരുനിറഞ്ഞ പാവം ജീവിതം എന്ന് കൂട്ടിച്ചേർക്കേണ്ടതുമുണ്ട്.

ചെന്നമല്ലീപുര നിവാസികൾക്ക് വലിയ പൊതുവിജ്ഞാനമൊന്നുമില്ല. എല്ലുമുറിയെ പണിയെടുക്കുന്ന ഒരു സമൂഹം: എന്നാലോ ഒരിക്കലും മാറാത്ത ദാരിദ്ര്യവും. അവിടെനിന്നും നഗരത്തിൽപോയി ജോലി ചെയ്തിരുന്ന ശിവണ്ണൻ പെൻഷൻ പറ്റിയതോടെ നാട്ടിൽ തിരിച്ചുവന്ന് കൃഷി ചെയ്യാൻ തീരുമാനിക്കുന്നിടത്താണ് കഥയാരംഭിക്കുന്നത്. ജോലിചെയ്തിരുന്ന കമ്പനിയിൽ അയാൾ സർവഥാ സമ്മതനായിരുന്നതിനാൽ ജോലിയിൽ തുടരാൻ അവരാവശ്യപ്പെടുന്നുണ്ടെങ്കിലും വിനയത്തോടെ അയാളത് നിരസിക്കുന്നു. തനിക്ക് തന്റെ നാടൊന്നു കാണണം എന്ന തീവ്രമായൊരാഗ്രഹമാണ് ആ തീരുമാനത്തിനു പിന്നിലെന്ന് അയാൾ പറയുകയും സ്വന്തം നാടിനെപ്പറ്റി ആ നഗരവാസികൾക്കു മുന്നിൽ വാചാലനാവുകയും ചെയ്യുന്നു. "കിളികള് ഒച്ചയുണ്ടാക്കുന്ന തുമ്പികള് പറന്നു കളിക്കുന്ന കാട്ടുമൃഗങ്ങൾ അവകാശം പറഞ്ഞുവരുന്ന" ആ നാടിന്റെയും നാട്ടുകാരുടെയും ഭാഗമായിത്തീരാനുള്ള കൊതി ഈ വാക്കുകളിൽ വ്യക്തമാണ്. ജീവിതത്തിൽ ബാക്കിയുള്ള കാലം ഒരു യഥാർഥ കർഷകനായി ഒരു യഥാർഥ ചെന്നമല്ലീപുരക്കാരനായി ഒരു പരിണാമം ശിവണ്ണൻ ആഗ്രഹിക്കുന്നു. എല്ലാ വിളവുകളും ചെന്നമല്ലീപുരത്തുണ്ടെങ്കിലും പുതിയ ഒരു കൃഷിയാണ് അയാൾ തെരഞ്ഞെടുത്തത്. തന്റെ തെരഞ്ഞെടുപ്പിനെപ്പറ്റി അയാൾക്ക് വളരെ ശുഭാപ്തിവിശ്വാസമുണ്ടായിരുന്നു. ചെണ്ടുമല്ലിപ്പൂ കൃഷിചെയ്യാനുള്ള തീരുമാനത്തിന് കാരണമായി അയാൾ പറയുന്നത്, "കേരളത്തില് ഓണംന്ന് പറയുന്ന ഒരാഘോഷംണ്ടെങ്കില് ഞങ്ങളെ പൂകൃഷിക്കും ഭാവിയുണ്ട്. പൂക്കള്ണ്ടാകാത്ത നാടാണ് കേരളം. അല്ലെങ്കില് പൂക്കളെ ഉണ്ടാക്കാത്തവരാണ് കേരളക്കാർ. നമ്മളെ പൂക്കളെ കൊണ്ടുപോയിറ്റ്മാണം അവർക്ക് ഓണം കയ്ക്കാൻ" എന്നാണ്. ഓരോ സ്വപ്നവും എത്ര ഊടും പാവും ഇണക്കിയാണ് മനുഷ്യൻ നെയ്തെടുക്കുന്നതെന്ന് ഇതിൽനിന്ന് വ്യക്തമാവുന്നു.

കടകളിൽ നിരന്നിരിക്കുന്ന പച്ചക്കറികളോ ഗുണ്ടിൽപേട്ടിലൂടെയോ ബേഗൂർ വഴിയോ യാത്രചെയ്യുമ്പോൾ വിളഞ്ഞുകിടക്കുന്ന പാടങ്ങളുടെ മനോഹരദൃശ്യങ്ങളോ കാണുമ്പോൾ തോന്നുന്ന സന്തോഷത്തിൽ ആ വിളവിലേക്കെത്താൻ കർഷകർ സഹിച്ച ത്യാഗങ്ങളോ നൊമ്പരങ്ങളോ ഉൾക്കൊണ്ടിട്ടുണ്ടാവില്ല. കാലാവസ്ഥയുടെ പ്രാതികൂല്യങ്ങൾ, കൃഷിനാശങ്ങൾ, വായ്പകൾ, ജപ്തിഭീഷണികൾ, അനാരോഗ്യപ്രശ്നങ്ങൾ ഇങ്ങനെ എന്തെല്ലാം വേദനകൾ പുരണ്ടതാവാം നമ്മുടെ അന്യസം

സ്ഥാന വിഭവങ്ങൾ ഓരോന്നും? ഒരുതരത്തിൽ ശിവണ്ണനും സ്വന്തം നാടിനെപ്പറ്റിയും കൃഷിയെപ്പറ്റിയുമൊക്കെ ഇത്രയും ധാരണകളെ ഉണ്ടായിരുന്നുള്ളൂ. ജോലിയിൽനിന്ന് വിരമിച്ചപ്പോൾ കിട്ടിയ പണം ബാങ്കിൽ ഇടാതെ കൃഷി സ്വീകരിക്കുന്നതിനെ എല്ലാവരും അഭിനന്ദിക്കുന്നു. അത്തരം അഭിനന്ദനങ്ങളോ പ്രശംസാവാചകങ്ങളോ ലോഭമില്ലാതെ ആർക്കും ചൊരിയാം. പക്ഷേ അവയുടെ യഥാർഥ പ്രശ്നങ്ങളോട് ഏറ്റുമുട്ടാൻ കർഷകൻ മാത്രമേ ഉണ്ടാവുകയുള്ളൂ. ശിവണ്ണൻ ഒരു കർഷകനാകാൻ ഉറച്ചപ്പോഴാണ് തന്റെ നാടും അതിന്റെ രീതികളും തനിക്കെത്രമേൽ അപരിചിതമാണെന്ന് അയാൾ മനസിലാക്കുന്നത്. അത്തരം സന്ദർഭങ്ങളിൽ സഹായവുമായി കടന്നുവരികയും ഉറ്റ സുഹൃത്തും ബന്ധുവും എന്ന നിലയിൽ ഇടപെടുകയും ചെയ്യുന്നത് നഞ്ചുണ്ടനാണ്. സഹായിക്കുന്നതായി നടിക്കുകയും നന്നായി കബളിപ്പിക്കുകയും ചെയ്യുന്നതിൽ വിദഗ്ധനായ ഒരാൾ. സ്ഥലം പാട്ടത്തിനെടുത്തു കൊടുക്കുന്നതു മുതൽ നഞ്ചുണ്ടന്റെ കബളിപ്പിക്കലുകൾ ആരംഭിക്കുന്നു. ജീവിതത്തിൽ ശിവണ്ണൻ പാലിച്ചിരുന്ന എല്ലാ വിശുദ്ധികളും ഇല്ലായ്മ ചെയ്യാൻപോലും നഞ്ചുണ്ടന് കഴിയുന്നു. ഒരു പരസ്ത്രീബന്ധത്തിലേക്ക് എത്തിക്കാനായി നഞ്ചുണ്ടൻ പറയുന്ന ന്യായങ്ങൾ ശ്രദ്ധിക്കേണ്ടതുണ്ട്. മദ്യപാനം, വേശ്യാസംസർഗം ഇവയിലെത്തിച്ച് അത്തരം ഏർപ്പാടുകൾ സ്ഥിരമാക്കി അയാൾ നശിച്ചുപോകണം എന്നൊരു കുടിലവും നീചവുമായ ആഗ്രഹം പോലും ഇയാൾ കൊണ്ടുനടന്നിരുന്നോ എന്ന് സംശയിക്കാനുള്ള സാധ്യതകൾ അയാളുടെ ചെയ്തികളിലുണ്ട്.

കർഷകരും കൃഷിയും എന്ന ദ്വന്ദ്വാവസ്ഥയിൽ അവർ നേരിടുന്ന കെടുതികൾ ഗതികേടുകൾ എന്നിവയെല്ലാം ഈ നോവലിൽ വ്യക്തമായി അവതരിപ്പിക്കപ്പെടുന്നു. കൃഷിചെയ്യാനുള്ള നിലം സ്വന്തമാവുന്നതു മുതൽ എന്തെല്ലാം പ്രതിസന്ധികൾ. ചെണ്ടുമല്ലിവിത്തിനു ചെല്ലുമ്പോൾ കൃഷിആപ്പീസിലെ പെരുമാറ്റങ്ങൾ. കൃഷിയെ ഒരുതരത്തിലും പ്രോത്സാഹിപ്പിക്കാത്ത തരത്തിലുള്ള മനോഭാവങ്ങൾ. നാം അത്ഭുതത്തോടെ മനസിലാക്കുന്ന ഒരു കാര്യം കൂടിയുണ്ട്. ഉദ്യോഗസ്ഥരുടെ ഭാഷ എന്നും എപ്പോഴും എവിടെയും ഒരുപോലെയാണ്. ഏറ്റവും അസഹിഷ്ണുത നിറഞ്ഞതും പുച്ഛത്തിൽ മുക്കിയെടുത്തതുമായ ഒന്ന്. പിന്നെ അവർക്ക് കിട്ടേണ്ട പണം കിട്ടിക്കഴിയുന്നതോടെ ഒരു രേഖയും കടലാസും ആവശ്യമില്ലാതെയാവുന്നു. ഇതൊക്കെ യഥാസമയം ചെയ്യാനും യഥോചിതം പ്രവർത്തിക്കാനുമുള്ള ഒരാളെന്ന നിലയിലാണ് നഞ്ചുണ്ടൻ നിൽക്കുന്നത്. ഭാര്യയുടെയും മകളുടെയും താക്കീതുകൾ വകവയ്ക്കാൻ കഴിയാതെപോവുന്നത്ര നിസ്സഹായനായി ശിവണ്ണൻ മാറിപ്പോവുന്നു. എങ്കിലും എല്ലാം ശുഭമായി കലാശിക്കും എന്നൊരു തോന്നൽ അയാൾക്കുണ്ട്. ഒരു ശുഭാപ്തിവിശ്വാസം തന്റെ പൂന്തോട്ടത്തിന്റെ ഭംഗി കാണുമ്പോഴും അതിൽനിന്നും തേൻ കുടിക്കാനെത്തിയ അതിഥികളെ കാണുമ്പോഴും സ്വന്തം അനാരോഗ്യം മറന്ന് അയാൾ സന്തോഷിക്കുന്നുണ്ട്.

കാട്ടുമൃഗങ്ങളുടെ കടന്നുവരവും കൃഷിക്കാരന്റെ ജീവിത ദൈന്യത്തെ ബാധിക്കുന്നുണ്ട്. അവരുടെ വിഹാരസ്ഥലങ്ങൾ കൈവശപ്പെടുത്തുന്ന മനുഷ്യന്റെ ദുര തന്നെയാണ് ഇതിന്റെ പിന്നിൽ. ശിവണ്ണൻ പാട്ടത്തിനെടുത്ത സ്ഥലംപോലും ഫോറസ്റ്റു ഭൂമിയായിരുന്നു; മാതേവൻ എന്ന മുതലാളി കൈവശപ്പെടുത്തിയ സ്ഥലം. അത് പാട്ടത്തിനു ചോദിച്ച് ചെല്ലുമ്പോൾത്തന്നെ മുതലാളിയുടെ മകൾ ആ അപകടം സൂചിപ്പിക്കുന്നുണ്ട്. പക്ഷെ, ആ കൊള്ളപ്പലിശക്കാരൻ അവളുടെ വാക്കുകൾ സമർഥമായി അതിസമർഥമായി മറികടക്കുന്നു. സ്ഥലം പാട്ടത്തിനു ചോദിച്ചുവന്നവർക്ക് സംശയം തോന്നാത്തവിധത്തിൽ അത്തരം ഒരു സന്ദർഭത്തെ കൈകാര്യം ചെയ്യാൻ അറിയുന്നതോടുകൂടിയാണ് ഒരു മുതലാളിയുടെ പിറവി സംഭവിക്കുന്നത്. നഞ്ചുണ്ടനും ഇത് വ്യക്തമായി അറിയാമായിരിക്കണം. അവസാനം കബളിപ്പിക്കപ്പെടുന്നത് പാവം ശിവണ്ണനും. "വനം സുരക്ഷാ ഉദ്യോഗസ്ഥന്മാർക്കും അവർക്ക് കിട്ടാനുള്ളത് കിട്ടിക്കഴിയുന്നതോടെ ഫോറസ്റ്റു ഭൂമിയോ കൃഷിഭൂമിയോ എന്തായാലും കുഴപ്പമില്ല എന്നൊരു തീർപ്പിലെത്താനാവുന്നു. വനഭൂമി കൈയേറി കൃഷി ചെയ്യുമ്പോഴാണ് കാട്ടുമൃഗങ്ങൾ സ്വന്തം ഇടങ്ങൾ നഷ്ടമായതിനാൽ അവ തങ്ങളുടേതായിരുന്ന സ്ഥലങ്ങളിലേക്കിറങ്ങുന്നത്. വിനോദസഞ്ചാരം പ്രോത്സാഹിപ്പിക്കാനായി വനത്തിനോട് ചേർന്നു ചെയ്യുന്ന ഏതു നിർമാണപദ്ധതിയും വന്യജീവികളുടെ താളം തെറ്റിക്കുമെന്നും അവർ ആക്രമണോത്സുകരാവുമെന്നും സുള്ള്യൻ പറയുമ്പോൾ അവൻ കള്ളനാവുന്നു. ഭരണകൂടങ്ങൾക്കു നേരെയുള്ള അവന്റെ സന്ധിയില്ലാസമരങ്ങൾ കൂടിയാണ് അവനെ ഇത്രയ്ക്ക് അനഭിമതനാക്കിമാറ്റുന്നത്. കർഷകനെ വിഴുങ്ങുന്ന പലിശമുതലാളിമാർക്കെതിരെ കീടനാശിനി കമ്പനികൾക്കെതിരെ സമരം നയിക്കാനും കെണിയിൽ അകപ്പെട്ട പുലിയെ തുറന്നുവിടാനും ഒക്കെ സുള്ള്യനേ ഉള്ളൂ. അധികാരവർഗത്തെയും ഭരണകൂടത്തെയും അതിന്റെ കാവൽ ഭടന്മാരെയും വകവയ്ക്കാത്തവനെ അവരെങ്ങനെ ഒതുക്കുന്നു എന്നതിന്റെ പ്രത്യക്ഷ ഉദാഹരണമാണ് സുള്ള്യനെതിരെയുള്ള കേസുകൾ. നിരക്ഷരരും ശബ്ദം അപഹരിക്കപ്പെട്ടവരും ചൂഷിതരുമായ ഒരു സമൂഹത്തിനുവേണ്ടിയാണ് താൻ സംസാരിക്കുന്നതെന്ന പൂർണമായ ബോധ്യം സുള്ള്യനുണ്ട്. ആ സമൂഹത്തിന് ഭരണാധികാരികളെ ഭയമായതിനാൽ തനിക്ക് പിന്തുണ കുറവാണെന്നും പക്ഷെ, ചിന്തിക്കുന്ന ഏതു വ്യക്തിയും സുള്ള്യന്റെ നിലപാടുകൾ ശരിയാണെന്ന് സമ്മതിക്കും. അത്തരം ഒരു സമ്മതമാണ് സിദ്ധാർഥൻ എന്നൊരു പൊലീസ് ഉദ്യോഗസ്ഥനെ നയിക്കുന്നതും. 'പൊലീസ് ഭാഷ' എന്ന് പ്രസിദ്ധമായ ഭാഷപോലും സിദ്ധാർഥന് അന്യമായിരുന്നു. അതുകൊണ്ടുതന്നെ അയാൾ കഴിവുകെട്ടവനായി പരിഗണിക്കപ്പെടുന്നു. പൊലീസുകാർക്കിടയിൽ മാത്രമല്ല അയാളുടെ മാതാപിതാക്കൾക്കുപോലും ഒന്നും കൊള്ളാത്ത ഒരുവനായി സിദ്ധാർഥൻ മാറുന്നു. ഒരു പൊലീസ് ഇൻസ്പെക്ടർ ഏതെല്ലാം വഴിയിലൂടെ സമ്പന്നനാവാം എന്നിരിക്കെ അയാളിങ്ങനെ

ആദർശം പ്രസംഗിച്ച് നടക്കുന്നതിനോട് അവർക്ക് യോജിക്കാനാവുന്നില്ല. സുള്ള്യന്റെ കൊലപാതകം തന്റെ ഡിപ്പാർട്ടുമെന്റിന്റെ വലിയൊരു നെറികേടായിട്ടേ അയാൾക്ക് കരുതാനാവുന്നുള്ളൂ. അതുകൊണ്ടുതന്നെ ആ പദവികൾ അയാൾ ഉപേക്ഷിക്കുന്നു. സുള്ള്യൻ തുടങ്ങിവെച്ച സമരങ്ങളും പ്രതിഷേധങ്ങളും, ഭരണകൂടത്തിന്റെ ഭാഷയിലെ 'നിയമ ലംഘനങ്ങളും' താൻ ഏറ്റെടുക്കേണ്ടതാണെന്ന 'കുഴപ്പം പിടിച്ച' തോന്നൽ സിദ്ധാർഥനുമുണ്ടാവുന്നു. മാതേവൻമുതലാളി മരുമകനായി സ്വീകരിക്കാനാഗ്രഹിച്ചവനായിരുന്നു സിദ്ധാർഥൻ. അതൊരു വിലയ്ക്കെടുക്കലാവുമെന്നും തന്റെ ജീവിതം ആകെ മാറുമെന്നും മനസിലാക്കാനുള്ള വിവേകം അയാൾക്ക് അവശേഷിച്ചിരുന്നു. മാതേവൻമുതലാളിയുടെ മകൾ അയാളുടെ സഹപാഠിയായിരുന്നെങ്കിലും അന്ന് ക്യാമ്പസിലെ ആക്ടിവിസ്റ്റായിരുന്ന സുഭദ്രയല്ല അച്ഛന്റെ തറവാട്ടിൽ എന്നയാൾ മനസിലാക്കുന്നു. അവളിൽ എപ്പോഴും പഴയ ആക്ടിവിസ്റ്റിന്റെ കനലുകൾ അണയാതെ കിടക്കുന്നതുകൊണ്ടാണ് ശിവണ്ണൻ സ്ഥലം പാട്ടത്തിനു ചോദിച്ചു വരുമ്പോൾ അവിടെ 'എന്തോ പ്രശ്നം' എന്നൊരു ചോദ്യം അവൾ തൊടുക്കുന്നത്. കൃഷിസ്വപ്നം തലയിൽ കയറിനിന്ന ശിവണ്ണന് അതൊന്നും മനസിലാവുന്നില്ല എന്നുമാത്രം.

മകളെ നല്ല നിലയിലെത്തിക്കുക മാത്രമായിരുന്നു ശിവണ്ണന്റെ സ്വപ്നം. അയാൾ ഇക്കണ്ട പ്രാരാബ്ധമൊക്കെ സഹിച്ചത് അതിനുവേണ്ടിയായിരുന്നു. ചെന്നമല്ലീപുരത്തെ മറ്റുകുട്ടികളെക്കാൾ വിദ്യാഭ്യാസം അവൾക്ക് നൽകുന്നതും മകൾക്ക് നല്ലഭാവി സ്വപ്നം കണ്ടിട്ടാണ്. സീതയുടെ കൂട്ടുകാരി രോഹിണിയോട് അയാൾക്ക് വാത്സല്യവും സഹതാപവും ഒരുപോലെയുണ്ട്. അവൾക്ക് ഈ ചെറുപ്രായത്തിലേ ഏറ്റെടുക്കേണ്ടിവന്ന കുടുംബഭാരത്തെക്കുറിച്ചുള്ള വേദനകൾ ഒക്കെ അയാൾക്കുണ്ടായിരുന്നു. അവളുടെ അപഥസഞ്ചാരങ്ങളുടെ വഴികൾ തിരിച്ചറിയുമ്പോൾ മകളെക്കുറിച്ചയാൾ ഭയക്കുന്നത് രോഹിണിയുടെ വസ്ത്രധാരണവും ജീവിതരീതികളും ഏതു പെൺകുട്ടിക്കും ആകർഷകമായി തോന്നാമെന്നതിനാലാണ്. സീതയാവട്ടെ അച്ഛൻ എതിർപ്പുകൾ പ്രകടിപ്പിക്കുമ്പോൾ അതിനെല്ലാം കൃത്യമായി വഴങ്ങുകയും അച്ഛന്റെ സന്തോഷമാണ് തനിക്ക് പ്രധാനമെന്ന് ആവർത്തിച്ച് പറയുകയും ചെയ്യുന്നു. ഇതൊരു വെറും പറച്ചിലായിരുന്നുവെന്ന് അവസാനം നമുക്ക് വ്യക്തമാവുന്നുണ്ട്. ലോറി മറിഞ്ഞു പൂവുകൾ നഷ്ടപ്പെട്ടു എന്നൊക്കെയുള്ള നഞ്ചുണ്ടന്റെ ഫോൺ സന്ദേശം ശിവണ്ണനെ തളർത്തുന്നുണ്ടെങ്കിലും മകളുടെ അടക്കിപ്പിടിച്ച ചിരിയാണ്, രോഹിണിയുമായി അവളുടെ ചങ്ങാത്തം ഇപ്പോഴും തുടരുന്നു എന്ന അറിവാണ് അയാളെ തളർത്തുന്നത്. മകൾക്ക് താനറിയാതെ രഹസ്യങ്ങൾ ഉണ്ടായിരുന്നു എന്ന അറിവ്, അവൾ തന്റെ മുന്നിൽ ഒരു നാടകം കളിക്കുകയായിരുന്നു എന്ന ബോധ്യം ഇവയൊക്കെ ആ കൂട്ട ആത്മഹത്യയുടെ പ്രേരകഘടകങ്ങളായിരുന്നു എന്ന് സംശയിക്കാവുന്നതാണ്. അത്തരം സാധ്യതകളിലേക്ക് നോവലിസ്റ്റ് കടക്കുന്നി

ല്ലെങ്കിലും കൃഷിയിൽ മാത്രമല്ല വീട്ടിലും ജീവിതത്തിലും താനൊരു പരാജയമാണെന്ന അറിവായിരിക്കും അയാളെ കൂടുതൽ തളർത്തിക്കളഞ്ഞത്. വനം, കാട് ഇവയൊക്കെ കേന്ദ്രമാക്കി ടൂറിസം വളരുമ്പോൾ, റിസോർട്ടുകളും ഹോട്ടലുകളും പെരുകുമ്പോൾ അവിടെ സെക്സ് ടൂറിസം കൂടിയാണ് പെരുകുന്നതെന്ന് നാം മറക്കരുത്. സീതയെപ്പോലെയും രോഹിണിയെപ്പോലെയും എത്രയോ പെൺകുട്ടികൾ അങ്ങനെ നശിച്ചുപോവുന്നുണ്ടാവും. ഇത്തരം അപകടങ്ങൾ കാണാനാവാതെ പോവുന്ന അഥവാ അതിനു നേരെ കണ്ണടയ്ക്കുന്ന നമ്മുടെ ഭരണകൂടം സുള്ള്യനെപ്പോലെ ഒരാളെ അയാൾ ഭരണനേതൃത്വത്തെ ചോദ്യം ചെയ്യുന്നു എന്ന ഒറ്റക്കാരണത്താൽ അപകടകാരിയായി വിലയിരുത്തുകയും വെടിവയ്ക്കുകയും ചെയ്യുന്നു.

നമ്മുടെ മുന്നിലെത്തുന്ന പൂക്കളുടെ നിറവും ഭംഗിയും കാണുകയും അവയുടെ 'കൊള്ള' വിലയെപ്പറ്റി നിരന്തരം പരാതി പറയുകയും ചെയ്യുമ്പോൾ അതിന്റെ പിന്നിലെ ജീവിത ദുരന്തങ്ങളെപ്പറ്റി ഓർക്കാറില്ല. ചെണ്ടുമല്ലിപ്പൂക്കളിൽ പൊടിഞ്ഞുനിൽക്കുന്ന കണ്ണുനീർകൂടി മുഹമ്മദുകോയ കാണിച്ചുതരുന്നു. കൂടാതെ ഭരണീയ നേതൃത്വത്തിന്റെ ഇരട്ടത്താപ്പുനയങ്ങൾ എന്നിവയും ചെന്നമല്ലീപുരത്തിന്റെ കഥയിലൂടെ അനാവരണം ചെയ്യപ്പെടുന്നു. ഭാഷയിൽ യാതൊരു വക്രതയും പ്രയോഗിക്കാത്തതിനാൽ വായനയിൽ ഒരു ക്ലിഷ്ടതയും അനുഭവപ്പെടുന്നില്ല. തുമ്പികളും ശലഭങ്ങളും കാണിച്ചുതരുന്ന വഴിയും അവയുടെ ഭാഷയും പരിഷ്കൃതരെന്നു സ്വയം നടിക്കുന്ന നമ്മൾക്ക് പരിഹാസ്യമായിത്തോന്നാമെങ്കിലും അങ്ങനെയൊരു വഴിയുണ്ടെന്നും അത്തരം ഭാഷയും വാക്കും കേൾക്കാനുള്ള ശക്തിയൊക്കെ നമുക്കെന്നേ കൈമോശം വന്നെന്നും ഓർക്കാനെങ്കിലും ഈ നോവൽവായന സഹായിച്ചേക്കും. പ്രകൃതിയുടെ അത്തരം ഗൂഢാക്ഷരങ്ങളും ലിപികളും ശബ്ദങ്ങളും തിരിച്ചറിയാനാവുമ്പോഴേ നമ്മെ ഗ്രസിച്ചിരിക്കുന്ന അനേകം ആപത്തുകളിൽനിന്ന് നമുക്ക് മോചനം സാധ്യമാവുകയുള്ളൂ.

ഒന്ന്

ചെന്നമല്ലീപുരത്തേക്കുള്ള ബസ് കാത്തുനിൽക്കുകയാണ് ശിവ ണ്ണൻ.

ബാംഗ്ലൂരിൽനിന്ന് മൈസൂരിലേക്ക് നീണ്ടുപോകുന്ന രാജപാതയോരത്ത് എത്രയോ നേരമായി ശിവണ്ണൻ തന്റെ തകരപ്പെട്ടിയും പിടിച്ചു നിൽക്കുന്നു. ശനിയാഴ്ച വൈകുന്നേരമായതുകൊണ്ടായിരിക്കാം വരുന്ന ബസുകളിലെല്ലാം തിരക്കാണ്. ഒന്നുപോലും നിർത്തുന്നില്ല. ലോഡ് കയറ്റി പോകുന്ന ലോറികൾക്കു നേരെയും ആളുകളെ കയറ്റി പോകുന്ന ട്രക്കർ വണ്ടികൾക്കുമെല്ലാം ശിവണ്ണൻ കൈകാണിച്ചു. നിഷ്ഫലം. സമയം കടന്നുപോകുകയാണല്ലോയെന്ന് അയാൾ ഉൽക്കണ്ഠപ്പെട്ടു.

രാജപാതയിൽ നിന്നുനോക്കിയാൽ വളരെ ദൂരത്ത് നിരവധി കുഴലുകളും വൈദ്യുതിയലങ്കാരയെടുപ്പുകളുമൊക്കെയായി ഒരു സിമന്റ് ഫാക്ടറിയുടെ നിഴൽച്ചിത്രം കാണാം. മഹാരാഷ്ട്രക്കാരുടെ ഉടമസ്ഥതയിലുള്ളതാണത്. നീണ്ട ഇരുപത്തിയെട്ടു വർഷത്തെ സേവനത്തിനു ശേഷം ഇന്നു വൈകിട്ട് നാലുമണിയോടെയാണ് ശിവണ്ണൻ കമ്പനിയിൽ നിന്നു വിരമിച്ചത്. ശിവണ്ണനോടൊപ്പം രണ്ടുമൂന്നുപേർ കൂടി വിരമിക്കുന്നുണ്ടായിരുന്നു. യാത്രയയപ്പുയോഗത്തിൽ ശിവണ്ണന്റെ ആത്മാർഥതയെയും അർപ്പണബുദ്ധിയെയും എം ഡി പ്രകീർത്തിച്ചു.

“ഒരു വാച്ച്മാനെന്ന നിലയിൽ നമ്മുടെ ശിവണ്ണൻ ചെയ്ത സേവനങ്ങൾ കമ്പനി നന്ദിപൂർവം സ്മരിക്കും. അദ്ദേഹത്തിന്റെ ആത്മാർഥതയും കമ്പനിയോടുള്ള സ്നേഹവായ്പും മറ്റുള്ളവർ കാണിച്ചിരുന്നുവെങ്കിൽ നമുക്ക് ഈ മേഖലയിലെ ഇതരന്മാരെ എന്നേ കടത്തിവെട്ടാമായിരുന്നു.....”

മാത്രവുമല്ല, മറ്റൊരു രഹസ്യം കൂടെ എം ഡി പുറത്തുവിട്ടു. “ശിവണ്ണനു വേണമെങ്കിൽ അഞ്ചുവർഷം കൂടെ സർവീസ് നീട്ടിക്കൊടുക്കാ

മെന്ന് പറഞ്ഞതായിരുന്നു. പക്ഷേ, അദ്ദേഹത്തിനു താൽപ്പര്യമില്ലെന്ന് പറഞ്ഞു.”

തന്റെ മറുപടി പ്രസംഗത്തിൽ ശിവണ്ണൻ വികാരാധീനനായി. നാൾവഴികൾ അയാൾ ഓർത്തെടുക്കുകയായിരുന്നു.

“സാറമ്മാർക്ക് എല്ലാം വന്ദനം,” ശിവണ്ണൻ മുകുളിതഹസ്തനായി. “എന്നോട് കമ്പനീ തൊടരാൻ പറഞ്ഞത് ശരിതന്ന്യാണ്. ആ സ്നേഹത്തിന്ന് എനിക്ക് മറുപടീല്ല. പക്ഷേങ്കില് നിക്ക് ന്റെ നാടൊന്ന് കാണണ്ടെ സാറമ്മാരെ. ചെന്നമല്ലീപുരംന്ന് പറയ്ണ ന്റെ നാട് നാല്ലോണം ഒന്ന് കണ്ട്റ്റില്ല ഞാന്. കിളികള് ഒച്ചയുണ്ടാക്ക്ണ നാട്, തുമ്പികള് പറന്ന് കളിക്ക്ണ നാട്, പൂമ്പാറ്റകള് തേൻ കുടിക്ക്ണ നാട്. പതിനെട്ട് വയസുള്ളപ്പോ ഞാൻ പട്ടിണി കെടന്ന് ചാടിപ്പോന്നതാണ്. ആനക്കാടിന്നടുത്താണ് ന്റെ നാട്. ഏതോ കാലത്ത് അതൊക്കെ കാടായിര്ന്ന് പോലെ മൃഗങ്ങള് ഇപ്പോഴും അവകാശങ്ങളുമായിറ്റ് വരും. ചെന്നമല്ലീപുരം അവരെ നാടാണെന്നാണ് അവറ്റിങ്ങളെ അവകാശം. നാല് വയസ്സുള്ള സമയത്ത് വാരിക്കുരിപ്പ് വന്നിറ്റ് അച്ഛൻ ന്നെ എടുത്ത് കൊണ്ട് നടന്നത് ഓർമണ്ട്. ആമ്പൽ കൊളത്തിന്നരികത്ത് വളര്ന്ന കാട്ട് വേപ്പ് മരത്തിന്റെ കായെട്ത്ത് അമ്മിക്കല്ലുമ്മല് വെച്ച് ചതച്ചു കറയെടുത്ത് മേത്ത് പൊരട്ടിയാല് ആക്കം വരൂന്ന് വൈദ്യര് പറഞ്ഞിട്ട്ണ്ടായിനും പോലെ. അന്നേരത്ത് കുറുബന്മാര്[1] ഓടിവര്ന്നത് ഞാനും കണ്ട്... അച്ഛനും കണ്ട്...”

ശിവണ്ണൻ ബാക്കി ഭാഗം പറഞ്ഞത് കരഞ്ഞുകൊണ്ടായിരുന്നു; “രച്ച കിട്ടീല് സാറന്മാരെ,.... ന്നെ ഇട്ടേച്ച് ഓടാൻ അച്ഛനും പറ്റില്ല. ഓടാണ്ട് നിക്കാനും പറ്റീല്ല. നെലത്ത് വീണതേ ഓർമള്ളു. ആടിമാസക്കാലത്ത് തക്കാളിക്കൊട്ടമ്മേല് കാളവണ്ടിച്ചക്രങ്ങള് കയറിയാല്ണ്ടാക്ന്ന ഒച്ച, അല്ലെങ്കില് തക്കാളി പീഞ്ഞാല്ണ്ടാക്ന്ന ഒച്ച... അത് തന്നെ........... തക്കാളി .... ചാകന്ന തക്കാളി. നോക്കുന്നേരത്ത് ആനന്റെ കാല് അച്ഛന്റെ പള്ളമ്മേല്.”

അൽപ്പ നേരത്തേക്ക് സദസ്സ് നിശ്ശബ്ദമായിരുന്നു. ആരും ഒരക്ഷരം മിണ്ടിയില്ല. ശിവണ്ണന് തെല്ലുനേരം മുമ്പെ ആരോ സമ്മാനിച്ചിരുന്ന മൽമുണ്ടിന്റെ അറ്റമെടുത്തു കണ്ണും മുഖവും തുടച്ചു. ബാക്കി കൂടെ പറയാൻ അയാൾ തയാറായി.

“പിന്നെ എന്തൊക്കാന്നുവെച്ചാല് ചെന്നമല്ലീപുരത്ത് ഞാനും വളര്ന്ന്. തിന്നാൻ കിട്ടിയ ദിവസം കൊറവ്, തിന്നാൻ കിട്ടാത്ത ദിവസം അധികം. കൊറച്ച് കാലം കരിമ്പ് തോട്ടത്തില് പണിയുണ്ടാവും. കരിമ്പ് തണ്ട് കെട്ടിപ്പേറി റോഡിമ്മേല് കൊണ്ടുവെക്കുന്ന പണി, പിന്നെയത് കാളവണ്ടീ കേറ്റ്ണ പണി, പിന്നെ കൊറച്ച് കാലം തക്കാളി പറിക്ക്ണ പണി, പിന്നെ കൊറച്ച് കാലം സംക്രാന്തി വന്നാല് കറ്റമെതിക്ക്ണ പണി.[2] യുഗാദി[3] വന്നാല് കൈകോട്ടും പിക്കാസും പെരുംകൊല്ലന്റെ ആലേല്

1. ചെമ്മരിയാടുകളെ മേയ്ക്കുന്നവൻ
2. കൊയ്ത്ത്
3. വർഷകാലാരംഭം

കൊണ്ടുപോയി നന്നാക്ക്ണ പണി, എള്ള് വിതക്ക്ണ പണി, റാഗിക്കണ്ടം കൊത്ത്ണ പണി, മുതിരക്കാല നന്നാക്ക്ണ പണി..... സാറമ്മാരെ എന്ത് പണിയെടുത്താലും ശിവണ്ണന് കൂലി കാലണ. ജന്മിമാരുടെ പൊരേല്ക്ക് വിളിച്ചാല് ഒരു പത്ത് പൈസ അധികം തരും. എന്നാല് നമ്മക്ക് അവര് തിന്നാന് ചോറ് ദൂരെ കൊണ്ടുപോയി വെച്ചുതരും. പിന്നെ സാറ്മ്മാര് വിശ്വസിക്കൂലെങ്കിലും ഞാൻ പറയാം.... മുത്താറിക്കണ്ടത്ത്ല് ഒരു ദെവസം മറിക്കാന് കാളനെ കിട്ടാഞ്ഞിറ്റ് നൊകം ന്റെ തോളത്താ വെച്ചത്. കാളന്റെ ഒപ്പരം നൊകം ചൊമന്ന്ട്ട് ന്റെ തൊള്ളേന്നും കാളന്റെ തൊള്ളേന്നും ഒപ്പരാ നൊരപ്പിണ്ടി ബന്നത്... പിന്നെ പൊറത്ത് തല്ല് രണ്ട് കൂട്ടര്ക്കും കിട്ടീനും......

നിഷ്കളങ്ക ബാല്യത്തിന്റെ കണ്ണീർ വഴികളെ ഓർത്തെടുക്കുകയായിരുന്നു ശിവണ്ണൻ. കടന്നുപോന്ന വഴികൾ. ആനകളും കടുവകളും ആട്ടിയോടിക്കുന്ന മനുഷ്യർ. അവരധ്വാനിച്ചുണ്ടാക്കിയതിൽ മൃഗങ്ങൾ മേഞ്ഞതിന്റെ ബാക്കി അനുഭവിക്കാം. പിന്നെയുമുണ്ട് ശത്രുക്കൾ. വിളകളുടെ നീരൂറ്റിക്കുടിക്കുവാൻ ദൃഢനിശ്ചയം ചെയ്തിറങ്ങുന്ന വണ്ടുകൾ, ലാർവകൾ, പുഴുക്കൾ. പലപ്പോഴും ഇവയുടെ സംഘടിതാക്രമണത്തിൽ വേരുകൾ നിർമൂല്യമായി ധാന്യച്ചെടികൾക്ക് ഒരു മണിപോലും ഉൽപ്പാദിപ്പിക്കാനാകാതെ കണ്ണെത്താദൂരത്തോളം നശിച്ചുപോകുന്നു. ലോകജനതയുടെ ആഹാരത്തിന്റെ അറുപത് ശതമാനത്തോളം വരുന്ന അരിയാണ് ഇത്തരം കൊള്ളക്കാരുടെ പ്രധാന ഉന്നം. എട്ടുലക്ഷത്തി അമ്പതിനായിരത്തോളം അംഗങ്ങളുള്ള ശലഭകുടുംബത്തിലെ ഒരേയൊരംഗം മാത്രമാണ് കറുത്ത വണ്ടുകൾ. എങ്കിലുമൊക്കെയെന്ത്, കോണകം ഉടുത്തു മണ്ണിന്റെ മക്കൾ ഉഴുതുമറിക്കുന്നു. അഞ്ചും ആറും വയസുള്ള കുരുന്നു ബാല്യങ്ങൾ ചോളക്കണ്ടത്തിലും റാഗിക്കണ്ടത്തിലും തീപറക്കുന്ന വെയിലേറ്റു വാടിക്കൊഴിയുന്നു. അവർക്കേറ്റ മോഹങ്ങളില്ല. വിശക്കാത്ത വയറെന്ന സ്വപ്നം മാത്രം.

അത്തരമൊരു കോണകപ്രായത്തിൽ നിന്നു ശിവണ്ണൻ വളർന്നുവലുതായി. അയാൾക്ക് ഗ്രാമത്തിലെ മറ്റൊരാൾക്കും എത്തിപ്പിടിക്കാൻ കഴിയാത്ത അസൂയാർഹമായ ഒരു ജോലി ലഭിച്ചു. സിമന്റ് കമ്പനിയിലെ വാച്ചുമാൻ. ഇസ്തിരിയിട്ട കാക്കി യൂണിഫോം. പോക്കറ്റിനു മുകളിൽ പി കെ ശിവണ്ണൻ എന്ന പേരെഴുതിയ പ്ലാസ്റ്റിക് കഷണം. രാത്രിയിലൊക്കെ അഞ്ചുകട്ട ബാറ്ററിയിടുന്ന ഒരു ടോർച്ച് കൈയിൽ പിടിച്ചിരിക്കും. തലയിൽ നിറയെ എണ്ണ തേച്ച് കുളിച്ച് മുടി ചീർപ്പുകൊണ്ട് പുറകോട്ട് വാർന്നുവെച്ചിരിക്കും. ശേഷം അയാളൊരു ഇരട്ടക്കുതിരയുടെ ചിഹ്നമണിഞ്ഞ തലപ്പാവെടുത്തു വെക്കുന്നു. ഗേറ്റ് തുറക്കുമ്പോഴുണ്ടാകുന്ന തിരുകുറ്റി കരയുന്ന ശബ്ദം കേൾക്കുമ്പോൾത്തന്നെ ശിവണ്ണനറിയാം, കടന്നുവരുന്നവരാരാണെന്ന്. ആർക്കൊക്കെയാണ് സല്യൂട്ട് ചെയ്യേണ്ടതെന്നും ശിവണ്ണനറിയാം. ശരീരഭാഷകൊണ്ട് വിനയവും ബഹുമാനവുമൊക്കെ പ്രദർശിപ്പിച്ചുകൊണ്ട് ശിവണ്ണൻ തന്റെ ജോലി ഭംഗിയായി ചെയ്തുവന്നു.

എപ്പോഴെങ്കിലും ശുഭ്രവർണ അംബാസഡർ കാർ മുമ്പിൽ നിർത്തിയാൽ ശിവണ്ണൻ ഓടിയെത്തും. പുറകിലെ സീറ്റിൽനിന്ന് ഒരു മധ്യവയസ്കൻ പഴയ ഗ്രാമഫോൺ പെട്ടിക്ക് ബൈന്റ് കൊടുക്കുന്നതുപോലെ ഗ്ലാസിന്റെ ഹാൻഡിൽ താഴ്ത്തുകയായിരിക്കും. പുറത്തേക്ക് നീളുന്ന എം ഡിയുടെ കൈയിൽ ഒരുരൂപയുടെയോ രണ്ടു രൂപയുടെയോ നാണയമുണ്ടായിരിക്കും. അത് ധാരാളം മതി ശിവണ്ണന്. പലപ്പോഴും സിമന്റ് കയറ്റി പുറത്തേക്ക് പോകുന്ന ലോറിഡ്രൈവർമാർ ഗേറ്റിലേക്ക് ചില്ലറ നാണയത്തുട്ടുകൾ എറിഞ്ഞുകൊടുക്കും. അതും ശിവണ്ണന്ന് സമ്പാദ്യമായി. ചെന്നമല്ലീപുരത്തയാൾ ബഹുമാനിക്കപ്പെട്ടു. ശനിയാഴ്ച വൈകുന്നേരങ്ങളിൽ കിട്ടുന്ന ബസിലോ ലോറിപ്പുറത്തോ ഒക്കെ കയറി ശിവണ്ണൻ മൈസൂർ നഗരത്തിലെത്തിച്ചേരും. അവിടെനിന്നും കേരളത്തിലേക്ക് പോകുന്ന ബസോ ലോറിയോ അന്വേഷിച്ചാൽ മദ്ദൂരിലെത്താം. ചെന്നമല്ലീപുരത്തേക്ക് അവിടെനിന്നു നടന്നുപോകാവുന്നതേയുള്ളൂ. എങ്കിലും വീടണയുമ്പോൾ രാത്രിയാകും. ശനിയാഴ്ച രാത്രികളിൽ കാഞ്ചനയ്ക്ക് ഉറങ്ങാൻ കഴിയില്ല. പകരം അവൾ പകൽസമയങ്ങളിൽ ദിവാസ്വപ്നം കണ്ടിരിക്കും. ഗ്രാമവാസികൾക്കറിയാം രാത്രിയിൽ മദ്ദൂരിൽനിന്നു ചെന്നമല്ലീപുരത്തേക്ക് നടന്നുവരുന്ന ശിവണ്ണന്റെ സമയം. ഗ്രാമവാസികൾക്ക് പരിചിതമായ ഷൂവിന്റെ കരച്ചിൽ, രണ്ടു കട്ടയുള്ള ടോർച്ചിന്റെ മിന്നൽ, പുതുതായി നഗരത്തിലിറങ്ങിയ സിനിമാപാട്ടിന്റെ മൂളൽ, ഇതൊക്കെ ശിവണ്ണൻ വരുന്ന ലക്ഷണങ്ങളാണ്. മിക്കപ്പോഴും മദ്ദൂരിൽ നിന്നയാൾക്ക് ചെന്നമല്ലീപുരത്തേക്ക് നടക്കേണ്ടിവരാറില്ല. ഗുണ്ടിൽപേട്ടയിൽ നിന്നു മടങ്ങുന്ന കാളവണ്ടിയിൽ കയറാൻ പറ്റും. ഒഴിഞ്ഞ കാളവണ്ടിയിൽ അലക്ഷ്യമായിട്ടിരിക്കുന്ന കയറിന്റെയും ഒഴിഞ്ഞ തക്കാളിക്കൊട്ടയുടെയും പരുപരുത്ത ചാക്കിൻകെട്ടുകൾക്കുമിടയിൽ ശിവണ്ണൻ പാതിമയക്കത്തിലായിരിക്കും. ചെന്നമല്ലീപുരത്തെത്തിയാൽ കാളവണ്ടികൾ അവിടെ മാറ്റിയിടും. ലിംഗസ്വാമിയുടെ വിത്തുകാളയെ കെട്ടിയിടുന്ന മൈതാനത്തിനരികെയാണ് കാളവണ്ടികളുടെ കേന്ദ്രം. നുകം അഴിച്ചെടുത്തു കാളകളെ സ്വതന്ത്രമാക്കും. അപ്പോഴൊക്കെ ലിംഗസ്വാമിയുടെ ആലയിൽനിന്നു കാളിയന്റെ ഊത്തുപോലെയൊരു സ്വരം കേൾക്കാം. ലിംഗസ്വാമിയുടെ വിത്തുകാളയുടെ മുക്രയാണ്. ഗ്രന്ഥികൾ ഉൽപ്പാദിപ്പിക്കുന്ന ഇന്ദ്രിയത്തുള്ളികളുടെ ഉൾക്കുത്തലും സിരകളിലൊഴുകുന്ന മദപ്പാടിന്റെ തീയുരുക്കവുമായി വിത്തുകാള തന്റെ നാസാരന്ധ്രങ്ങളിലും കാലുകളിലുമൊക്കെ കാണുന്ന ബന്ധനങ്ങളെ പൊട്ടിച്ചെറിയുന്ന വ്യഗ്രതയിലായിരിക്കും.

* * * *

"പക്ഷേങ്കില്...." ശിവണ്ണൻ തന്റെ മറുപടി പ്രസംഗത്തിന്റെ അവസാന ഭാഗത്തേക്ക് കടന്നു. ഇനിക്ക് ഇപ്പോ ഒരു സ്വപ്നം ഉണ്ട്. അതെന്താന്ന് വെച്ചാല് ഇപ്പോ ഞങ്ങളെ നാടും കൊറച്ച് നന്നായിട്ടുണ്ട്. ഇംഗ്ലീഷ് പഠിപ്പിക്ക്ണ സ്കൂൾ ഉണ്ട്. കന്നട തന്നെ പഠിപ്പിക്ക്ണ സ്കൂളും ഉണ്ട്. കാളവണ്ടികളൊക്കെ കൊറഞ്ഞ് തുടങ്ങി. ലോറിക്കാരൊക്കെ റാഗി

കേറ്റാനും തക്കാളി കേറ്റാനുമൊക്കെ ചെന്നമല്ലീപുരത്തേക്ക് വന്നുതുടങ്ങി. ഒഴിഞ്ഞ കണ്ടങ്ങള് ഇല്ലാണ്ടായി. റാഗിയും മുതിരയും മുത്താറിയും ചോളവും കരിമ്പും തക്കാളിയും ഒക്കെ ഞങ്ങള് ചെന്നമല്ലീപുരത്ത് കൃഷി ചെയ്യുന്നുണ്ട് സർ. പക്ഷേ, ഞങ്ങള് വേറെയൊരു കൃഷി കണ്ടുപിടിച്ചിട്ടുണ്ട്. മോശമല്ലാത്ത കൃഷി. പിടിച്ച് നിക്കാവ്ന്ന കൃഷി..."

ചെറുസദസ്സ് ആകാംക്ഷയിലായിരുന്നു. മാണ്ഡ്യയിലെ നഗരവൽകൃത കേന്ദ്രങ്ങൾക്ക് ഉൾനാടൻ ഗ്രാമങ്ങളിൽ നടക്കുന്ന കാർഷിക വിജ്ഞാനങ്ങളോ പുതിയ നടീൽ വിപ്ലവങ്ങളെ പറ്റിയോ ഒന്നുമറിയില്ല. അവർ ചെവി കൂർപ്പിച്ചു.

ചെണ്ടുമല്ലി കൃഷിയെക്കുറിച്ചാണു സർ ഞാൻ പറഞ്ഞു വന്നത്. മദ്ദൂർ എത്തുന്നതിന് മുമ്പ് തന്നെ കണ്ടിട്ടില്ലേ ഞങ്ങളെ പൂകൃഷി. ഇപ്പോ അതാണ് ഞങ്ങളെ പള്ള പോറ്റുന്നത്. തക്കാളിക്കണ്ടത്തില് പൂകൃഷി നടത്തിയാല് ഈശ്വരമ്മാര് കോപിക്കുംന്നൊക്കെ ചിലര് പറയ്ണ്ണ്ട്. ഒന്നും നിശ്ചയംല്ല. അവിടെ നെലം പാട്ടത്തിന്ന് കിട്ടാന്ണ്ട്."

അവസാനിപ്പിച്ചത് ശിവണ്ണൻ ഇങ്ങനെയായിരുന്നു. " കേരളത്തില് ഓണംന്ന് പറയുന്ന ഒരാഘോഷം ണ്ടെങ്കില് ഞങ്ങളെ പൂകൃഷിക്കും ഭാവിയുണ്ട്. പൂക്കള് ണ്ടാകാത്ത നാടാണ് കേരളം. അല്ലെങ്കില് പൂക്കളെ ഉണ്ടാക്കാത്തവരാണ് കേരളക്കാർ. നമ്മളെ പൂക്കള് കൊണ്ട് പോയിറ്റ് മാണം അവര്ക്ക് ഓണം കയിക്കാൻ. ഞാൻ പറഞ്ഞല്ലോ എനിക്കൊരു സ്വപ്നണ്ടെന്ന്. ചെന്നമല്ലീപുരത്ത് ഞാൻ ചെണ്ടുമല്ലി കൃഷിയിറക്കും. അതിന്റെ ആദായംകൊണ്ട് ഞാനെന്റെ സീതമോളുടെ കല്യാണം നടത്തും. പിന്നെ എനിക്കും എന്റെ കാഞ്ചനക്കും കഴിയാനല്ലേ... അതൊക്കെ മതി..... അതൊക്കെ മതി. "

ആശംസകളർപ്പിച്ചുകൊണ്ട് സംസാരിച്ച പലരും ശിവണ്ണന്റെ ഇച്ഛാശക്തിയെ പ്രകീർത്തിച്ചു. കമ്പനിയിൽ നിന്നുകിട്ടുന്ന പണം കൊണ്ടുപോയി ബാങ്കിൽ ഫിക്സഡ് ഡെപ്പോസിറ്റ് ചെയ്തു പലിശ വാങ്ങി ജീവിക്കുന്നവരുടെ മുമ്പിൽ ശിവണ്ണൻ ഒരു സന്ദേശവും അത്ഭുതവുമാണെന്ന് സർവരും വാഴ്ത്തി. യോഗം പിരിഞ്ഞു.

ഏറെനേരത്തെ കാത്തിരിപ്പിനുശേഷം ശിവണ്ണൻ കൈ കാണിച്ച് ഒരു ലോറി നിർത്തി. ഡ്രൈവറുടെ ആജ്ഞ പ്രകാരമാകാം ക്ലീനർ വിളിച്ചു ചോദിച്ചു, "എല്ലി ഹോഗു ബേക്കോ"[4]

"ഗുണ്ടിൽപേട്ട്...." ശിവണ്ണൻ അലറിപ്പറഞ്ഞു.

"ആവുത്, മൂന്നുറുപ്പി കൊടുബേക്കോ."[5]

മൂന്നുരൂപയെങ്കിൽ മൂന്ന്. ശിവണ്ണൻ പേശാൻ നിന്നില്ല. ലോറിയുടെ മൂലയിൽ അയാൾ കയറിപ്പറ്റി. ബാംഗ്ലൂർനിന്നും ചാമരാജ നഗരത്തിലേക്ക് കോഴികളേയും കയറ്റി പോകുന്ന ലോറിയായിരുന്നു അത്. അസഹ്യമായ ദുർഗന്ധം ശിവണ്ണന് അനുഭവപ്പെട്ടു. നിശ്ശബ്ദരായ കോഴികൾ.

---

4. എവിടെ പോകണം.
5. ശരി, മൂന്നു രൂപയെടുക്ക്.

സകല കണ്ണുകളും ഒരിറ്റ് വെള്ളത്തിനുവേണ്ടി പരതുകയാണെന്നു ശിവണ്ണനു ബോധ്യപ്പെട്ടു. പ്ലാസ്റ്റിക് തുണികൾ വലിച്ചു കെട്ടിയ മേലാപ്പിൽ നിന്ന് ഉരുകിയൊലിക്കുന്ന തീജ്വാലയേറ്റ് അവയൊക്കെയും ജീവച്ഛവങ്ങളായിരുന്നു.

ഗുണ്ടിൽപേട്ടയിൽ നിന്ന് മദ്ദൂരിലേക്ക് ശിവണ്ണന് വീണ്ടും ഒരു തമിഴ്നാട് ലോറി കിട്ടി. അണ്ണാച്ചി കൽപ്പറ്റയിലേക്ക് മൈസൂരിൽനിന്നും പഞ്ചാര ലോഡ് കയറ്റി പോവുകയായിരുന്നു. അതൊരു തരത്തിൽ ഭാഗ്യമായി. കേരള ലോറിയുടെ ഡ്രൈവർക്ക് ദുരഭിമാനമാണ്. അവർ ഒരിക്കലും പണത്തിനുവേണ്ടി ലോറിപ്പുറത്ത് ആളെ കയറ്റില്ല.

മദ്ദൂരിൽ ശിവണ്ണൻ എത്തിയപ്പോഴേക്കും മഴ തുള്ളിയിട്ട് തുടങ്ങിയിരുന്നു. ആദ്യം ചെറുതുള്ളികളായി വീണു. പിന്നെയത് ചരൽക്കല്ല് വാരിയെറിയുന്നതുപോലെ. ചെറിയ മിന്നൽപ്പിണറുകളും തുടിശബ്ദവും കേട്ടു തുടങ്ങി. മദ്ദൂരിൽ നിന്നുനോക്കുമ്പോൾ അങ്ങ് ചെന്നമല്ലീപുര ഗ്രാമത്തിൽ ശക്തമായ ഇടിയും മിന്നലുമൊക്കെയുണ്ടെന്നുതോന്നി. ചെന്നമല്ലീപുരത്തേക്കുപോകുന്ന ചെമ്മൺപാത ശൂന്യമായിരുന്നു. മഴയെ പേടിച്ചു ഗ്രാമീണർ ഭവനങ്ങളിലേക്ക് പിൻവലിഞ്ഞതാകാം.

ശിവണ്ണൻ നടന്നുപോകുവാൻ തീരുമാനിച്ചു. വലതു കൈയിൽ തകരപ്പെട്ടിയും തൂക്കിപ്പിടിച്ച് വേഗത്തിൽ നടന്നു. അപ്പോഴേക്കും വീണ്ടും മഴ ശക്തമായിത്തുടങ്ങി. കലങ്ങിയ മഴവെള്ളം അനേകം നുരകളെയൊഴുക്കിക്കൊണ്ടുവന്നു കാളവണ്ടിച്ചക്രങ്ങളുരുണ്ട കുഴികളിലൂടെ ശക്തമായി താഴോട്ട് പാഞ്ഞുകൊണ്ടിരുന്നു. ആമ്പൽക്കുളത്തിൽ നിന്നാകാം ആകാംക്ഷാഭരിതരും അക്ഷമരുമായ തവളകളുടെ ക്രോം ക്രോം ശബ്ദം വലിയ മാറ്റൊലികളോടെ മുഴങ്ങിക്കേട്ടു തുടങ്ങി. നടപ്പാതകളിലെ പുളിമരത്തിൽനിന്ന് ഓർക്കാപ്പുറത്ത് കിടപ്പാടം നനഞ്ഞ പക്ഷികളുടെ സങ്കടപ്പാടപ്പാടുകളുടെ കലമ്പലുകൾ. തൊടികളും ഉണങ്ങിവരണ്ട പറമ്പുകളും ചീർത്ത് വിങ്ങി കലക്കവെള്ളത്തെ പുറത്തോട്ടൊഴുക്കി.

പരിചിതമായ ആ തെരുവിലൂടെ ശിവണ്ണൻ പ്രത്യേകിച്ചൊന്നും സംഭവിക്കാത്തപോലെ നടന്നുകൊണ്ടിരുന്നു. മിന്നൽപ്പിണറുകൾ ശിവണ്ണനു വഴി തെളിയിച്ചു. തെല്ല് ദൂരെ നിന്നൊരു വെളിച്ചം താൻ നടന്നുപോരുന്ന സ്ഥലത്തേക്ക് നീങ്ങിവരുന്നത് ശിവണ്ണൻ അറിഞ്ഞു. മങ്ങിയ മുനിഞ്ഞ വെളിച്ചം. അയാൾ ഒരുവശത്തേക്ക് മാറി നിന്നു. അടുത്തുവന്നപ്പോൾ ശിവണ്ണനു മനസിലായി അതൊരു കാളവണ്ടിയുടെ റാന്തൽ വിളക്കാണെന്ന്. ശിവണ്ണന്റെയരികെയെത്തിയതും വണ്ടി നിന്നു.

"ശിവേട്ടാ....."

നഞ്ചപ്പനായിരുന്നു വിളിച്ചത്. നഞ്ചപ്പൻ കാളവണ്ടിയിൽ തന്റെ ഇരിപ്പിടത്തിൽനിന്നും ചാടിയിറങ്ങി ശിവണ്ണന്റെ പെട്ടിയിൽ പിടിച്ചു. പിന്നെ പെട്ടിതൂക്കി കാളവണ്ടിയുടെ ഒഴിഞ്ഞ പുറകു വശത്തേക്ക് ഒരേറു വെച്ചുകൊടുത്തു. അതേ വേഗതയിൽത്തന്നെ ശിവണ്ണനേയും പിടിച്ചുവണ്ടിയിലേക്ക് കയറ്റി നഞ്ചപ്പൻ.

''കാഞ്ചേടത്തി കാണണ്ട ഈ കോലം'' നഞ്ചപ്പൻ കാളകളെ തെളിച്ചുകൊണ്ട് പറഞ്ഞുകൊണ്ടിരുന്നു. "ഇപ്പോ ഈ രാത്രീല് കാഞ്ചേടത്തി വീട്ടില് വന്നു മുട്ടിവിളിച്ചു പറഞ്ഞതാ ശിവണ്ണൻ ഇപ്പോ മദ്ദൂര് വന്നു മഴ നനഞ്ഞുനിൽപ്പുണ്ടാകുന്ന്. ലക്ഷ്മണനേയും കൂട്ടി പോയിനോക്കാൻ പറഞ്ഞു. നഞ്ചപ്പൻ നുകത്തിനരികെ തന്റെ ഇരിപ്പിടത്തിലിരുന്നു ചാട്ട വീശി. വണ്ടി ചെന്നമല്ലീപുരത്തേക്ക് നീങ്ങിത്തുടങ്ങി. നഞ്ചപ്പൻ തന്റെ തോളത്തുണ്ടായിരുന്ന തോർത്തുമുണ്ടെടുത്തു ശിവണ്ണന് കൊടുത്തു. ശിവണ്ണൻ തലയും ശരീരവും നന്നായി ഒപ്പിയെടുത്തു. ശരിക്കും വിറയ്ക്കുന്നുണ്ടായിരുന്നു. നഞ്ചപ്പൻ അയൽവാസിയാണ്. വീടിനടുത്തെത്തിയപ്പോൾ വണ്ടി നിന്നു. നഞ്ചപ്പൻ ലക്ഷ്മണയോടു പറഞ്ഞു: "ലക്ഷ്മു നീ പോയി കാളനെ കെട്ടീട്ട് കെടന്നോ നമ്മക്ക് നാളെ കാണാം ട്ടോ."

ശിവണ്ണൻ നേരെ വീട്ടിലേക്ക് കയറി. അകത്ത് കത്തിച്ചുവെച്ച വിളക്കിനരികെ ഇരുകൈകളും താടിക്ക് കൊടുത്തു കാഞ്ചന കുത്തിയിരിക്കുന്നത് ശിവണ്ണൻ കണ്ടു. കൈയിൽ ഉണങ്ങിയ തോർത്തും മാറുവാനുള്ള മൈലിയുമൊഴെയായി അവൾ കാത്തിരിപ്പ് തുടങ്ങിയിട്ട് നേരമെത്രയായി. എല്ലാ ഞായറാഴ്ചകളിലും വീട്ടിലെത്താറുള്ള ശിവണ്ണനെ അവൾക്കറിയാം. ഇനി എങ്ങും പോകുവാനില്ലല്ലോ.

രണ്ട്

വളരെ പുലർച്ചെ തന്നെ ശിവണ്ണൻ ഉണർന്നു. ചെന്നമല്ലീപുരം അഗാധമായ ഉറക്കത്തിലാണ്. എവിടെയുമില്ല ഒരു വിളക്കും. പശുക്കളെ കറക്കുവാൻ എഴുന്നേൽക്കുന്നവർക്കും ഇനിയുമൊരു കാതം കഴിയേണ്ടിയിരിക്കുന്നു. രാത്രിയിൽ ശിവണ്ണനു സ്വസ്ഥമായി ഉറങ്ങുവാൻ കഴിഞ്ഞിരുന്നില്ല. വാസ്തവത്തിൽ എത്രയോ വർഷത്തെ അലച്ചിലിനും അധ്വാനത്തിനും ശേഷം സുഖമായി ഇറങ്ങേണ്ട രാത്രിയായിരുന്നു കഴിഞ്ഞത്. പക്ഷേ, തിരിഞ്ഞും മറിഞ്ഞും കിടക്കുവാനേ കഴിഞ്ഞുള്ളു. കാഞ്ചന പല തവണ ഞെട്ടിയെഴുന്നേറ്റു.

"നെങ്ങളെന്താ ഈ പറയുന്നത് ഒറക്കത്തില്."

പക്ഷേ, പുലരുന്നതിനും ഏതാണ്ട് രണ്ടുനാഴിക മുമ്പെ ശിവണ്ണൻ കാഞ്ചനയെ പുൽകിയുറങ്ങി. ഒറ്റയും തറ്റയുമായി കാക്കപ്പട വെട്ടം വരുവാനായി എന്നു വിളിച്ചു പറയുന്നതുവരെ അവരുറങ്ങി.

ഗ്രാമവും പെട്ടെന്നുണർന്നു. പകലവൻ മടിച്ചുവരുന്നതുവരെ കാത്തിരിക്കുവാൻ കർഷകർക്ക് ക്ഷമയുണ്ടായില്ല. തമിഴ്നാട്ടിലെ ആർക്കോണത്ത് നിന്ന് വന്നു ചെന്നമല്ലീപുരത്ത് കൊല്ലപ്പുരയിട്ട ജംബുലിംഗത്തിന്റെ ആലയിൽ തിരക്കോട് തിരക്ക്. ജംബുലിംഗത്തെ അപ്പോൾ ആരോ വന്നു വിളിച്ചുണർത്തി. ജംബുലിംഗത്തിന്റെ മകൾ നാഗമാണിക്യം ഉറക്കച്ചടവുള്ള മുഖവുമായി വന്ന് അച്ഛന്റെ ആലയിൽ നെരിപ്പോടിൽ ഓടക്കുഴൽ കൊണ്ട് ഊതിപ്പറത്തിക്കൊണ്ടിരുന്നു. ഗ്രാമത്തിലെ സകല തേയ്മാനം

വന്ന കൈക്കോട്ടും പിക്കാസും മടക്കത്തിയുമെല്ലാം അവിടെ ഹാജരാക്കപ്പെട്ടു. കാളവണ്ടിയുടെ ചക്രങ്ങൾക്ക് ഇരുമ്പ് പട്ടയടിക്കുന്ന പട്ട പണി തൽക്കാലം ജംബുലിംഗം നിർത്തിവെച്ചു. തലേന്ന് മഴ പെയ്തതാണ്. കർഷകർ അധ്വാനിക്കട്ടെ.

പുതുമണ്ണിന്റെ മണം ശ്വസിച്ചുകൊണ്ട് ശിവണ്ണൻ വീടിന്റെ കോലായിലേക്ക് വന്നു. മണ്ണും മനുഷ്യനും തമ്മിൽ എത്രമാത്രം ബന്ധപ്പെട്ടിരിക്കുന്നുവെന്നോർത്തയാൾ അത്ഭുതപ്പെട്ടു. ഇതെന്തൊരു ഉന്മാദ ഗന്ധം. കർഷകന്റെ കൈയും കാലുമെല്ലാം തരിക്കുന്നത് വെറുതെയല്ല. തലേന്നുവരെ ചുട്ടുപൊള്ളിയിരുന്ന ഭൂമിയിലേക്ക് വന്നുവീണ അമൃത ബിന്ദുക്കളെ എന്തൊരു ഊഷ്മളതയോടെയാണ് ഭൂമി വരവേറ്റത്. നാലു ഭാഗത്തുനിന്നും ഗ്രാമീണരുടെ ആരവം കേൾക്കാം. ആരൊക്കെയോ പുലരുന്നതിന് മുമ്പുതന്നെ ഏറുകാളകളെ വാങ്ങുവാൻ ഗുണ്ടിൽപേട്ടയിലേക്ക് വർത്തമാനം പറഞ്ഞുപോകുന്നത് ശിവണ്ണൻ കേട്ടിരുന്നു. അവരുടെ സംസാരത്തിൽനിന്നും മനസിലായത് ഗുണ്ടിൽപേട്ടയിൽ മനസിനു പിടിച്ചത് കിട്ടിയില്ലെങ്കിൽ തൃക്കണാമ്പി[1]വരെ പോകുമെന്നാണ്. ടാറ്റ കമ്പനിക്കാരുടേത് തന്നെ നോക്കി രണ്ടോ മൂന്നോ കലപ്പയും വാങ്ങി വരണമെന്നും അവർ പറഞ്ഞുകേട്ടിരുന്നു. യുഗാദിക്ക് ഇനിയുമുണ്ട് ദിവസങ്ങൾ. എന്നാലും ഇനിയങ്ങോട്ട് ഇടയ്ക്കിടെ മഴ കിട്ടിക്കൊണ്ടിരിക്കുവാൻ സാധ്യതയുണ്ടെന്നു ഗ്രാമത്തിലെ ദൈവജ്ഞർ പറഞ്ഞുകൊണ്ടേയിരുന്നു. തലേന്നു പെയ്ത മഴയിൽ ഉയിർകൊണ്ടു പിന്നെ സ്വയംവരം നടത്തി അവസാനം മരണത്തിലേക്ക് മറഞ്ഞ ചെന്നമല്ലീപുരത്തെ ശലഭങ്ങളും അതുതന്നെ പറഞ്ഞു. മഴമേഘങ്ങളുണ്ട് ഗ്രാമത്തിനു മുകളിൽ. പറമ്പുകളും കണ്ടങ്ങളുമെല്ലാം തരിശായി കിടക്കുകയാണ് ചെന്നമല്ലീപുരത്ത്. റാഗിക്ക് വേണ്ടി മാറ്റിവെച്ച പറമ്പുകളുണ്ട്. കാലാകാലങ്ങളിലായി വേറെയൊരു ധാന്യവും വിതയ്ക്കാതെ മുത്താറി മാത്രം കൃഷി ചെയ്തുപോരുന്നവരുമുണ്ട്. കരിമ്പ് കണ്ടങ്ങളിൽ ആരും മാറ്റി കൃഷി ചെയ്യാറില്ല. കരിമ്പ് തന്നെ കൃഷി ചെയ്തുകൊണ്ടേയിരിക്കും. മാണ്ഡ്യയിലെയും ഹുൻസൂരിലെയും പഞ്ചാര മില്ലുകാരുടെ നല്ല സ്വഭാവം പോലെയിരിക്കും കരിമ്പിന്റെ വില.

ശിവണ്ണൻ കാഞ്ചയോട് ഗ്രാമത്തിലെ വിശേഷങ്ങളോരോന്നു ചോദിച്ചുകൊണ്ടിരിക്കുകയായിരുന്നു. എത്രയോ വർഷങ്ങളായല്ലോ അയാൾ അതൊക്കെ മറന്നിട്ട്. നാട്ടിലെ ആചാരങ്ങൾ, നടപ്പുകൾ, ഉത്സവങ്ങൾ അങ്ങനെ എന്തൊക്കെയോ ശിവണ്ണൻ അന്വേഷിച്ചു. ഇനിയതെല്ലാം തനിക്ക് പരിചയിക്കേണ്ടിയിരിക്കുന്നു. തനിക്കെങ്ങനെയാണ് ഒരു കർഷകന്റെ കുപ്പായം ഇണങ്ങുകയെന്നും ശിവണ്ണൻ ചിന്തിച്ചു.

ഏതോ ഒരാൾ അൽപ്പം ദൂരെ നിന്നു തന്റെ വീട്ടിലേക്ക് നടന്നു വരുന്നത് ശിവണ്ണൻ കണ്ടു. വഴിയരികിലെ ഊത നിറത്തിലുള്ള കാട്ടു പൂക്കൾ

---

1. തൃക്കണാമ്പിയിലാണ് പ്രസിദ്ധമായ കന്നുകാലിച്ചന്ത. കേരളത്തിലേക്കും ഇവിടെ നിന്ന് കാലികളെ ലോറിയിൽ കയറ്റിക്കൊണ്ടുവരുന്നു.

പറിച്ചെടുത്തു മണപ്പിച്ചുകൊണ്ടാണ് അയാൾ അലക്ഷ്യമായി വരുന്നത്. ഉയരം കൂടിയ ആളാണ്. മെലിഞ്ഞ ശരീരം. മുണ്ടിന്റെ ചൊട്ടിയുള്ള ഒറ്റച്ചുറ ദോത്തിയും വെളുത്ത കുപ്പായവുമാണയാൾക്കുള്ളത്. കൂർത്ത മുഖം, ശിവണ്ണന് കാഴ്ച ശരിക്കും പിടിക്കുന്നില്ല. “നീ നോക്ക് കാഞ്ചേ, ആരാണ് വരുന്നതെന്ന്.”

കാഞ്ചന പുറത്തേക്ക് നോക്കി. ശരി, വരുന്നയാളെ അറിയാം. നഞ്ചുണ്ടനാണ്. നഞ്ചുണ്ടന്റെ മനസ്സ് കാഞ്ചനയ്ക്ക് ഒരിക്കലും പിടികിട്ടിയിരുന്നില്ല. ചില നേരങ്ങളിലൊക്കെ അയാൾ പകൽനേരത്ത് വരുമായിരുന്നു. ശിവണ്ണനില്ലേയെന്നു ചോദിച്ചാണ് വരിക. അതെങ്ങനെയാ നഞ്ചുണ്ടാ ശിവേട്ടൻ കമ്പനീലല്ലേ ഉണ്ടാകുകയെന്നു ചോദിച്ചാൽ, ശരിയാണല്ലോ എന്നു പറഞ്ഞു തിരികെ നടക്കും. എന്നാൽ, നഞ്ചുണ്ടൻ ബാക്കി പറയുവാൻ വെച്ചതെന്തെന്നു കാഞ്ചനയ്ക്കറിയാം. പറയാൻ കഴിയാത്തതെന്താണെന്നു നഞ്ചുണ്ടനുമറിയാം. രണ്ടും മൂന്നും മാസം കൂടുമ്പോഴൊക്കെ ഇതാവർത്തിക്കാറുണ്ട്.

നഞ്ചുണ്ടൻ അടുത്തെത്താറായി. കാഞ്ചന നേരെ അകത്ത് ചെന്നു ഒരു കിണ്ടി വെള്ളമെടുത്തു കോലായയുടെ വക്കിൽ വെച്ചു. പിന്നെ ഒരു പിച്ചളമൊന്ത നിറയെ കുടിക്കുവാനുള്ള വെള്ളവും ശിവണ്ണന്റെയരികെ കൊണ്ടുപോയി വെച്ചു. നഞ്ചുണ്ടൻ മുറ്റത്ത് നിന്നുകൊണ്ട് തന്നെ ശിവണ്ണനെ അഭിവാദ്യം ചെയ്തു:

“ശിവേട്ടാ നമസ്കാരം. കമ്പനീന്ന് പിരിഞ്ഞ് ഇന്നലെ തന്നെ വരുന്ന് ഞാൻ കേട്ട്ട്ണ്ടായി. രാത്രി ഞാൻ മദ്ദൂര് വന്ന് നിന്നിട്ട്ണ്ടായിനും. പിന്നെ മഴോട് മഴ. ഞാൻ വേഗം വീട്ടിലേക്ക് വെച്ചടിച്ചുന്ന് കുട്ടിക്കോളി. ആട്ടെ, സുഖം തന്നെയല്ലേ...”

ശിവണ്ണൻ അതെയെന്നോ അല്ലയെന്നോ പറയുന്നതിനുമുമ്പായി നഞ്ചുണ്ടൻ കിണ്ടിയെടുത്തു കാൽ കഴുകി. ശിവണ്ണനോടൊപ്പം നിലത്ത് വിരിച്ച പായയിൽ ഇരിക്കുന്നതിനുമുമ്പായി മോന്തയിലെ വെള്ളമെടുത്തു രണ്ടു കവിൾ വെള്ളം കുടിച്ചു.

“എവിടെ പോയി കാഞ്ചേടത്തിയെ കാണുന്നില്ലല്ലോ.” നഞ്ചുണ്ടൻ തിരക്കുകയായിരുന്നു. “ചോദിച്ചു നോക്ക് ശിവേട്ടാ കാഞ്ചേടത്തിയോട്, രണ്ടും മൂന്നും മാസം കൂടുമ്പോ ഞാനിവിടെയൊക്കെ വരാറില്ലേന്ന്. ശിവണ്ണന്റെ എല്ലാ വിവരവും കാഞ്ചേടത്തി പറയാറുണ്ട്...”

കാഞ്ചന അകത്തുനിന്നുവരുമ്പോൾ ഒരു പരന്ന മുറം നിറയെ മുത്താറി എടുത്തുകൊണ്ട് വന്നിരുന്നു. കഴിഞ്ഞ സംക്രാന്തി കാലത്തെന്നോ ശേഖരിച്ചുവെച്ചിരുന്ന മുത്താറിയിൽനിന്നു പുഴുവന്ന ധാന്യങ്ങൾ ഓരോന്നായി കാഞ്ചന നീക്കിക്കളയുകയായിരുന്നു. നഞ്ചുണ്ടന്റെ സംസാരം കാഞ്ചനയ്ക്ക് ഉള്ളിൽ ചിരിപടർത്തുന്നതായിരുന്നു.

“പിന്നെ എന്തൊക്കെയാ ശിവേട്ടാ വർത്തമാനങ്ങളുള്ളത്. അല്ല, ഇനിയിപ്പോ എന്തെങ്കിലുമൊക്കെ ചുറ്റുപാട് വേണ്ടേ. എന്തെങ്കിലുമൊക്കെ ചെയ്തില്ലേങ്ക്ല് വേഗം വയസാകുന്നു കുട്ടിക്കോളീ.”

ശിവണ്ണന്നു തുറന്നു കിട്ടിയ വഴിയായിരുന്നു അത്. മനസ്സ് തുറക്കാനൊരാളെ കിട്ടിയല്ലോ. നഞ്ചുണ്ടനു തന്നോട് സ്നേഹമുള്ളത് കൊണ്ടായിരിക്കണമല്ലോ ഇടയ്ക്കിടെ തന്റെ കാര്യങ്ങൾ വീട്ടിൽ വന്നന്വേഷിക്കുന്നത്. ഇന്നലെ താൻ പിരിഞ്ഞുപോരുന്നയവസരത്തിൽ സ്വീകരിക്കുവാനായി മദ്ദൂരിൽ വന്നു കാത്തുനിന്നെന്നും പറയുന്നു. ശിവണ്ണൻ നഞ്ചുണ്ടനോട് തന്റെ മനസിലുള്ള കാര്യങ്ങൾ തുറന്നുപറഞ്ഞു. രണ്ടുമൂന്ന് ഏക്കർ ഭൂമിയെങ്കിലും കിട്ടണം. ചെട്ടിപ്പൂ കൃഷി തുടങ്ങാം. ഓണ സമയത്ത് കേരളത്തിൽ നല്ല ഡിമാന്റാണ്. വേറെയുമെത്രയോ കൃഷികളുണ്ടെങ്കിലും എന്തുകൊണ്ടോ താൽപ്പര്യം ചെട്ടികൃഷിയോടാണ്. പൂക്കളെ മനസിൽ ആരാധിക്കുന്നു. സ്വപ്നങ്ങളിൽ ചെണ്ടുമല്ലി പൂക്കൾ കടന്നുവരാറുണ്ട്. നാലോ അഞ്ചോ ഏക്കർ ഭൂമി പാട്ടത്തിനെടുത്ത് തക്കാളിയോ വത്തക്കയോ കൃഷി ചെയ്യാത്തതെന്താണെന്നു ചോദിക്കരുത്. പുഷ്പിച്ചു നിൽക്കുന്ന ചെണ്ടുമല്ലിത്തോട്ടം നമുക്ക് തരുന്ന നിർവൃതി മറ്റൊന്നും തരികയില്ല.

ശരിയാണെന്നു തീർത്തുപറഞ്ഞു നഞ്ചുണ്ടൻ. ചളിപ്പറമ്പിൽ നോക്കി കലപ്പ താഴ്ത്തുവാൻ നഞ്ചുണ്ടനെ ആരും പഠിപ്പിക്കേണ്ട. ഭൂമി പാട്ടത്തിനു തരുവാൻ നഞ്ചുണ്ടന്റെ കൈയിൽ എത്രയോ ആളുകളുണ്ട്. ഏറ്റവും ഫലപുഷ്ടിയുള്ളതും പാട്ടം കുറഞ്ഞതും മുതലിയാരുടെ ഭൂമിയാണ്. പക്ഷേ, നഞ്ചുണ്ടൻ അത് ശിവണ്ണനു വാങ്ങിക്കൊടുക്കില്ല. നമുക്ക് ഭൂമി വേറെയുണ്ട്.

"അതെന്താ നഞ്ചുണ്ടാ നല്ലത് മുതലിയാരുടേതല്ലേ. അതാണെങ്കില് ഇവിടെ നിന്നുനോക്കിയാ കാണുന്ന ദൂരത്താണുതാനും."

"ശിവണ്ണൻ നേരെ പോയി അത് വാങ്ങിച്ചോ. ഇന്നോട് പറയണ്ട. ഞാനത് വാങ്ങിത്തരൂല."

നഞ്ചുണ്ടൻ മെല്ലെയെഴുന്നേറ്റു. ശിവണ്ണന്റെ കാതിൽ എന്തോ മന്ത്രിച്ചു. പിന്നെയും പായയിൽ വന്നിരുന്നു. ശിവണ്ണൻ തലയാട്ടിക്കൊണ്ടിരുന്നു. "എനിക്കതറിയാലോ നഞ്ചുണ്ടാ. അതുകൊണ്ടല്ലേ ഞാൻ നഞ്ചുണ്ടനോട് തന്നെ ഇനിക്ക് ഭൂമി വാങ്ങിത്തരണം ന്ന് പറയുന്നത്. ഇവിടെ വേറെയാരും ഇല്ലായിറ്റാണോ."

നഞ്ചുണ്ടനും തുടർന്നു ചിരിച്ചു. "ശിവേട്ടാ മുതലിയാരുടെ ഭൂമിയിൽ നിന്നു നാലേക്കർ ഞാൻ ലക്ഷ്മണയ്ക്ക് വാങ്ങിക്കൊടുത്തിട്ടുണ്ട്. പക്ഷേ, ശിവേട്ടനോട് ഞാനത് ചെയ്യൂല. ശിവേട്ടന് ചേരുന്ന ഭൂമി നമ്മളെ മാതേവൻ മൊതലാളിന്റെ ഭൂമി തന്ന്യാണ്. മൊതലാളി എന്നോട് പറഞ്ഞിട്ടുണ്ട്, നഞ്ചുണ്ടാ നമുക്ക് പറ്റിയ ആള്ണ്ടെങ്കില് നമ്മക്ക് കണ്ടം പാട്ടത്തിന്ന് കൊടുക്കാംന്ന്."

നാളെത്തന്നെ മാതേവൻ മൊതലാളീയുടെ വീട്ടിൽ പോകാമെന്നും ഒക്കുമെങ്കിൽ അഡ്വാൻസ് കൊടുക്കാമെന്നും അവർ തീരുമാനമായി. കാഞ്ചന ഇതൊക്കെ കേട്ടിരിക്കുകയായിരുന്നു. അവൾ അപ്പോഴും പൂപ്പൽ വന്ന മുത്താറി മണികൾ ശ്രദ്ധയോടെ പുറത്തേക്കെറിഞ്ഞുകൊണ്ടിരുന്നു.

ഇടയ്ക്കിടെ നഞ്ചുണ്ടന്റെ നുണയൻ കണ്ണുകൾ തന്റെ ശരീരത്തിലേക്ക് നീളുന്നതും പിന്നെയാ കണ്ണുകൾ മനസില്ലാതെ പറിച്ചെടുക്കുന്നതും കാഞ്ചന കാണാതിരുന്നില്ല. എന്നാൽ, അവൾക്കതൊരു തമാശ യായിട്ടാണ് തോന്നിയത്. നഞ്ചുണ്ടൻ പോകാനെഴുന്നേറ്റു.

"ശിവേട്ടാ ഞാൻ പോയിട്ടുവന്നാലോ."

"ആയ്ക്കോട്ടെ നാളെത്തന്നെ പൂവ്വാം ല്ലേ."

പിന്നെയൊരുകാര്യം. പുലർച്ചെതന്നെ പോകണം. ഇവിടന്ന് കൊറച്ച് പോകാന്ണ്ട്. പുളിമരത്ത്മ്മന് കാക്കച്ചി കരയുമ്പംതന്നെ പോകണം. നട ക്കാൻ പാട്ണ്ടെങ്കില് നമ്മക്ക് നഞ്ചപ്പന്റെ കാളവണ്ടി ഏർപ്പാട് ചെയ്യാം. അല്ല, എനിക്ക് നടക്കാൻ പാടൊന്നൂല്ല ട്ടോ.

"നിക്കും പ്രശ്നം ഒന്നൂല്ല. നമ്മക്ക് നടക്കാം. ഞാൻ കാക്കച്ചി കര യുമ്പോളല്ല കൂമൻ ഒറങ്ങ്ന്നതിന്ന് മുമ്പ് എണീക്കും. അതാണ്ന്റെ ശീലം. ഇല്ലേ കാഞ്ചേ..."

കാഞ്ചന അതെയെന്നോ അല്ലെന്നോ പറഞ്ഞില്ല. നഞ്ചുണ്ടൻ അപ്പോ ഴേക്കും ഒരു തീരുമാനമെടുത്തിരുന്നു. "നമ്മക്ക് നഞ്ചപ്പന്റെ വണ്ടീത്തന്നെ പൂവ്വാം ശിവേട്ടാ. വണ്ടിമ്മല് പോയാലേ നമ്മക്ക് ഒരു വെയ്റ്റ്ണ്ടാവൂ. മാതേ വൻ മൊതലാളി നമ്മള് എരപ്പാളികളാണ്ന്ന് വിചാരിക്കണ്ട. മാത്റവു മല്ല ശിവേട്ടൻ ഒരു മാതിരി പരിഷ്കാരം ഒക്കെ ഉള്ള ആളാണല്ലോ. ഞാൻ നഞ്ചപ്പനെ വിളിച്ചു പറയാം, രാവിലെ കാളനെ കെട്ടിവരാന്. അത്പോട്ടെ ശിവേട്ടാ മോളെവിടെ, കണ്ടില്ലല്ലോ."

സീത അകത്തുതന്നെ ഉണ്ടായിരുന്നു. അവൾ പുറത്ത് വരാതിരു ന്നത് മനഃപൂർവം തന്നെയാണ്. പഠിക്കുകയാണെന്ന നാട്യത്തിൽ സീത ഏതോ ഒരു കവിതയെടുത്തു വായിക്കുകയായിരുന്നു. നഞ്ചുണ്ടന്റെ മോന്ത കണ്ടാൽത്തന്നെ എന്തുകൊണ്ടോ അവളുടെ മുഖം കനക്കും.

"നിക്കൊരു നൂറ് ഉറുപ്പിക തരാനുണ്ടോ ശിവേട്ടാ ബുധനാഴ്ചക്ക് ഉള്ളത് മതി. എന്താന്ന് വെച്ചാല് നിക്കൊരു നൂറ് ഉറുപ്പിക ബുധനാഴ്ച കിട്ടാന്ണ്ട് കുമ്പളങ്ങ വിറ്റവകയില്. നമ്മളെ സിദ്ധപ്പനായിരുന്നു, ഞാൻ കുമ്പളങ്ങ വിറ്റത്. ഇപ്പോ കൊറച്ച് വെല്ലം വാങ്ങാന്ണ്ട്. നാളത്തെ പൂജക്ക് കൊറച്ച് വെല്ലം വാങ്ങണല്ലോ."

"അതിനെന്താ, ശിവണ്ണൻ പായയിൽ നിന്നെഴുന്നേറ്റു. ബുധനാ ഴ്ചയോ അല്ലെങ്കില് വ്യാഴാഴ്ചയോ തന്നാല് മതി നഞ്ചുണ്ടാ. അല്ലെങ്കിലും ഇനി കൊറെ പൈസ നമ്മള് തമ്മില് തിരിമറി ആക്കാന്ള്ളതല്ലേ."

ശിവണ്ണൻ അകത്തേക്ക് കയറി. തന്റെ മുറിയിലെ തകരപ്പെട്ടി തുറ ന്നതേയുള്ളു. പിന്നിൽനിന്ന് കാഞ്ചനയുടെ മുരടനക്കം കേട്ടു. " അത് വേണ്ടായിനും ശിവേട്ടാ."

സീത തന്റെ കവിതാ പുസ്തകം ഇരുകൈകൾ ചേർത്തു മുഖ ത്തേക്ക് പിടിച്ചു. അവളും വന്നു അച്ഛന്റെയരികിലേക്ക്. "അത് കൊടു ക്കണ്ട അച്ഛാ."

ശിവണ്ണൻ വെറുതെ പുഞ്ചിരിച്ചു. നിസ്സഹായന്റെ ഇളിഞ്ഞ ചിരി.

“അത് കാര്യാക്കണ്ട. ഒരു നൂറ് ഉറുപ്പിക അല്ലേ. പോട്ടെ ഓൻ കൊണ്ടു തരും.”

നഞ്ചുണ്ടൻ കാശ് വാങ്ങി യാത്രയായി. മുറ്റത്തുതന്നെ നിൽക്കുകയായിരുന്നു ശിവണ്ണൻ. ഏറുകാളകളെ വാങ്ങുവാൻ പോയ ധൃതനും കുചേലനും അപ്പോൾ തിരിയെ മടങ്ങിവരികയായിരുന്നു. “ശിവേട്ടാ... അപ്പോൾ ഞങ്ങളെ കൂട്ടത്തില് തന്നെ ഉണ്ടാകും അല്ലേ. അപ്പോ ഇനി ദെവസും കാണാലോ..” ധൃതൻ ആഹ്ലാദത്തിലായിരുന്നു. കമ്പനിയിൽ നിന്നുപിരിഞ്ഞത് എത്ര വേഗത്തിലാണ് നാട്ടുകാരൊക്കെ അറിയുന്നതെന്നായിരുന്നു ശിവണ്ണൻ ഓർത്തുനിന്നിരുന്നത്. പഴയ കൂട്ടുകാരെ കണ്ടപ്പോൾ ശിവണ്ണനും ആഹ്ലാദം തോന്നി. കാളകൾ അവിടെത്തന്നെ നിന്നു.

“ഇവൻ മൈലനാ ശിവേട്ടാ...” കുചേലൻ അത്യുത്സാഹത്തിലായിരുന്നു. ഉശിരനാണെന്നുകാണിക്കാൻ ധൃതൻ കാളയുടെ എന്നേ ഉടഞ്ഞ വൃഷ്ണത്തിലൊന്നു തൊട്ടു. കാള തന്റെ പുതിയ യജമാനനോട് ഇടഞ്ഞു നിന്നു. ധൃതനും കുചേലനും ചിരിച്ചു. “നഞ്ചൻകോട്ടെ കേളികേട്ട ഭൂവുടമ രുദ്രസ്വാമിയുടെ പാടത്തും പറമ്പത്തും പന്ത്രണ്ട് മാസവും നുകം പേറുന്നവനാണിവൻ. പിന്നെ രുദ്രസ്വാമി വിൽക്കാൻ കാരണം ഏതാനും ഉഴവ് കാളകളെ ഒഴിവാക്കേണ്ടതുണ്ട്. മിഷ്യൻ കൊണ്ടുവന്ന് മണ്ണ് ഉഴുതുമറിക്കാനാണ് രുദ്രസ്വാമിയുടെ പ്ലാനെന്ന് കൃഷിക്കാർ അടക്കം പറയുവാൻ തുടങ്ങിയിട്ടുണ്ട്. എന്നാൽ, അത് തീരുമാനമായിട്ടുമില്ല. പ്രശ്നം വെച്ച് നോക്കിയിട്ട് ഭൂമീദേവിക്ക് ഹിതകരമാണെങ്കിൽ അങ്ങനെത്തന്നെ ചെയ്യും. അല്ലെങ്കിൽ വീണ്ടും കാളകളെത്തന്നെ വാങ്ങുകയും ചെയ്യും. ”

“ഞങ്ങള് പോട്ടെ ശിവേട്ടാ” ധൃതനും കുചേലനും വീണ്ടും നടക്കുവാൻ തുടങ്ങി. ചെമ്മൺപാതയിലൂടെ ദൂരെനിന്നു രണ്ടു മൂന്നു കാളവണ്ടികൾ വരുന്നുണ്ടായിരുന്നു. പുലർച്ചെ ഗുണ്ടിൽപേട്ടയിലേക്ക് എന്തൊക്കെയോ കയറ്റിപ്പോയ വണ്ടികളാണ്. ചരക്ക് ഇറക്കി നേരെ വരുന്ന വഴിയാണ്. അപ്പുറത്തെ മല്ലയ്യൻ തന്റെ മുരിക്ക് മരത്തിന്മേൽ കയറ്റിയ ഉണക്കപ്പുല്ല് തുരുതുരാ പറിച്ച് താഴെയിടുകയാണ്. ഇനി മുളച്ച് പൊന്തുന്ന പച്ചപ്പുല്ലുകൾക്ക് മുമ്പായി ഉണക്കശേഖരം തീർക്കുകയാകാം. ജംബുലിംഗത്തിന്റെ ആലയിൽനിന്ന് ഊട്ടിയ കൈക്കോട്ടും പിക്കാസുമൊക്കെയായി ഓരോരുത്തർ തോളിലിട്ടു മടങ്ങുന്നു. ഇന്നലത്തെ മഴയിൽ നനഞ്ഞുകുതിർന്ന ചാണകത്തിന്റെ ദുർഗന്ധം അന്തരീക്ഷത്തിലുണ്ട്. പക്ഷേ, എവിടെയും ഉഴവുകാരില്ല. എന്തേ പുതുമഴപ്പിറ്റേന്ന് ആരും കാളകളെ പൂട്ടാനിറക്കാത്തതെന്നും ഒരുനിമിഷം ചിന്തിച്ചു ശിവണ്ണൻ. ഇന്നു തിങ്കളാഴ്ച[2]യാണല്ലോയെന്ന് പിന്നീടാണ് ശിവണ്ണനോർമ വന്നത്.

ഉന്മിഷത്തായ സൂര്യരശ്മികൾ ചെന്നമല്ലീപുരത്തിന്റെ പ്രാന്തങ്ങളിലേക്ക് അരിച്ചിറങ്ങുന്നേയുള്ളൂ. നനഞ്ഞ ഭൂമിയുടെമേൽ ആധിപത്യമുറപ്പിക്കുവാനുള്ള പകലവന്റെ തിരക്ക്. പൊൻവർണത്തിൽ കുളിച്ചു കിട

---

2. തിങ്കളാഴ്ച നുകം വെക്കാൻ പാടില്ലെന്നു വിശ്വാസം.

ക്കുകയായിരുന്നു ഗ്രാമം. വീട്ടുമുറ്റത്തെ പുവ്വമരത്തിൽനിന്നു തലേന്നു കൊഴിഞ്ഞ പാഴിലകൾ കണ്ടു ശിവണ്ണൻ വിസ്മയിച്ചുനിന്നു. അയാൾ മരത്തിന്റെ ഉച്ചിയിലേക്ക് നോക്കി. ഭഗവാനേ.. ശിവണ്ണൻ ആകാശത്തേക്ക് നോക്കി മുകുളിത ഹസ്തനായി. വൃക്ഷം എത്രയെത്ര ചുവപ്പ് തിളിരില കൾ അണിഞ്ഞിരിക്കുന്നു. ഒരൊറ്റ പൂപോലുമില്ലെങ്കിലും പൂക്കുടയെ ടുത്തു തലയിൽ കമഴ്ത്തിയ മാതിരി. ഈശ്വരാ നിന്റെ മഹത്വവും ഔന്ന ത്യവും ആരറിയുന്നു.

ചാമക്കഞ്ഞിയുമായി കാഞ്ചന പുറത്തുവന്നു വിളിച്ചു "... ശിവേട്ടാ....."

മൂന്ന്

പുലർന്നു കഴിഞ്ഞ് അധികമായില്ലായിരുന്നു, മദ്ദൂരിലെ തന്റെ ചെറിയ ഗുമുട്ടിക്കട തുറന്നു ചെല്ലൻ തന്റെ മോരുപാത്രവും പുളിയച്ചാറും ഉപ്പിലിട്ട നെല്ലിക്കയും വത്തക്ക മുറിച്ചു വെച്ചതുമെല്ലാമെടുത്തു പുറത്ത് വെക്കുന്നതേയുള്ളൂ. അപ്പോഴാണ് ആ വഴി പൊലീസ് ജീപ്പ് ചെന്നമല്ലീ പുരത്തേക്ക് കുതിച്ചു പായുന്നത് കണ്ടത്. ടാപ്പിൽനിന്ന് വെള്ളമെടുക്കു വാൻ പെഡൽ പിടിച്ചു പാടുപെടുന്ന നഞ്ചപ്പനും കണ്ടു പൊലീസ് ജീപ്പ് ഹൈവേയിൽനിന്നു തിരിഞ്ഞു പോകുന്നത്.

പൊലീസ് ജീപ്പ് ചെന്നമല്ലീപുരത്തേക്കാണ് പോകുന്നതെങ്കിൽ അതാരെ തിരഞ്ഞായിരിക്കുമെന്നും ഏത് വീടന്വേഷിച്ചായിരിക്കുമെന്നു മൊക്കെ ചെല്ലനും നഞ്ചപ്പനുമറിയാം. പൊലീസ് ജീപ്പ് മാത്രമല്ല, ഫോറ സ്റ്റുകാരുടെ ജീപ്പും ഇടയ്ക്കിടെ ചെന്നമല്ലീപുരത്തേക്ക് ഒരാളെയും തേടി വരാറുണ്ട്. അങ്ങനെ ഏതെങ്കിലും വാഹനങ്ങൾ വന്നാൽ പിന്നെ സ്ത്രീ കളും കുട്ടികളും പുരുഷന്മാരുമൊക്കെ നേരെ ചെന്നണയുന്നത് ഒരു വീടി ന്നരികിലേക്കാണ്. അവിടെ നടക്കുന്ന കാഴ്ച കാണുവാനുള്ള ആകാംക്ഷ. കാക്കിപ്പടയ്ക്ക് ഒരാളെ മാത്രമേ നോട്ടമുള്ളൂ. ചെന്നമല്ലീപുരത്ത് സാധാ രണഗതിയിൽ വഴക്കോ കേസുകളോ ഒന്നുമുണ്ടാകാറില്ല. ചിലപ്പോ ഴൊക്കെ അപൂർവം കള്ളുകുടി ബഹളത്തെ തുടർന്നു ചെന്നമല്ലീപുരം വഴി ഒങ്കളിളി[1]യിലേക്ക് പൊലീസ് വാഹനങ്ങൾ പോയെങ്കിലായി.

പൊലീസ് പാഞ്ഞുപോകുന്നത് സുള്ള്യന്റെ വീട് നോക്കിത്തന്നെ യാണ്.

നനഞ്ഞ മണ്ണിൽ അടയാളമുണ്ടാക്കി പൊലീസ് ജീപ്പ് വേഗത്തിൽ നീങ്ങിക്കൊണ്ടിരുന്നു. പുറകിൽ നാലഞ്ചു പൊലീസുകാർ കൈയിൽ അധികം നീളമില്ലാത്ത ലാത്തിയുമായി ഇരിപ്പുണ്ട്. അതിൽ ഒന്ന് ഹെഡ് കോൺസ്റ്റബിൾ രാജയാണ്. മുമ്പിൽ ഡ്രൈവറെ കൂടാതെ ഇരിക്കുന്നത് ഇൻസ്പെക്ടർ സിദ്ധാർഥൻ മാത്രം. സിദ്ധാർഥന്റെ ഉലയാത്ത മേത്തരം കാക്കിഷർട്ടിൽ അധികാരത്തിന്റെ നക്ഷത്രങ്ങൾ കാണാം.

1. ചെന്നമല്ലീപുരത്തുനിന്ന് അൽപ്പം ദൂരെ. അവിടെ ശിവാചാരക്കാരും ഹരിജനങ്ങളും ഇടകലർന്നു ജീവിക്കുന്നു.

ജീപ്പ് സാവധാനത്തിലായി. ചെന്നമല്ലീപുരം കവല രണ്ടായി പിരിയുന്ന സ്ഥലത്ത് ഓരം ചേർന്ന് വണ്ടി നിർത്തിയിടുവാനും പൊലീസുകാരോട് തന്നെ അനുഗമിക്കുവാനും സിദ്ധാർഥൻ ആംഗ്യം കാണിച്ചു. ഇനി ജീപ്പിന്റെ ശബ്ദവും ആളുകളുടെ കടന്നുവരവുമൊക്കെയായി സുള്ള്യൻ സ്ഥലം വിടരുതല്ലോ. മുമ്പോട്ട് നടക്കുന്ന സമയത്ത് ഇതിനകം പ്രഭാത കർമങ്ങൾ വഴിയരികിൽ നിന്നു കഴിക്കുന്ന കുട്ടികളും അൽപ്പസ്വൽപ്പം ആണുങ്ങളും പെണ്ണുങ്ങളുമൊക്കെ എഴുന്നേറ്റു തുണിതാഴ്ത്തിയിട്ടു നഗ്നത മൂടി. അമേധ്യത്തിന്റെ രൂക്ഷഗന്ധം. ഇൻസ്പെക്ടർ മാത്രമേ മൂക്കു പൊത്തിയുള്ളൂ. "സൂളമക്കൾ..."[2] ഹെഡ്കോൺസ്റ്റബിൾ രാജ ശപിച്ചുകൊണ്ടിരുന്നു. അദ്ദേഹം തന്റെ മേലുദ്യോഗസ്ഥനോട് പറഞ്ഞു: "ഇവറ്റകളൊന്നും നന്നാകില്ല സർ, കക്കൂസ് വെക്കാൻ സർക്കാർ കൊടുക്കുന്ന പണംകൊണ്ട് കള്ള് കുടിക്കും. അതല്ലെങ്കില് അമ്പ്ചക്ക്[3] ചിലവാക്കും. ഉളുപ്പും ല്ല, മാനവും ല്ല."

പുതുതായി ചാർജെടുത്ത പൊലീസ് സബ്ഇൻസ്പെക്ടർ സിദ്ധാർഥന് ഗ്രാമത്തിലേക്ക് കാലെടുത്തു കുത്തുമ്പോഴുണ്ടായ നിരീക്ഷണങ്ങൾ വളരെ ശരിയായിരുന്നു. ചെന്നമല്ലീപുരമെന്ന കുഗ്രാമത്തിന്റെ മുഖമുദ്രതന്നെ മനുഷ്യമലത്തിന്റെയും ഗോമൂത്രത്തിന്റെയും ചാണകത്തിന്റെതുമായിരുന്നു. പൊട്ടിപ്പൊളിഞ്ഞ പാതയുടെ ഇരുവശത്തുമായി അനേകം അഴുക്കുഭാണ്ഡങ്ങളും അടുക്കളാവശിഷ്ടങ്ങളുമൊക്കെ ഉപേക്ഷിക്കപ്പെട്ടിരിക്കുന്നു. അവ ചികഞ്ഞു നോക്കിയാൽ പൂത്തുനാറിയ മുത്താറി, കെട്ട തക്കാളി, ഉണക്കം വന്ന കാബേജ്, പിന്നെ വയ്ക്കോലിന്റെയും കരിമ്പിൻ തണ്ടിന്റെയും അവശിഷ്ടങ്ങൾ എന്തിനേറെ രജസ്വലകൾ വലിച്ചെറിയുന്ന ശോണിത സഞ്ചികൾവരെയുണ്ടാകും.

ചാണകക്കൂനകൾക്ക് മുകളിലിരുന്നു രാത്രിയിൽ പുരുഷന്മാരും സ്ത്രീകളും കുട്ടികളുമൊക്കെ വിസർജിക്കുന്നത് ചേരിയിലെ സാധാരണ കാഴ്ചയാണ്. അപ്പോഴൊക്കെ സംസാരവിഷയം വരാൻ പോകുന്ന ബസവ ജയന്തിയെക്കുറിച്ചോ, ഗണേശചതുർഥിയെക്കുറിച്ചോ ഒക്കെയാകാം. ചാണകക്കൂനകൾക്ക് മുകളിലായി ഇരുന്ന മനുഷ്യർ എഴുന്നേൽക്കുന്നതും നോക്കിയിരിപ്പുണ്ടാകും തെരുവ് നായ്ക്കൾ. വിശപ്പടങ്ങാത്ത നായ്ക്കൾ മലത്തിനുവേണ്ടിയുണ്ടാക്കുന്ന കശപിശയുടെ ശബ്ദം ഏറെ ദൂരത്തിൽ കേൾക്കാം. പകൽ സമയങ്ങളിൽ ഇത്തരം മാലിന്യക്കൂമ്പാരങ്ങൾക്കരികിലൂടെ മനുഷ്യർ നടന്നുപോകുമ്പോൾ ഒരു ഹുങ്കാര ശബ്ദമുയരുന്നത് കേൾക്കാൻ കഴിയും. ഈച്ചകൾ പറന്നുയരുന്ന ശബ്ദമാകുമത്. ഇതിലും ദയനീയവും വൃത്തികെട്ടതുമായ ചേരിജീവിതം വേറെ എവിടെയെങ്കിലുമുണ്ടോയെന്നറിയില്ല. മഴ പെയ്യുന്ന മാസങ്ങളിൽ ചാണകക്കൂനകൾ അപ്രത്യക്ഷമാകും. വയനാട്ടിലെ കുരുമുളക് വള്ളികൾക്ക്

2. വേശ്യയുടെ മക്കൾ
3. ക്ഷേത്രോൽസവം

വളമിടുവാനായി ചേട്ടന്മാരുടെ[4] ഏജന്റുമാർ അവ വാങ്ങിക്കഴിഞ്ഞിരിക്കും. അതല്ലെങ്കിൽ താഴ്നാട്ടിലെ[5] മാപ്പിളമാരുടെ തെങ്ങിൻതോപ്പിൽ ചേർന്നു കഴിഞ്ഞിരിക്കും. ശേഷം, ഒഴിഞ്ഞ ചാണകക്കുഴികളിൽനിന്ന് അനേകായിരം ഈച്ചകൾ പിറവിയെടുക്കും. അവ കറുത്ത പൊട്ടുകളായി ചെന്നിരിക്കാത്ത ഇടമില്ല. ചേരിയിലെ ഓരോ ഇഞ്ചും അവ കൈയടക്കിവെച്ചിരിക്കും. പിറന്ന ഉണ്ണിയുടെ മൂക്കിൻ തുമ്പത്തുപോലും ഈച്ചകൾ കയറിയിരുന്നു വിസർജിക്കുന്ന കാഴ്ചകൾ എമ്പാടുമുണ്ട്.

സിദ്ധാർഥന്റെ ഷൂ ഇതിനിടെ ഒരു ചെളിക്കുഴിയിൽ മുങ്ങി. കാൽ പൊക്കിയെടുക്കുവാൻ ഇൻസ്പെക്ടർക്ക് ബുദ്ധിമുട്ടേണ്ടി വന്നു. അപ്പോഴേക്കും ചേരിയുടെ പ്രാന്തങ്ങളിൽനിന്നു മുരടുകളനങ്ങിത്തുടങ്ങി. അപരിചിതരെ കണ്ട നായ്ക്കളും നിർത്താതെ ഓരിയിട്ടുകൊണ്ടിരുന്നു. അതിനപ്പുറത്തേക്ക് യാതൊന്നും ഈ നായ്ക്കൾക്ക് അറിയില്ല. ചെറുവീടുകളിൽ നിന്ന് ആരൊക്കെയോ സുള്ള്യന്റെ വീട്ടിലേക്ക് ഇടയ്ക്കിടെ നോട്ടങ്ങൾ അയച്ചിരുന്നു. ഇടയ്ക്കിടെ സുള്ള്യന്റെ വീട്ടിൽ കാണുവാൻ കഴിയുന്ന അപൂർവ കാഴ്ചകൾ കാണുവാൻ സകലരുടെയും ഉള്ളും തുടിക്കുകയായിരുന്നു.

സിദ്ധാർഥന്റെ മുമ്പെ ആ വീട്ടുമുറ്റത്തെത്തിയത് ഹെഡ്കോൺസ്റ്റബിൾ രാജയാണ്. രാജ ഉറച്ച ശബ്ദത്തിൽ വിളിച്ചുചോദിച്ചു: "യാരും ഇൽവ ഇല്ലി സൂളമക്കളെ......."[6]

ആരെങ്കിലും പുറത്തേക്കുവരുന്നതിനു മുമ്പുതന്നെ രാജ പുറകിലെ അടുക്കള വാതിലിനരികിലേക്ക് അയച്ച കോൺസ്റ്റബിൾമാരോട് ജാഗ്രത പാലിക്കുവാൻ നിർദേശം കൊടുത്തു. സിദ്ധാർഥൻ തന്റെ ഷൂവിലും സോക്സിലുമൊക്കെ പുരണ്ട ചളിയുടെ ദുർഗന്ധം ശ്വസിച്ചുനിന്നു. അയാൾ സ്ഥിതിഗതികൾ പഠിക്കുകയായിരുന്നു.

കുശാഗ്ര ബുദ്ധിയും സാഹസികതയും കൈമുതലായുള്ള ഒരു കുറ്റവാളിയെ കുറിച്ചു സിദ്ധാർഥൻ സ്റ്റേഷനിൽ ചാർജെടുത്ത ദിവസം തന്നെ അറിഞ്ഞിട്ടുണ്ട്. അതീവ ബലിഷ്ഠനാണ്. മെലിഞ്ഞ പൊക്കക്കാരനാണ്. ഹൃദയത്തിൽ അഗാധമായ മനുഷ്യസ്നേഹം കൊളുത്തിവെച്ചിരിക്കുന്നു. സ്കൂളിന്റെ പടിമുറ്റത്തേക്ക് അബദ്ധത്തിൽപ്പോലും സുള്ള്യൻ എന്ന പൊലീസ് നോട്ടപ്പുള്ളി കാലെടുത്ത് വെച്ചിട്ടില്ല. കന്നടഭാഷ അനായാസം അയാൾക്ക് വഴങ്ങുമെന്നല്ലാതെ മറ്റൊരു ഭാഷയും അയാൾക്കറിയില്ല. മാതൃഭാഷ അയാൾക്ക് എഴുതാനറിയില്ല. ഒരന്താരാഷ്ട്ര മനുഷ്യാവകാശയോഗത്തിലും അയാൾ സംബന്ധിച്ചിട്ടില്ല. നിയമത്തിന്റെ നൂലാമാലകളുടെ മണിപ്രവാളമയാൾക്കറിയില്ല. പക്ഷേ, അയാളൊരു നിയമജ്ഞനാണ്. മനുഷ്യാവകാശ പ്രവർത്തകനാണ്. മൂർച്ചയേറിയ പ്രതികരണ ശേഷി കൈമുതലായുണ്ട്. ചേരികളിലെ ഉദ്യോഗസ്ഥരുടെ അഴിഞ്ഞാട്ടം അയാൾ

4. ക്രിസ്ത്യാനികൾ
5. വയനാടൻചുരത്തിന്നു ചുവടെ
6. വേശ്യയുടെ മക്കളെ, ഈ വീട്ടിൽ ആരും ഇല്ലേ....

അനുവദിക്കില്ല. അവകാശങ്ങൾ ഹനിക്കുന്നേടത്ത് സുള്ള്യൻ നോക്കി നിൽക്കാറില്ല. നിരക്ഷരരും ദരിദ്രരുമായ ഗ്രാമീണന്റെ മുതുകിൽ വീശുന്ന ബ്യൂറോക്രസിയുടെ ചാട്ടവാറുകളെ തന്റെ ഇരുകൈകൾകൊണ്ടും സുള്ള്യൻ തടുത്തുനിർത്താറുണ്ട്. അധികാരത്തിന്റെ അടഞ്ഞ ശ്രീകോവിലുകളെ പലപ്പോഴും തന്റെ കാലുകൊണ്ട് സുള്ള്യൻ ചവിട്ടിത്തുറന്നിട്ടുണ്ട്. ഗുണ്ടിൽപ്പേട്ട പൊലീസ് സ്റ്റേഷനിൽ നിന്ന് ഏഴ് തവണയെങ്കിലും സുള്ള്യൻ ജാമ്യത്തിൽ ഇറങ്ങിയിട്ടുണ്ട്. അത്രതന്നെ ഗുണ്ടിൽപേട്ടയിലെ ഫസ്റ്റ് ക്ലാസ് മജിസ്ട്രേറ്റ് കോടതിയിൽ നിന്നും ജാമ്യത്തിൽ ഇറങ്ങിയിട്ടുണ്ടാകാം. രണ്ടു മൂന്നു തവണ ചില്ലറ ജയിൽവാസമനുഭവിച്ചിട്ടുണ്ട്. ഫോറസ്റ്റ് വകുപ്പിൽനിന്നും രണ്ടോ മൂന്നോ കേസുകൾ സുള്ള്യനെതിരെ ചുമത്തിയിട്ടുണ്ട്. കേസുകൾക്കായി മാസത്തിൽ ഒന്നോ രണ്ടോ വട്ടം സുള്ള്യൻ കോടതിവരാന്തയിലെത്താറുണ്ട്.

എടുത്തുപറയേണ്ടിവരുന്ന ഒന്നുണ്ട്, അതെന്താണെന്നുവെച്ചാൽ സുള്ള്യനെതിരെ കിറുകൃത്യമായി ചുമത്തപ്പെടുന്നത് ഇന്ത്യൻ പീനൽക്കോഡിലെ നൂറ്റി അറുപത്തെട്ടാം വകുപ്പാണ്. ഔദ്യോഗിക കൃത്യ നിർവഹണം തടസപ്പെടുത്തൽ എന്ന് വിവക്ഷ.

ഹെഡ്കോൺസ്റ്റബിൾ രാജയുടെ കനത്ത ശബ്ദം വീണ്ടും മാറ്റൊലി കൊണ്ടു. “സൂളമക്കളെ, വാതിൽ തൊറക്ക്, എവിടെ അവൻ?”

ദുർബലമായ കതക് തുറക്കപ്പെട്ടു. അതിനകത്തുനിന്ന് കുഞ്ഞിനേയും തോളിലിട്ട് ഒരു സ്ത്രീ വന്നു. അവൾക്ക് കറുത്ത നിറമായിരുന്നുവെങ്കിലും ശരീരവടിവിന്റെ ഓരോ കോണിലും ആരോഗ്യത്തിന്റെയും യൗവനത്തിന്റെയും ചിത്രശിലാപാളികൾ കാണാനുണ്ടായിരുന്നു. തീക്ഷ്ണമായ നയനങ്ങൾ, അവ ആരെയും കൂസുകയില്ലെന്നു വിളിച്ചു പറയുന്നുണ്ടായിരുന്നു. ശരീരഭാഷയുപയോഗിച്ചു പറയുകയാണെങ്കിൽ നിസ്സംശയം ആ സ്ത്രീ വ്യക്തമാക്കുന്നത് ഇത്രയുമാണ്. ഇതൊക്കെ എത്ര കണ്ടിരിക്കുന്നു കൂട്ടരേ.

സൂര്യരശ്മികൾ പുളിമരത്തിലൂടെ താണിറങ്ങിവന്നു സുള്ള്യന്റെ മുറ്റത്ത് ഛായാജാലങ്ങൾ വരച്ചുകൊണ്ടിരുന്നു. തലേന്നു രാത്രിയിൽ എടുക്കുവാൻ മറന്ന മഞ്ഞളിൻമേൽ ചവിട്ടി നിന്നാണ് രാജ പോക്രിത്തരം മുഴക്കുന്നത്. വാതിൽ ഇറങ്ങിവന്ന കമലത്തിന്റെ കണ്ണുകൾ രാജയോട് മഞ്ഞളിൽനിന്നു കാലെടുക്കുവാൻ ആവശ്യപ്പെടുന്നുണ്ടായിരുന്നു. എന്തോ കാരണത്താൽ രാജ കാലെടുത്തു മാറ്റി.

പക്ഷേ, രാജ വീണ്ടും ചോദ്യം ആവർത്തിച്ചു. ഗുണ്ടിൽപേട്ട പൊലീസ് സ്റ്റേഷനിലെ തലനരച്ച ഹെഡ്കോൺസ്റ്റബിളിന് എന്തുകൊണ്ടോ അന്തരീക്ഷം ഒട്ടും സുഖമുള്ളതായി തോന്നിയില്ല. അയാൾ ചുറ്റിലും കൂടി നിൽക്കുന്നവർക്ക് നേരെ ചാടിക്കയറി.

“എന്ത് കാണാനാ നായ്ക്കളെ.... പോ... പോയി പൊരേൽക്ക് കേറിക്കോ. ഇൻസ്പെക്ടറദ്ദേഹത്തിനു ദേഷ്യം വന്നാലുണ്ടല്ലോ.. എല്ലാറ്റിനേം പിടിച്ചു ജീപ്പിൽ കേറ്റും. പിന്നെ ജാമ്യം എടുക്കാൻ ഗുണ്ടിൽപേട്ടേല്ക്ക് വന്നാ മതി.”

സൂത്രം ഫലിച്ചു. കളം വരെ വേഗത്തിൽ കാലിയായി. മണം പിടിച്ചുവന്ന ഏതാനും ചെല്ലപ്പട്ടികളും തലേന്നു രാത്രിയിൽ കിടന്നുറങ്ങി ആലസ്യം മാറാത്ത രണ്ടു മൂന്നു പൂച്ചകളും മാത്രം അവിടെ അവശേഷിച്ചു. കമലം മുറ്റത്തിനു പുറത്ത് നിൽക്കുന്ന ഇൻസ്പെക്ടർ സിദ്ധാർഥനോട് മറുപടി പറഞ്ഞു. രാജയെ അവൾ ഗൗനിച്ചതേയില്ല.

“സുള്ളേര്യട്ടൻ രാവിലെ പോയതാ സാറെ. എവിടര്യാന്ന് എനിക്കറിയില്ല. ഇപ്പോ വരും ന്ന് ഒറപ്പാണ്.”

“നെന്റെ ഒറപ്പ് വാങ്ങിപ്പോകാൻ വന്നതല്ല ഞങ്ങള്...” രാജ തന്റെ പൊലീസ് അധികാരത്തിന്റെ സകല പ്രതാപങ്ങളും മുഖത്ത് കാണിച്ചു. പുതുതായി, ചാർജെടുത്ത ആ സിദ്ധാപുരത്തെ കുടകൻ സബ്ഇൻസ്പെക്ടർക്ക് അൽപ്പം ചമ്മലുണ്ടാകാം. എന്നാൽ, പതിനെട്ടാമത്തെ വയസിൽ പൊലീസ് നിക്കറിട്ടു വളർന്ന നഞ്ചൻഗോട്ടുകാരൻ രാജക്ക് അത് നോക്കേണ്ട കാര്യമില്ല. ഗുണ്ടിൽപ്പേട്ട പൊലീസ് സ്റ്റേഷനിൽത്തന്നെ രാജ എത്രയോ തവണ വന്നിരിക്കുന്നു. പോയിരിക്കുന്നു. എത്രയോ ഏമാന്മാരുടെ കീഴിൽ അയാൾ ജോലി ചെയ്തിട്ടുണ്ട്. പൊലീസ് അധികാരം അയാൾക്കൊരു നുകമാണ്. തൊപ്പിയെടുത്തു തലയിൽ വെക്കുമ്പോൾ ഒരു നുകം ചുമലിലേറ്റിയ കാളയുടെ ഗർവോ പരിതാപമോ അയാൾ അനുഭവിക്കുന്നു. ശിക്ഷാനടപടികൾ, അതൊരുവേള സ്ഥലമാറ്റമാകാം, അതല്ലെങ്കിൽ ജോലിയിൽനിന്നു മാറ്റിനിർത്തലാകാം. രാജയെ സംബന്ധിച്ചിടത്തോളം ജീവിതത്തിന്റെ ശീലമാണ്. പക്ഷേ, അയാളൊരു പൊലീസുദ്യോഗസ്ഥനായി ജന്മംകൊണ്ടവനാണ്.

സമയം അൽപ്പംകൂടെ കഴിഞ്ഞപ്പോൾ ഓരോരുത്തരായി വീടുകളിൽനിന്നു വീണ്ടും പുറത്തേക്കിറങ്ങിത്തുടങ്ങി. കാലുകൾ ഭൂമിയിൽ ഉറപ്പിച്ചു. എന്നാൽ, പൊലീസുകാർ കയർക്കുമ്പോൾ ഓടി വീട്ടിലേക്ക് തന്നെ കയറാൻ പാകത്തിലായിരുന്നു സർവരും. എപ്പോഴാണ് പൊലീസ് സംഘത്തിന്റെ ഭാവം മാറുന്നതെന്നു പറയുവാൻ കഴിയില്ലല്ലോ. മറ്റൊരു ഭയം കൂടെ ഗ്രാമീണർക്കുണ്ട്, സുള്ള്യന്റെ വീട്ടുമുറ്റത്ത് എന്തും നടക്കാം. എന്തുമെന്നുപറഞ്ഞാൽ എന്തും. നാളെ അതിനൊക്കെ സാക്ഷി പറയുവാൻ ഗുണ്ടിൽപേട്ട പൊലീസ് സ്റ്റേഷനിലേക്കോ മജിസ്ട്രേറ്റ് കോടതിയിലേക്കോ പോകാൻ വയ്യ.

കമലം കുഞ്ഞിനെ ചാണകം മെഴുകിയ തിണ്ണയിൽ കിടത്തി. കുഞ്ഞുറക്കമായിരുന്നു. പടിയിറങ്ങിവന്നവൾ മുറ്റത്ത് തലേന്നു കലക്കി വെച്ചിരുന്ന ചാണകത്തൊട്ടി കൈയിലെടുത്തു. പിന്നീട് ഒരു മുഷിഞ്ഞ തുണിയെടുത്തു തൊട്ടിയിൽ മുക്കി മുറ്റം ചാണകം മെഴുകുന്ന ജോലിയാരംഭിച്ചു.

രാജ വിറയ്ക്കുകയായിരുന്നു. ഇൻസ്പെക്ടറെയും കൂട്ടിയാണ് വന്നത്. ആൾ പുതുമുഖവും ചെറുപ്പവുമാണ്. അച്ഛനോളം പ്രായമുള്ള തന്നെയൊരൽപ്പം ബഹുമാനിക്കുന്നുമുണ്ട്. എന്നാൽ, ഇവിടെ ഒരു കാഴ്ചയൊരുക്കി രംഗം വഷളാക്കുന്നത് ഡിപ്പാർട്ട്മെന്റിന് ക്ഷീണം തന്നെയാണ്.

ചേരിയിലേക്ക് വന്ന പൊലീസ് പാർട്ടിയെ ഒരു കൊടിച്ചിപ്പട്ടിയുടെ വില പോലും കൽപ്പിച്ചു കാണുന്നില്ല.

"നിൽക്കെടീ അവിടെ," രാജ അട്ടഹസിച്ചു, അയാളുടെ കൈകൾ കമലത്തിന്റെ ഇടതു കൈകളിലമർന്നു. "നെന്റെ നെലം തൊടക്കല് കാണാനല്ല ഞങ്ങള് വന്നത്. എവിടെക്കൊണ്ടുപോയി ഒളിപ്പിച്ചതാണെടീ നീയാ താന്തോന്നിയെ. വേഗം തൊറന്നു പറഞ്ഞോ. നീയെന്താ തേവിടിശ്ശി കരുതിയത്, നെന്റെ മുറ്റത്ത് വന്നതേ, നെന്നോട് ചോളം കടം ചോദിക്കാനല്ല."

അതേ ഇരുപ്പിൽത്തന്നെ കമലം രാജയുടെ മുഖത്തേക്ക് നോക്കി. പിന്നെ തന്റെ കൈകൾ മുറുക്കിവെച്ച അയാളുടെ ബലിഷ്ഠ കൈകളിലേക്കും കമലം വിടർന്ന കണ്ണുകളോടെ നോക്കി നിന്നു. അവളുടെ വലതു കൈയിൽ നനഞ്ഞ ചാണകത്തിന്റെ ശീലയുണ്ട്. കമലം എന്തും ചെയ്യും, സുള്ള്യനു ഇണയും തുണയുമായി പടച്ചുവിട്ടതാണ് ദൈവം അവളെ. അപ്പുറത്തേക്ക് മാറിനിന്ന പൊലീസുകാർ രാജയുടെ അരികിലേക്ക് നീങ്ങിത്തുടങ്ങി.

"കമലേടത്തീ...." അപ്പുറത്തെ ചാണകക്കുഴിയുടെ അരികിൽ വളരുന്ന ഭൂതാളക്കൂട്ട[7]ത്തിനരികിലിരുന്നു ആരോ വിളിച്ചുപറയുന്നു, "കമലേടത്തി, അവര് പറയുന്നത് അനുസരിക്ക്. കൊഴപ്പാക്കല്ലേ കമലേടത്തി. രാജ സാറ് ഒരു ജാതി പിശാചാണ്. അയ്യാൾക്ക് അരിശം വന്നാപ്പിന്ന നോട്ടം ണ്ടാവൂല. ചേരിയില് മുഴുവൻ അയാള് കേറിയിറങ്ങും. "

എന്തെങ്കിലും പ്രത്യേകിച്ച് സംഭവിച്ചപോലെ കമലത്തിന്റെ മുഖം പറയുന്നില്ല. താനെന്തെങ്കിലും തെറ്റ് ചെയ്തുവെന്ന് അവളെ കണ്ടാൽ തോന്നുകയുമില്ല. വിസമ്മതത്തിന്റെയും അമർഷത്തിന്റെയും ഭാവങ്ങൾ ആ മുഖത്തേക്ക് മിന്നുകയും മായുകയും ചെയ്തുകൊണ്ടിരുന്നു. "കമലേ, തലമുതിർന്നവരാരോ താക്കീതു ചെയ്യുന്നുണ്ടായിരുന്നു. അവരെ കാല് പിടിക്ക് മോളെ, ഇനിയേതൊക്കെ പൊരെലേക്കാണ് അവർ കയറിയിറങ്ങുന്നതെന്ന് ആര് കണ്ടു?"

രാജയും ബുദ്ധിമുട്ടി. കലക്കിവെച്ച ചാണകം കമലം തന്റെ മുഖത്തേക്കൊഴിക്കുമോയെന്നയാൾ ഭയന്നു. അവളെ നന്നായറിയുന്ന രാജയ്ക്ക് കമലം അതിനു മടിക്കുമെന്നു തോന്നിയില്ല. അതിസാഹസികതയ്ക്ക് മുതിരരുതായിരുന്നു. പുതിയ മേലുദ്യോഗസ്ഥനു മുമ്പിൽ ആളാവാമെന്നു കരുതി ചെയ്തതൊക്കെ ഇനിയെന്താവുമെന്നു കണ്ടറിയണം. താൻ കയറിപ്പിടിച്ചത് രാജവെമ്പാലയുടെ മാളത്തിൽ തന്നെയാണ്. മരണസമാനമായ ആപത്തിൽ താൻ പെട്ടുകഴിഞ്ഞുപോയെന്നും രാജ ഭയന്നു. തന്നോട് ചേർന്നുനിൽക്കേണ്ട പൊലീസുകാരൊരുത്തനും അരികിലേക്ക് വരുന്നില്ല. അപ്പോൾ രാജക്ക് ഒരു വിളി കേൾക്കാൻ കഴിഞ്ഞു.

"രാജ, അവളുടെ കൈ വിട്."

---

7. കള്ളിച്ചെടി

ഒരേ പ്രയോഗം, ആജ്ഞ, കർക്കശമായ വാക്കുകൾ; അത് ഒരു മുഖത്ത് നിന്നായിരുന്നില്ല വന്നത്. രണ്ടുപേർ ഒരേ വാചകം ഒരേ സമയത്ത് ഉച്ചരിച്ചതാണെന്നു രാജയ്ക്ക് മനസിലായി. അയാളുടെ കാൽമുട്ടിൽ നിന്ന് ഒരു വിറയൽ രൂപപ്പെട്ടു. തന്നോട് കൽപ്പിച്ചവരിൽ ഒരാൾ തന്റെ മേലുദ്യോഗസ്ഥനാണെന്നു രാജയ്ക്ക് എളുപ്പം മനസിലായി. ചാണകം പാതി മെഴുകിയുണക്കിയ മുറ്റത്തിന്റെ അങ്ങേയറ്റത്ത് നിന്ന് ഇൻസ്പെക്ടർ സിദ്ധാർഥൻ ഒരക്ഷരം ശബ്ദിക്കാതെ സ്ഥിതിഗതികൾ വീക്ഷിക്കുകയായിരുന്നു. പൊലീസ് പടയെ തെല്ലും ഗൗനിക്കാതെ കമലം പുറത്തേക്ക് വരുന്നതയാൾ കണ്ടു. കറിക്ക് അരിയാൻ കൊണ്ടുവരുന്ന കുമ്പളം നിലത്തുവെക്കുന്ന അതേ പ്രതീതിയിൽ കുഞ്ഞിനെ നിലത്ത് ഉറങ്ങുവാൻ വിട്ടേച്ചു മുറ്റത്തേക്ക് ആ സ്ത്രീ ഇറങ്ങുന്നതും സിദ്ധാർഥൻ വീക്ഷിക്കുകയായിരുന്നു. പിടിയിറങ്ങി വന്ന് അവൾ ഭർത്താവിനുവേണ്ടി കേണപേക്ഷിക്കുവാൻ വരുന്നതാവാമെന്ന് ഇൻസ്പെക്ടർ കരുതി. എന്നാൽ, പൊലീസ് പാർട്ടിയെ തെല്ലും ഗൗനിക്കാതെ അവൾ വീട്ടുജോലിയിലേർപ്പെട്ടത് അയാളിൽ വിസ്മയവും നീരസവും ഉണ്ടാക്കിയിരുന്നു. ഇത്തരം സ്ത്രീകളുടെ മനഃശാസ്ത്രമെന്താകുമെന്നയാൾ ചിന്തിച്ചു. ബാംഗ്ളൂർ നോർത്തിലെ പൊലീസ് ട്രെയ്നിങ് ക്യാമ്പിൽവച്ച് ഉരുക്കഴിച്ചു പഠിച്ച പാഠാവലികളിലൊന്നും ഇത്തരം സ്വഭാവങ്ങൾ പ്രകടിപ്പിക്കുന്നവരെക്കുറിച്ച് ഒരക്ഷരമില്ല. പഴയ ഐ പി എസ് താപ്പാനകൾ പ്രാക്ടിക്കൽ ക്ലാസുകൾ പറഞ്ഞു തന്നപ്പോഴും ഇത്തരക്കാരുണ്ടായിരുന്നില്ല. രാജ കമലത്തിന്റെ കൈയിൽ പിടിച്ചപ്പോൾത്തന്നെ അയാൾ അവിവേകം ചെയ്തുകഴിഞ്ഞുവെന്ന് ഇൻസ്പെക്ടർക്ക് മനസിലായിരുന്നു. അരുതെന്നു പറയുവാൻ ഒരുങ്ങിയിരുന്നു. അപ്പോഴേക്കും അമിതാവേശക്കാരനായ ഉദ്യോഗസ്ഥനിൽനിന്ന് അബദ്ധം സംഭവിച്ചുകഴിഞ്ഞിരുന്നു. രാജക്ക് അതിനധികാരവുമില്ല. തലേന്നു രാത്രി ഡ്യൂട്ടി കഴിഞ്ഞുപോയ വനിതാ പൊലീസുകാരിൽ പകൽ ഡ്യൂട്ടിയിലേക്ക് ആരും വന്നുചേർന്നിട്ടില്ല. പക്ഷേ, സിദ്ധാർഥനോർത്തത് താൻ രാജയോട് കൈ വിടുവാൻ വേണ്ടി പറഞ്ഞപ്പോൾ അതേ സ്വരത്തിൽത്തന്നെ മറ്റൊരാളും പറഞ്ഞുവല്ലോ ഇതേപോലെ, ആരാണയാൾ?

ചേർന്നു പറഞ്ഞവരിൽ രണ്ടാമൻ അപ്പോൾ മുറ്റത്തേക്ക് കടന്നു വന്നു. നിലത്തിരിക്കുന്ന കമലത്തിന്റെ കൈകൾ ഇതിനകം സ്വതന്ത്രമായിരുന്നു. വന്നുചേർന്നയാൾ അവളുടെ കൈകൾ ചേർത്തെഴുന്നേൽപ്പിച്ചു. പിന്നെ തിരിഞ്ഞു രാജയോട് ചോദിച്ചു:

"രാജാ, നെനക്കെന്താ അധികാരം ഇവളുടെ കൈ പിടിക്കാൻ?"

രാജയുടെ ഉള്ള് വിറച്ചുപോയി. താഴെ കാണുന്ന കലക്കിയ ചാണക വെള്ളം നേരത്തെ അയാളുടെ സ്വാസ്ഥ്യം കെടുത്തിയിട്ടുണ്ട്. നിരവധി കേസുകളിൽ പ്രതിയും അതിസാഹസികനുമായ സുള്ള്യൻ തന്നെ അപമാനിക്കാതെ വിടുമെന്നയാൾ പ്രതീക്ഷിക്കുന്നില്ല. എന്തും സംഭവിക്കാം. സുള്ള്യനെ നന്നായറിയുന്ന സഹപ്രവർത്തകർ പേരിനു മാത്രം സഹക

രിച്ചുവെന്നു വരുത്തുകയാണ്. പുതിയ ഇൻസ്പെക്ടറുടെ മുമ്പിൽ ആളാവുന്നതിനുവേണ്ടി കാണിച്ച കോപ്രായങ്ങളുടെ പര്യവസാനം എന്താകുമെന്നു പറയുവാൻ വയ്യ. നിരവധി കണ്ണുകൾ പശുത്തൊഴുത്തുകൾക്കിടയിലൂടെ രംഗം വീക്ഷിക്കുന്നുണ്ടെന്നും രാജയറിഞ്ഞു.

സുള്ള്യൻ വീണ്ടും രാജയുടെ നേരെ തിരിഞ്ഞു: "രാജ, പറയെടോ ഇവളെ പേരില് എന്ത് കേസ്സാണെന്റെ സ്റ്റേഷനില് ഉള്ളത്. പറഞ്ഞോ പെണ്ണുങ്ങളെ കയറിപ്പിടിക്കാനുള്ള എന്തു വകുപ്പാ നെന്റെ കൈയില് ഉള്ളതെന്ന്....."

രാജ അതിനൊന്നും മറുപടി പറഞ്ഞില്ല. രംഗത്ത് രണ്ടുപേരു മാത്രമായിരിക്കുന്നു. മറ്റെല്ലാവരും കളി കാണുന്നവരാണ്. രാജ രണ്ടടി മുമ്പോട്ടു വെച്ചു. പിന്നെ മുമ്പിൽ മുറ്റത്തിന്റെ അതിർത്തിയിലേക്കയാൾ കൈ ചൂണ്ടിക്കാണിച്ചു കൊടുത്തു. അവിടെ കള്ളിച്ചെടികൾ തീർത്ത വരമ്പിന്റെയരികെ നിർന്നിമേഷനായി നോക്കി നിൽക്കുന്ന പൊലീസ് ഇൻസ്പെക്ടർ സിദ്ധാർഥന്റെനേരെ സുള്ള്യന്റെ നോട്ടം പതിഞ്ഞു. അൽപ്പം ദൂരെ മാറ്റി നിർത്തിയിട്ട പൊലീസ് ജീപ്പും സുള്ള്യൻ കണ്ടു.

പറമ്പുകളിലേക്ക് ഉഴവുകാളകളെയുമായി പോകുന്നവരും മുത്താറിക്കണ്ടങ്ങളിൽ തല്ലിയുടയ്ക്കാൻ പോകുന്നവരും ചെമ്മരിയാട്ടിൻപറ്റങ്ങളെ കൂട്ടമായി തെളിച്ചു പോകുന്ന കുറുബന്മാരുമെല്ലാം ചേർന്ന ഒരു ചെറിയ സംഘം അവിടെ രൂപപ്പെട്ടു തുടങ്ങിയിരുന്നു. ഈ തൊപ്പി കളി[8] യിൽ ആര് ജയിക്കുമെന്ന ആകാംക്ഷ എല്ലാവരിലുമുണ്ട്.

അൽപ്പ നേരത്തേക്ക് എന്തുചെയ്യണമെന്ന നിശ്ചയം സുള്ള്യന് ഇല്ലാതെ പോയി. പൊലീസ് മേലധികാരികൾ അയാൾക്കൊരു പുതുമയുള്ള കാര്യവുമല്ല. രാജയെയും സഹപൊലീസുകാരേയും കണ്ടപ്പോൾ തന്നെ അവരിലെ മേധാവി എവിടെയെങ്കിലും കാണുമെന്നയാൾക്കറിയാമായിരുന്നു. എത്രയോ തവണ രാജയുമായും ഉയർന്ന മേലുദ്യോഗസ്ഥരുമായും അയാൾ ഇടഞ്ഞിരിക്കുന്നു. പക്ഷേ, ഇപ്പോൾ ഉദിപ്പുവെയിലിൽ ഇൻസ്പെക്ടർ സിദ്ധാർഥനെ തെല്ലൊരത്ഭുതത്തോടെയാണയാൾ നോക്കിക്കണ്ടത്. ഗുണ്ടിൽപ്പേട്ട പൊലീസ്സ്റ്റേഷനിൽ പുതിയ ഇൻസ്പെക്ടർ ചാർജെടുത്തതായി അയാൾ അറിഞ്ഞിട്ടുണ്ട്. എന്നാൽ, കൂടുതൽ വിവരങ്ങൾ തിരക്കിയിട്ടില്ല. ശൂരനാണെന്ന് ആരോ പറഞ്ഞു കേട്ടു. കക്കൽതൊണ്ടിയിലും ദൊഡ്ഡ നായ്ക്കഹള്ളിയിലും അഗ്ഗളയിലുമൊക്കെ നിറഞ്ഞാടിയിരുന്ന ചീട്ടുകളി സംഘത്തെ തകർത്തുകളഞ്ഞെന്നയാൾ അറിഞ്ഞിട്ടുണ്ട്. ഗുണ്ടിൽപേട്ടിലിനും ആനക്കാടിനുമിടയിൽ അർധരാത്രിയിൽ ലോറിക്കാരെ തടഞ്ഞുനിർത്തി കൊള്ളയടിക്കുന്ന തെമ്മാടികളെ കൈയോടെ പിടിച്ച് ഇരുമ്പഴികൾക്കുള്ളിലാക്കിയത്രെ. ഗുണ്ടിൽപേട്ടിലെ സെന്റ് ജോൺ ഹൈസ്കൂളിൽനിന്നും പുറത്തേക്ക് വരുന്ന പിള്ളേരെ

8. ആറ് കല്ലുകൾ ചേർത്തുവെച്ച് കളം വരച്ചുണ്ടാകുന്ന കളി. പണ്ട് കേരളത്തിലുമുണ്ടായിരുന്നു ഈ കളി.

നോക്കി നുണഞ്ഞിറക്കുന്ന പൂവാലന്മാരെ സ്റ്റേഷനിൽനിന്നു വിട്ടയച്ചത് അവരുടെ രക്ഷിതാക്കളെ വരുത്തിയതിനു ശേഷം മാത്രമാണ്. എന്നാൽ ഇൻസ്പെക്ടറെ നേരിൽ കണ്ടിട്ടില്ലായിരുന്നു. ഇപ്പോൾ അയാൾ തന്റെ വീട്ടുമുറ്റത്തെത്തിയിരിക്കുന്നു. അതും ഒറ്റയ്ക്കല്ല. ഒരുസംഘം പൊലീസുകാരുമായാണ് വരവ്.

ഇപ്പോഴും സുള്ള്യനു വിശ്വാസം വരുന്നില്ല, തന്റെ മുമ്പിലുള്ളത് പൊലീസ് സബ്ഇൻസ്പെക്ടറാണെന്ന്. കൊമ്പൻ മീശയില്ല. മേൽച്ചുണ്ടിന്മേൽ രോമംതന്നെ വടിച്ചു കളഞ്ഞിരിക്കുന്നു. കാണികൾ നോക്കി നിൽക്കുന്ന രംഗങ്ങളിൽ പൊലീസ് ഉദ്യോഗസ്ഥർ കാണിക്കുന്ന ഗർവിന്റെ ശരീരഭാഷതന്നെ ഇയാൾക്കറിയില്ലെന്നു തോന്നുന്നു. ദിക്ക് പൊട്ടുമാറുള്ള വാടാ, പോടാ വിളികളോ സൂളമോൻ സംബോധനയോ അറിയാത്ത സബ് ഇൻസ്പെക്ടർ. ബൂട്ടിട്ട കാലുകൊണ്ട് ചവിട്ടിപ്പേടിപ്പിക്കുകയെങ്കിലും വേണ്ടേ ഇയാൾ. ആകപ്പാടെ നോക്കുകയാണെങ്കിൽ ക്ലാസ് കഴിയുന്നതിനുമുമ്പ് സ്കൂളിൽനിന്നു ചാടിപ്പോന്ന കുട്ടി വീട്ടുമുറ്റത്ത് ശങ്കിച്ചു നിൽക്കുന്നപോലെയാണ് പൊലീസ് ഇൻസ്പെഘ്ടറുടെ നിൽപ്പ്.

“ സുള്ള്യൻ ഇവിടെ വരൂ....” സിദ്ധാർഥൻ കൽപ്പിച്ചു. “ഇവിടെ.. മുമ്പോട്ട് എന്റെയടുത്തേക്ക്.....”

അതൊരു അഭ്യർഥനയായിരുന്നുവോ, അതോ ആജ്ഞയായിരുന്നുവോയെന്നു സുള്ള്യനു മനസിലായില്ല. അയാൾ അന്ധാളിച്ചു. തന്റെ പേരിന്റെ മുമ്പിലോ പിമ്പിലോ ഇയാൾ അശ്ലീലപദങ്ങൾ ചേർക്കാത്തതെന്ത്. എന്തുകൊണ്ട് അച്ഛൻ തനിക്കിട്ട പേര് തന്നെ ഇയാളും വിളിക്കുന്നു. സാധാരണഗതിയിൽ ഈ പൊലീസ് വർഗം കുറ്റവാളികളുടേത് പോകട്ടെ സംശയിക്കപ്പെടുന്ന സാദാ പൊതുജനത്തിനെ പോലും പേരെടുത്തു വിളിക്കാറില്ലല്ലോ. അതിനുപകരം പൊലീസ് മാനുവലിൽ എഴുതിച്ചേർക്കാത്തതും എന്നാൽ, പരമ്പരാഗതമായി വിളിച്ചു പോരുന്നതുമായ എണ്ണമറ്റ ശകാരപദങ്ങളാണ് ഇവർക്ക് വഴങ്ങാറ്. അപ്പോൾ വീണ്ടും സിദ്ധാർഥന്റെ ശബ്ദം കേട്ടു, ‘‘സുള്ള്യൻ, ആ കരിമ്പിൻതണ്ട് താഴെയിട്. എന്നിട്ട് താൻ ഇങ്ങോട്ട് വാ.”

മുറ്റത്തെവിടെയോ കിടന്നിരുന്ന പച്ച കരിമ്പിൻ തണ്ട് അറിയാതെ എപ്പഴോ ഇതിനകം സുള്ള്യന്റെ കൈയിൽ വന്നുചേർന്നിരുന്നു. അതങ്ങനെയാണ്. അയാൾക്ക് കോപംവന്നാൽ പിന്നെ എന്താണു ചെയ്യേണ്ടതെന്ന് നിശ്ചയമുണ്ടാകില്ല. വരുംവരായ്കകളും പൊലീസും കോടതിയുമൊക്കെ പിന്നെയാണ്.

സുള്ള്യൻ കരിമ്പിൻതണ്ടു താഴെയിട്ടു. എന്നാൽ, ഇൻസ്പെക്ടറുടെ അരികത്തേക്ക് ചെന്നില്ല. പകരം കണ്ണുകൾ എന്തോ തിരഞ്ഞു നടന്നു. ഒരു നിമിഷാർധം കൊണ്ടയാൾ ഓടിച്ചെന്നു കുഞ്ഞിനെയെടുത്തു മാറത്തണച്ചു. പിന്നീട് മുറ്റത്തിന്റെ അരികിലൂടെ നടന്നു. സുള്ള്യൻ അവിടെ തടയപ്പെട്ടു. മുറ്റത്തിന്റെ ഓരം ചേർന്നു നിസ്തബ്ധനായി നിൽപ്പുണ്ടായിരുന്നു ഇൻസ്പെക്ടർ സിദ്ധാർഥൻ.

"ഏനായ്ത്തു സ്വാമി, ഏനായ്ത്തു..."[9] സുള്ള്യൻ നേർക്ക് നേർ മുരണ്ടു. ഉദ്യോഗസ്ഥപ്പടയിൽ – അതിൽ സിദ്ധാർഥൻ ഒഴിവാണ്. തേൾ കുത്തു കൊണ്ട പ്രതീതി. സ്വാമി എന്നത് പൂജക സംബോധന തന്നെയാണെങ്കിലും അത് സാധാരണക്കാരൻ പരസ്പരം ബഹുമാനിച്ചു വിളിക്കുന്നതാണ്. പൊലീസ് ഉദ്യോഗസ്ഥരെ സർ എന്നു വിളിച്ചേ ശീലമുള്ളു. സിദ്ധാർഥൻ ആ വ്യത്യാസം ശ്രദ്ധിച്ചതുപോലുമില്ലെന്നു തോന്നുന്നു. അദ്ദേഹം അപ്പോഴും തന്റെ അധീനതയിലെ പ്രതിയെ സൂക്ഷിച്ചു പഠിക്കുകയാണെന്നു തോന്നുന്നു. നേരത്തെ സുള്ള്യൻ ഹെഡ്കോൺസ്റ്റബിളിനോട് ചോദിച്ച ചോദ്യത്തിന്റെ പൊരുൾ സിദ്ധാർഥൻ മനസിലാക്കിയിട്ടുണ്ട്. അതായത്, നിങ്ങൾ എക്സിക്യൂട്ടീവ് വിഭാഗത്തിന് എങ്ങനെയാണു ജുഡീഷ്യറിയുടെ അധികാരം വന്നതെന്ന്.

ആരോഗ്യവാനും ചെറുപ്പക്കാരനുമായ പുതിയ ഇൻസ്പെക്ടറിൽ നിന്നു സുള്ള്യന്റെ ചെവിക്കുറ്റിക്ക് എപ്പോഴാണ് അടി വീഴുകയെന്നതേ അറിയേണ്ടതായുള്ളു. അതിനു തടസമൊരുപക്ഷേ, ഒക്കത്തിരിക്കുന്ന കുഞ്ഞായിരിക്കാം. പൊലീസിന്റെ ക്ഷമയുടെ നെല്ലിപ്പടി ചികഞ്ഞു കഴിഞ്ഞു സുള്ള്യൻ. സബ്ഇൻസ്പെക്ടറെപ്പോലും അപമാനിച്ചിരിക്കുന്നു. എന്നാൽ, സംഭവിച്ചത് മറ്റൊന്നാണ്.

"സുള്ള്യൻ, താങ്കൾ നിയമം ലംഘിച്ചിരിക്കുന്നു" ഇൻസ്പെക്ടർ ശാന്തനായി പറഞ്ഞു. എന്നാൽ, ആ സ്വരത്തിൽ ഉറച്ച അധികാരത്തിന്റെ ബഹിർസ്ഫുരണം വായിച്ചെടുക്കാം.

"സർ," സുള്ള്യൻ ഇത്തവണ അങ്ങനെതന്നെ വിളിച്ചു. അതല്ലെങ്കിൽ അത്തരമൊരു സംബോധനയ്ക്കുവേണ്ടിയുള്ള ഒരുൾവിളി സുള്ള്യന്റെ അന്തരാളങ്ങളിലുണ്ടായെന്നു പറയാം. സാധാരണഗതിയിൽ സർക്കാർ ഉദ്യോഗസ്ഥന്മാരെ അത് പൊലീസ് വകുപ്പോ വനം വകുപ്പോ റവന്യൂ വിഭാഗമോ ആരായാലും ശരി സുള്ള്യൻ സ്വാമി എന്ന പദത്തിലൊതുക്കി കഴിയും.

എന്നാൽ, ഇത്തവണ ഈ പയ്യൻ ഇൻസ്പെക്ടറേതോ തരത്തിൽ സുള്ള്യനെ സ്വാധീനിച്ചെന്നു വ്യക്തം.

"സർ, എന്താണു നിയമം, ആ മഹാസാധു ലിംഗസ്വാമിയുടെ വീട് ജപ്തി ചെയ്യാൻ വന്ന വില്ലേജ് ഓഫീസറെ ഞാൻ തടഞ്ഞുവെന്നത് ഒരു വലിയ കാര്യമാണോ. അയാളെ വീട്ടിൽ നിന്നിറക്കി വിടുന്നതാണോ നിയമം. അയാളെവിടെ പോയി താമസിക്കും സർ, അബ്ബള്ള[10] പാലത്തിന്റെ ചോട്ടിൽ പോയി താമസിക്കാനോ. അതല്ലെങ്കിൽ അയാളെയും ഭാര്യേയും ആത്മഹത്യക്ക് വിടുന്നതാണോ നിയമം. റവന്യൂ നിയമങ്ങൾ ആർക്ക് വേണ്ടിയാണ് സർ......"

"എനിക്കതറിയില്ല, അറിയണമെന്നുമില്ല" സിദ്ധാർഥൻ സൂക്ഷ്മമായി

---

9. എന്താണാവോ വന്ദ്യരെ

10. അബ്ബൻഹള്ള പാലം. മുത്തങ്ങ–ഗുണ്ടിൽപ്പേട്ട റോഡിൽ ആനക്കാടിന് നടുവിലെ ചെറിയ പാലം.

തന്റെ ഇരയെ പഠിക്കുകയായിരുന്നു. "ഞാൻ പൊലീസ് ചട്ടമാണു പറഞ്ഞത്. നിങ്ങളുടെ പേരിൽ ചാർത്തപ്പെട്ട കുറ്റം വേണമെങ്കിൽ ഞാൻ പറയാം. ഇന്ത്യൻ പീനൽ കോഡിൽ സെക്ഷൻ 186. എന്നുവെച്ചാൽ ഔദ്യോഗിക കൃത്യനിർവഹണം തടസപ്പെടുത്തൽ. കോടതിയുത്തരവ് പ്രകാരം ആജ്ഞ നടപ്പിലാക്കുവാൻ വന്ന വില്ലേജ് ഓഫീസറേയും കീഴ്ജീവനക്കാരനേയും താങ്കൾ.....

"ബാക്കി ഞാൻ പറയാം" സുള്ള്യൻ ദൃഢമായി പറഞ്ഞു. "മൂന്നു മാസം വരെ തടവു ശിക്ഷ കിട്ടാവുന്ന വകുപ്പാണത്. എന്റെ പേരിൽ തീർപ്പാകാതെ കിടക്കുന്നുണ്ട് ഗുണ്ടിൽപേട്ട മജിസ്ട്രേറ്റ് കോടതിയിൽ ഇത്തരം കുറെയെണ്ണം. തീർപ്പായി ശിക്ഷ കഴിഞ്ഞ് ഇറങ്ങിപ്പോന്നതുമുണ്ട് കുറച്ചെണ്ണം. പൊലീസിന് പുറമെ ഫോറസ്റ്റ്കാരുടേത് വേറെയുമുണ്ട്. ഞാൻ പറഞ്ഞതിനു മറുപടി പറഞ്ഞില്ല സർ."

"എന്ത് മറുപടി...." സിദ്ധാർഥൻ ആകാംക്ഷാഭരിതനായി. നൂറ്റിഎൺപത്തിയാറാം വകുപ്പിന്റെ ശിക്ഷയും ഇയാൾക്കറിയാം. വകുപ്പും ഇയാൾക്കറിയാം.

" ലിംഗസ്വാമി ബാങ്കീന്ന് പതിനായിരം ഉറുപ്പിക ലോണായി വാങ്ങി. ആ പൈസ കൊണ്ട് ഒരു വിത്ത്കാളയെ വാങ്ങി. ഈടായി ബാങ്കുകാർക്ക് വീട് പണയപ്പെടുത്തി. ഉദ്ദേശിച്ചപോലെ ലിംഗസ്വാമിക്ക് അടവ് തിരിച്ചടയ്ക്കാൻ കഴിഞ്ഞില്ല. ഇന്നലെ ബാങ്കുകാര് വില്ലേജ് ഓഫീസറേയും കൂട്ടി വന്നു സ്വാമിയോട് വീടൊഴിയാൻ പറഞ്ഞു. അപ്പോൾ ഞാൻ വന്ന് ഉദ്യോഗസ്ഥന്മാരെ ഓടിച്ചുവിട്ടു. അതല്ലേ കേസ്."

"തീർച്ചയായും. മാത്രവുമല്ല, നിങ്ങൾ മാനേജരെ അസഭ്യം പറഞ്ഞു. ഒപ്പമുണ്ടായിരുന്ന വില്ലേജ്മാനേയും പ്യൂണിനേയുമൊക്കെ കൈയേറ്റം ചെയ്യുവാൻ മുതിർന്നു. സെക്ഷൻ മുന്നൂറ്റി...."

അതിനുള്ളിൽ സുള്ള്യൻ എന്തോ പറയുവാൻ വാ തുറന്നിരുന്നു. പക്ഷേ, അപ്പോഴേക്കും സിദ്ധാർഥൻ ബാക്കി കൂടെ പറഞ്ഞു, "സുള്ള്യൻ, താങ്കൾ അറസ്റ്റിലാണ്. നിയമം അതെന്തായാലും ഞാൻ നടപ്പാക്കും. എനിക്കതിന് ഉത്തരവുണ്ട്. താങ്കൾ പ്രശ്നങ്ങൾ ഉണ്ടാക്കുകയില്ലെന്നു ഞാൻ വിചാരിക്കുന്നു. ഞങ്ങൾക്ക് വേലയും ഉണ്ടാക്കരുത്."

"എന്നെ അറസ്റ്റ് ചെയ്യാം," സുള്ള്യൻ ഉറക്കെ പറഞ്ഞു. "പക്ഷേ, കുറ്റം ചെയ്ത വേറെയൊരാൾ കൂടെയുണ്ട്. തൊടാൻ പറ്റുമോ സാറിന് അവരെ."

"തീർച്ചയായും, സഹ കുറ്റവാളിയുടെ പേര് പറയു. നിയമം ലംഘിക്കുന്നവരാരായാലും അവരെ ഞങ്ങൾ പിടികൂടുകതന്നെ ചെയ്യും. "

സുള്ള്യൻ വെറുതെ ചിരിച്ചു. അതിൽ പരിഹാസത്തിന്റെ ധ്വനിയുണ്ടെന്ന് സിദ്ധാർഥൻ തിരിച്ചറിഞ്ഞു. ശരി, നോക്കാം. വേറിട്ട വിചിത്രമായ ഈ കുറ്റവാളിയുടെ ചേഷ്ടകളോരോന്നും നോക്കി പഠിക്കുകയായിരുന്നു സിദ്ധാർഥൻ. സിദ്ധാർഥൻ ആവർത്തിച്ചു.

" പറയൂ, ആരാണ് ഇതിൽ താങ്കൾക്കൊപ്പം പങ്കാളിയായവൻ. "

“അത് സർക്കാർ തന്നെ. തൊടാൻ പറ്റുമോ അവരെ. സർക്കാരിനു വേണ്ടി ജില്ലാ കളക്ടറെ അറസ്റ്റ് ചെയ്യണം സർ. ലിംഗസ്വാമിക്ക് ബാങ്കിലടയ്ക്കുവാൻ പണം തികയാതെ പോയതെന്തന്നറിയണ്ടേ ഇൻസ്പെക്ടർക്ക്. ”

ഇൻസ്പെക്ടർ സിദ്ധാർഥൻ നിശ്ശബ്ദ ശ്രോതാവായി.

“ മൃഗവകുപ്പുകാര് വന്നിട്ട് ചെനപിടിക്കേണ്ട പശുക്കളെ കുത്തിവെപ്പ് നടത്തി ഗർഭമുണ്ടാക്കുന്നു. നല്ല ഇനം പശുക്കുട്ടികൾക്ക് വേണ്ടിയാണത്രെ. പിന്നെ ആരാണ് ലിംഗസ്വാമിയുടെ വിത്തുകാളനെ തേടിപ്പോകുന്നത്. ലിംഗസ്വാമിയുടെ ആലേന്ന് പശുക്കളെ മണം പിടിച്ചു വിത്തുകാള അമറുന്നത് കേട്ടിട്ടുണ്ടോ സർ. ”

ഇല്ലെന്ന് സിദ്ധാഥൻ തലയാട്ടി. ബാക്കികൂടെ അയാൾ കേട്ടു. “ഇല്ലെങ്കിൽ കേൾക്കണം സർ, അതിനപ്പുറം മറ്റൊന്നുകൂടെ കാണണം. വിത്തുകാളയുടെ അരികെ പോകാൻ തിരക്ക് കൂട്ടുന്ന പശുക്കളുടെ ആക്രാന്തം. എന്നിട്ട് ആ സാധുമൃഗങ്ങളുടെ മാംസത്തിലേക്ക് ഇരുമ്പ് സൂചി കയറ്റിയാൽ നിൽക്കുന്നതാണോ സർ അവറ്റകളുടെ കാമവികാരം.... ”

സിദ്ധാർഥൻ കണ്ണുകൾ സുള്ള്യന്റെ മുഖത്ത് നിന്നെടുത്തു. പകരം അയാൾ വേപ്പുമരങ്ങൾക്കിടയിലൂടെ ഊർന്നിറങ്ങുന്ന സൂര്യരശ്മികളിലേക്ക് കണ്ണു നട്ടു.

സുള്ള്യൻ തന്റെ മഹദ്വാക്യം വീണ്ടും പറഞ്ഞുകൊണ്ടിരുന്നു. ഇണ ചേരാൻ കൊതിക്കുന്ന മൃഗങ്ങളോട് ഈ കാണിക്കുന്നത് ക്രൂരതയാണ് സർ. ഇത് മനുഷ്യത്വമല്ല. മൃഗവകുപ്പുകാരെ തടഞ്ഞതിന് മറ്റൊരു 186–ാം വകുപ്പ് എന്റെ കണക്കിൽ ഗുണ്ടിൽപേട്ട് കോടതിയിലുണ്ട്. പക്ഷേ, ഒന്നുറപ്പ്, ചെന്നമല്ലീപുരത്തേക്ക് കാലെടുത്ത് കുത്തുവാൻ ഇനിയവരെ അനുവദിക്കില്ല.

മർമരങ്ങൾ ചെറിയ മുരളിച്ചകളായി മാറുകയായിരുന്നു. അവ ചെറു പ്രതിഷേധ സ്വരങ്ങളെ സൃഷ്ടിച്ചു. സുള്ള്യൻ പറയുന്നതാണ് ശരിയെന്ന് ആരൊക്കെയോ പറഞ്ഞുതുടങ്ങി. സുള്ള്യനെ പൊലീസുകാർക്ക് വിട്ടുകൊടുത്തുകൂടെന്നും പൊലീസ് തിരിയെ പോകണമെന്നുമൊക്കെ ചിലർ അടക്കം പറഞ്ഞു. ചേരിനിവാസികൾ ഇതിനുമുമ്പും പൊലീസിനെതിരെ സുള്ള്യനുവേണ്ടി ചെറിയ ദുർബല നിരകൾ തീർത്തിരുന്നു. പൊലീസിന്റെ പോക്രിത്തരം അവയൊക്കെ യഥാസമയങ്ങളിൽ അമർത്തിയിട്ടുമുണ്ട്.

രാജ അടുത്തേക്കു വന്നു സിദ്ധാർഥന്റെ ചെവിയിൽ മന്ത്രിച്ചു,

“പോകാം സർ, രാത്രിയിൽ വന്നു നമുക്ക് വീട് വളയാം. ഇവറ്റകൾ എതിർത്തുനിന്നാൽ പ്രശ്നമാകും. പിന്നെ ചേരിയിൽ വന്നു പൊലീസ് അതിക്രമം കാണിച്ചുവെന്നൊക്കെ പറഞ്ഞു നിമയസഭയിൽ വരെ ചെന്നെത്തും.”

“അതിന്?” സിദ്ധാർഥൻ പുരികം ഉയർത്തി.

“നമുക്ക് ഫോർസ് കുറവാണു സർ, രാത്രിയിൽ വാനുമെടുത്തു വരാം.”

"അത് പറ്റില്ല," സിദ്ധാർഥൻ ശബ്ദത്തിൽ പറഞ്ഞു, "പൊലീസ് നിയമപാലനത്തിനുള്ളതാണെന്നു ഞാൻ വിശ്വസിക്കുന്നു. അതിന് ആരെയും പേടിക്കേണ്ട കാര്യവുമില്ല. ഇത് സർക്കാരിന്റെ ചട്ടങ്ങളിൽ പെട്ടതാണ്. സുള്ള്യനേയും കൊണ്ടേ ഞാൻ പോവുകയുള്ളൂ."

കാര്യം കുഴഞ്ഞുമറിയുകയാണെന്ന് രാജയ്ക്കും പൊലീസുകാർക്കും ബോധ്യമായി. സുള്ള്യൻ അങ്ങനെ സ്വയം വരാൻ സാധ്യതയില്ല. കൊണ്ടു പോകേണ്ടിവരിക തന്നെ ചെയ്യും. നിരന്തരമായ പൊലീസ് നടപടികളിൽ പലപ്പോഴും ഇത്തരം സാഹചര്യങ്ങൾ തല മുതിർന്ന പൊലീസ് കോൺസ്റ്റബിൾമാർക്ക് നേരിടേണ്ടി വന്നിട്ടുണ്ട്. അപ്പോഴൊക്കെ തന്ത്രപരമായ പിൻമാറ്റങ്ങളുണ്ടാവാറുണ്ട്. പിന്നെ രാത്രിയിൽ ശക്തമായ തിരിച്ചുവരവും വീട് വളയലും ഇറക്കിക്കൊണ്ടു വരവുമൊക്കെയാണ് പതിവ്. ശക്തമായ നിയമത്തിന്റെ നൂലാമാലകളിൽ കുടുങ്ങി പ്രതികൾ എട്ടുകാലി വലയിലെ ഇരകളെപ്പോലെ പിടയും. പൗരന്മാരുടെ ശേഷിക്കുന്ന ആയുസ്സ് മുഴുവൻ കോടതി വരാന്തയുടെ തിണ്ണ നിരങ്ങുവാൻ പാകത്തിൽ രൂപപ്പെടുത്തിയതാണ് ബ്യൂറോക്രസിയുടെ ചുറ്റമ്പലങ്ങൾ. എന്നാൽ, ചെറുപ്പക്കാരനായ ഈ ഇൻസ്പെക്ടർക്ക് അതൊന്നുമറിയില്ലെന്ന് രാജയ്ക്ക് ഉറപ്പായിരുന്നു. അതിനൊക്കെ കാലമെടുക്കും. എത്രയോ സ്റ്റേഷനുകൾ ഭരിക്കേണ്ടി വരുമ്പോൾ വിചിത്രമായ സ്വഭാവ സവിശേഷതകളുള്ള കുറ്റവാളികളുമായി ഇടപെടേണ്ടി വരുമ്പോൾ, മനസിലാകും, പൊലീസും പ്രതികളും ചതുരംഗപ്പലകയിലെ കരുക്കളെപ്പോലെയാണെന്ന്. ആവേശഭരിതരായ ചെറുപ്പംചെന്ന ഉദ്യോഗസ്ഥർ കാലം കഴിയുമ്പോൾ ക്രിമിനലുകളുടെ പാദം നക്കിത്തുടയ്ക്കുന്നത് എത്ര കണ്ടിരിക്കുന്നു.

"സുള്ള്യൻ...." സിദ്ധാർഥൻ മനസുറച്ചു പറഞ്ഞു. " താങ്കൾ എന്നോടൊപ്പം വന്നേ മതിയാകൂ. നിയമത്തിന്റെ മുമ്പിൽ താങ്കൾ പ്രതി ചേർക്കപ്പെടുന്ന കൃത്യം ചെയ്തിരിക്കുന്നു. എനിക്കെന്റെ കർത്തവ്യം നിറവേറ്റുവാൻ ബാധ്യതയുണ്ട്."

എന്നിട്ടും സുള്ള്യൻ അതേ നിൽപ്പ് തന്നെ നിന്നു. നേർക്കുനേർ തന്നെ അഭിമുഖീകരിക്കുന്ന പൊലീസ് ഇൻസ്പെക്ടർ സിദ്ധാർഥന്റെ കണ്ണിലേക്ക് സുള്ള്യൻ ഉറ്റുനോക്കി. ആ കണ്ണുകളിൽ ഒരു കുട്ടിയുടെ നിഷ്കളങ്കതയുണ്ട്. മാന്യതയുടെ ആവരണമുണ്ട്. പൊലീസ് ഉദ്യോഗത്തിന്റെ ആജ്ഞാ സ്വഭാവമുണ്ട്. മാസ്മരികതയുടെ ശക്തിപ്രഭാവം സുള്ള്യൻ ആ മുഖത്തുനിന്നു വായിച്ചെടുത്തു.

കമലം.... സുള്ള്യൻ തന്റെ പത്നിയെ പരതുകയായിരുന്നു ആൾക്കൂട്ടത്തിനിടയിൽ. കുഞ്ഞിനെ കമലത്തിന്റെ കൈയിൽ കൊടുത്തു. പൊലീസ് ജീപ്പിന്റെ മുൻഭാഗത്തേക്ക് നടന്നെത്തി പിന്നെ പുറകിലേക്ക് വന്നു. വളരെ പെട്ടെന്ന് ജീപ്പിലേക്ക് കയറി.

ചെന്നമല്ലീപുരത്തെ ചേരികളെ, ദുർഗന്ധങ്ങളെ, ചാണകക്കൂനകളെ, എല്ലാത്തിനേയും മുറിച്ചുകടന്നു പൊലീസ് ജീപ്പ് പാഞ്ഞുപോയി.

ജീപ്പിന്റെ പുറകുവശത്ത് ആരും ആരോടും സംസാരിച്ചില്ല. മുൻസീറ്റിലിരുന്നു സിദ്ധാർഥൻ സാകൂതം പുതുമഴ നനഞ്ഞ മണ്ണിന്റെ ഗന്ധം ആസ്വദിക്കുകയായിരുന്നു, ആവോളം.

നാല്

അതിരാവിലെ എന്നു പറഞ്ഞാൽ, ചെന്നമല്ലീപുരത്തെ പുളിമരങ്ങളിൽനിന്നും കാക്ക കരയുന്നതിനുമുമ്പെ, ചാണകക്കൂനകളിൽനിന്ന് ആലസ്യം പൂണ്ട നായ്ക്കളുണരുന്നതിനും മുമ്പെ കാളവണ്ടിയുമായി എത്താമെന്നു പറഞ്ഞിരുന്ന ലക്ഷ്മണ എത്തിച്ചേർന്നില്ല. അവനിത്തിരി കൂടെ വൈകി. തലേന്നു രാത്രിയിൽ അവനെവിടെയോ– അങ്കാള[1]യിലാണെന്നു തോന്നുന്നു – അമ്പുക്ക് പോയിരുന്നുവത്രെ. അവിടെനിന്ന് എത്രയാണ് വയറ്റിലാക്കിയതെന്നു നിശ്ചയമില്ല. പുലരാൻ നേരത്തെപ്പോഴോ മടങ്ങി. ഗ്രാമത്തിനടുത്ത വിശാലമായ "അസ്കൽ കട്ട[2]"യിൽ ഇറങ്ങിക്കുളിച്ചു. പിന്നെ തെല്ല് മയങ്ങി.

നഞ്ചുണ്ടൻ സമയത്തിന് മുമ്പ് തന്നെ എത്തിയിരുന്നു. അവന്റെ ഭാഷയിൽ പറഞ്ഞാൽ നിലാവിനു വഴികാട്ടിയാണത്രെ നഞ്ചുണ്ടൻ നടന്നുവന്നത്.

"ജൽദി ഹോഗ് ബേക്കോ[3]" നഞ്ചുണ്ടൻ ധൃതി കൂട്ടി. ശിവണ്ണൻ ശരിയായ സമയത്ത് തന്നെ തയാറായിരുന്നു. അതിരാവിലെ എഴുന്നേറ്റു. കാഞ്ചന രണ്ട് പിച്ചളക്കുടം നിറയെ വെള്ളമെടുത്തു തലേന്നു രാത്രിയിൽ മുറ്റത്ത് വെച്ചിരുന്നു. അതെടുത്തു തലയിലൊഴിച്ചു. കസവുമുണ്ടുടുത്തു. വെളുത്ത കുപ്പായമിട്ടു. നെറ്റിയിൽ കുറി വരച്ചു. കാഞ്ചനയും വെറുതെയിരുന്നില്ല. അതിരാവിലെതന്നെയവൾ ചൂടു പറക്കുന്ന റാഗിപ്പുട്ട് ചുട്ടുവെച്ചു. ഉരലിൽ കുത്തിചേറിപ്പെറുക്കിയ കാപ്പിപ്പൊടി കൊണ്ട് ഉഗ്രൻ ചൂട് കാപ്പിയും തയാറായി. ശിവണ്ണന്റെ ഞരമ്പുകളിൽ ഉന്മേഷം പടർന്നു.

"നേരം ഇത്തിരി വൈകി ശിവേട്ടാ" നഞ്ചുണ്ടൻ ഞൊടിയുന്നുണ്ടായിരുന്നു. "ഈ കള്ളപ്പൊലയാടി മോനാണ് നേരം പോക്കിയത്. എനിയെങ്കിലും വേഗം തെളിക്ക് നഞ്ചപ്പാ. മാതേവൻ മൊതലാളി പോയാല് നെന്റെ എല്ല് ഞാനൂരും."

കാളവണ്ടിയുമായി പോവുകയേ രക്ഷയുള്ളൂ. മദ്ദൂരിൽനിന്ന് ഒരൊറ്റ വാഹനവും ബേഗൂരിലേക്ക് കിട്ടുകയില്ല. സുൽത്താൻ ബത്തേരി വഴി വരുന്ന ലോറി ഡ്രൈവർമാർ കനിഞ്ഞെങ്കിലേ രക്ഷയുള്ളൂ. ഈയിടെ

---

1. അയൽഗ്രാമം
2. മദ്ദൂരിൽനിന്ന് ചെന്നമല്ലീപുരത്തേക്ക് വരുന്ന വഴിയെ കാണുന്ന ആമ്പൽപ്പൊയ്ക. അലക്കുവാനും കുളിക്കുവാനും ഉപയോഗിക്കുന്നു.
3. നമുക്ക് വേഗം പോകണം.

യായി അവർ ഒരൊറ്റ കന്നടിയന്മാ[4]രേയും ലോറിപ്പുറത്ത് കയറ്റുന്നില്ലെന്നാണ് കേട്ടത്. ലോറിപ്പുറത്ത് നിന്നു മരക്കട്ട, കയർ തുടങ്ങിയ സാധനങ്ങൾ തങ്ങൾക്കിറങ്ങേണ്ട ഗ്രാമത്തിന്റെയരികെ എത്തുമ്പോൾ പുറത്തേക്കെറിയുകയും പിന്നെ വന്ന് അത് സ്വന്തമാക്കുകയും ചെയ്യുന്ന പ്രവണത കന്നടിയന്മാർക്കിടയിൽ കൂടിവരുന്നത് കൊണ്ടാണത്രെ ഈയൊരു കോൽപ്പണം[5] വേണ്ടെന്നു വെക്കാൻ ലോറിക്കാരെ പ്രേരിപ്പിക്കുന്നത്. കാബിനകത്തുനിന്ന് ഡ്രൈവറോ ക്ലീനറോ ഇതൊന്നും അറിയുകയും ഇല്ല.

ബേഗൂരിലെത്തുമ്പോൾ തന്നെ നേരം പുലർന്നു. ഒമ്പത് മണി കഴിഞ്ഞിരിക്കുന്നു. ഗ്രാമീണരിൽ ഒരാളെപ്പോലും മൈസൂർ റോഡിൽ കാണാനില്ല. സാധാരണയായി രോഹിണി ഞാറ്റുവേലയ്ക്ക് മാത്രമേ റോഡിൽ ഇങ്ങനെ ആളൊഴിഞ്ഞുകാണാറുള്ളൂ. രണ്ടു ദിവസം മുമ്പ് നാടിനെ കുളിപ്പിച്ച മഴ സകലർക്കും ഓരോ പണി കൊടുത്തിരിക്കുന്നു. ഒന്നുകിൽ കണ്ടം കൊത്തിക്കിളയ്ക്കൽ, അല്ലെങ്കിൽ ഏറുകാളകളെ തെരഞ്ഞുപോകൽ, വിതയ്ക്കാൻ വെച്ച മുത്താറിക്കറ്റകൾ റോഡിന്മേൽ കൊണ്ടുവെച്ചു വാഹനങ്ങൾ പോകുമ്പോഴുണ്ടാകുന്ന ധാന്യശേഖരണം, നല്ല ചെനയാത്ത കരിമ്പിൻതണ്ടുകൾ ഒന്നായി കൂട്ടിക്കെട്ടിവെക്കൽ എന്നിങ്ങനെ പോകുന്നു പുതുമഴപ്പണികൾ.

ബേഗൂരിൽനിന്ന് വലത്തോട്ട് തിരിഞ്ഞു വേണം അങ്കാളയിലേക്ക് പോകുവാൻ. അൽപ്പം വൈകിപ്പോയതുകൊണ്ട് മുതലിയാർ വീട്ടിൽ തന്നെയുണ്ടാകുമോയെന്നു സംശയമായിരുന്നു. ഏതായാലും പകച്ചു നിന്ന ലക്ഷ്മണനോട് നഞ്ചുണ്ടൻ കയർത്തു:

“നീയെന്താ ലക്ഷ്മണാ തര്ത്ത് നിക്ക്ണത്. എന്താ നിന്റെ പെമ്പിറന്നോത്തി കിണറ്റിൽ ചാടിച്ചത്തോ.”

ശരി, ലക്ഷ്മണ തരിപ്പ് മാറ്റി കാളകളെ തെളിച്ച് തുടങ്ങി. ഒപ്പം ഒരു പഴയ സംഭവവും തന്റെ യാത്രികരോട് പറയുവാൻ മറന്നുപോയില്ല. നഞ്ചുണ്ടനാണെങ്കിൽ കഥകൾ കേൾക്കുവാൻ വളരെ താൽപ്പര്യമാണ്. ശിവണ്ണന്ന് കേൾക്കണമെങ്കിൽ കേൾക്കാം അത്ര തന്നെ.

അങ്കാളയിൽ നിന്ന് തനിക്ക് പൊതിരെ തല്ല് കിട്ടിയ കഥയാണ് പൊടിപ്പും തൊങ്ങലും വെച്ച് ലക്ഷ്മണ പറഞ്ഞു തുടങ്ങിയത്. നല്ല ശ്രാവണച്ചന്ദ്രിക പരന്നൊഴുകിയ രാത്രിയിൽ കാളവണ്ടിയുമായി ലക്ഷ്മണ മൈസൂർക്ക് പോവുകയാണ്. ഗുരുസ്വാമിയുടെ ആവണക്കിൻ വിത്തുകളായിരുന്ന ലോഡ്. ചാക്കുകൾ അൽപ്പമൊന്നു പുറത്തേക്ക് തെറിച്ചു നിൽപ്പുണ്ടായിരുന്നു. ആ സമയത്ത് മൈസൂരിൽനിന്ന് തക്കാളിക്കൊട്ടകൾ പച്ചക്കറിമാർക്കറ്റിൽ ഇറക്കി എതിരെ വരുന്നുണ്ടായിരുന്നു പത്തിരുപത് കാളവണ്ടികൾ. എല്ലാം അങ്കാളക്കാരുടേത്. ബേഗൂരിൽനിന്നു കുറ

---

4. കർണാടക നിവാസികളെ കേരളക്കാർ വിളിക്കുന്ന പേര്
5. ലോറിയുടമയുടെ സമ്മതമില്ലാതെ സമ്പാദിച്ചെടുക്കുന്ന പണം.

ച്ചപ്പുറത്ത് ഏതോ പാണ്ടൻ ലോറി ഡ്രൈവർ കാണിച്ച വികൃതി കാരണം അങ്കാളക്കാരുടെ കാളവണ്ടിയിൽനിന്ന് ഏതോ ഒരു മരക്കഷണം വന്നു ലക്ഷ്മണന്റെ വണ്ടിയിലെ ചാക്ക് തുളച്ചു. ഫലം, ഗുരുസ്വാമിയുടെ ആവണക്കിൻ കായകളൊക്കെ നടുറോഡിൽ. ചോരക്കണ്ണൻ ഗുരുസ്വാമിയുടെ സ്വഭാവം അള്ളി[6]യിൽ എല്ലാവർക്കും അറിയുന്നതാണ്. വാടകയും അയാൾ തരില്ല, അടിയും കിട്ടും. ലക്ഷ്മണ അന്നേരം പൊട്ടിക്കരഞ്ഞു പോയി. ഉച്ചഭക്ഷണംപോലും ശരിക്ക് കഴിച്ചിട്ടില്ല. ചാക്കിൻകെട്ടിനുള്ളിൽ നിന്നു വീർത്തു വലുതായാൽ ആവണക്കിൻ കായ മൈസൂർ നഗരത്തിലെ ദേവരാജ അരസ് റോഡിലുള്ള സോപ്പ് കമ്പനിക്കാർ ഇറക്കിയെടുത്തു രശീതി തരില്ല. ഇനിയിതൊന്നു പെറുക്കിയെടുക്കാമെന്നു വിചാരിച്ചാൽ തട്ടിച്ചുപോയ കാളവണ്ടിയുടെ പുറകെ ഓരോന്നായി ചങ്ങലപോലെ തുരുതുരാ വരികയുമാണ്.

നിരയൊത്ത ആ വ്യൂഹത്തിന് മാറ്റുകൂട്ടുവാൻ മണികളുടെ അഴകുറ്റ ശബ്ദവും പിന്നെ ഇരുമ്പ് പട്ട റോഡിലുരയുന്ന പരുഷ ശബ്ദവുമുണ്ട്.

കാളവണ്ടിയിൽ നിന്നിറങ്ങി ലക്ഷ്മണ മുമ്പോട്ട് പാഞ്ഞു. ഏറ്റവും മുമ്പിലുള്ള കാളവണ്ടിക്കാരനെ പിടിച്ചിറക്കി ഇതിന് കണക്ക് ചോദിക്കണം. നഷ്ടപരിഹാരവും വാങ്ങണം. കിതച്ചുകൊണ്ട് മുമ്പിലേക്ക് പാഞ്ഞെത്തിയപ്പോൾ ലക്ഷ്മണ കണ്ടത് വയസൻ ചെന്നമല്ലയ്യയെയാണ്. മൂപ്പർ സുഖസുന്ദരമായി നിദ്രയിലാണ്. ചിരപരിചിതമായ വഴി കന്നുകാലികൾക്ക് നിശ്ചയമാണ്. അവ സ്വയം അങ്കാളയിലെത്തിക്കൊള്ളും. ഉണ്ടായ പുകിലൊന്നും കിഴവൻ അറിഞ്ഞിട്ടില്ല. ലക്ഷ്മണയ്ക്ക് കലിയടക്കുവാൻ കഴിഞ്ഞില്ല. അപ്പോഴേക്കും കാളവണ്ടികൾ ഹൈവേയിൽനിന്ന് അങ്കാളയിലേക്ക് തിരിയുന്ന ഇടത്തെത്തിയിരുന്നു. ലക്ഷ്മണനൊരു സൂത്രം തോന്നി. അവൻ മുമ്പിലെ ചെന്നമല്ലയ്യയുടെ വണ്ടിയുടെ അരികെ ചെന്ന് കാളകളെ ഗുണ്ടിൽപേട്ട ഭാഗത്തേക്ക് തിരിച്ചുവിട്ടു. മുമ്പെ ഗമിക്കുന്നവന്റെ പുറകെ അടുത്തവണ്ടി. അതിനുപുറകെ അടുത്തത്. ഉറങ്ങുന്ന ക്ഷീണിത മധ്യവയസ്കർ അറിയാതെ പത്തിരുപത്തിയഞ്ചു കാളവണ്ടികൾ ദിക്ക് തെറ്റി ഗുണ്ടിൽപേട്ടയ്ക്ക് പോകുന്ന കാഴ്ച കണ്ട് ലക്ഷ്മണയ്ക്ക് പൊട്ടിച്ചിരി വന്നു. ലക്ഷ്മണയെ സംബന്ധിച്ചിടത്തോളം ആ കാഴ്ച അത്ഭുതവും സുന്ദരവുമായിരുന്നു.

ഗുണ്ടിൽപേട്ടയിലും ആ ശൃംഖല നിൽക്കുകയുണ്ടായില്ല. അവിടെ നിന്നു നേരെ ബന്ദിപ്പൂർ ലക്ഷ്യമാക്കി കാളവണ്ടിച്ചക്രങ്ങൾ ഉരുളുകയായിരുന്നു. ഇടയ്ക്കൊരു സ്ഥലത്ത് വനംവകുപ്പുകാർ സ്ഥാപിച്ച മുളവടി ചെക്ക് പോസ്റ്റിൽ ആദ്യത്തെ കാളവണ്ടിക്ക് നിൽക്കേണ്ടി വന്നു. ഏതോ ലോറി ചന്ദനം കയറ്റി വരുമെന്ന് അറിയിപ്പ് കിട്ടിയതിനെ തുടർന്ന് ഫോറസ്റ്റുകാർ റോഡിലൂടെ ഉരുണ്ടു പോകുന്ന സകല വാഹനങ്ങളും തപ്പുകയാണ്.

---

6. ചേരി

കാളവണ്ടി തടയപ്പെട്ടപ്പോൾ ചെന്നമല്ലയ്യ ഉണർന്നു. അതിനു പുറകിലെ വണ്ടിയിലുള്ളയാളും ഉണർന്നു. സർവരും പാതിമയക്കത്തിലും പാതി ഉണർച്ചയിലുമായിരുന്നു. സ്ഥലകാല ബോധം ഇല്ല. എന്നാൽ, ഒന്നുറപ്പുണ്ട്. അങ്കാള വഴിയെ വനംവകുപ്പിനു പരിശോധന സ്ഥലങ്ങളില്ല.

യൂണിഫോം ധരിച്ച ഗാർഡ് അരികെ വന്നു ചെന്നമല്ലയ്യയെ ചോദ്യം ചെയ്തു.

"എല്ലി ഹോഗതു?"[7]

"അങ്കാള സർ."

അങ്കാള.... ഗാർഡ് അത്ഭുതം നടിച്ചു. ഇത് അങ്കാളയ്ക്ക് പോകുന്ന വഴിയാണോയെന്ന് ഗാർഡ്. തങ്ങളുടെ ഗ്രാമത്തിലേക്ക് പോകുന്ന വഴി ഗാർഡിനാണോ തങ്ങൾക്കാണോ അറിയുന്നതെന്നായി ചെന്നമല്ലയ്യ. ഉറക്കത്തിലാണോ വണ്ടി തെളിക്കുന്നതെന്ന് ഗാർഡ്. ഗാർഡു ചൂടായി. എല്ലാ വണ്ടികളും ഓരത്തിടുവാനും നേരം പുലർന്നിട്ട് നിയമവിധേയമല്ലാത്ത വല്ലതും കയറ്റി പോകുന്നുണ്ടോയെന്ന് പരിശോധിച്ചു വിടാമെന്നുമായി ഗാർഡ്.

അപ്പോഴും ചെന്നമല്ലയ്യ പറയുന്നുണ്ടായിരുന്നു. "ഇത് ബന്ദിപ്പൂർ റോഡല്ല. അങ്കാളയിലേക്കുള്ള റോഡ് തന്നെയാണ്. എത്ര വർഷമായി സാറേ ഞാൻ കാളകളെ തെളിക്കുന്നു. അവറ്റകൾക്ക് തെറ്റില്ല, ചതിക്കില്ല."

അപ്പോഴേക്കും പുറകിലെ വണ്ടികളിൽനിന്ന് ആളുകൾ ഇറങ്ങിവന്നുകൊണ്ടിരുന്നു. രംഗം കണ്ടപ്പോൾ ഏവർക്കും സംഗതി മനസിലായി. വഴി തെറ്റിയിരിക്കുന്നു. നാം ഒരുപാട് മുമ്പോട്ട് വന്നിരിക്കുന്നു. ബന്ദിപ്പൂരിലേക്ക് ഇനിയും ശകലം ദൂരമേയുള്ളൂ. വഴി തെറ്റിവന്നിരിക്കുകയാണ്. എങ്ങനെ സംഭവിച്ചു.

തിരികെ മടങ്ങി. കള്ളി പൊളിച്ചത് ലോറി ഡ്രൈവർ തമിഴൻ വേൽമുരുഗനാണ്. വേൽമുരുഗൻ ബുധനാഴ്ച നടക്കുന്ന തൃക്കണാമ്പിചന്ത കഴിഞ്ഞു നഞ്ചൻകോട്ടേക്കുള്ള രണ്ട് കറവപ്പശുക്കളേയും ലോറിപ്പുറത്ത് കയറ്റി ഓടിച്ചുവരികയായിരുന്നു. അപ്പോഴാണ് ഹെഡ്‌ലൈറ്റിന്റെ പ്രകാശത്തിൽ ലക്ഷ്മണൻ കാളവണ്ടികളുടെ ഗതി തിരിച്ചുവിടുന്ന അത്ഭുത കാഴ്ച കാണുവാൻ കഴിഞ്ഞത്. വേൽമുരുഗൻ ചെന്നമല്ലയ്യയേയും ലക്ഷ്മണയേയും അറിയും. അയാൾ ഇടയ്ക്ക് അങ്കാളയിൽ പോകുന്ന പോലെ തന്നെ ചെന്നമല്ലീപുരത്തും പോകാറുണ്ട്. ചെന്നമല്ലീപുരത്ത് മഞ്ഞൾ കൊത്തുന്ന സമയത്താണ് വേൽമുരുഗൻ പ്രത്യക്ഷപ്പെടാറ്. അതിന് തിരുപ്പതിയിൽ വൻഡിമാന്റാണ്. മഞ്ഞൾകയറ്റുവാൻ വരുന്ന ലോറിഡ്രൈവർ വേൽമുരുഗനെ ചെന്നമല്ലീപുരത്തുകാർക്ക് നല്ല നിശ്ചയമാണ്. എന്നാൽ, ലക്ഷ്മണ എന്തെങ്കിലും വേലയൊപ്പിക്കുകയാണെന്ന് വേൽമുരുഗനറിയില്ലായിരുന്നു. കറവപ്പശുക്കളെയിറക്കി തൃക്കണാമ്പിയിലേക്ക് അടിച്ചു

7. എവിടെ പോകുന്നു

വിട്ടുവരുമ്പോൾ വേൽമുരുഗൻ കണ്ടകാഴ്ച അത്ഭുതകരമായിരുന്നു. അങ്കാളയിലെ കാളവണ്ടികളിൽ പത്തിരുപതെണ്ണം ബന്ദിപ്പൂർവഴി വരുന്നു. അവ ബേഗൂരെത്താനുമായി. മുരുഗൻ ലോറി നിർത്തി തലേന്നു രാത്രിയിൽ താൻ കണ്ട രംഗം അൽപ്പം പൊടിപ്പും തൊങ്ങലും ചേർത്ത് അവതരിപ്പിച്ചു.

“പിന്നെയെന്താണുണ്ടായതെന്ന് ഞാൻ പറയണോ.” ലക്ഷ്മണ തുടർന്നു ചോദിച്ചു.

“വേണ്ട ലക്ഷ്മണാ അതൊക്കെ ഊഹിക്കാനുള്ള കഴിവ് എനിക്കുണ്ട്.” ശിവണ്ണൻ പറഞ്ഞു. ആവണക്കിൻ വിത്തുകൾ മുതലിയാരുടെ ഗോഡൗണിൽ ഇറക്കി കാലിവരുന്ന ലക്ഷ്മണ ബേഗൂരിൽ തടയപ്പെട്ടു. അവിടെ പത്തിരുപത് കാളവണ്ടിക്കാർ കരിമ്പിൻ തണ്ടുകളുമായി ലക്ഷ്മണയെ വരവേൽക്കാൻ ഒരുങ്ങിനിൽക്കുകയാണ്.

“ചത്തുപോകേണ്ടതായിരുന്നു നഞ്ചുണ്ടാ....” ലക്ഷ്മണ ഓർത്തെടുക്കുകയായിരുന്നു. “തങ്കമ്മേടത്തി അവിടെ വന്നിറങ്ങിയത് എന്റെ ഭാഗ്യം.”

നേരം പുലർന്നുവരുന്നതേയുണ്ടായിരുന്നുള്ളു. മധ്യവയസിലെത്തിയിട്ടും തങ്കമ്മയ്ക്ക് താൻ ചെറുബാല്യത്തിൽ പയറ്റിത്തെളിഞ്ഞ വ്യവസായം നിർത്തുവാൻ മനസുണ്ടായിരുന്നില്ല. തങ്കമ്മയെ അറിയാത്തവരോ ഇനി പ്രാപിക്കാത്തവരോ അങ്കാളയിലോ ബേഗൂരോ കാണുവാൻ പ്രയാസമാണ്. തങ്കമ്മയ്ക്കറിയാത്ത സൂത്രങ്ങൾ കിടപ്പറയിലില്ലെന്നുപറയുന്നു. രാത്രിയിൽ ഹൈവേയിലാണ് അവൾ പ്രത്യക്ഷപ്പെടാറ്. അങ്ങനെ ഏതൊക്കെയോ ലോറികളിൽ കയറിമറിഞ്ഞു സവാരി നടത്തി ബേഗൂരിൽ പുലർച്ചെ പ്രത്യക്ഷപ്പെട്ടതായിരുന്നു തങ്കമ്മ. രാത്രിയിൽ ചൂടിയ മുല്ലപ്പൂക്കളൊക്കെ വാടിയിരിക്കുന്നു. പൗഡറിട്ടുമിനുക്കിയ മുഖത്ത് ചുളിവുകൾ വീണിരിക്കുന്നു. എന്നാൽ, കുട്ടിക്യൂറാ പൗഡറിന്റെ രൂക്ഷഗന്ധത്തിന് ഒട്ടും കുറവില്ല.

“ആരെടാ നായിനെ തല്ലുന്ന പോലെ മനുശനെ തല്ലുന്നത്...” തങ്കമ്മ കൈ വീശിയാണു വരുന്നത്. “നെങ്ങളൊക്കെ മനുശന്മാരാണോ.....”

എല്ലാ കരിമ്പിൻ തണ്ടുകളും താഴ്ന്നു. തങ്കമ്മയോട് വഴക്കിട്ട് ജയിക്കാനുള്ള ഉശിര് ആർക്കുമുണ്ടായിരുന്നില്ല. നാക്കിനും ശരീരത്തിനും ചില്ലറ കരുത്തുപോരാ തങ്കമ്മയോട് കളിക്കുവാൻ. എല്ലൊടിഞ്ഞു കിടക്കുന്ന ലക്ഷ്മണയാണെങ്കിൽ തങ്കമ്മയുടെ കാല് പിടിച്ചു വന്ദിക്കുവാനാണ് തോന്നിയത്. ഇഷ്ട ദൈവം ഇതാ പ്രത്യക്ഷപ്പെട്ടിരിക്കുന്നു.

“ഇതേതാ ചെക്കൻ....” തങ്കമ്മ ലക്ഷ്മണയുടെ കവിളിൽ തലോടി. താൻ ആകെ പുളകിതനായിപ്പോയെന്ന് ലക്ഷ്മണൻ പറയുന്നു. പിന്നെ വേഗം കാളകളെ ചാട്ടവാർ കൊണ്ടടിച്ചു തെളിച്ചു ചെന്നമല്ലീപുരത്തേക്ക് വിട്ടു.

കാളവണ്ടി മാതേവൻ മുതലാളിയുടെ മാളികപ്പുരയുടെ അടുത്തെത്താറായി. പക്ഷേ, ശിവണ്ണനും നഞ്ചുണ്ടനും ചിരിയടക്കുവാൻ കഴിഞ്ഞി

രുന്നില്ല. കുടൽ മറിയുന്നതുവരെ ഇരുവരും ചിരിച്ചുകൊണ്ടിരുന്നു. അവസാനം രണ്ടുപേരുടെയും കണ്ണുകളിൽനിന്നു വെള്ളം വരുവാൻ തുടങ്ങി.

അഞ്ച്

വിസ്തൃതമായ ചോളക്കണ്ടങ്ങൾ കടന്നു, അതിലും വിശാലമായ നീലാകാശത്തിനു ചുവടെ ഒറ്റപ്പെട്ടു കാണുന്ന മണിമാളിക. ഒന്നുറപ്പാണ്, വാസ്തുശാസ്ത്രം ഉരുക്കഴിച്ചു പഠിച്ച് ഏതോ ഒരു മേൽനോട്ടക്കാരന്റെ കണ്ണും കൈയും ആ മണിമാളിക നിർമാണത്തിന്റെ പുറകിലുണ്ടായിരുന്നു. പണ്ടേതോ കാലത്ത് ശ്രീരംഗപട്ടണം നഗരം മുസൽമാന്റെ പിടിയിലൊതുങ്ങിയെന്നു തോന്നിയ സമയത്ത് ഉള്ളത് പെറുക്കി വിറ്റേച്ചു പോന്നതായിരുന്നു മാതേവൻ മുതലാളിയുടെ പൂർവികൻ കൃഷ്ണസ്വാമി. മടിനിറയെ ജോർജ് ആറാമൻ രാജാവിന്റെ മുദ്ര പതിഞ്ഞ ബ്രിട്ടീഷ് രൂപയുള്ളതിനാൽ അങ്കാളയിൽ ഒരുപാട് നിലവും കരയും വാങ്ങുവാൻ കൃഷ്ണസ്വാമിക്ക് സാധിച്ചു. കരയുടെ ഏതാണ്ട് മധ്യഭാഗത്തായി തന്റെ പ്രൗഢിക്കൊത്ത മണിമാളികയുടെ കൂടിപണിയുവാനുള്ള കഷ്ടി സമയമേ ദൈവം അദ്ദേഹത്തിനനുവദിച്ചുള്ളൂ. സന്നിവാതജ്വരം എന്ന മരുന്നില്ലാ രോഗമായിരുന്നു കൃഷ്ണസ്വാമിയെ മരണത്തിലേക്ക് കൈപിടിച്ചത്.

അന്ത്യ നിമിഷങ്ങൾക്ക് തൊട്ടുമുമ്പെ കൃഷ്ണസ്വാമി തന്റെ മകന് ചില സദുപദേശങ്ങൾ നൽകി. അപൂർവങ്ങളിൽ അപൂർവമായി ലഭിക്കുന്ന ഈ മനുഷ്യജീവിതം വെറുതെ കളയരുത്. ശരീരംകൊണ്ട് എന്തെങ്കിലും അധ്വാനിച്ചോ മനഃപ്രയാസങ്ങളുണ്ടാക്കുന്ന വ്യാപാരങ്ങളിലേർപ്പെട്ടോ തുലയ്ക്കാനുള്ള നരജന്മം. ക്ലേശങ്ങളില്ലാതെ ജീവിക്കുവാനുള്ള നല്ലൊരു മാർഗം നമുക്ക് തുറന്നു കിട്ടിയിരിക്കുന്നു. അതാണു മകനെ, പലിശവ്യാപാരം. മുത്താറിക്കണ്ടങ്ങളിലും കരിമ്പിൻ തോട്ടങ്ങളിലും ചോളവയലുകളിലുമെല്ലാം പണിയെടുക്കുന്ന മനുഷ്യപ്പുഴുക്കൾക്ക് ദ്രവ്യം അത്യാവശ്യമാണ്. അവർ ബസുമതിയുടെ ഏറ്റവും മുന്തിയ നെൽവിത്തുകൾ ഉൽപ്പാദിപ്പിക്കും. ചുവന്നതും പച്ചയുമായ മുളക് കൂമ്പാരമായി കൂട്ടിയിടും. മൂത്തുതുടുത്ത തക്കാളിപ്പഴങ്ങൾ ആധിക്യംകാരണം കെട്ടുചീയും. പക്ഷേ, അമ്പത് രൂപ ആവശ്യം വന്നാൽ കൈയിൽ കാണില്ല. അവിടെയാണ് നമ്മുടെ വിജയം. അമ്പത് രൂപ ആ വിയർപ്പ് നാറിക്ക് കൊടുത്തിട്ട് അടുത്തയാഴ്ച അഞ്ച് രൂപ പലിശ വാങ്ങണം. അതിനടുത്തയാഴ്ച വീണ്ടും അഞ്ച് രൂപ. ശ്രദ്ധിക്കേണ്ട കാര്യം ഏത് കാലവും അമ്പത് രൂപ അവന്റെ കൈയിൽത്തന്നെ നിലനിർത്തണം എന്നതാണ്.

പൂർവികൻ കൃഷ്ണസ്വാമി മറ്റൊരു മഹാകാര്യം കൂടെ തന്റെ മകനുവേണ്ടി അങ്കാളയിൽ ചെയ്തുവെച്ചിരുന്നു. അവ്യവസ്ഥാപിത വന നിയമങ്ങളുള്ള കാലമായതിനാൽ സർക്കാർ കാടുകളിലേക്ക് ചെന്നു കൂറ്റൻ കരിവീട്ടി മുറിച്ചുകൊണ്ടുവന്ന് മാളികയുടെ തൂണു കൊടുത്തു. മോന്താ

യവും കഴുക്കോലും പട്ടികയുമൊക്കെ കൂറ്റൻ തേക്ക് മരങ്ങൾകൊണ്ടും മൂത്ത് നരച്ച പ്ലാവിൻ തടികൾകൊണ്ടും തീർപ്പിച്ചു. ഏഴ് വിരൽ ഘന ത്തിൽ ജനലും പതിനാലര വിരൽ ഘനത്തിൽ വാതിൽ കട്ടിളകളും തീർത്തു തച്ചന്മാരുടെ കൈകൾ കുഴഞ്ഞു. തനിപിച്ചളക്കൂട്ടിന്റെ കൂറ്റൻ വിജാഗിരികൾക്ക് മേടി മേടി പെരിങ്കൊല്ലന്മാരുടെ ആലയിലെ പണിക്കാ രുടെ ഉള്ളംകൈ പഴുത്തു വീർത്തു. ഇഷ്ടിക ചൂളയിൽ രാവും പകലും ജ്വാലകളടങ്ങാതെ നെരിപ്പോടുകൾ തിളങ്ങി നിന്നു. മാളികയിലെ കോലാ യിൽ വിരിക്കുവാൻവേണ്ട ചുടുകട്ടകൾക്കുള്ള ചളി കലരാത്ത ചെമ്പൻ മണ്ണു തേടി ഇഷ്ടിക മുതലാളിമാർ ഭദ്രാവതി വരെ തേടിച്ചെന്നു. കാളവ ണ്ടിച്ചക്രങ്ങൾ ഉരുണ്ടുരുണ്ടു ബേഗൂരിൽനിന്ന് അങ്കാളയിലേക്ക് പോകുന്ന പാതയിൽ വൻകുഴികൾ രൂപം കൊണ്ടു. ആ കുഴികളെ ആഷാഢമാസ ത്തിൽ തോരാതെ പെയ്യുന്ന വൻമഴയൊഴുക്കിക്കൊണ്ടുവരുന്ന മൺതി ണ്ടകൾ അടച്ചുകൊണ്ടിരുന്നു. നെറ്റിയിൽ മുഴുവൻ ഭസ്മം പൂശിയ പിന്നീട് മാറത്ത് പൂണൂൽ ചുറ്റിയ പുരോഹിതവൃന്ദം ഗൃഹനിർമാണ ത്തിന്റെ ഇഞ്ചോടിഞ്ചു പുരോഗതിയിലും ഓരോ വിനാഴികയിലും ഈശ്വ രന്റെ അപ്രീതിക്ക് പാത്രമായതെന്തെങ്കിലും പൊരുൾ വന്നെത്തിപ്പെടു ന്നുണ്ടോയെന്നു നോക്കുവാൻ ജാഗരൂകരായി നിലകൊണ്ടു. അവർ വേദ ങ്ങൾ മറിച്ചുനോക്കി മനനം ചെയ്തു. വേദോച്ചാരണങ്ങളാലും മന്ത്രാ ക്ഷരങ്ങളാലും മാളികയുടെ ചുറ്റുപാടുകൾ മുഖരിതമായി. ഈശ്വര നെയോ ദൈവജ്ഞന്മാരെയോ അവഗണിച്ചുകൊണ്ട് ദ്രവ്യം സമ്പാദിക്കു ന്നതല്ലെന്നും രമ്യഹർമ്യം പടുത്തുയർത്തുന്നതല്ലെന്നും കൃഷ്ണസ്വാമി എന്നേ ദൃഢപ്രതിജ്ഞയെടുത്തതാണ്.

മാളിക പൂർത്തിയായ നേരത്തും വീണ്ടും കാട്ടിലേക്കുതന്നെ പോകേ ണ്ടിവന്നു കൃഷ്ണസ്വാമിക്ക്. രണ്ടാം നിലയുടെ മുൻവശത്തും വിശാല മായ കോലായയുടെ ഇരുഭാഗത്തും കാണപ്പെടുന്ന കാട്ടിയുടെയും പുള്ളി മാനിന്റെയും കൊമ്പുകൾ ഘടിപ്പിച്ച തലകൾ അങ്ങനെയാണുണ്ടായത്. വിശാലമായ ബടാപ്പുറത്ത് രണ്ട് കൃഷ്ണമാനിന്റെ കൊമ്പുകൾ, – അവ അത്യപൂർവമായ ചെങ്കുറുഞ്ഞി വൃക്ഷത്തടിയിൽ തീർത്തതാണ്. നടു വിലെ മുറിയെ വേർതിരിക്കുന്ന വീതിയുള്ള ഹാളിൽ വലിയ അലങ്കാര ക്കണ്ണാടിക്ക് മുകളിൽ രണ്ട് കൂറ്റൻ ആനക്കൊമ്പുകൾ, മഞ്ഞക്കടമ്പ് മരം കൊണ്ട് തീർത്ത സിംഹാസന സമാനമായ ഇരിപ്പിടം, അതിന്റെ രണ്ട റ്റത്ത് കാവൽ ഇരിക്കുന്നതുപോലെ കാണപ്പെടുന്ന വ്യാഘ്രങ്ങൾ, വ്യാഘ്ര ങ്ങളെ പൊതിഞ്ഞു നിൽക്കുന്ന സാക്ഷാൽ മൈസൂർ കടുവയുടെ വര യൻ തോൽ എന്നിങ്ങനെ ഒട്ടേറെ മായാകാഴ്ചകൾ വലിയ മുതലാളി യുടെ മേടയുടെ പ്രതാപം പറഞ്ഞുകൊണ്ടേയിരിക്കുന്നു.

ഒരേയൊരു എണ്ണച്ഛായാചിത്രം വലിയ കോലായുടെ നടുവിൽ ചില്ലിട്ട് സൂക്ഷിച്ചിരിക്കുന്നു. ഇരുളിലും വെളിച്ചത്തിലും തീർത്ത മഹോന്നതമായ ആ ചിത്രരൂപത്തിനു നൂറ്റാണ്ടുകളുടെ പഴക്കമുണ്ട്. കൈവേലകൊണ്ട് അത് വരച്ചു തീർത്ത ചിത്രകാരന്റെ സർഗ ഭാവനയും മാതേവൻ മുത

ലാളിയുടെ പൂർവികരിലാരോ ഒന്നിന്റെ വ്യക്തി പ്രഭാവവും ചുമരിൽ നിന്ന് ആ നിശ്ചല ദൃശ്യം വിളിച്ചു പറയുന്നു. അരികെ സദാ സമയവും ഏഴ് തിരിയിട്ട് കത്തുന്ന നിലവിളക്കിനോ എരിഞ്ഞു തീരുന്ന ചന്ദനത്തിരികൾക്കോ ആ ചിത്രത്തിനു മങ്ങലേൽപ്പിക്കുവാൻ കഴിഞ്ഞിട്ടില്ല. തലമുറകളിലൂടെ പറഞ്ഞുകേട്ട ഒരു കഥയുണ്ട്. കീർത്തി നേടിയതും പിന്നീട് ബ്രിട്ടീഷ് മ്യൂസിയത്തിൽ വരെ സ്ഥലം പിടിച്ചതുമായ ഒരു ചിത്രം – ശ്രീരംഗപട്ടണത്തിലെ ടിപ്പു രാജകുമാരൻ മൈസൂർ കടുവയുടെ വായ പിച്ചിച്ചീന്തുന്ന ദൃശ്യം – അത് വരഞ്ഞ കൈകൾ തന്നെയായിരുന്നുവത്രെ അങ്കാളയിലെ മണിമാളികയലങ്കരിക്കുവാൻ വേണ്ട ചിത്രം തീർത്തുകൊടുത്തതും.

പടിവാതിലിനപ്പുറത്ത് കാളവണ്ടിയുപേക്ഷിച്ചു ശിവണ്ണനും നഞ്ചുണ്ടനും ഇറങ്ങി. അപ്പുറത്തേക്ക് പാളിനോക്കിയാൽ രണ്ടു മൂന്ന് കാളവണ്ടികളും എതോ ഒരു പഴയ ജീപ്പും നിർത്തിയിട്ടത് കാണാം. അതിനുമപ്പുറത്ത് ഒരു രാജ്ദൂത് മോട്ടോർ സൈക്കിൾ. ഓടുമേഞ്ഞ വലിയ ഷെഡ്ഡിൽ മാതേവൻ മുതലാളിയുടെ വെളുത്ത അംബാസഡർ കാർ നിർത്തിയിട്ടിരിക്കുന്നു. മുൻവശത്തും പിൻവശത്തും ഘടിപ്പിച്ച അലങ്കാര വിളക്കുകൾ, പിടിയിലും ബംബറിലും അരിക് റാഡിലുമൊക്കെ കാണുന്ന സുവർണത്തിളക്കം, ചക്രങ്ങളുടെ ഇടയിൽ കാണുന്ന വെള്ളി ലോഹത്തിനെ വെല്ലുന്ന അലോയ് വീലുകൾ, ബോണറ്റിനു നടുവിൽ സ്ഥാപിച്ച കുതിക്കുവാൻ തയാറായി നിൽക്കുന്ന ഇരട്ടക്കുതിരകളുടെ എടുപ്പ്, ഇവയൊക്കെ എന്നേ നാടുനീങ്ങിയ മൈസൂർ രാജവംശത്തിലെ യുവരാജാവ് ഉപയോഗിച്ചിരുന്നതാകാം എന്നു വിളിച്ചുപറയുന്നു.

" ലക്ഷ്മണാ നീയൊരു ബീഡി വലിച്ചു തീരുമ്പോളേക്കും ഞങ്ങളെത്തും. എവിടേം പോയി മേലോട്ട് നോക്കി നിക്കണ്ടട്ടോ " നഞ്ചുണ്ടൻ കൽപ്പന കൊടുത്തു.

പടിവാതിൽവഴി ഇറങ്ങി വരുന്നത് മുറ്റത്തേക്കാണ്. കോലായിലോ മുറ്റത്തോ ഒരുത്തനുമില്ല. നടുവിലെ തുളസിത്തറയ്ക്കരികെ തലേന്നു വൈകുന്നേരത്താരോ നനച്ചു മറന്നുവെച്ച ഓട്ടുകിണ്ടിയുണ്ട്. മുറ്റം അഴകാർന്ന പത്തുമണി വെയിലിൽ കുളിച്ചു കിടക്കുന്നു. എന്നാൽ, അരികെയെവിടെ നിന്നോ ഒട്ടേറെ പുരുഷ ശബ്ദങ്ങൾ കേൾക്കാം. അത് വളരെ ഉയർന്ന ശബ്ദമല്ല എന്നാൽ തീരെ പതിഞ്ഞതുമല്ല.

"മാളിക മോളീന്നാ കശപിശ" പതുക്കെ പറഞ്ഞു, "എന്താന്നറിയോ അവിടെയാ മൊതലാളിന്റെ മറ്റേ ബിസിനസ്. എല്ലാ ഏടാ കൂടവും അവിടെയാ."

"എന്ത് ബിസിനസാ നഞ്ചുണ്ടാ അവിടെ" ശിവണ്ണൻ പതുക്കെ ചോദിച്ചു.

"അതോ വണ്ടീന്റെ ആർ സി ബുക്ക് വാങ്ങി പലിശയ്ക്ക് കൊടുക്കുന്ന ഏർപ്പാട് ഇല്ലേ, അത്തന്നെ. നൂറ്റക്ക് പത്താണെന്നാ കേൾക്കുന്നത്. അറിയോ വിഷയം, ഇവിടെ താഴെന്ന് അതൊന്നും സമ്മതിക്കു

ലാ.”

“ആര് സമ്മതിക്കൂലാന്ന്. ഇവിടെ മൊതലാളിന്റെ മുകളില് ആരാ നഞ്ചുണ്ടാ ഉള്ളത്.”

“അതോ, മൊതലാളിന്റെ മകള് തന്നെ. ഒരു കാന്താരി മുളകാ സാധനം. അവളെ മുമ്പില് മൊതലാളിന്റെ തൊള്ള തൊറക്കൂല....”

അപ്പോൾ ആരൊക്കെയോ തടിയൻ മരക്കോവണികൾ ഇറങ്ങി വരുന്ന ശബ്ദം കേട്ടു. ഓരോ പടിയിറങ്ങുമ്പോഴും പഴയ കോവണിപ്പടികൾ ടപ്പ് – ടപ്പ് ശബ്ദമുണ്ടാക്കിക്കൊണ്ടിരുന്നു. കോലായിലേക്ക് ഇറങ്ങി വരുന്നതുപോലെത്തന്നെ പലരും കോലായിൽനിന്ന് മുകളിലേക്ക് കയറി പോകുന്നതും കാണാം. ഇടയ്ക്കൊക്കെ പടിക്ക് പുറത്ത് നിർത്തിയ രാജ്ദൂത് – ജാവ വണ്ടികൾ സ്റ്റാർട്ട് ചെയ്തുപോകുന്നു, പുതിയവ വന്നു ചേരുന്നു.

അൽപ്പനേരം കൂടെ കാഴ്ചകൾ കണ്ടു നഞ്ചുണ്ടനും ശിവണ്ണനും അവിടെത്തന്നെ നിന്നു. സന്ദർശകർക്ക് വിവരമറിയിക്കുവാൻ സ്ഥാപിച്ച പഴയ ഒരാനക്കുട മണിയിൽ പിടിച്ചു നഞ്ചുണ്ടൻ മെല്ലെയൊന്നു വലിച്ചു. ‘ണാം’ ശബ്ദത്തിന്റെ ഹുങ്കാരം മാറ്റൊലിയായി അവിടെ മുഴങ്ങി.

അകത്തുനിന്നും ആരോ മുരടനക്കി വരുന്നുണ്ട്. ഒരു കാൽ മുമ്പോട്ട് വെച്ചു പുറകിലെ കാലിനെ ആയാസപ്പെടുത്തി മുമ്പോട്ട് വെച്ചാണ് നടത്തം. പൂമുഖത്ത് തുറന്നിട്ട അര വാതിലിനുതാഴെ നിന്നു നോക്കിയാൽ വരുന്നയാളുടെ മുഖവും നെഞ്ചുമൊന്നും കാണുവാൻ കഴിയില്ല. അരയ്ക്ക് താഴെ മാത്രം കാണാം. സിൽക്ക് മുണ്ടിന്നു താഴെ ഞൊറിവെച്ച സ്വർണക്കസവ് ഇളകിവരുന്നത് അപൂർവ ശോഭ ജനിപ്പിക്കുന്നു. വഞ്ചിയുടെ അരികുപോലെ മുമ്പോട്ട് വളഞ്ഞ തുകൽച്ചെരിപ്പ് ഓരോ കാൽവെപ്പിലും കരഞ്ഞുകൊണ്ടിരിക്കുന്നു.

ഇപ്പോൾ അര വാതിൽ മെല്ലെ തുറന്നു. വലിയ മുതലാളിയെ അടുത്തുകാണാം. മൺമറഞ്ഞ ചിത്രകാരൻ വരഞ്ഞുവെച്ചതിന്റെ തനിപ്പകർപ്പ്. ഇത്തിരിക്കൂടി ഗാംഭീര്യവും ഓജസും കൂടിയില്ലേയെന്നു സംശയം. സിംഹമാസ[1]ത്തിൽ വിളഞ്ഞു നിൽക്കുന്ന വെള്ളരിയുടെ നിറം. സിൽക്കിന്റെ ജുബാ തന്നെയാണ് ധരിച്ചത്. അതിന്റെ മുകൾഭാഗം തുറന്നിട്ടിരിക്കുന്നു. സമൃദ്ധമായ വെളുത്ത രോമങ്ങൾ ജുബായുടെ സ്വർണക്കുടുക്കുകൾക്കിടയിൽ നിന്നു പുറത്തേക്ക് ധൃതിവെച്ചുകൊണ്ടിരിക്കുന്നു. ഭസ്മലേപനം നെറ്റിയെ മുഴുവനായും അപഹരിച്ചിട്ടുണ്ട്.

“വന്നതാരാണ്?”

“ഞാനാണു മൊതലാളി. നഞ്ചുണ്ടൻ.” ശിവണ്ണനും നഞ്ചുണ്ടനും കൂടി തൊഴുതു. പിന്നെ നഞ്ചുണ്ടൻ ശബ്ദമുയർത്താതെ പറഞ്ഞു. “ഞാൻ പറഞ്ഞീർന്നല്ലോ മൊതലാളീ നമ്മളെ കൃഷി സ്ഥലം ഒരാൾക്ക് പാട്ടത്തിന്ന് വേണോംന്ന്. അയാളെയും കൂട്ടിമ്പന്നതാ.....”

---

1. ചിങ്ങം

"അത് ശരി........... അത് ശരി......." മാതേവൻ മുതലാളി മുമ്പോട്ട് നടന്നുവന്നു. തന്റെ കസേരക്കരികിലേക്ക് വന്നു പിന്നെയതിലേക്ക് വീഴുകയായിരുന്നു. എല്ലാവരോടുമായി പറഞ്ഞു, " ഇരിക്കി.... ഇരിക്കി." സ്വൽപ്പമകലെയൊരു കരിങ്കല്ലിൽ തീർത്ത ബെഞ്ചുണ്ടായിരുന്നു. അതൊരു പക്ഷേ, സമന്മാരല്ലാത്തവർ വന്നാൽ ഇരിക്കാനാകും. നഞ്ചുണ്ടനും ശിവണ്ണനും അതിൽപോയി ഇരുന്നു.

"മൊതലാളി.." നഞ്ചുണ്ടൻ വിഷയത്തിലേക്ക് കടന്നു. "ഇയാള് ഞങ്ങളെ നാട്ടുകാരനാണ്. എത്ത്റയോ കൊല്ലം ബാംഗ്ളൂരില് സിമന്റ് കമ്പനീല് വാച്ചുമാന്റെ പണി നോക്കി. ഇപ്പൊ ഒരാഗ്രഹം കൊറെ കൃഷി ചെയ്യണോന്ന്. ഞാൻ പറഞ്ഞതാ ഭൂമി പാട്ടത്തിന്നെടുക്കാണെങ്കില് അത് മാതേവൻ മൊതലാളീന്റെ ഭൂമി എടുത്താ മതീന്ന്....."

മാതേവൻ അതൊന്നും ശ്രദ്ധിച്ചതായി തോന്നിയില്ല. അദ്ദേഹം എന്തോ കാരണത്താൽ അസ്വസ്ഥനാവുകയായിരുന്നു. അകത്തേക്ക് നോക്കി വിളിച്ചു: " സുഭദ്രേ മോളിങ്ങോട്ടൊന്നുവന്നേ. "

അകങ്ങളിൽ നിന്നെവിടെയോ നിന്നൊരാൾ പുറത്തേക്ക് വരാനുണ്ടെന്ന് ശിവണ്ണനും നഞ്ചുണ്ടനും മനസിലാക്കി. അത് മകളായിരിക്കും. പേര് സുഭദ്രയെന്നല്ലയോ പറഞ്ഞത്. അപ്പോഴേക്കും ഒരാൾ കടന്നുവരികയായി. അരിമില്ലുകളുടെ നാടായ ഹാസനിൽ നിന്നുവരുന്ന മട്ടയരിയുടെ രക്തവർണമാണല്ലോ ഈ പെൺകുട്ടിക്കെന്നു ചിന്തിച്ചത് നഞ്ചുണ്ടനായിരുന്നു. സമൃദ്ധമായ തലമുടിയിവൾ അഴിച്ചിട്ടിരിക്കുകയാണല്ലോയെന്നായിരുന്നു ശിവണ്ണൻ ചിന്തിച്ചത്. ഇത്തരം പെൺകുട്ടികളുടെ തലമുടി പകുതി മുറിച്ച് ആൺകുട്ടികളുടെ പോലെ ചെയ്തുവെക്കുന്നത് ശിവണ്ണൻ എത്രയോ കണ്ടതാണ് ബാംഗ്ളൂരിൽ. വേഷവും പ്രകൃതവുമൊന്നും ശിവാചാര[2]ക്കാരുടേത് പോലെയല്ല. പരിഷ്കൃതയാണ്. എന്നാൽ, ശുദ്ധ ഗ്രാമീണതയുടെ ചാരുതയവൾ കളഞ്ഞിട്ടുമില്ല.

"സുഭീ" മാതേവൻ മുതലാളി മൃദുവായി വിളിച്ചു, "നമ്മുടെ ചെന്നമല്ലീപുരത്തെ ആധാരക്കടലാസ്സ് ഒക്കെ ഇങ്ങോട്ടെടുത്തോളൂ. നമ്മൾക്കത് വെറുതെ വെച്ചിട്ടെന്ത് കാര്യം. ആർക്കെങ്കിലും പാട്ടത്തിന്ന് കൊടുക്കാലോ."

മാതേവൻ മുതലാളി എഴുന്നേറ്റു. അരികെ ഒരു കോളാമ്പി വെച്ചിട്ടുണ്ടായിരുന്നു. അതിൽ നിറയെ താംബൂലത്തിന്റെ ചുവന്ന നിറത്തുപ്പൽ കാണാം. എവിടെ നിന്നോ ഒരു ദുർഗ്ഗന്ധം വരുന്നല്ലോയെന്ന് ശിവണ്ണൻ നിനച്ചിരുന്നത് ഇതായിരുന്നു.

---

2. ചെന്നമല്ലീപുരത്തെ ഗ്രാമീണർ ഏറിയ കൂറും വീരശൈവർ വിഭാഗത്തിൽപ്പെടുന്നു. 800 വർഷങ്ങൾക്ക് മുമ്പ് ജീവിച്ച ബസവേശ്വരൻ അരുളിയതും പ്രവർത്തിച്ചതുമാണ് വീരശൈവമതത്തിന്റെ കാതൽ. ബസവേശ്വരൻ തത്വചിന്തകനും മന്ത്രിയും കവിയും സാമൂഹ്യപരിഷ്കർത്താവുമൊക്കെയായിരുന്നു. 1167-ൽ തന്റെ 36-ാമത്തെ വയസിൽ മരണപ്പെട്ടു. ശിവാചാരക്കാർ ശിവനെയാണ് ആരാധിക്കുന്നത്. ശിവലിഗം പൂണൂലിൽ ധരിക്കും.

"നഞ്ചുണ്ടാ..." മാതേവൻ മുതലാളി വീണ്ടും തന്റെ കസേരയിൽ ചെന്നുവീണു. "നെനക്കൊന്നു കേൾക്കണോ നഞ്ചുണ്ടാ. എനിക്ക് അധ്വാനിച്ചു തിന്നുന്നവരോട് ഭയങ്കര ഇഷ്ടാണെന്ന് കൂട്ടിക്കോ. വെറുതെയിരുന്നാല് ഏത് പത്തായമാണ് നിറയുക, ഏത് വാലിയക്കാരികളാണ് ചേറിപ്പെറുക്കുക..."

നഞ്ചുണ്ടൻ ശിവണ്ണനെ നോക്കി. അതിനൊരു അർഥമുണ്ടായിരുന്നു. "ശ്രദ്ധിച്ചോളൂ ശിവേട്ടാ, ഈ മുതലാളി സാധാരണക്കാരനല്ലെന്നു ഞാൻ പറഞ്ഞില്ലേ. മഹാമനസ്കനാണ്. അതല്ലേ ശിവേട്ടനെ ഞാനിങ്ങോട്ട് തന്നെ കൂട്ടികൊണ്ടുവന്നത്."

വീണ്ടും ഒരു എഴുന്നേൽക്കലും തുപ്പൽകോളാമ്പി നിറയ്ക്കലുമെല്ലാം കഴിഞ്ഞു മാതേവൻ മുതലാളി തന്റെ കാര്യത്തിലേക്ക് കടന്നു. "പിന്നെ പാട്ടം എത്ത്റയാണെന്നു ചോദിച്ചാല് പതിനഞ്ചായിരം ഉറുപ്പികയാണ് ഏക്കറിന്നു ഞാൻ വാങ്ങുന്നത്. ഇത് പിന്നെ നഞ്ചുണ്ടന്റെ സ്വന്തം ആളാണെന്ന് പറഞ്ഞതുകൊണ്ട് പന്ത്രണ്ടായിരത്തി അഞ്ഞൂറില് പത്ത് പൈസ കൊറക്കൂല. മനസിലായോ."

നഞ്ചുണ്ടൻ കൽബെഞ്ചിൽ നിന്നെഴുന്നേറ്റു. പിന്നെ മുകുളിതഹസ്തനായി കേണു: "ഇല്ല മൊതലാളി ഞാൻ പന്ത്രണ്ടായിരം ഉറുപ്പികേന്നു അധികമൊന്നും വാങ്ങിത്തരൂല്ല. ആ പൈസക്ക് മൊതലാളി ഇയാൾക്ക് കൊടുക്കണം. ഇത് ഞാൻ പറഞ്ഞില്ലേ പുറമെ ആളല്ലാന്ന്. ശിവേട്ടൻ എനിക്കൊരു ഏട്ടനെ പോലെയാ."

മാതേവൻ മുതലാളി ദൂരേക്കെവിടെയോ നോക്കി നിന്നു. ശിവണ്ണൻ ആ മുഖം ശ്രദ്ധിക്കുകയായിരുന്നു. അദ്ദേഹത്തിന്നു കനിവുണ്ടായാൽ സംഖ്യ കുറഞ്ഞു കിട്ടും. മഹാമനസ്കനാണെന്നാണല്ലോ കേട്ടത്.

"ശരി നഞ്ചുണ്ടാ....." മാതേവൻ മുതലാളി എഴുന്നേറ്റു. നിങ്ങള് ദൂരത്ത് നിന്നു വന്നിട്ട്. അതും രാവിലെത്തന്നെ ഒരു കാര്യം പറഞ്ഞാല് ഞാൻ കേൾക്കണ്ടേ. കേൾക്കണമല്ലോ അതല്ലേ ന്യായം."

"എല്ലാം മുതലാളീന്റെ ഇഷ്ടം... " നഞ്ചുണ്ടൻ വീണ്ടും തൊഴുതു. മാതേവൻ മുതലാളി വീണ്ടും പറഞ്ഞു വന്നു. സാധാരണയായി ഞാനൊരു വില പറഞ്ഞാല് മാറ്റം ഉണ്ടാവാറില്ല. എന്നാല് ഇത് ഇങ്ങനെയാകട്ടെ. അത് പോകട്ടെ. രൂപ കൊണ്ടു വന്നിട്ടുണ്ടോ?

" ഉണ്ടേ" നഞ്ചുണ്ടൻ പറഞ്ഞു. "ശിവേട്ടാ ആ പൈസ അങ്ങോട്ട് കൊടുത്തേക്കി. മൊതലാളി എണ്ണിക്കോട്ടെ."

മാതേവൻ മുതലാളി വീണ്ടും ഇടപെട്ടു. "എത്ര ഏക്കറയാ നിങ്ങൾക്ക് വേണ്ടത്. എത്ര വേണമെങ്കിലും തരാനുണ്ട്. അതാണ് ഞാൻ ആദ്യം പറഞ്ഞത്."

" രണ്ടര ഏക്കറ് മതി മൊതലാളി " ശിവണ്ണൻ പറഞ്ഞു.

" മതി... അത് മതി. എന്താണ് വെച്ചാല് തൊടക്കം ആണല്ലോ. വരുന്ന ആണ്ടില് നിങ്ങള് തന്നെ എന്റെയടുത്ത് വന്നിട്ട് അഞ്ചേക്കർ വേണോംന്ന് പറയും. അതാണ് എന്റെ കൈപുണ്യം. പറഞ്ഞു കൊട്ക്ക് നഞ്ചുണ്ടാ...."

നഞ്ചുണ്ടൻ സ്വൽപ്പം കൂടെ മുമ്പോട്ട് നീങ്ങിക്കൊണ്ട് പറഞ്ഞു: "അതൊക്കെ ഞാൻ ചൊല്ലിക്കൊട്ത്തിട്ടണ്ട് മൊതലാളി. ഈ പൈസ അങ്ങോട് വാങ്ങിക്കോളീ....."

അമ്പതിനായിരം രൂപയുടെ ഒരു കെട്ട് മാതേവൻ മുതലാളിയുടെ കൈയിലേക്ക് ശിവണ്ണൻ വെച്ചുകൊടുത്തു. സ്റ്റേറ്റ് ബാങ്ക് ഓഫ് ഇന്ത്യ മാണ്ഡ്യ ബ്രാഞ്ചിന്റെ സീൽ പതിച്ചതാണ്. അത് വായിച്ചശേഷം മാതേവൻ മുതലാളി അതേ കെട്ട് പൊട്ടിച്ച് അതിൽനിന്ന് മുപ്പതിനായിരം ഉറുപ്പിക എണ്ണിയെടുത്തു ബാക്കി ശിവണ്ണന്റെ കൈയിൽത്തന്നെ കൊടുത്തു.

"സുഭീ... മോളെവിടെ പോയാവോ...." മുതലാളി വീണ്ടും മകളെ വിളിച്ചു. സുഭദ്ര വന്നു. അവളുടെ കൈയിൽ ആധാരത്തിന്റെ പകർപ്പുകളുണ്ട്. അതവൾ അച്ഛന്റെ കൈയിൽ ഏൽപ്പിച്ചു. പിന്നെയെന്തോ പറയുവാൻ ഭാവിച്ചു.

"അച്ഛാ, ഇതിലെന്തോ ഒരു കുഴപ്പം ഉണ്ടെന്ന് അന്ന് ഫോറസ്റ്റ്കാര് പറഞ്ഞിരുന്നു. ഉവ്വോ."

"ശൊ നീയെന്താ മോളെ ഈ പറയുന്നത്."

"അതല്ലച്ഛാ കുമാർ ഫോറസ്റ്റർ ഇവിടെ വന്നിട്ട് അച്ഛനോട് എന്തോ ഒരു നിയമ പ്രശ്നം....."

"കുമാർ ഇവിടെ വന്നത് രണ്ടായിരം രൂപ കടം വാങ്ങുവാനല്ലേ. ശമ്പളം കിട്ടീറ്റ് തരാമെന്ന് പറഞ്ഞിട്ട്...."

മുതലാളി അകത്തേക്ക് പോകാനുള്ള പുറപ്പാടിലായിരുന്നു.

"നഞ്ചുണ്ടാ നീയീ പകർപ്പ് കൊണ്ടുപോയി മുകളിലെ കോണി കേറീട്ട് കൊണ്ടു കൊടുക്ക്. അവിടെ റൈറ്റർമാര് ഉണ്ടാകും. അവര് എഗ്രിമെന്റ് എഴുതിത്തരും. താഴെ വന്നാല് ഞാൻ ഒപ്പിട്ടു തരാം."

വാതിൽക്കരികെ എന്തോ ഓർത്തു നിന്നിരുന്നു സുഭദ്ര. വലത് കൈ കട്ടിളപ്പടിമേൽവച്ചുകൊണ്ടവൾ വീണ്ടും അച്ഛനോട് എന്തോ ഓർത്തു പറയുവാൻ ഭാവിച്ചു. പക്ഷേ, വാക്കുകൾ പുറത്തേക്ക് വന്നില്ല. വിദൂരതയിൽ കാണുന്ന കൃഷിപ്പാടങ്ങളിൽ മൺകട്ട ഉടയ്ക്കുന്ന പണിക്കാരെ നോക്കി അവൾ അൽപ്പം കൂടെ അവിടെ നിന്നു. അച്ഛനോട് ഭൂമി പാട്ടത്തിനെടുക്കുവാൻ വന്ന ഗ്രാമീണരെയവൾ ഒന്നുകൂടെ ശ്രദ്ധിച്ചു. അപ്പോൾ അകത്ത് നിന്നൊരു വിളി കേട്ടു: "മകളേ സുഭീ...."

വരുന്നച്ഛാ, സുഭദ്ര അകത്തേക്ക് കയറി. അകവാതിൽ അടഞ്ഞു. ഉന്മിഷത്തായ ആ പെൺകുട്ടിയുടെ കണ്ണുകളിലെവിടെയോ ശോകത്തിന്റെ ധൂസരവർണങ്ങൾ നിറഞ്ഞു നിന്നിരുന്നു.

* * * * *

മടക്കയാത്ര സാവധാനത്തിലായിരുന്നു. ശിവണ്ണൻ എന്തെങ്കിലും ചെലവ് ചെയ്യണമെന്ന് നഞ്ചുണ്ടനും ലക്ഷ്മണയും ആവശ്യപ്പെട്ടു. ലക്ഷ്മണയ്ക്ക് വൈകുന്നേരം ചെന്നമല്ലീപുരത്തെത്തിയാൽ മതി. വേറെ ഓർഡറൊന്നും കാളവണ്ടിക്ക് കിട്ടിയതില്ല. അങ്ങനെയാണ് കാടപ്പക്ഷികളെ

പൊരിച്ചു വിൽക്കണ ഗുണ്ടിൽപേട്ടയിലെ സഫ ഹോട്ടലിൽ അവരെത്തിച്ചേർന്നത്.

ചാമരാജ് റോഡിലേക്ക് തിരിയുന്നിടത്ത് തന്നെയാണ് മുസൽമാന്മാരുടെ കേൾവികേട്ട ഹോട്ടൽ. ടൗണിൽ കാടപ്പക്ഷിയെയും കോഴിയെയുമൊക്കെ പൊരിച്ചുവിൽക്കുന്ന കടകൾ ഇഷ്ടംപോലെയുണ്ടെങ്കിലും ഇദ്രീസ് സഹോദരന്മാരുടെ പാചക രഹസ്യം ആർക്കും പിടികിട്ടിയിട്ടില്ല. മാത്രവുമല്ല, കാട്ടുകാടകളെ എവിടെനിന്നോ പിടിച്ചു കൊണ്ടുവരികയാണ് ചെയ്യുന്നത്. ജ്യേഷ്ഠൻ അലി ഇദ്രീസ്, അനുജൻ ഹംസ ഇദ്രീസ്, തൊട്ടുതാഴെ ഉമർ ഇദ്രീസ്. സർവരുടെയും ആകൃതി ഒരുപോലെയാണ്. അൽപ്പം നീട്ടിവളർത്തിയ താടിരോമങ്ങൾ. വടിച്ച മേൽമീശ. വെളുത്ത പൈജാമയും കുർത്തയും വേഷം. തലയിൽ ഒരു വെളുത്ത മല്ലിന്റെ തൊപ്പി കമഴ്ത്തിയിരിക്കുന്നു. എല്ലാവരും ചേർന്ന് ഒത്തൊരുമിച്ചാണ് ജോലി ചെയ്യുന്നത്. നാലഞ്ചു ജോലിക്കാർ വേറെയുമുണ്ട്.

പൊരിച്ച കാടയുടെയും വെന്ത വെളിച്ചെണ്ണയുടെയും സുഗന്ധം ഏതാണ്ട് അരനാഴിക ദൂരത്തേക്ക് പരന്നൊഴുകും. തൃക്കണാമ്പി ചന്തയിലേക്ക് പോകുന്നവരും ബന്ദിപ്പൂരിൽ ഫോറസ്റ്റ് സവാരിക്ക് വരുന്ന ഉല്ലാസയാത്രക്കാരുമൊക്കെ സഫ ഹോട്ടലിൽ കയറുക പതിവാണ്. സവാള, കുരുമുളക്, കാന്താരിമുളക്, മല്ലിപ്പൊടി, മഞ്ഞളിന്റെ കഷണം, മാങ്ങയിഞ്ചി, ഏലക്കായ, ഉണക്കമുന്തിരി, അണ്ടിപ്പരിപ്പ്, ചെറുനാരങ്ങനീര്, പുതിന, മല്ലിച്ചപ്പ്, കറിവേപ്പില തുടങ്ങിയ ചേരുവകൾക്ക് പുറമെ മറ്റെന്തോ ഒരു രഹസ്യ ചേരുവ ചേർത്തുകൊണ്ടാണ് കാട പൊരിഞ്ഞുവരുന്നത്. ഈ രഹസ്യത്തിന്റെ പുറകെ തേടിയലഞ്ഞു മറ്റു കടക്കാർ വശംകെട്ടിരിക്കുകയാണ്. സഫ ഹോട്ടലിലേക്ക് ജോലിക്കാരായി ആളെ അയച്ചുവരെ പൊരുൾ തേടിയിരുന്നു മറ്റു സ്ഥാപനക്കാർ. എന്നാലത് അജ്ഞാതമായിത്തന്നെ ഇരിക്കുന്നു. അസൂയാലുക്കൾ പറയുന്നത് ഇദ്രീസ് സഹോദരന്മാരുടെ ബാപ്പ – അദ്ദേഹം ഇപ്പോൾ ജീവിച്ചിരിപ്പില്ലെങ്കിലും – അഹ്മദ് ഇദ്രീസ് മക്കയിൽ ഹജ്ജിനുപോയ സമയത്ത് കൊണ്ടുവന്ന ഏതോ ഒരറേബ്യൻ കൂട്ടാണ് കാടയിൽ ചേർക്കുന്നതെന്നാണ്. അറേബ്യൻ നാടുകളിലെ മുന്തിയ ഹോട്ടലുകളിൽ അറബികളുടെ ഇഷ്ടഭക്ഷണമായ മന്തിയിൽ ചേർക്കുന്ന ഏതോ ഒരു വിശിഷ്ട പദാർഥം അദ്ദേഹം ഇവിടെ കാട പൊരിക്കുന്നതിൽ പരീക്ഷിച്ചു എന്നർഥം.

ഒരിക്കൽ സിനിമാനടൻ രാജ്കുമാർ വരെ വണ്ടി നിർത്തി കാട പൊരിച്ചത് തിന്നിട്ടുണ്ടത്രെ സഫയിൽ നിന്ന്.

നഞ്ചുണ്ടനും ലക്ഷ്മണയും രണ്ട് കാടപ്പക്ഷികളെ തട്ടിവിട്ടു. രണ്ട് വീതം പൊറോട്ടയും അടിച്ചു. ശിവണ്ണന് കാടപ്പക്ഷിയുടെ മാംസം അത്രതന്നെ ഇഷ്ടമില്ല. എന്നാലും ഒരു കാടയും ഒരു പൊറാട്ടയും കഴിച്ചു. തിരിയെ വണ്ടി തെളിക്കുമ്പോൾ മധ്യാഹ്ന വെയിൽ ആറിത്തുടങ്ങിയിരുന്നു. കക്കൽ തൊണ്ടിയിൽ ഇന്നു മാനം തെളിഞ്ഞതാണ്. ഉടനെയൊന്നും മഴയുടെ ലക്ഷണമില്ലെന്നു തോന്നുന്നു. മദ്ദൂരിൽനിന്നു ചെന്ന

മല്ലീപുരത്തേക്ക് തിരിയുന്നിടത്തെത്തിയപ്പോൾ നഞ്ചുണ്ടൻ വിളിച്ചു പറഞ്ഞു:

"ലക്ഷ്മണാ വണ്ടി നിർത്ത്. നമ്മളെ നഞ്ചപ്പന്റെ മകളല്ലേ അവിടെ നിക്ക്ണ്. കേറ്റിക്കോ അങ്ങോട്ട് പോരാനുള്ളതാ."

അൽപ്പം ദൂരെ നിന്നുതന്നെ ശിവണ്ണനും കണ്ടിരുന്നു ഒരു പെൺകുട്ടി കവലയിൽ നിൽക്കുന്നത്. മഹാപരിഷ്കാരിയായ ഈ പെൺകുട്ടി ഏതോ ടൂറിസ്റ്റ് വാഹനത്തിൽനിന്ന് ഇറങ്ങി നിൽക്കുകയാണെന്നാണ് ശിവണ്ണൻ കരുതിയിരുന്നത്. പക്ഷേ, ചെന്നമല്ലീപുരംകാരിയാണെന്നറിഞ്ഞപ്പോൾ ശിവണ്ണൻ ശരിക്കും വിസ്മയിച്ചു. വളരെയിറുകിയ ജീൻസ് പാന്റാണവ ളിട്ടിരിക്കുന്നത്. നിരവധി ബട്ടണുകളും തൊങ്ങലുകളും പിച്ചളക്കുടുക്കു കളുമൊക്കെ ജീൻസ് പാന്റിന് അലങ്കാരമായിട്ടുണ്ട്. അവൾ ധരിച്ചത് ഒരു ചുവന്ന ടീഷർട്ടാണ്. മനോഹരമായ ഒരു കൂളിങ് ഗ്ലാസ് കണ്ണട അവ ളുടെ മുഖത്തിന് അപൂർവ ചാരുത നൽകുന്നു. തന്റെ ഗ്രാമത്തിന് എന്ത് മാറ്റമാണ് വന്നു ചേർന്നതെന്നായിരുന്നു ശിവണ്ണൻ ചിന്തിച്ചുകൊണ്ടിരു ന്നത്. അത്ഭുതം തന്നെയാണ് കാലം. അൽപ്പം വർഷങ്ങൾക്ക് മുമ്പെ ഇത്തരം ഒരു പെൺകുട്ടി ചെന്നമല്ലീപുരത്ത് വസിക്കുമെന്നാരെങ്കിലും കരുതിയിരുന്നുവോ.

കാളവണ്ടി നിന്നു. നഞ്ചുണ്ടൻ വിളിച്ചു കൂവി: "രോഹിണിക്കൊച്ചേ, നീ ഇതീ കേറി പോര്. മഴ പെയ്താ ഇവിടെ കുടുംങ്ങും ട്ടോ...."

രോഹിണിക്ക് വിസ്മയം. പക്ഷേ, അവൾ ഒരു കുതിപ്പിന് കാളവ ണ്ടിയിലേക്ക് ചാടിക്കയറി. പ്രസന്നവതിയായിരുന്നു രോഹിണി. ശിവ ണ്ണനെ കണ്ടപ്പോളവൾ ഏറെ ബഹുമാനം കാണിച്ചു.

"ശിവേട്ടനെവിടെ നിന്നാണാവോ?"

"ഞങ്ങളെല്ലാവരും കൂടി മിനുങ്ങി വര്യാണെന്ന് കൂട്ടിക്കോ" നഞ്ചു ണ്ടൻ തമാശ പറഞ്ഞു.

"പക്ഷേ, ശിവേട്ടനുണ്ടല്ലോ, നിങ്ങളെ തോന്ന്യാസത്തിന് ശിവേട്ടനെ കിട്ടില്ലല്ലോ."

ശിവണ്ണൻ പെൺകുട്ടിയെ തന്നെ ശ്രദ്ധിച്ചു നിന്നു. ഇവളേതെന്ന് മനസിലായില്ല. അച്ഛനാരെന്നോ വീടെവിടെയെന്നോ അറിഞ്ഞില്ല. എന്നാൽ, തന്നെയവൾ മനസിലാക്കിയിരിക്കുന്നു. പേരും അറിയാം. ഏറ ക്കുറെ തന്റെ വ്യക്തിത്വവും മനസിലാക്കി വെച്ചിട്ടുണ്ട്.

"എന്നെ മനസിലായില്ലേ സീതയുടെ അച്ഛന്" രോഹിണി ശിവ ണ്ണന്റെ മുഖത്തേക്ക് നോക്കി, "ഞാൻ നഞ്ചപ്പന്റെ മകളാണ് ശിവേട്ടാ. പിന്നെ ഞാൻ ശിവേട്ടന്റെ വീട്ടില് എപ്പോഴും വരാറുണ്ടല്ലോ. സീത എന്റെ കൂട്ടുകാരിയല്ലേ."

"അതിന് ശിവേട്ടൻ വീട്ടില്ണ്ടാവുലേലോ" ലക്ഷ്മണ കാളകളുടെ നേരെ ചാട്ടയുയർത്തി. "ശിവേട്ടൻ ഷിമോഗത്തേക്ക് പോകുന്ന ബസ്സ് പോലെയാണല്ലോ. ആരും കാണൂല. ഇനി എല്ലാവരേയും പരിചയപ്പെ ടണം ശിവേട്ടാ."

ആ ഫലിതം എല്ലാവരും ആസ്വദിച്ചു. കാളവണ്ടിക്കുള്ളിൽ കൂട്ടച്ചിരി

മുഴങ്ങി. ഗുണ്ടിൽപേട്ട ബസ്സ്റ്റാന്റിൽനിന്ന് രാവിലെ ആറുമണിക്ക് ഷിമോഗക്ക് പോകുന്ന ഒരു ബസുണ്ട്. ദേവരാജ അരസ് മന്ത്രിയായ സമയം കനിഞ്ഞു തന്നതാണത്. അതിരാവിലെ പുറപ്പെടുന്നതുകൊണ്ട് ഗുണ്ടിൽപേട്ടിലെ സാധാരണക്കാർ ഇന്നുവരെ ആ ബസ് കണ്ടിട്ടില്ല. അർധരാത്രിയിലാണത് ഷിമോയിലെത്തുന്നത്. അതുകൊണ്ടുതന്നെ സാധാരണക്കാരായ ഷിമോഗ നിവാസികളും ബസ് കണ്ടിട്ടില്ല. അതുകൊണ്ടാണ് ഷിമോഗ ബസ് പോലെ എന്ന പ്രയോഗം വന്നത്.

"ആട്ടെ, മോളെന്താ ചെയ്യുന്നത് പഠിക്കുന്നുണ്ടോ?"

"ഇല്ല ശിവേട്ടാ, പഠിക്കണെന്നുണ്ടായിരുന്നു. പക്ഷേ..."

"സീത പഠിക്കുന്നുണ്ടല്ലോ മോളെ. നീ അവളുടെ കൂട്ടുകാരിയാണെന്നല്ലേ പറഞ്ഞത്."

"അച്ഛന് വയ്യ ശിവേട്ടാ. ഇപ്പോ പഴയ മാതിരി ഉഴവുകാളകളുടെ നുകം പിടിക്കാൻ വയ്യ. പിന്നെ എനിക്കൊരു ജോലിയുണ്ട്. അതാ അവിടെ....."

രോഹിണി ചുണ്ടിക്കാണിച്ച രാജപാതയിൽ ഉയർന്നു നിൽക്കുന്നത് വലിയൊരു ഹോട്ടൽ സമുച്ചയമാണ്. പുത്തൻ ഓടുമേഞ്ഞ നവീന വാസ്തുശിൽപ്പവിദ്യയിൽ തീർത്ത സമുച്ചയം. ഹോട്ടലും ലോഡ്ജും ബാറുമൊക്കെയുണ്ട്. ഏതോ ഒരു പാണ്ഡ്യനും നഞ്ചൻകോട്ടെ മറ്റൊരു ധനാഢ്യനും ചേർന്നു നിർമിച്ചതാണത്രെ. മൈസൂർ നഗരത്തിലേക്ക് കാഴ്ച കാണുവാൻ പോകുന്ന കേരളത്തിലെ ഗൾഫുസമ്പന്നന്മാരെ വീഴ്ത്താനുള്ള വലയാണെന്നു വ്യക്തം.

"അവിടെ റിസപ്ഷനിസ്റ്റാണു ശിവേട്ടാ." രോഹിണി തുടർന്നു: "ഒരു വിധം ജീവിക്കാനുള്ള വകയൊക്കെ അവിടെനിന്നു കിട്ടും. പിന്നെ പഠിപ്പും നോക്കിനിന്നില്ല. ഒന്നും നോക്കി നിന്നില്ല. ശിവേട്ടൻ ഏതായാലും സീതയെ പഠിപ്പിക്ക്. എന്റെ മാതിരിയാകേണ്ട."

ആരും ഒന്നുമുരിയാടിയില്ല. ചടപട ശബ്ദമുണ്ടാക്കിക്കൊണ്ട് വെറുതെ ഉരുണ്ടുകൊണ്ടിരുന്നു. ചെന്നമല്ലീപുരത്തെ സകല വേപ്പുമരങ്ങളിൽനിന്നും കാക്കകൾ കരയുന്നു. നേർത്ത ഇരുളിന്റെ ഞൊറികൾ എവിടെ നിന്നോ വന്നുമൂടുകയാണ്. അങ്ങു ദൂരെ നോക്കിയാൽ കാണാവുന്ന ആനക്കാട്ടിലേക്ക് ഇരുൾ വന്നുകഴിഞ്ഞിരുന്നു.

ആറ്

ചെണ്ടുമല്ലി കൃഷിയിറക്കുവാനുള്ള ഭൂമി കൈയിൽ വന്നു. പാട്ടവ്യവസ്ഥ അംഗീകരിച്ചുകൊണ്ടുള്ള കരാറിലും ഒപ്പുവെച്ചു. അതിന്റെ പിറ്റേന്ന് അങ്കാളയിൽ നിന്നു മാതേവൻ മുതലാളിയുടെ മേസ്തിരി ചെന്നമല്ലീപുരത്ത് വരികയും രണ്ടര ഏക്കർ ഭൂമി തരംതിരിച്ചു ശിവണ്ണനു കാണിച്ചു കൊടുക്കുകയും ചെയ്തു. ശിവണ്ണൻ ആകെ ആഹ്ലാദഭരിതനായിരുന്നു.

യുഗാദി[1]ക്ക് ഇനിയും ദിവസങ്ങളുണ്ട്. എന്നാലും പൊളിപ്പൂട്ട്[2] നടത്താം. ഭൂമി നനഞ്ഞു കയറി വന്ന കന്യകയെപ്പോലെ അഴകിൽ കുളിച്ചു കിടക്കുകയാണല്ലോ. അന്നത്തെ ഒരു മഴയ്ക്കുശേഷം വീണ്ടും കിട്ടിക്കൊണ്ടിരുന്നു തുടർമഴകൾ. പിന്നീട് വന്ന ഒരു മഴയ്ക്കും പുതുമണ്ണിന്റെ ഗന്ധമുണ്ടായിരുന്നില്ല. പുതുമണ്ണിന്റെ ഗന്ധവും ഉന്മാദവും വർഷത്തിലൊരു ദിവസമേ ഉണ്ടാവുകയുള്ളുപോൽ. ആദ്യരാത്രിയുടെ അനുഭൂതി ജീവിതത്തിലൊരിക്കലല്ലേ അനുഭവിക്കുവാൻ കഴിയൂ. ഗ്രാമത്തിലെ തല നരച്ച ഗ്രാമീണ കർഷകരുടെ ശീലമില്ലാത്ത സംസാരങ്ങളിൽ പെട്ടതാണിതൊക്കെ.

ശിവണ്ണൻ ഏതായാലും ഉഴവുകാരെ തിരഞ്ഞുപിടിച്ചുകൊണ്ടുവന്നു. രണ്ട് ഏറ് കാളകൾക്ക് കുറച്ചു ദിവസങ്ങൾ ഉഴാനുള്ള വകുപ്പുണ്ടായിരുന്നു. പക്ഷേ, ഉഴവുകാർ കാളകളെയും കൊണ്ടുവന്നപ്പോൾ തമാശമട്ടിൽ കാര്യം പറഞ്ഞൊപ്പിച്ചു.

"ശിവേട്ടാ ഞങ്ങൾക്ക് ചായ കൊണ്ടുവരണം. നല്ല കട്ടൻചായയും കണ്ടിക്കിഴങ്ങും കിട്ടിയാൽ മതി. ഭൂമി ഞങ്ങള് നല്ല ഇഡ്ഡലിപോലെ പരുവത്തിലാക്കിത്തര്ണ്ണ്ട്. എന്താ."

"മതി, എനിക്കത് മതി" ശിവണ്ണൻ ഉത്സാഹം കൊണ്ട് മതിമറന്നു. എവിടെ നിന്നോ സന്തോഷത്തിന്റെ നുരകൾ അയാളുടെ അന്തരാളങ്ങളിൽ നൃത്തം വെക്കുകയായിരുന്നു. ഉഴുതിട്ട മണ്ണിലൂടെ എത്രയോ തവണ അയാൾ തലങ്ങും വിലങ്ങും നടന്നു. പുതുമണ്ണ് പുറത്തേക്കിട്ട കീടങ്ങളും പുഴുക്കളും പേരറിയാത്ത എത്രയോ തരം ജീവികളും അതീവ ശക്തിയിൽ ഭൂമിയുടെ മടിത്തട്ടിലേക്കുതന്നെ പോകുന്നുണ്ടായിരുന്നു. പലതിനേയും ശിവണ്ണൻ കൈയിലെടുത്തു നോക്കി. പിന്നീട് അതിനെ മണ്ണിലേക്കുതന്നെ തിരിയെ എറിഞ്ഞു കൊടുത്തു. സാധുക്കള്..... ശിവണ്ണൻ സഹതാപംകൊണ്ടു.

ഉഴവുകാരുള്ള ദിവസങ്ങളിൽ ശിവണ്ണൻ അതിരാവിലെ തന്നെ വീട്ടിൽ നിന്നു പുറപ്പെടും. കാഞ്ചന ചായയുംകൊണ്ട് പിന്നെ വരികയേയുള്ളു. ശിവണ്ണനുവേണ്ടി നല്ല മുത്താറിപ്പുഴുക്കും കണ്ടിക്കിഴങ്ങുമൊക്കെയായി ഏതാണ്ട് സൂര്യൻ ഒരു കുന്തപ്പാട് ഉയരത്തിലെത്തുമ്പോഴേക്കും കാഞ്ചന വന്നുചേരും. ഉള്ളതെല്ലാംകൂടി ഭാര്യയും ഭർത്താവും പിന്നെ ഉഴവുകാരും ചേർന്നു പങ്കിട്ട് കഴിക്കും. ഈയിടെയായി കാഞ്ചനയ്ക്ക് ശിവണ്ണനോട് ഒരപേക്ഷയുണ്ട്. ശിവണ്ണന്റെ കൃഷിഭൂമിയോട് ചേർന്ന് സുള്ള്യൻ രണ്ടേക്കർ ഭൂമി പാട്ടത്തിനെടുത്തിട്ടുണ്ടത്രെ. ഇപ്പോൾ സുള്ള്യന് ഒരേക്കർ ഭൂമി മതിയത്രെ. പാറക്കോരിയിലെ അധ്വാനവും മുളക് കൃഷിയും പിന്നെ കുറെ കേസുകെട്ടുകളുമൊക്കെയായി സുള്ള്യന് ശരിക്കും മുമ്പോട്ട് പോകുവാൻ കഴിയുന്നില്ല. കമലം പറഞ്ഞിട്ടുണ്ട്, വേണമെങ്കിൽ ഒരേക്കർ ഭൂമി ശിവണ്ണനോട് എടുത്തുകൊള്ളുവാൻ. പാട്ടസംഖ്യ

1. വർഷാരംഭം. ഏതാണ്ട് കേരളത്തിലെ വിഷുവിന്റെ സമയം തന്നെ.
2. ആദ്യത്തെ നിലം ഉഴവ്.

കൊടുത്താൽ മതി. കൂടുതൽ ഒന്നും വേണ്ട. ഇപ്പഴാണെങ്കിൽ ഉഴവുകാരെ കിട്ടും. യുഗാദി തലയ്ക്ക് തൊട്ടുമുമ്പിൽ കിടക്കുകയാണ്. അശ്വിനി മാസം പിറന്നു വീണാൽപ്പിന്നെ ചെന്നമല്ലീപുരത്തിന്റെ മാനങ്ങളിൽ മഴമേഘങ്ങളുടെ നൃത്തമാണ്. ഭരണി പിറന്നാൽ പിന്നെ പറയുകയും വേണ്ട. ഇക്കാലങ്ങളിൽ പണിക്കാർക്ക് വീണ്ടും ക്ഷാമം വരും. ഒന്നു രണ്ടു മാസത്തേക്കുള്ള മുത്താറി ധാന്യങ്ങളും കെട്ടിപ്പേറി നല്ലൊരു വിഭാഗം ഉയർന്ന കൂലിയും തേടി സുൽത്താൻ ബത്തേരിക്ക് തിരിക്കും. പിന്നെയൊരു വിഭാഗം താമരശ്ശേരി ചുരമിറങ്ങുകയും ചെയ്യും.

"നെന്റെ ഇഷ്ടംപോലെ ചെയ്തോ കാഞ്ചേ" ശിവണ്ണൻ കാഞ്ചനയ്ക്ക് ധൈര്യം കൊടുത്തു, "നമ്മള് ഉത്സാഹിക്ക്ണത് രണ്ട് മുക്കാല് ഉണ്ടാക്കാനല്ലേ. നശിപ്പിക്കാനല്ലല്ലോ. പിന്നെ സീതമോളെ കല്യാണത്തിന് ഒരു കമ്മല് വാങ്ങാൻ കിട്ടുന്നത് നിന്റെ മുളക് കൃഷീന്നാണെങ്കിലോ."

കാഞ്ചനയ്ക്കൊരു ധൈര്യമുണ്ട്. ഒരേക്കർ ഭൂമിയിൽ മുളക് കൃഷി ചെയ്ത് വിജയിപ്പിക്കാമെന്ന്.

അതിന്റെ പിറ്റേ ദിവസം സുള്ള്യനും കമലയും ആ വഴി വന്നിരുന്നു. സമയം ഏതാണ്ട് ഉച്ചയുടെ മുമ്പെ. അപ്പോഴേക്കും പണിക്കാരുടെ ചായകുടിയൊക്കെ കഴിഞ്ഞ് കാഞ്ചന പാത്രങ്ങളൊക്കെ അടുക്കിവെക്കുകയാണ്. ശിവണ്ണൻ പതിവിൻപടി ഒരുപിടി മണ്ണെടുത്ത് രുചിക്കുകയോ മണപ്പിക്കുകയോ ഒക്കെ ചെയ്യുന്നു.

"ശിവേട്ടാ എന്തൊക്കെയാ വിശേഷങ്ങള്?"

സുള്ള്യൻ പുറകിൽ നിന്നു വിളിച്ചപ്പോഴാണ് ശിവണ്ണൻ തിരിഞ്ഞു നോക്കിയത്. സുള്ള്യനെ അയാൾ വളരെക്കുറച്ചേ കണ്ടിട്ടുള്ളു. എന്നാൽ വളരെയധികം കേട്ടിട്ടുണ്ട്. "അപ്പോ ബേംഗ്ളൂര് വിട്ട് ഞങ്ങളെ കൂടത്തീ ചേർന്നുവല്ലേ" സുള്ള്യൻ കുശലം പറഞ്ഞു.

മുള്ളിലത്തിന്റെ തടികൊണ്ട് തായ് പിടിപ്പിച്ച ഒരു തൂമ്പാ സുള്ള്യന്റെ തോളിൽ കിടന്ന് ആടുന്നുണ്ടായിരുന്നു. എന്തൊരു ഉറച്ച ശരീരമെന്നു ചിന്തിച്ചു ശിവണ്ണൻ. പരന്ന മാറിടം. കറുത്ത കൈവണ്ണകളിലൂടെ ചോരച്ചാലൊഴുകുന്ന ഞരമ്പുകൾ വേറിട്ട് കാണാം. വയറിന്റെ പേശികൾ ഓരോരോ അടുക്കായി എടുത്തുവെച്ച പ്രതീതി. ഇയാൾ ഒറ്റയ്ക്ക് എത്ര പേരോട് മതിയാകും. വയസ്സ് മുപ്പത് കാണുമെന്നു ശിവണ്ണൻ ഊഹിച്ചെടുത്തു.

കമലവും ശിവണ്ണനോട് വിശേഷം പറഞ്ഞു, "ഞാൻ കാഞ്ചേടത്തിയോട് പറഞ്ഞിരുന്നല്ലോ ശിവേട്ടാ, ഞങ്ങളെ ഭൂമീന്ന് വേണമെങ്കിൽ ഒരേക്കറ് എടുത്തോളാൻ. എന്താന്ന് വെച്ചാല് ഞങ്ങളെ കൈയിൽ കൃഷിയിറക്കാനുള്ള പൈസയില്ല. മോഹം ഇല്ലാഞ്ഞിട്ടല്ല. പിന്നെ ഓരോരോ ചൊറകള്."

അപ്പോഴാണ് കാഞ്ചനയെ കമലം കാണുന്നത്. കാഞ്ചന നിലത്ത് കുനിഞ്ഞിരുന്നു പണിക്കാരുടെ ചായപ്പാത്രങ്ങളൊക്കെ അടുക്കിവെക്കുകയായിരുന്നു. "അല്ല, കാഞ്ചേടത്തീം കൂടെയുണ്ടല്ലേ, ഞാൻ കണ്ടില്ല കേട്ടോ."

എന്തൊരു ചേർച്ചയാണെന്നാണ് ശിവണ്ണൻ കമലത്തെ കണ്ടപ്പോൾ ചിന്തിച്ചത്. ഉരുക്കു കടഞ്ഞെടുത്ത പോലെയാണ് ഈ പെണ്ണ്. ആരും ഒന്നു നോക്കിപ്പോകുന്ന ചന്തം. സമൃദ്ധമായ മുടിക്കെട്ടിൽ മുൻനിരയിൽ നിന്ന് അൽപ്പമെടുത്തു ഒരു പ്രത്യേക രീതിയിൽ കെട്ടിവെച്ചിരിക്കുന്നു. നിവർന്ന നടത്തം. ഇത്ര അരോഗദൃഢഗാത്രയായ പെണ്ണ് ചെന്നമല്ലീപുരത്ത് വേറെയില്ല. ഇവൾ ഒരൽപ്പം ചീത്തസ്വഭാവം കാണിച്ചിരുന്നുവെങ്കിൽ ചെന്നമല്ലീപുരത്തെ നവയൗവനം മുഴുവനും ഈയൊരു ജ്വാലയിൽ എരിഞ്ഞുവെണ്ണീറായിത്തീരുമായിരുന്നു. പ്രായം ഏതാണ്ട് സുള്ള്യന്റെ ഒപ്പം വരുമെന്നു തോന്നുന്നു.

ഒരുപാട് ദൂരെ നിന്ന്, എന്നു പറഞ്ഞാൽ പാണ്ഡവപുരത്ത് നിന്നാണത്രെ സുള്ള്യൻ കമലത്തെ കല്യാണം കഴിച്ചുകൊണ്ടു വന്നത്. അതുമൊരു പ്രേമവിവാഹം. സ്വർണം ഒരു തരിയും കിട്ടിയിട്ടില്ല. ആചാരമോ ഉപചാരങ്ങളോ ഒന്നുമില്ലാത്ത രജിസ്റ്ററാപ്പീസ് മിന്നുകെട്ട്. ഇനി ശിവാചാരക്കാരാണോയെന്നാരുകണ്ടു.

"മോളെവിടെ കമലേ," കാഞ്ചനയുടെ ചോദ്യമുയർന്നു.

"മോളെ ഒറക്കിക്കെടത്തീ പോന്നതാ കാഞ്ചേടത്തീ. ഞാൻ തിരിച്ചു പോവുകേം ചെയ്യും. പിന്നെ സുള്ളേട്ടൻ പറഞ്ഞു കൂടെ വരാൻ. ഭൂമി നിങ്ങൾക്ക് വേണോന്ന്ണ്ടെങ്കില് അത് ഒറപ്പിക്കാലോ."

"അതായ്ക്കോട്ടെ സുള്ള്യാ" ശിവണ്ണൻ പറഞ്ഞു. "ന്റെ കാഞ്ചയ്ക്ക് അങ്ങനെ ഒരു പൂതി. ഓള് മൊളക് കൃഷി നടത്തട്ട്. ഞാൻ ചെണ്ടുമല്ലിപൂകൃഷിയും നടത്താം. ഞങ്ങൾക്ക് വേറെ അധികം മോഹം ഒന്നുംല്ല കേട്ടോ. ഞങ്ങളെ സീതേനെ ഒന്നു പറഞ്ഞയക്കണം. പിന്നെ സമയം കളയാതെ ഒന്നു കിടന്നു കൊടുക്കാലോ മരിക്കാന്."

അപ്പോൾ അതങ്ങനെ ചെയ്യാമെന്ന് ഉറപ്പിച്ചു. ഉഴവുകാരുടെ പണി കഴിഞ്ഞിട്ട് മുളക് കണ്ടം കൂടെ ഒന്നു മറിച്ചിടാം. എല്ലാം നല്ലതിനാകും. ആകാതെ എവിടെ പോകാൻ.

"എന്റെ ഭൂമി ഉഴുതുമറിക്കുന്നില്ല ശിവേട്ടാ" സുള്ള്യൻ പറഞ്ഞു. "ഞാൻ ഒഴിവുള്ളപ്പോൾ വന്നു കൊത്തിമറിക്കുകയേ ചെയ്യൂ. ഭൂമിക്ക് അതാണ് ഗുണം. ഉഴുതുമറിയുമ്പോൾ ഏതാണ്ട് അരയടിയിലേ കലപ്പ താഴോട്ട് പോകൂ. തൂമ്പാകൊണ്ട് മറിക്കുമ്പോ ഏതാണ്ട് മുക്കാൽ-ഒരടി താഴെ മണ്ണ് മറിയും. മുളകിന്റെ വേര് അത്രയും താഴെ പോകും. പക്ഷേ, ഇത് ശിവേട്ടന് നടക്കൂലാ."

"ശരിയാ സുള്ള്യാ. എനിക്ക് കൃഷിയെ പറ്റി ഒന്നും അറിയില്ല. അത് പോകട്ടെ സുള്ള്യന് പന്ത്രണ്ടായിരം ഉറുപ്പിക എപ്പഴാ വേണ്ടത്. ഇപ്പോ തന്നെ കാഞ്ചേടത്തിന്റെ കൂടെ പോയാല് ഓള് എടുത്തുതരും."

സുള്ള്യൻ അൽപ്പം അന്ധാളിച്ചു നിന്നു. "എന്താണ് പന്ത്രണ്ടായിരത്തിന്റെ കണക്ക് ശിവേട്ടാ. എനിക്ക് മനസിലായില്ല കേട്ടോ."

"ഒരേക്കർ ഭൂമിക്ക് പന്ത്രണ്ടായിരല്ലേ പാട്ടം സുള്ള്യൻ കൊടുത്തത്. അത് ഞാൻ തരണല്ലോ. അതോ കൂടുതൽ കൊടുത്തോ. കൊടുത്താല് പറയ് സുള്ള്യാ. എത്രയായാലും ഞാൻ തരാം."

"അപ്പോ ശിവേട്ടൻ എത്ത്റയാ ഈ ഭൂമിക്ക് പാട്ടം കൊടുത്തത്. പന്ത്രണ്ടായിരമോ. ഇവിടെ ഒരു നിലത്തിനും പതിനായിരത്തിൽ കൂടുതലില്ലല്ലോ. ആരാ ശിവേട്ടനെ ഈ കുടുക്കിൽപ്പെടുത്തിയത്?"

ശിവണ്ണൻ അൽപ്പം പരുങ്ങിനിന്നു. പതിനഞ്ചായിരമാണ് പാട്ടമെന്നായിരുന്നല്ലോ മാതേവൻ മുതലാളി പറഞ്ഞിരുന്നത്. തനിക്കായത് കൊണ്ട് പന്ത്രണ്ടായിരത്തിന് തരികയാണെന്നും പറഞ്ഞു. ചതിപറ്റിയോ. നഞ്ചുണ്ടൻ തന്നെ കുടുക്കിയോ ഈ കെണിയിൽ.

"ശിവേട്ടന്നാരാ ഈ നിലം പാട്ടത്തിന് വാങ്ങിത്തന്നത്. ആ മഹാപാപി നഞ്ചുണ്ടനായിരുന്നുവോ...."

"തന്നെ സുള്ള്യാ. നഞ്ചുണ്ടൻ തന്നെ. അവനത് ചെയ്യോ സുള്ള്യാ. അതും എന്നോട്...."

"ശിവേട്ടനൊന്നിങ്ങോട്ട് വാ" സുള്ള്യൻ തൂമ്പാ നിലത്ത് വെച്ചു. ഇനി ശബ്ദം കൂടിപ്പോയാൽ ഉഴവുകാർ കേൾക്കരുതല്ലോ. സുള്ള്യനാണെങ്കിൽ അധർമത്തിനെതിരെ ശബ്ദിക്കുമ്പോൾ അൽപ്പം ശബ്ദം കൂടുതലാണ് താനും. "ശിവേട്ടാ ഇവിടെ ഒരു സ്ഥലത്തും പതിനായിരത്തിനു മുകളിൽ പാട്ടം ഇല്ലേയില്ല. രണ്ടായിരം അധികം കൊടുപ്പിച്ചത് നഞ്ചുണ്ടന്റെ കമ്മീഷനാ. അത് പിന്നെ പോയി നഞ്ചുണ്ടൻ മാതേവൻ മുതലാളിനോട് വാങ്ങും. മനസിലായോ."

നടവരമ്പിൽനിന്ന് കേൾക്കുന്നതൊക്കെയും സത്യം തന്നെയോ എന്ന് ശിവണ്ണൻ വിസ്മയിച്ചു. അപ്പോൾ തന്റെ വീട്ടിൽ വന്നതും തന്നോട് ചേർന്നു നിന്നതുമൊക്കെ ചതിക്കുവാൻ വേണ്ടിയായിരുന്നുവോ.

"ശിവേട്ടാ ഞാനൊരു കാര്യം പറയട്ടെ."

"പറയ് സുള്ള്യാ. എനിക്ക് അധികം വെളവ് തിരിയൂലാ. ഞാനൊരു പാവമാണെന്ന് സുള്ള്യന്നറിയാലോ."

"അതുകൊണ്ട് തന്നെയാ പറയുന്നത് നഞ്ചുണ്ടന്റെ ലോഗ്യം വേണ്ടാന്ന്. അവന്ന് ഇല്ലാത്ത തോന്ന്യാസം ഇല്ല. ശിവേട്ടനെ അവൻ ഏതൊക്കെ കെണിയിലാണ് ചാടിക്കുകയെന്ന് ഈശ്വരനേ അറിയൂ."

ശരിയെന്ന് ശിവണ്ണനും സമ്മതിച്ചു. ഏതായാലും ഈ ചതിയെ പറ്റി സംസാരിച്ച് അവനുമായി മുഷിയേണ്ട. ഏതായാലും നഷ്ടപ്പെട്ടു. ഇനി കൂടുതൽ ജാഗ്രത കാണിക്കുകതന്നെ. അതിനടുത്ത ദിവസം നഞ്ചുണ്ടന്റെ സഹായം ശിവണ്ണന് തുടർന്നും വേണ്ടിവന്നു. ചെണ്ടുമല്ലി വിത്തുകൾ എവിടെ കിട്ടുമെന്ന് ശിവണ്ണന് അറിയില്ലായിരുന്നു. നാളെക്കൊണ്ട് ഏതാണ്ട് ഉഴുതു തീരും. നാല് ഏറുകാളകൾ നാളെയുമുണ്ട്. പിന്നെ വിത്തെറിയുവാൻ താമസിക്കരുതെന്നാ കൃഷിയെപ്പറ്റി വിവരമുള്ളവർ പറയുന്നത്. ദിവസം കഴിയുംതോറും ഭൂമി ഉറച്ചുപോകും. അതിന്റെ പരുപരുപ്പും പതപ്പും നഷ്ടപ്പെടും. കുട്ടികൾ ക്രിക്കറ്റ് കളിച്ചും പകൽ സമയങ്ങളിൽ കയറില്ലാതെ അഴിച്ചുവിടുന്ന പശുക്കൾ കയറിയും രാത്രിയിൽ കാട്ടുമൃഗങ്ങൾ ചവിട്ടിയും ഭൂമിയുടെ മേലാവരണത്തിന് കട്ടി കൂടിപ്പോകും. ഉടൻതന്നെ ചെണ്ടുമല്ലി വിത്തുകൾ കിട്ടിയേ മതിയാകൂ.

കൃഷിഭവനിലാണ് അത് ലഭിക്കുകയെന്ന് ശിവണ്ണനോട് സുബ്ബയ്യ പറഞ്ഞിരുന്നു. നഞ്ചുണ്ടന് അതൊക്കെ പരിചയമുണ്ടത്രെ. നഞ്ചുണ്ടൻ ചില്ലറക്കാരനല്ല. അവനും കുറച്ച് നിലം അങ്ങേ ചരിവിലുണ്ട്. പക്ഷേ, നഞ്ചുണ്ടനെ തിരഞ്ഞു ശിവണ്ണന് എങ്ങും പോകേണ്ടി വന്നില്ല. പുലർച്ചെ നഞ്ചുണ്ടൻ ശിവണ്ണനെ തേടിയെത്തി.

"ശിവേട്ടാ ഉഴവുകാര് ഇന്ന് പണി തീർക്കും അല്ലേ."

അതെ, നഞ്ചുണ്ടനെങ്ങനെയറിഞ്ഞു. ശിവണ്ണൻ ഉത്സാഹഭരിതനായി. കുറച്ചു ദിവസങ്ങളായി അയാളുടെ മനസിൽ കൃഷി ചിന്തകളേ ഉള്ളു. വിശാലമായ തോട്ടത്തിൽ തലയുയർത്തി നിൽക്കുന്ന ഹരിത സസ്യങ്ങൾ. അതിൽ നിറയെ മഞ്ഞപ്പൂക്കൾ. പൂക്കളോടും ചെടികളോടും കിന്നാരം പറയുന്ന വണ്ടുകളും തേനീച്ചകളും കടന്നലുകളും. പരിസമാപ്തിയിൽ അതിന്റെ വിൽപ്പന. അയൽ സംസ്ഥാനമായ കേരളത്തിന്റെ ദേശീയോത്സവമായ ഓണത്തോടനുബന്ധിച്ചാണ് വിൽപ്പന നടക്കുന്നത്. പിന്നെയൊരുനാളിൽ ചെന്നമല്ലീപുരത്തിന്റെ ഗ്രാമീണ വീഥികളെ പുളകിതയാക്കിക്കൊണ്ട് സിനിമാ പാട്ടുകളുടെ കടന്നുവരവ്. തെരുവിലേക്ക് ചേർത്തു കെട്ടിയ കല്യാണപ്പന്തൽ. വ്രീളാവിവശയായ സീതയെന്ന വധു.

"വിത്ത് വാങ്ങണ്ടേ ശിവേട്ടാ. നമ്മുക്ക് കൃഷിഭവനിലേക്ക് പോകണം" നഞ്ചുണ്ടൻ തുടർന്നു, "ഗുണ്ടിൽപേട്ടക്ക് ഇന്നുതന്നെ പോകാം. എനിക്ക് ഇന്ന് വേറെ പണിയൊന്നും ഇല്ല."

"നഞ്ചുണ്ടൻ വിത്തൊക്കെ വാങ്ങ്യോ. എന്തേ എന്നോട് പറയായിര്ന്നില്ലേ."

"എനിക്ക് ഞാൻ വാങ്ങുന്നതല്ല ശിവേട്ടാ. തങ്കിന്റെ അച്ഛന്റെ മാണ്ട്യേന്ന് വാങ്ങിക്കൊടുത്തയക്ക്ന്നതല്ലേ?"

ശിവണ്ണൻ അപ്പോഴാണതോർത്തത്. നഞ്ചുണ്ടന്റെ ഭാര്യാപിതാവ് മാണ്ട്യയിലെ ഇരുത്തം വന്ന കർഷകനാണ്. കരിമ്പും ചോളവും റാഗിയുമെല്ലാമുണ്ടത്രെ. മരുമകനുവേണ്ടി അദ്ദേഹം കുറച്ചു ചെണ്ടുമല്ലി വിത്തുകൾ കൊടുത്തയച്ചിട്ടുണ്ട്..

"അത് ശരി..........." ശിവണ്ണൻ വെറുതെ ചിരിച്ച് കാഞ്ചനയുടെ മുഖത്ത് നോക്കി, "എനിക്ക് അങ്ങനെ അമ്മായി അപ്പനൊന്നും ഇല്ലല്ലോ നഞ്ചുണ്ടാ വിത്ത് കൊടുത്തയക്കാൻ."

കാഞ്ചന ചിരിച്ചില്ല. വിത്തു വാങ്ങുവാൻ നഞ്ചുണ്ടനെ കൂട്ടാതെ ശിവണ്ണൻ സ്വന്തം പോയാൽ മതിയെന്നായിരുന്നു കാഞ്ചനയുടെ പക്ഷം. ഇനി വേണമെങ്കിൽ തനിക്കും പോകാമല്ലോ. ഗുണ്ടിൽപേട്ടയിൽ പോയിട്ട് കാലമെത്രയായി. അടുക്കളയിലേക്ക് കുറച്ചു സാധനങ്ങളൊക്കെ വാങ്ങണമെന്ന് എത്രയോ ദിവസമായി വിചാരിക്കുന്നു. വീട്ടിൽ നല്ലൊരു പിച്ചളക്കിണ്ടിയില്ല. ആരെങ്കിലും അതിഥികൾ വന്നാൽ കാൽകഴുകാൻ വെള്ളം വെച്ചു കൊടുക്കുന്നത് പഴയ വാൽമുറിഞ്ഞ ഓട്ടുകിണ്ടിയാണ്. പാത്രങ്ങൾ അടുക്കി വെക്കാൻ നല്ലൊരു ഉറിയും അത്യാവശ്യമാണ്. ഉള്ളതിന്റെ കയറുകൾ ദ്രവിച്ചു വീഴാറായിട്ടുണ്ട്. ഇപ്പോൾ ഗുണ്ടിൽപേട്ടയ്ക്ക് വരു

ന്നുവോ എന്ന് പലപ്പോഴും ശിവേട്ടൻ ചോദിക്കുന്നില്ല. പകരം നഞ്ചുണ്ട നെയാണ് ക്ഷണിക്കുന്നത്. എന്തുകൊണ്ടോ ആ മനുഷ്യനുമായി ഭർത്താവ് കണ്ടമാനം സൗഹൃദം പങ്കുവെക്കുന്നത് മനസിനു പിടിക്കു ന്നില്ല. ഇനി ഗുണ്ടിൽപേട്ടയിൽ പോയി കൃഷിഭവൻ കണ്ടുപിടിക്കുവാനും വിത്തുകൾ വാങ്ങുവാനും പരിചയം വേണമെങ്കിൽ ഭാസ്കറിനെയോ യെല്ലപ്പയെയോ വിളിച്ചാൽ മതിയായിരുന്നല്ലോ.

"അപ്പോ നമ്മക്ക് പോകാം." ശിവണ്ണൻ പോകാനൊരുങ്ങുകയായി രുന്നു. "എവിടെ കാഞ്ചേ സീതമോൾ. അവൾക്ക് ഇന്ന് കോളേജിൽ പോകേണ്ടേ. ഞങ്ങൾടെ ഒപ്പം പോന്നാ ഗുണ്ടിൽപേട്ട ഇറങ്ങാലോ."

"ശരിയാ..." കാഞ്ചന പറഞ്ഞു, "സീത അപ്പുറത്തുണ്ട്. അവൾ കൂട്ടു കാരിയോട് സംസാരിച്ചു നിൽക്കുകയാണ്. ശിവേട്ടൻ കൂട്ടി പൊയ്ക്കോ."

പക്ഷേ, സീത പറഞ്ഞത് അവൾക്ക് ഇത്രയും നേരത്തെ പോകേ ണ്ടയാവശ്യമില്ലെന്നാണ്. മാത്രവുമല്ല, മദ്ദൂർവരെ അവൾക്ക് കൂട്ടിന്ന് ചങ്ങാ തിച്ചിയുണ്ട്. "അച്ഛൻ പോയ്ക്കോളൂ. ഞങ്ങൾ വരാം."

ശിവണ്ണൻ കിഴക്ക് വശത്തെ മലവേപ്പിൻ ചുവട്ടിലേക്ക് നോക്കി. അവിടെ ഊർന്നിറങ്ങുവാൻ വെമ്പുന്ന സൂര്യപ്രഭയ്ക്ക് ചുവടെ സീതയും അവളുടെ കൂട്ടുകാരിയും എന്തൊക്കെയോ പറഞ്ഞു രസിക്കുകയാണ്. ആരാണിവൾ. പെട്ടെന്നയാൾക്ക് ഓർമ വന്നു. നഞ്ചപ്പന്റെ മകൾ. പേര് രോഹിണിയെന്നായിരുന്നില്ലേ പറഞ്ഞിരുന്നത്. അന്നു കണ്ട അതേ വേഷം. പാന്റിന്ന് വ്യത്യാസം വന്നിട്ടുണ്ട്. ഇന്നു ജീൻസാണ് ധരിച്ചത്. ഇറുകിയ ചുവന്ന ടീഷർട്ട്. ടീഷർട്ടിന്റെ മുൻവശത്ത് എഴുന്നേൽക്കുവാൻ ശ്രമിക്കുന്ന കംഗാരുവിന്റെ പടമുണ്ട്. അവൾ കണ്ണെഴുതിയിരിക്കുന്നു. പുരികം മഴവില്ലുപോലെ വളഞ്ഞു കാണപ്പെടുന്നു. ചെറിയപൊട്ട്. ചായം തേച്ചു മുഖം മനോഹരമാക്കിയിട്ടുണ്ട്. ശിവണ്ണനെ കണ്ടപ്പോൾ രോഹിണി നേരെ അടുത്തേക്ക് നടന്നുവന്നു.

"എന്തൊക്കെയാണ് സീതയുടെ അച്ഛാ വിശേഷങ്ങള്. ഞാൻ സീത യോട് പറയുകയായിരുന്നു..."

"എന്താണ് മോളെ പറയുന്നത്."

"സീത ഭാഗ്യവതിയാണെന്ന്. എന്താണെന്നുവെച്ചാല് അവൾക്ക് കോളേജിൽ പോകാൻ കഴിയുന്നുണ്ടല്ലോ. എന്നെപ്പോലെ ജോലിക്ക് പോകണ്ടല്ലോ."

"അതൊക്കെ ഓരോ തരംതിരിവുകളാണ് മോളെ. നമ്മുടെയല്ല ദൈവ ത്തിന്റെ. അവിടുത്തെ ഇച്ഛ എന്തെന്നാരു കാണുന്നു. ആട്ടെ, നിങ്ങള് പോരുന്നോ രണ്ടാളും കക്കൽതൊണ്ടിക്ക്."

"ഇല്ലച്ഛാ, അച്ഛൻ പോയ്ക്കോളൂ." സീതയാണ് പറഞ്ഞത്. "ഞങ്ങള് രണ്ടുപേരും മദ്ദൂര് വരെ നടന്നുപോയ്ക്കോളാം. സമയമുണ്ടല്ലോ."

"ശരി," ശിവണ്ണൻ പോകാനിറങ്ങി. "കാഞ്ചേ നീയാ കുപ്പിവെള്ളമി ങ്ങെടുക്ക്."

ദൂരെ എവിടെ പോകുകയാണെങ്കിലും ശിവണ്ണന് അങ്ങനെയാണ്.

കുടിക്കുവാനുള്ള വെള്ളം കൈയിൽ കരുതണം. അത് കരിങ്ങാലിവെള്ളം തന്നെയായിരിക്കുകയും വേണം. കരിങ്ങാലി വൃക്ഷത്തിന്റെ കാതൽ കൊത്തിയെടുത്ത് ചെറുകഷണങ്ങളാക്കി വെള്ളത്തിലിട്ട് തിളപ്പിച്ച് ഇളം ചുവപ്പു നിറം പകർന്ന വെള്ളം.

"അച്ഛാ ഒരു മിനിട്ട്..." സീത വേഗം നടന്നു വന്നു. കുറച്ചകലെ തന്നെ കാത്ത് അക്ഷമനായി നിൽക്കുന്ന നഞ്ചുണ്ടന്റെയരികിലേക്ക് നടക്കുകയായിരുന്നു ശിവണ്ണൻ. മകളുടെ വിളി കേട്ട് അവിടെ നിന്നു.

"എന്താണു മോളെ നീ കാശ് വാങ്ങിച്ചിട്ടില്ലേ അമ്മയുടെ കൈയിൽ നിന്ന്?"

"വാങ്ങിച്ചു. അതല്ലച്ഛാ, പിന്നെ അച്ഛൻ കണ്ടില്ലേ രോഹിണിയുടെ ഡ്രസ്സ്. ജീൻസും ടീഷർട്ടുമൊക്കെ."

"കണ്ടു, എന്താ വിഷയം?"

"എനിക്കതുപോലെ ഒരു ജോഡി വേണമച്ഛാ. ഇപ്പോ അതാണ് ഫാഷൻ. കോളേജില് ഫ്രൈഡേയില് യൂണിഫോം മസ്റ്റല്ല. അന്നെനിക്കിട്ട് പോകാലോ."

ശിവണ്ണൻ ഒരുനിമിഷവും താമസിച്ചില്ല. "അത് വേണ്ട മോളെ. നമുക്ക് ആ വേഷം വേണ്ട. അച്ഛനത് ഇഷ്ടല്ല. രോഹിണിക്ക് അത് വേണ്ടി വരും. അവള് ബാറ് ഹോട്ടലില് ഉദ്യോഗത്തിലിരിക്കുകയല്ലേ. അത് വേണ്ടിവരും. മാത്രവുമല്ല അമ്മ സമ്മതിക്കുകയും ഇല്ല."

"അമ്മേടെ സമ്മതം ഞാൻ വാങ്ങിയച്ഛാ. ഇനി അച്ഛൻ മനസ്സ് വെച്ചാൽ മാത്രം മതി."

ശിവണ്ണൻ പകച്ചു നിന്നു. അയാൾക്ക് ഉത്തരമില്ലാതെയായി. ഈയൊരു മറുപടി പ്രതീക്ഷിച്ചതല്ല. വാചകങ്ങൾ അയാൾക്ക് കിട്ടുന്നില്ല.

"മോൾ ഇട്ട ഈ ഡ്രസ്സ് ചുരിദാറല്ലേ?"

"അതെ."

"ഇതുപോലെയൊരെണ്ണം അച്ഛൻ വാങ്ങിത്തരാം. അതുകൊണ്ട് സമാധാനിക്ക് കുട്ടി."

"അച്ഛൻ പോയ്ക്കോളൂ." സീത കൂട്ടുകാരിയുടെ അടുത്തേക്ക് നടന്നുപോയി. മകൾ പിണങ്ങിയെന്ന് ശിവണ്ണനുമറിയാമായിരുന്നു. പക്ഷേ, അയാൾ മനസിലെടുത്ത നിശ്ചയത്തിന്ന് ഇളക്കമുണ്ടായില്ല.

II

ഗുണ്ടിൽപേട്ടയിലെ ബന്ദിപ്പൂർ റോഡിലാണ് കൃഷിഭവൻ. ശിവണ്ണനും നഞ്ചുണ്ടനും ഓഫീസിന്റെ മുറ്റത്തെത്തിയപ്പോൾ സമയം പതിനൊന്നു മണി കഴിഞ്ഞിരുന്നു. വരാന്തയിൽ ഇട്ട ബഞ്ചിന്മേലിരുന്നു. രണ്ടു മൂന്നു പേർ കോട്ടുവായിടുന്നുണ്ട്. അകത്ത് ഓഫീസറുടെ മുറിയിൽ അദ്ദേഹമില്ലെന്നു വ്യക്തം. അര വാതിലിലൂടെ നോക്കിയാൽ ഫാൻ വെറുതെ കറങ്ങുന്നത് കാണാം. മേശപ്പുറത്ത് ഏതൊക്കെയോ ഫയലു

കൾ ചുവപ്പു നാടകൊണ്ട് കെട്ടിവെച്ചിട്ടുണ്ട്. പേപ്പർവെയ്റ്റ്, കുടിച്ചു കഴിഞ്ഞ ചായക്കോപ്പ, നിരന്തരം ചിതറിക്കിടക്കുന്ന ജി ഒ പേപ്പറുകൾ എന്നിവയൊക്കെ മേശപ്പുറത്ത് വേറെയുമുണ്ട്. വീട്ടിലേക്ക് കൊണ്ടുപോകാൻ വെച്ചതോ ഇനി വീട്ടിൽനിന്നു കൊണ്ടുവന്നതോ ആയ സി ഡികളും അലങ്കോലമായ മേശപ്പുറത്ത് തന്നെയുണ്ട്. ഓഫീസറുടെ ഇരിപ്പിടത്തിന് തൊട്ടടുത്തായി അടച്ചുവെച്ച ഒരു പേനയുണ്ട്. ആ പേന ഒരു പക്ഷേ, ഇന്ത്യൻ ബ്യൂറോക്രസിയുടെ എക്കാലത്തെയും പാവങ്ങളുടെ നേരെയടച്ചു വെച്ച നീതിയുടെ പ്രതീകമാവാം. പുറത്തുനിന്ന് വളരെ വേഗം ഓഫീസർ തിരക്കിട്ടു നടന്നുവരുന്നത് നഞ്ചുണ്ടൻ കണ്ടു.

"ശിവേട്ടാ ഓഫീസർ വരുന്നുണ്ട് ട്ടോ."

"തൊഴുതു നിൽക്കണേ."

അദ്ദേഹം വരുന്ന വഴിയെ തന്നെ നഞ്ചുണ്ടനും ശിവണ്ണനും ഇരു കൈകകളും കൂട്ടി തൊഴുതു നിന്നു. എന്നാൽ, ഓഫീസർ അത് കണ്ട ഭാവം തന്നെ നടിച്ചില്ല. തിരക്കിട്ട് തന്റെ സിംഹാസനത്തിൽ കയറി ഇരിപ്പായി. മേശപ്പുറത്തെ ബെല്ലിൽ കൈവെച്ചു. ക്ലാർക്കുമാരുടെ മുറിയിൽ നിന്നു പ്യൂൺ ഓടിവന്നു.

"ജനാർദ്ദനൻ അഡിഗയെ വിളിക്കെടോ."

ജനാർദ്ദനൻ എന്ന ജൂനിയർ സൂപ്രണ്ട് മുറിയിലെത്തി. ഓഫീസർ വളരെ ഉദ്വേഗഭരിതനായിരുന്നു. " ജനാർദ്ദനാ നീ *ജനവാഹിനി*[3] വായിച്ചുവോ. ഞാൻ ഇപ്പോൾ വായിച്ചുവന്നതേയുള്ളൂ. പിന്നെ രാവിലെ ടിവിയും കണ്ടിരുന്നു. എന്താ നിന്റെ അഭിപ്രായം?"

"സർ, ഞങ്ങളത് ചർച്ച ചെയ്യുകയായിരുന്നു. നമ്മൾ ആവശ്യപ്പെട്ടത് സ്കെയിലിലെ വർധനവാണ്. ഇൻക്രിമെന്റിൽ കയറി പിടിച്ചതാണ് മനസിലാകാത്തത്. "

"മനസിലാകുമെടാ അഡിഗേ. നീ നോക്കിക്കോ പതിനെട്ടാം തീയതി യൂണിയന്റെ സമര പ്രഖ്യാപനമുണ്ടാകും. പിറ്റേന്ന് ചീഫ് സെക്രട്ടറിക്ക് നോട്ടീസ് കൊടുക്കുന്നതോടെയാണ് കളി മാറുക."

"സർ, നമ്മളൊക്കെ കേരളക്കാരെ കണ്ടുപഠിക്കണമെന്നാണു ഞാൻ പറയുന്നത്. അവർ ഒറ്റക്കെട്ടായി നിൽക്കുന്നു. വേണ്ടതൊക്കെ നേടിയെടുക്കുന്നു."

അരവാതിലിനപ്പുറത്ത് രണ്ട് മുകുളിത ഹസ്തർ തീക്കൊള്ളിമേൽ നിൽക്കുന്നതുപോലെ കണ്ടപ്പോൾ ഓഫീസർക്ക് കലിയിളകി. "അവരെന്തിനാണ് ജനാർദ്ദനാ വന്നത്, ഇങ്ങോട്ട് വിളിക്ക്."

അതേ തൊഴുകൈയോടെ നഞ്ചുണ്ടനും ശിവണ്ണനും ഓഫീസിലേക്ക് കടന്നു. ഗ്രാമീണ കർഷകരുടെ വേവലാതികൾക്ക് പരിഹാരം കാണേണ്ട ഓഫീസ് ചെയറിനു പിറകിൽ അതേ തൊഴുകൈയുമായി നിൽക്കുന്ന മഹത്തായ ഇന്ത്യയുടെ അർധ നഗ്നനായ ഫക്കീറിന്റെ വലിയ പടം തൂക്കിയിട്ടുണ്ട്. ഇന്ത്യയുടെ വിപ്ലവം ഗ്രാമങ്ങളിലെ കൃഷിയിടങ്ങളിൽ നിന്നു

3. കന്നട ദിനപത്രം

തുടങ്ങണമെന്നഭിലഷിച്ച ആ വിഷാദവദനന്റെ ചിത്രം പൊടിപിടിച്ചു മങ്ങിത്തുടങ്ങിയിരിക്കുന്നു.

"എന്താ ആവശ്യം, വേഗം പറയൂ."

നഞ്ചുണ്ടനാണ് തുടങ്ങിയത്, "സർ ഇയാൾ ചെന്നമല്ലീപുരക്കാരനാണ്. ചെണ്ടുമല്ലിപ്പൂ കൃഷിയൊരുക്കുവാൻ ഭൂമി പാട്ടത്തിനു വാങ്ങിയിട്ടുണ്ട്. വിത്ത് വാങ്ങുവാൻ വന്നതാണ്. തുടക്കാരനാണ് സാർ..."

ഓഫീസറും ജനാർദ്ദനൻ അഡിഗയും അന്യഗ്രഹജീവികളെ നോക്കുന്നതുപോലെ ശിവണ്ണനെയും നഞ്ചുണ്ടനെയും നോക്കിനിന്നു. എവിടെനിന്നു കയറിവരുന്നു ഈ രസംകൊല്ലികൾ എന്നായിരുന്നു ഉദ്യോഗസ്ഥരുടെ ശരീരഭാഷ.

ശിവണ്ണൻ ധൈര്യം സംഭരിച്ചു രണ്ടടി മുമ്പോട്ടു വെച്ചു. ഇപ്പോഴും അയാളുടെ കൈകൾ തൊഴുതുതന്നെ നിൽക്കുന്നു.

"സർ, ഞാൻ ബാംഗ്ളൂരിലെ സിമന്റ് കമ്പനീല് വാച്ചുമാൻ ജോലിക്കാരനായിരുന്നു. അവിടന്ന് പിരിഞ്ഞപ്പോ എന്തെങ്കിലും കൃഷി ചെയ്തു ജീവിക്കാലോ എന്നു വിചാരിച്ചു. അത് പിന്നെ ചെണ്ടുമല്ലിപ്പൂ കൃഷി തന്നെ ആയ്ക്കോട്ടേന്ന് വെച്ചു. ഇതൊന്നു വിജയിച്ചു കിട്ട്യാ മോളേയൊന്നു പറഞ്ഞയക്കായിരുന്നു. അവള് ഇവിടെ ഗുണ്ടിൽപേട്ടയിലെ കോളേജിൽ പഠിക്കുന്നുണ്ട് സർ."

"ശരി, ശരി" ഓഫീസറ് അന്ത്യപ്രഖ്യാപനം നടത്തി, "നിങ്ങൾ രണ്ടുപേരും അപ്പുറത്തെ മുറിയിൽ ചെന്നിരിക്കൂ. ജനാർദ്ദനൻ അങ്ങോട്ട് വരും." തൊഴുതുകൊണ്ട് തന്നെ നഞ്ചുണ്ടനും ശിവണ്ണനും പാദങ്ങൾ പിന്നോക്കം വെച്ചുനടന്നു. ഇനിയവർക്ക് പുറംതിരിഞ്ഞു നടന്നാൽ അതൊരു മര്യാദകേടായി ഗണിക്കുമോ എന്തോ. അടുത്ത മുറിയിലേക്കും കേൾക്കാമായിരുന്നു യൂണിയൻ ചർച്ചയും ഇൻക്രിമെന്റും സ്കെയിലുമെല്ലാം.

ആ മുറിയിൽ രണ്ടുപേർ ഇരുന്നു. എന്തൊക്കെയോ എഴുതുകയാണ്. മുഖമുയർത്തി നോക്കുന്നേയില്ല. കടന്നുവന്നവർ ആരാണെന്നോ എന്തിനു വന്നവരെന്നോ അറിയുവാനവർക്കാഗ്രഹമില്ല. ഏറെ നേരം ഇരുവരും അവിടെത്തന്നെ നിന്നു. ക്ഷമകെട്ടു നഞ്ചുണ്ടൻ ശിവണ്ണനോട് ആംഗ്യം കാണിച്ചു, "ചെന്നു ചോദിക്ക് ശിവേട്ടാ."

ശിവണ്ണൻ മടിച്ചാണ് ചെന്നത്. ഒരു മേശയ്ക്കരികിൽ ഇരുന്നെഴുതുന്നത് ഒരു സ്ത്രീയാണ്. അവിടെയായിരിക്കും ഒരുപക്ഷേ, മയവും ക്ഷമയുമൊക്കെ കാണുക. ഒരു സ്ത്രീക്കെങ്ങനെയായാലും പുരുഷനോളം ശൗര്യവും കാണില്ലല്ലോ. മാത്രവുമല്ല, ഇപ്പോൾ ആ സ്ത്രീ എഴുത്തു നിർത്തി പേന കൈയിലേന്തി എവിടേക്കോ കണ്ണയച്ചു നിൽപ്പാണ്. ശിവണ്ണനൊന്നു കുരച്ചു. എന്നാൽ, പേനയേന്തിക്കൊണ്ടുള്ള നിൽപ്പിൽ നിന്ന് അവൾക്കൊരു മാറ്റവും കണ്ടില്ല. കണ്ണുകൾ വിദൂരതയിലെവിടെയോ.....

"സർ," ശിവണ്ണൻ വിനയാന്വിതനായി.

"എന്താ വന്നത്?" ഇപ്പോൾ മാത്രം ആ സാലഭഞ്ജികയൊന്നു മുരണ്ടു.

"സർ, അങ്ങേ മുറിയിൽനിന്ന് പറഞ്ഞുവിട്ടതാണ് ഇങ്ങോട്ട് വരാൻ. ഞങ്ങൾക്ക് ചെണ്ടുമല്ലി കൃഷിയിറക്കാൻ വിത്ത് വേണ്ടിയിരുന്നു."

"ഓ... അത് ശരി" അവൾ വീണ്ടും പേനെയെടുത്തു തുരുതുരാ എന്തൊക്കെയോ എഴുതുകയാണ്. ശിവണ്ണൻ ചകിതനായി നിൽക്കുകയായിരുന്നു. അയാൾ വിചാരിച്ചത് ഓഫീസ് കാര്യങ്ങളെന്തെങ്കിലും എഴുതുകയാണെന്നായിരുന്നു. എന്നാൽ, ഇൻലന്റ് കടലാസിൽ ആർക്ക് വേണ്ടിയോ കത്തെഴുതുകയായിരുന്നു. ഇപ്പോൾ എഴുത്തുനിന്നു. തൊട്ടരികെ ഒരാൾ അക്ഷമനായി നിൽക്കുമ്പോളെങ്ങനെയാണ് വരികൾ വന്നു നിൽക്കുക.

" സാർ വരട്ടെ, എന്നിട്ട് പറയാം. നിങ്ങൾ രണ്ടുപേരും പോയി പുറത്ത് നിൽക്കൂ."

അതൊരാജ്ഞയായിരുന്നു. ആ സ്വരത്തിന്റെ കാർക്കശ്യതയിൽ നഞ്ചുണ്ടനും ശിവണ്ണനും തനിയെ കാലുകൾ പുറകിലോട്ട് വലിച്ചു. വിയർപ്പു വരുന്നു. നിരാശയും ഈർഷ്യയും. ശിവണ്ണനു വല്ലാത്ത ദാഹം തോന്നി. എവിടെനിന്നാണ് ഒരു കവിൾ വെള്ളം കുടിക്കുവാൻ കിട്ടുന്നത്?

അപ്പോൾ ജനാർദ്ദനൻ അഡിഗ അവിടേക്ക് കടന്നുവന്നു. രണ്ടു പേർ വരാന്തയിൽ തന്നെ കാത്തിരിക്കുന്ന ഒരു ഭാവവും അയാൾക്കുമുണ്ടായില്ല.

"സരളേ....." ജനാർദ്ദനൻ പുറത്തുനിന്ന് ഓഫീസിലേക്ക് വിളിച്ചു, "ഞാൻ പുറത്തുപോയി ചായ കഴിച്ചു വരാം."

"ശരി സാർ" അകത്തുനിന്ന് സരളയുടെ വിനീത ഭാഷ്യം. പിന്നെയവൾ ഇൻലന്റ് ലെറ്റർ അകത്തേക്ക് വലിക്കുന്നതും കാണാമായിരുന്നു. വീണ്ടുമൊരു അരമണിക്കൂർ കഴിഞ്ഞതിനുശേഷമാണ് അഡിഗയെന്ന മഹാമനുഷ്യൻ തന്റെ കസേരയിൽ വന്നിരുന്നത്. ഒരു നല്ല ചായ കഴിച്ച സംതൃപ്തി മുഖം വിളിച്ചു പറയുന്നു. കൈയിലും ചുണ്ടിലുമായി സിഗരറ്റ് എരിഞ്ഞുതീരുന്നു. വിശേഷിച്ചു ജോലിയൊന്നും കാണാത്തതുകൊണ്ടാകാം ജനാർദ്ദനൻ അഡിഗ മേശപ്പുറത്തുണ്ടായിരുന്ന ടെലിഫോൺ എടുത്തു കറക്കിത്തുടങ്ങി.

"സർ," ശിവണ്ണൻ ഒന്നു കുരച്ചു.

"ങ്ഹാ എന്ത് ചെയ്തു, അപേക്ഷ കൊടുത്തുവോ?"

"എന്ത്?" ശിവണ്ണന് ഒന്നും മനസിലായില്ല. നഞ്ചുണ്ടന് അതിലപ്പുറം മനസിലായില്ല. "എന്താണ് സർ ചെയ്യേണ്ടത്. ഞങ്ങൾക്കൊരു നിശ്ചയവുമില്ല സർ."

"നിങ്ങൾക്ക് ചെണ്ടുമല്ലി വിത്തുകൾ വേണമെങ്കിൽ ഇവിടെയൊരു അപേക്ഷ തരണം. അങ്ങനെയാണ് സർക്കാർ റൂൾ. അറിയില്ലേ?"

"അറിയില്ല സർ...." ശിവണ്ണൻ കരച്ചിലിന്റെ വക്കോളമെത്തിയിരുന്നു, "എനിക്കൊന്നുമറിയില്ല സർ, ഞാൻ ബാംഗ്ളൂരില്......"

"അതൊന്നും പറയണ്ട. നിങ്ങൾക്ക് വിത്ത് വേണമെങ്കില് ഒരപേക്ഷ തരണം. ഇത് സർക്കാരിന്റെ സബ്സിഡിയുള്ള മേൽത്തരം വിത്താണ്.

കർഷകനെന്ന ലേബലിൽ വൻകിട കച്ചവടക്കാർക്ക് നിങ്ങൾക്ക് മറിച്ചു വിൽക്കാമല്ലോ. അതുകൊണ്ട് നിങ്ങൾ കർഷകനാണെന്ന് ആദ്യം തെളിയിക്കണം."

"ഞങ്ങൾ തട്ടിപ്പുകാരല്ല സർ, ഞാൻ ബാംഗ്ളൂരിലൊരു സിമന്റ്........"

"നോ–നോ– അതൊക്കെ നിർത്തണം മിസ്റ്റർ. വില്ലേജ് ഓഫീസറെക്കൊണ്ട് നിങ്ങൾക്ക് എത്ര ഏക്കർ ഭൂമി കൃഷിയോഗ്യമായിട്ടുണ്ടെന്ന് അതല്ലെങ്കിൽ എത്ര ഏക്കർ ഭൂമി പാട്ടത്തിനെടുത്തിട്ടുണ്ടെന്ന് സർട്ടിഫിക്കറ്റ് വാങ്ങണം. ഇനി ഭൂമി ഏതായാലും സർവേ നമ്പറും സ്കെച്ചും പ്ലാനും അടങ്കലുമൊക്കെ അപേക്ഷയിൽ വെക്കണം. പാട്ടത്തിനെടുത്തതാണെങ്കിൽ ഭൂമിയുടെ യഥാർഥ ജന്മിയുടെ അനുവാദപത്രം നോട്ടറി അറ്റസ്റ്റായി ലഭിക്കണം. എന്നിട്ട് ഇതെല്ലാംകൂടി വില്ലേജ് ഓഫീസർ തഹസീൽദാർക്ക് ഫോർവേർഡ് ചെയ്യും. തഹസീൽദാരുടെ അന്വേഷണത്തിൽ നിങ്ങൾ സത്യമാണ് സർക്കാരിന്റെ മുമ്പിൽ ബോധിപ്പിച്ചതെന്നു കണ്ടാൽ കടലാസ് കൃഷിഭവനിലേക്ക് അയക്കും. പിന്നെ ഞങ്ങളാണ് അപേക്ഷയിൽ നമ്പറിട്ടു വെക്കുക. ക്രമപ്രകാരം നിങ്ങൾക്ക് കാർഡയക്കും."

ശിവണ്ണനും നഞ്ചുണ്ടനും കംബദഹള്ളി[4]യിലെ കൊത്തിവെച്ച പ്രതിമകൾ പോലെ നിലകൊണ്ടു. ശിവണ്ണന്റെ ഹൃദയത്തിലെ രക്തധമനികളപ്പോൾ ഒരു പണി മുടക്കിനെക്കുറിച്ചു ചിന്തിക്കുകയായിരുന്നു.

"പിന്നെയൊന്നു കൂടെ" ജനാർദ്ദനൻ അഡിഗ മറന്നുപോയ കാര്യം ഓർമപ്പെടുത്തി. "കൃഷി ഭൂമിയുടെയരികെ ഫോറസ്റ്റ് ഉണ്ടെങ്കിൽ വനം വകുപ്പുകാരുടെ എൻ ഒ സി കൂടി ഉൾപ്പെടുത്തണം. അതുപോലെ പ്രധാനമാണ് നിലത്തിന്റെ മുപ്പത് മീറ്റർ അകലത്തിൽ ഇലക്ട്രിസിറ്റി ബോർഡിന്റെ ഹൈപവർ ലൈൻ കടന്നുപോകുന്നില്ലായെന്ന സാക്ഷ്യപത്രം. ആട്ടെ നിങ്ങളുടെ കൃഷിസ്ഥലം എവിടെയാണെന്നാണ് പറഞ്ഞത്?"

"ചെന്നമല്ലീപുരത്താണ് സർ."

"ഹ, ഹ" ജനാർദ്ദനൻ അഡിഗ ഉറക്കെ ചിരിച്ചു, "എനിക്ക് സർവേ നമ്പർ ശരിക്കറിയില്ല. പക്ഷേ, ചെന്നമല്ലീപുരം, കക്കൽ തൊണ്ടി, ദൊഡ്ഡനായ്ക്കഹള്ളി, ഗോപാല സ്വാമി ഹള്ളി. ബീമൻബീട്ട എന്നീ സ്ഥലങ്ങളൊക്കെ ചേർത്തു പ്രോജക്റ്റ് ടൈഗർ പ്ലാൻ സെൻട്രൽ തയാറാക്കുന്നുണ്ട്."

രണ്ട് പ്രാർഥനാ ശിൽപ്പങ്ങളും അതേ നിൽപ്പിലായിരുന്നു. ഈ സുവർണാവസരത്തിനായിരുന്നുവോ അഡിഗ കാത്തിരുന്നതെന്ന് സംശയം. അയാൾ നാടകത്തിന് തിരശ്ശീലയിടുകയായിരുന്നു.

"അപ്പോൾപ്പിന്നെ....." ജനാർദ്ദനൻ ഇപ്പോൾ മാത്രം ഒന്നു പുഞ്ചിരിച്ചു. "നിങ്ങളുടെ ഐഡന്റിറ്റി കാർഡ് കൈയിലുണ്ടോ മിസ്റ്റർ?"

---

4. മാണ്ഡ്യജില്ലയിലെ ഗ്രാമം. ചന്ദ്രഗുപ്തമൗര്യന്റെ കാലത്തോളം പഴക്കമുള്ള ജൈന ശിൽപ്പങ്ങൾ.

"ഇല്ല സർ, അത് ബാംഗ്ളൂരിലെ സിമന്റ് കമ്പനീല് എവിടെയോ കളഞ്ഞുപോയി."

"നിങ്ങൾക്ക് ബുദ്ധിയില്ല മിസ്റ്റർ. എന്താണ്, പേർ പറഞ്ഞത് ശിവണ്ണൻ എന്നോ മറ്റോ അല്ലേ. ശരി, മിസ്റ്റർ ശിവണ്ണൻ, ഐഡന്റിറ്റി കാർഡ് കൈവശമില്ലെങ്കിൽ നിങ്ങൾ ശിവണ്ണൻ തന്നെയെന്ന് ഞങ്ങളെങ്ങനെ മനസിലാക്കും. മേബി യു ആർ ശിവണ്ണൻ. ബട്ട് വേർ ഈസ് പ്രൂഫ്. "

"സാർ..." രണ്ട് വിഗ്രഹങ്ങൾ ഒന്നിച്ചു നിലവിളിച്ചു.

"അതിന്ന് പണിയുണ്ട്, നിങ്ങൾ വില്ലേജ് ഓഫീസറെ കണ്ട് ഒരു നേറ്റിവിറ്റി സർട്ടിഫിക്കറ്റിന് അപേക്ഷ കൊടുക്ക്."

തനിക്ക് ബുദ്ധിയില്ലെന്ന് ജനാർദ്ദനൻ സൂപ്രണ്ട് പറഞ്ഞത് ശരിയാകാമെന്ന് ശിവണ്ണനും ചിന്തിച്ചു. ആകെയറിയാവുന്ന ജോലി സിമന്റ് കമ്പനിയിലേക്ക് വാഹനങ്ങൾ വരുമ്പോൾ ഗേറ്റ് തുറന്നുകൊടുക്കുന്ന വേലയായിരുന്നല്ലോ. പിന്നെ ആ ഗേറ്റ് ഭദ്രമായി അടയ്ക്കുന്നതും. കേമത്തമുള്ള ഒരു പ്രവൃത്തി കൂടെ അറിയാമായിരുന്നു, മറാത്തക്കാരൻ മുതലാളിയുടെ ബെൻസ് കാർ വരുമ്പോൾ അതിന്റെ നേരെ സല്യൂട്ട് ചെയ്യൽ. ഉഴവ് തീർന്നു തുടങ്ങിയപ്പോൾ കണ്ടങ്ങളിൽ നാളെത്തൊട്ട് വിത്തെറിയുവാൻ ഈ ഉദ്യോഗസ്ഥർ പറയുന്ന വിദ്യകൾക്ക് കഴിയില്ല.

III

ഓഫീസുകളുടെ വരാന്തയിൽ, ഉദ്യോഗസ്ഥ ദുഷ്പ്രഭുത്വത്തിന്റെ അടഞ്ഞ ശ്രീകോവിലിനു മുമ്പിൽ പോയി ഓച്ഛാനിച്ചുനിൽക്കേണ്ട ഗതികേട് ശിവണ്ണനുണ്ടായില്ല. കൃഷിഭവന്റെ പുറകിലെ പ്ലാസ്റ്റിക് സാമ്രാജ്യത്തിലേക്ക് നഞ്ചുണ്ടൻ ശിവണ്ണനെ കൂട്ടിക്കൊണ്ടുപോയി അടക്കം പറഞ്ഞു, "ശിവണ്ണാ ഇതിനൊക്കെ ഒരു മറുമരുന്നുണ്ട്."

"എന്ത് മരുന്നാ നഞ്ചുണ്ടാ നീ പറയ്ണത്. എനിക്ക് കൃഷീം വേണ്ട കുന്തോം വേണ്ട. ഉള്ള പൈസ കൊണ്ട് സീതനെ കെട്ടിച്ചയച്ചാല് മതിയായിരുന്നേ."

"അങ്ങനെ നിരാശപ്പെട്ടാലോ. ഇനിയിപ്പോ പാട്ടം കൊടുത്ത പൈസ മുതലാളിയോട് കിട്ട്വോ ശിവേട്ടാ?"

നഞ്ചുണ്ടൻ കുറേക്കൂടി ശിവണ്ണനോട് ചേർന്നു നിന്നു. പറഞ്ഞത് മുഴുവൻ സ്വകാര്യം. "ശിവേട്ടന്റെ കൈയില് പൈസ ഉണ്ടെങ്കില് ആയിരം ഉറുപ്പിക ഇങ്ങോട്ടെടുത്തോ. അതങ്ങോട്ട് വീശിയാല് ഇപ്പോ തന്നെ വിത്തുംകൊണ്ട് നമ്മക്ക് പൂവ്വാം. കടലാസുംവേണ്ട കുറിപ്പടീംവേണ്ട. അത് കിട്ടുന്നതുവരെ ഈ ചെത്തലപ്പട്ടികള് കൊരച്ച് കൊണ്ടിരിക്കും. "

സത്യം സത്യമായിരുന്നു നഞ്ചുണ്ടൻ പറഞ്ഞത്. ആയിരം രൂപ നഞ്ചുണ്ടന്റെ കൈയിൽ കൊടുത്തു. പിന്നെ നഞ്ചുണ്ടനെ അവിടെയങ്ങും കണ്ടതേയില്ല. അരമണിക്കൂർ കഴിഞ്ഞാണ് പ്രത്യക്ഷപ്പെട്ടത്. പ്രസന്ന മുഖം. ശിവേട്ടാ ഓഫീസറ് വിളിക്കുന്നു.

ശിവണ്ണൻ വീണ്ടും അരവാതിൽ ചാരിയ ഓഫീസറുടെ മുറിയിലേക്ക് കടന്നു. ജനാർദ്ദനൻ എന്ന സൂപ്രണ്ട് സ്ഥലത്തെങ്ങുമില്ല. ഓഫീസറുടെ മുഖം പ്രസന്നവും ദീപ്തവുമായിരുന്നു. എന്തൊക്കെയോ ഇംഗ്ലീഷിലും കന്നടയിലും എഴുതിയ കടലാസിന്റെ പുറകെ ശിവണ്ണൻ ഒപ്പു വെച്ചു. അപ്പുറത്തെ കൗണ്ടറിൽ പോയി വിത്തിന്റെ പണവും കൊടുത്തു. അതിനു രശീതിയും തന്നു.

അയാൾക്കായി ഒരുക്കി വെച്ചിരുന്ന ചെണ്ടുമല്ലി വിത്തുകളുടെ ഭാണ്ഡം പേറി ശിവണ്ണൻ ഓഫീസിന്റെ പടിയിറങ്ങി.

ഉച്ചനേരം ഒരു മണിക്ക് ഗുണ്ടിൽപേട്ടയിൽനിന്ന് കോഴിക്കോട്ടേക്ക് പുറപ്പെടുന്ന കർണാടക സ്റ്റേറ്റ് ട്രാൻസ്പോർട്ട് കമ്പനിക്കാരുടെ ബസിന്റെ പുറത്ത് ഭാണ്ഡം കയറ്റി വെച്ചു. ശിവണ്ണനും നഞ്ചുണ്ടനും ഒരേ സീറ്റിൽ ഇരുന്നു. ശിവണ്ണൻ തികച്ചും മൗനിയായിരുന്നു. അയാൾക്ക് ഓഫീസിൽ വെച്ചുണ്ടായ അനുഭവങ്ങൾ സ്വയം നിന്ദയുണ്ടാക്കി. എന്തിനാണ് ഉദ്യോഗസ്ഥർ തന്നെ അപമാനിച്ചത്. ശിവണ്ണൻ സ്വയം ചോദിക്കുകയായിരുന്നു. തന്നിൽ താഴ്ന്നവരോട് പെരുമാറുന്നതുപോലെ ചെയ്യുവാൻ ആരാണവർക്ക് അധികാരം കൊടുത്തത്. സർക്കാരിന്റെ ആനുകൂല്യമുള്ള വിത്തുകൾ ഒരു കർഷകൻ വന്നുചോദിക്കുമ്പോൾ ഇത്തിരിക്കൂടെ മര്യാദയ്ക്ക് അവർക്കെന്തുകൊണ്ട് പേരുമാറിക്കൂടാ. എങ്ങനെയാണ് ഒരു കർഷകൻ താഴ്ന്നവനും ഉദ്യോഗസ്ഥൻ മുന്തിയവനുമായി മാറുന്നത്. എന്തുകൊണ്ട് തന്റെ കൈകൾ അറിയാതെ അവരുടെ മുമ്പിൽ തൊഴുതു നിന്നു. തന്നിൽ നിന്ന് ആയിരം രൂപ ശരിക്കും അവർ ഒറ്റിയെടുക്കുകയല്ലായിരുന്നുവോ. പണം കൊടുത്തപ്പോഴേക്കും നിയമത്തിന്റെ പദ്മവ്യൂഹങ്ങൾ എവിടെപ്പോയൊളിച്ചു.

"എന്താ ശിവേട്ടാ ചിന്തിക്കുന്നത്?"

"ഒന്നൂല്ല, ഒന്നൂല്ല."

ശിവണ്ണന്റെ മനസ്സ് വീണ്ടും ചപലമാവുകയായിരുന്നു. തന്റെ കൈയിൽ എണ്ണിപ്പെറുക്കിയ ഉറുപ്പികയേ ഉള്ളൂ. അതിൽനിന്നു കൃഷി ചെയ്തുവേണം തന്റെ മകളെ പറഞ്ഞയക്കുവാൻ. ഭാര്യക്കും തനിക്കുമുള്ള ചെലവിനും അതിൽനിന്ന് വേണം കിട്ടുവാൻ. ഭാഗ്യം പരീക്ഷിക്കേണ്ടെന്നും ഉള്ള പണംകൊണ്ട് മകളുടെ മംഗല്യം ഭംഗിയാക്കാമെന്നുമൊക്കെ കാഞ്ചന കാലുപിടിച്ചു പറഞ്ഞതാണ്. അതനുസരിച്ചില്ല. മണ്ണിനോടും മലരിനോടും എന്തോ അടങ്ങാത്ത ആർത്തി തോന്നി. അന്യായമായി ആയിരംരൂപ കൂടെ പടിയിറങ്ങിപ്പോയിരിക്കുന്നു. ഇനിയും കട്ടയുടയ്ക്കുവാനും പെറുക്കി ചുടുവാനുമെല്ലാമായി ഒരായിരം രൂപ കൂടെ കരുതേണ്ടി വരും. അൽപ്പം കാലി വളം മേമ്പൊടി ചേർക്കേണ്ടതിലേക്കായി അഞ്ഞൂറ് രൂപ തേവന്റെ കൈയിൽ കൊടുത്തിട്ടുണ്ട്. ചെണ്ടുമല്ലിച്ചെടികൾ രണ്ടടി ഉയരം വെക്കുമ്പോൾ മതി ചാണകപ്രയോഗമെന്ന നഞ്ചുണ്ടന്റെ ഉപദേശം സ്വീകരിച്ചതുമില്ല.

നഞ്ചുണ്ടൻ മെല്ലെ ഉറക്കത്തിലേക്ക് വീണു തുടങ്ങിയിരുന്നു.

"നഞ്ചുണ്ടാ എനിക്കൊരു സംശയം ഉണ്ടേ...."

"എന്താ ശിവേട്ടാ പറയ്" നഞ്ചുണ്ടൻ ഉറക്കിൽ നിന്ന് ഉണർന്നു.

"പണ്ടൊക്കെ നമ്മള് വിത്തിന് എവിടെയും പോകാറില്ലായിരുന്നല്ലോ"

"ശരി, ബാക്കി പറയ് ശിവേട്ടാ."

"എന്നു വെച്ചാല് കഴിഞ്ഞയാണ്ടിലെ ചെണ്ടുമല്ലിപ്പൂക്കള് എടുത്തു വെച്ചാല് നമ്മക്ക് ഇക്കൊല്ലം വെതക്കാലോ. അത് ഉണ്ടെങ്കില് പിന്നെന്തിനാണ് സർക്കാരിന്റെ ഓഫീസിലേക്ക് പോകുന്നത്. നമ്മളെ വിത്ത് നമ്മക്ക് തന്നെ ഉണ്ടാക്കാലോ."

നഞ്ചുണ്ടന്റെ ഉറക്കം പോയി. അവന്റെ ചിരി ബസിൽ ഉടനീളം മുഴങ്ങിക്കേട്ടു. മറ്റു യാത്രക്കാരും ശ്രദ്ധിക്കുന്നയത്രയും ഉച്ചത്തിൽ നഞ്ചുണ്ടൻ ചിരിച്ചു. അവസാനം ഇങ്ങനെ പറഞ്ഞൊപ്പിച്ചു, "എന്തൊരു പൊട്ടനാണ് ശിവേട്ടാ നിങ്ങള്."

അത് തന്നെയായിരുന്നില്ലേ കൃഷിഭവനിലെ ഉദ്യോഗസ്ഥരും പറഞ്ഞത്. മിസ്റ്റർ, നിങ്ങൾക്ക് ബുദ്ധിയില്ലെന്ന്. അതിനവർ കാരണം കൊണ്ടുവന്നില്ല. എന്നാൽ, നഞ്ചുണ്ടൻ അവർ വിട്ടഭാഗം പൂരിപ്പിച്ചിരിക്കുന്നു.

"ശിവേട്ടാ, സർക്കാരിന് വിത്ത് കൊടുക്കുന്നത് വല്യ പൈന്റ് കമ്പനിക്കാരാണ്. ആദ്യോക്കെ കൊറഞ്ഞ പൈസക്ക് നല്ല വിത്ത് കൊടുത്തപ്പോ നമ്മള് വിത്ത് സൂക്ഷിക്കാതെയായി. നമ്മളെ വിത്ത് സൂക്ഷിക്കുന്നത് മെനക്കേടായിറ്റാ തോന്നിയത്. അങ്ങനെ നമ്മളെ വിത്ത് തീർന്നപ്പോ അവര് വെല കേറ്റിത്തുടങ്ങി. അവര് തരുന്ന വിത്തിൽനിന്ന് വിളവെടുത്ത് നമ്മൾ നട്ടാലോ മുളയ്ക്കുകയും ഇല്ല. ഇനിയിപ്പോ ഒരു വഴിയേ ഉള്ളൂ. അവര് തരുന്ന വിലയ്ക്ക് അവരെ വിത്ത് വാങ്ങുക. അവര് പറയ്ണ പൈസക്ക് അവർക്ക് വിക്കുക. കേരളത്തിലേക്ക് എത്രാന്ന് വെച്ച് ഡിമാന്റ് ഉണ്ടാകും. ഇതിന്നും ഒരു കണക്കില്ലേ."

ശിവണ്ണൻ പിന്നെയൊന്നും സംസാരിച്ചില്ല. ഒരു കാര്യം മറന്നതയാൾ ഓർമിച്ചെടുത്തു. ഗുണ്ടിൽപേട്ടയിലെ ചന്തയിൽനിന്ന് കറവയുള്ള ഒരു ആടിനെ വാങ്ങുവാൻ കാഞ്ചന പറഞ്ഞേൽപ്പിച്ചിരുന്നു. ദിവസവും രാവിലെ ശിവേട്ടൻ കട്ടൻചായ കുടിക്കുന്നത് ഒഴിവാക്കിത്തരാം എന്നൊക്കെയവൾ പറഞ്ഞിരുന്നു. ഗുണ്ടിൽപേട്ടയിൽ നിന്നു കുറുബന്മാരിലാരെയെങ്കിലും ഏൽപ്പിച്ചാൽ അവർ തെളിച്ചോ ചുമന്നുകൊണ്ടോ ചെന്നമല്ലീപുരത്തെത്തിക്കും. പക്ഷേ, അതിനി മറന്നില്ലെങ്കിലും നടക്കുമായിരുന്നില്ല. വിത്തിനുള്ള പണത്തിനു പുറമെ ആടിനെ വാങ്ങാനുള്ള പണം കൂടെ എടുത്തിരുന്നു. അതാണല്ലോ ഉദ്യോഗസ്ഥർ തട്ടിയെടുത്തത്, പോകട്ടെ.

ബസ് ചരിഞ്ഞും മറിഞ്ഞുമൊക്കെ കുതിച്ചു പായുകയാണ്. നഞ്ചുണ്ടൻ വീണ്ടും ഉറക്കം തുടങ്ങി. ശിവണ്ണന്റെ നെഞ്ചിലേക്കും മറ്റും നഞ്ചുണ്ടൻ ചാഞ്ചാടി വീണുകൊണ്ടിരുന്നു. ശിവണ്ണൻ നോക്കുമ്പോൾ നഞ്ചുണ്ടന്റെ ഇടത് പോക്കറ്റിൽ അഞ്ഞൂറിന്റെ നോട്ട് കിടക്കുന്നത് കണ്ടു. അൽപ്പമൊരു മുഷിഞ്ഞു ചുരുണ്ട നോട്ട്. ഒരു വൈദ്യുത തരംഗം ശിവണ്ണന്റെ മസ്തിഷ്കത്തിലൂടെ മിന്നിമറഞ്ഞു. താൻ കൃഷിഭവനിൽ വെച്ചു

നഞ്ചുണ്ടന്റെ കൈയിൽ കൊടുത്ത രണ്ട് അഞ്ഞൂറിന്റെ നോട്ടുകളിൽ ഒന്നു തന്നെയല്ലേ അത്. ഒരെണ്ണം മാത്രമാണോ നഞ്ചുണ്ടൻ അവർക്ക് കൊടുത്തത്. ബാക്കി അവൻ കീശയിട്ടതായിരിക്കുമോ. ഭാര്യയും മകളും പിന്നെ സുള്ള്യനും പറഞ്ഞത് ശിവണ്ണന് ഓർമയിൽ തെളിഞ്ഞു. നഞ്ചുണ്ടൻ പിശകാണെന്ന്. അവൻ ചതിക്കുമെന്ന്. ശിവണ്ണൻ അതൊക്കെ മറക്കാൻ ശ്രമിച്ചു. ജീവിതയാത്രയിൽ അങ്ങനെ എത്രയെത്ര കറൻസി നോട്ടുകൾ വരുന്നു, പോകുന്നു.

ശിവണ്ണനും ഉറക്കമായി. ബസ് മദ്ദൂർ എത്തിയത് ശിവണ്ണൻ അറിഞ്ഞതേയില്ല. കണ്ടക്ടർ വിളിച്ചു പറഞ്ഞുകൊണ്ടിരുന്നു. "ഇവിടെ ഇറങ്ങുന്നവരൊക്കെ വന്നോളൂ, ചെന്നമല്ലീപുരം പോകേണ്ടവരും വന്നോളൂ."

ഇറങ്ങിയപ്പോഴാണ് ശിവണ്ണൻ രോഹിണിയെ കണ്ടത്. അവൾ മുമ്പ് കണ്ടതിനേക്കാളും മനോഹരിയായിരിക്കുന്നു. ഏതോ വിദേശ പരിമളത്തിന്റെ അലകൾ അവളിൽനിന്നു പ്രസരിക്കുന്നു. രോഹിണി ധരിച്ച ജീൻസ് പാന്റിന് നിരവധി ഞൊറികളും ബട്ടണുകളും. മാർവിടത്തിന്റെ ആകാര ഭംഗി മുഴുവൻ പുറത്തേക്ക് കാണാം. ശിവണ്ണനിറങ്ങിയ അതേ ബസിൽ നിന്നുതന്നെയായിരുന്നു അവളുമിറങ്ങിയത്.

"രോഹിണിയെവിടുന്നു വരുന്നു. ഇവിടത്തെ ഹോട്ടലിലല്ലേ മോളെ ജോലിയെന്നു പറഞ്ഞിരുന്നത്."

"അതെയച്ഛാ" രോഹിണി വിദൂരതയിലേക്ക് നോക്കി സംസാരിച്ചു. "ഹോട്ടലുകാരുടെ ആവശ്യത്തിന്നു ഗുണ്ടിൽപേട്ടവരെ പോയിരുന്നു. സീതയ്ക്ക് ഇന്ന് ഉച്ചവരെയേ ക്ലാസുള്ളുവെന്നു പറഞ്ഞിരുന്നല്ലോ."

നഞ്ചുണ്ടൻ ബസിൽ നിന്നിറക്കിയ ചാക്കുകെട്ടിന്റെയരികെത്തന്നെ നിന്നു. ഏതെങ്കിലും കാളവണ്ടി ചെന്നമല്ലീപുരത്തേക്ക് തിരിക്കുന്നതുണ്ടെങ്കിൽ ലഗേജ് അതിൽ കയറ്റാം. ഇരുവർക്കും അതിൽത്തന്നെ കയറിപ്പറ്റുകയും ചെയ്യാമല്ലോ. രോഹിണി യാത്ര ചോദിച്ചു സാവധാനം നടന്നു നീങ്ങി. രോഹിണി മറയുവോളം നഞ്ചുണ്ടന്റെ കഴുകക്കണ്ണുകൾ രോഹിണിയുടെ നിതംബത്തിൽനിന്നു മാംസക്കഷണങ്ങൾ കൊത്തിപ്പെറുക്കിത്തിന്നുകൊണ്ടിരുന്നു.

ഏഴ്

അതിപുരാതനവും പ്രൗഢഗംഭീരവുമായ ആ പടിവാതിലിന് ക്ഷതമേൽപ്പിക്കുവാൻ കാലത്തിന്റെ ചക്രങ്ങൾക്ക് സാധ്യമായിട്ടില്ല. വ്യാളീമുഖം കൊത്തിയ കൽത്തൂണുകൾക്കരികെ ജ്യാമിതീയ കലയുടെ ഉദാത്ത ഭാവനകൾ സൂക്ഷിച്ചു നോക്കാതെതന്നെ കാണാം. തേർ തെളിക്കുന്ന പാർഥസാരഥിയുടെ അചഞ്ചല ഭാവവും തൊട്ടുപുറകിൽ ചപലനായ കൂട്ടുകാരന്റെ ഇടർച്ചയും. ഏത് ചായംകൊണ്ട്, ഏത് ഉളി കൊണ്ട്, അതെവിടെയൂട്ടപ്പെട്ടത്, ഏത് കലാകാരൻ എന്നിവയൊക്കെ കുഴയ്ക്കുന്ന ചോദ്യങ്ങളാണ്. ഒന്നുണ്ട്, ആരായാലും ഒരുനിമിഷം അവിടെ നിന്നുപോകും.

ആ പടിവാതിലിനരികെയാണ് പൊലീസ് ജീപ്പ് വന്നു നിന്നത്. പുറകിൽനിന്ന് ഹെഡ്കോൺസ്റ്റബിൾ രാജയും മറ്റു നാലഞ്ചു കോൺസ്റ്റബിൾമാരും പുറത്തേക്ക് വരാൻ മടിച്ചു നിന്നു. വിസമ്മതത്തിന്റെയും പ്രതിഷേധത്തിന്റെയും ശരീരഭാഷയവർ പ്രദർശിപ്പിച്ചുകൊണ്ടേയിരുന്നു. എന്നാൽ, മുമ്പിൽ ഇരുന്ന പൊലീസ് സബ് ഇൻസ്പെക്ടർ സിദ്ധാർഥൻ നിർവികാരനായി കാണപ്പെട്ടു. അദ്ദേഹം പുറത്തേക്കിറങ്ങി. പൊലീസ് അധികാരത്തിന്റെ പ്രതീകമായി ചില നേരങ്ങളിലൊക്കെ മേധാവികൾ കൈയിലെടുത്തു വെറുതെ ചുഴറ്റിക്കളിക്കുന്ന ലാത്തിവടി തന്റെ സീറ്റിൽ തന്നെ സിദ്ധാർഥൻ ഉപേക്ഷിച്ചു.

സിദ്ധാർഥൻ പുറകിലേക്ക് നോക്കി. തന്നെ സഹായിക്കേണ്ട കീഴ്ജീവനക്കാരായ പൊലീസുകാർ പിൻസീറ്റിൽത്തന്നെ ഇരിപ്പാണ്. പുറത്തേക്കിറങ്ങുവാൻ പറഞ്ഞാൽ അവർ പുറത്തേക്കിറങ്ങും. നടക്കുവാൻ പറഞ്ഞാൽ നടക്കും. അതിനപ്പുറം ഒന്നും പ്രതീക്ഷിക്കേണ്ട. നിസ്സഹകരണത്തിന്റെയും വിയോജിപ്പിന്റെയും എത്രയോ മൗനവൽമീകങ്ങൾ ഇൻസ്പെക്ടർ കണ്ടിരിക്കുന്നു. സന്ദിഗ്ധാവസ്ഥയിൽ കോൺസ്റ്റബിൾമാരിൽനിന്ന് എത്രമാത്രം സഹകരണം ലഭിക്കുമെന്ന് ഇനിയും കാണേണ്ടിയിരിക്കുന്നു.

“രാജ, നിങ്ങളൊക്കെ ഇവിടെത്തന്നെ നിൽക്കൂ, ഞാൻ വിളിച്ചാൽ മാത്രം അരികിലേക്ക് വരിക.”

ഹെഡ്കോൺസ്റ്റബിൾ അതെയെന്നോ ഇല്ലെന്നോ പറഞ്ഞില്ല. മറ്റുള്ളവരും അതേ അവസ്ഥയിൽത്തന്നെ കാണപ്പെട്ടു. ഗുണ്ടിൽപേട്ടയിലെ സ്റ്റേഷനിൽനിന്ന് വളരെപ്പെട്ടെന്ന് ഇൻസ്പെക്ടർ ജീപ്പിൽ കയറുവാൻ പറഞ്ഞപ്പോൾ എവിടേക്കാണ് സാർ എന്ന് ചോദിക്കുവാൻ രാജയുൾപ്പെടെ ആർക്കും ധൈര്യമുണ്ടായില്ല. തന്നിഷ്ടക്കാരനും അഴിമതിയുടെ കറപുരളാത്തവനുമായ മേലുദ്യോഗസ്ഥനോട് ഡിപ്പാർട്ട്മെന്റിന്റെ കാര്യങ്ങൾക്കപ്പുറം യാതൊരു ഔപചാരികതകളുമില്ലായിരുന്നു. എത്രയോ സീനിയറും അടുത്ത വർഷം അടുത്തുൺപറ്റി പിരിയേണ്ടവനുമായ രാജപോലും സിദ്ധാർഥന്റെ മുമ്പിൽ ചകിതനാകാറുണ്ട്.

സിദ്ധാർഥൻ മുമ്പോട്ട് നടന്നു. മുറ്റത്ത് വിരിച്ച വീതിയും വിസ്താരവുമുള്ള ഏക ശിലാപാളികളിൽ അയാളുടെ ബൂട്ട് പതിയുന്ന ശബ്ദമല്ലാതെ മറ്റൊന്നും കേൾക്കുവാനുണ്ടായിരുന്നില്ല. വിശാലമായ കോലായക്കപ്പുറം അടഞ്ഞ മഞ്ചാരിവാതിൽ. ഇവിടെയാരുമില്ലേയെന്ന് ഇൻസ്പെക്ടർ ശങ്കിച്ചു.

കോലായിലേക്ക് കയറുവാൻ ഉദ്യമിക്കുന്നവർക്ക് പിടിച്ചു കയറുവാൻ അഞ്ചുമുഴം കഴുക്കോലിൽനിന്ന് ഒരു വർണ ചകിരിക്കയർ തൂക്കിയിട്ടിരിക്കുന്നു. അതിന്റെയറ്റത്ത് ശംഖിന്റെ ആകൃതിയിൽ ഒരു വസ്തു കാണാം. എന്നാൽ, അതും ചൂടിക്കയറാൽ പൊതിയപ്പെട്ടതാണ്.

ഇൻസ്പെക്ടർ സിദ്ധാർഥൻ ശംഖാകൃതിയിൽ പിടിച്ചു കോലായിലേക്ക് കയറിച്ചെന്നു. അയാളുടെ യൗവനത്തിന് ആ കയറിന്റെ ആവശ്യ

മില്ല കയറിവരുവാൻ. സിദ്ധാർഥന്റെ കണ്ണുകൾ കോളിങ് ബെൽ പരതുകയായിരുന്നു. എന്നാൽ, അയാൾക്കത് കണ്ടെത്തുവാൻ കഴിഞ്ഞില്ല. പകരം ഒരു വലിയ കുടമണിയാണ് കാണുവാൻ കഴിഞ്ഞത്. നിശ്ചയമായും അതൊരു ഉപേക്ഷിക്കപ്പെട്ട ആനക്കുടമണിയാണ്.

രണ്ടുപ്രാവശ്യം ഇൻസ്പെക്ടർ ആ മണി മുഴക്കി.

പുറത്തേക്ക് ആരും വരുന്നില്ലെന്നു മനസിലാക്കുവാൻ ഇൻസ്പെക്ടർക്ക് പിന്നെയും സമയം എടുത്തു. ഇനിയിവിടെയാരും ഇല്ലെന്നു വരുമോ. ആൾശൂന്യമോ ഈ മണിമാളിക. അപ്പോഴാണ് സിദ്ധാർഥന് ദീർഘവൃത്താകൃതിയുള്ള കോണികാണുവാൻ കഴിഞ്ഞത്. അതെന്ത് കൊണ്ടാണ് തനിക്ക് കാണുവാൻ വൈകിയതെന്നോർത്തയാൾ അത്ഭുതപ്പെട്ടു. അപ്പോൾ അതിലും വലിയ ഒരത്ഭുതമായിരുന്നു ഇൻസ്പെക്ടറെ കാത്തുനിന്നിരുന്നത്. ആ കോണിപ്പടിമേൽ നിന്നു താഴെ ഇറങ്ങി വരുന്ന വഴിമധ്യേയായിരിക്കണം രണ്ടുമൂന്നുപേർ തന്നെ നോക്കി നിൽക്കുകയായിരുന്നു. തീർത്തും കൊത്തിവെച്ച മരപ്പാവകൾപോലെ.

"നിങ്ങളൊക്കെ ആരാണ്. താഴോട്ട് ഇറങ്ങിവരൂ" സിദ്ധാർഥൻ അൽപ്പം ശബ്ദമുയർത്തിപ്പറഞ്ഞു. ഒരക്ഷരം ശബ്ദിക്കാതെ കോണിപ്പടിമേൽ അവർ രംഗം കണ്ടുനിന്നത് ഇൻസ്പെക്ടർക്ക് തീരെ രസിച്ചില്ലെന്നു വ്യക്തം. ഏറ്റവും താഴ്ന്ന പടിമേൽ ഒറ്റക്കാലും വെച്ച് നിന്നിരുന്ന അയാൾ പെട്ടെന്ന് താഴോട്ട് വന്നു. പുറകിൽത്തന്നെ മറ്റു രണ്ടുപേരും.

"എവിടെ മാതേവൻ, അയാളെ വിളിക്ക്."

"അകത്തുണ്ട് സർ, വിളിക്കാം."

"ശരി, നിങ്ങളാരാണ്. പേർ പറയൂ."

"ഞാൻ റൈറ്ററാണ് സാർ, പേര് മുരുഗൻ. ഇതിന്റെ മോളില് ഫൈനാൻസ് കമ്പനി നടത്തുന്നുണ്ട്. ഇവരൊക്കെ പണിക്കാരാണ്."

"ശരി, വിളിക്കൂ."

മുരുഗൻ പിൻവശത്തേക്ക് പോകുന്നത് സിദ്ധാർഥൻ കണ്ടു. മറ്റു രണ്ടുപേരും കോലായുടെ ഒരറ്റത്തേക്ക് മാറിനിന്നു. മിനിറ്റുകൾ പിന്നെയും കുറച്ചുകൂടെ കടന്നുപോയി. അകത്തളങ്ങളിൽനിന്നെവിടെയോ ഒരു വാതിൽ കീറിത്തുറക്കുന്ന ശബ്ദം. അതങ്ങ് തെല്ല് ദൂരെ നിന്നാണ്. പിന്നെയുമൊരു വാതിൽ തുറക്കുന്നു. ശബ്ദം അടുത്തേക്ക് വരുന്നുണ്ട്. നിശ്ശബ്ദനായി പുറകിൽ ചേർത്തുവെച്ച കൈകളുമായി സിദ്ധാർഥൻ കാത്തുനിൽക്കുകയാണ്. ഇനിയുമൊരു വാതിലേ തുറക്കേണ്ടതുള്ളൂ. അത് ഇൻസ്പെക്ടർ നിൽക്കുന്നതിനു മുമ്പിലുള്ള ഭീമാകാരൻ മഞ്ചാരി വാതിലാണ്. തനിത്തങ്കപ്പിച്ചളയുടെ കൂറ്റൻ മണിച്ചിത്രത്താഴുകൾ സിദ്ധാർഥനോട് പുരാണ കഥകൾ പറഞ്ഞു തുടങ്ങിയിരിക്കുന്നു.

അവസാനം അരഫർലാങ് ദൂരത്തേക്ക് ശബ്ദം കേൾപ്പിച്ചുകൊണ്ട് വാതിൽ തുറക്കപ്പെട്ടു. സ്വർണക്കസവിന്റെ ദോത്തിയുടുത്തു തോളിൽ തോർത്തുമുണ്ടും തൂക്കിക്കൊണ്ട് മാതേവൻ മുതലാളി കടന്നുവന്നു. മുതലാളി കുളികഴിഞ്ഞുവരികയാണെന്നു വ്യക്തം. മേൽ തേക്കുവാനുപയോ

ഗിച്ചിരുന്ന ചെറുപയറിന്റെയും ഇഞ്ചയുടെയും ഗന്ധം വിട്ടുമാറിയിട്ടുണ്ടായിരുന്നില്ല. താഴെ പൊക്കിൾ കുഴി മുതൽ ഏതാണ്ട് കഴുത്ത് വരെ വ്യാപിച്ചു കിടക്കുന്ന സമൃദ്ധവും കറുപ്പും വെളുപ്പും ഇടകലർന്നതുമായ രോമകൂപങ്ങളിൽ ഇനിയും ഒപ്പിയെടുക്കുവാനുള്ള വെള്ളത്തുള്ളികളുണ്ട്.

"മനസിലായില്ല" മാതേവൻ മുതലാളി ചുമലിലെ തോർത്തെടുത്തു. താൻ മറന്നു വെച്ച നനവിനെ ഒപ്പിയെടുക്കുവാനുള്ള ശ്രമത്തിലാണ്. ആ സ്വരത്തിലൊരു പുച്ഛം കലർന്നിരുന്നുവെന്ന് വ്യക്തം. ഏതായാലും വീട്ടിലേക്ക് കടന്നുവന്ന യൂണിഫോം ധരിച്ച പൊലീസ് ഉദ്യോഗസ്ഥനോടുള്ള ബഹുമാനം ഒട്ടുമില്ലായിരുന്നു.

"ഞാൻ ഗുണ്ടിൽപേട്ട പൊലീസ് സ്റ്റേഷനിലെ സബ്ഇൻസ്പെക്ടറാണ്. പേര് സിദ്ധാർഥൻ."

മാതേവൻ മുതലാളിയുടെ തോർത്ത് കഴിഞ്ഞിരുന്നു. അദ്ദേഹം മുണ്ട് തന്റെ ചുമലിൽത്തന്നെ വിശ്രമിക്കുവാൻ വിട്ടു. ഇൻസ്പെക്ടർ പറഞ്ഞത് കേട്ടുവെങ്കിലും പുരികം വില്ലുപോലെയുയർത്തി. അർഥം – അതിനു ഞാനെന്തുവേണം?

സിദ്ധാർഥൻ തുടർന്നു: "താങ്കളെ ബുദ്ധിമുട്ടിക്കേണ്ടിവന്നതിൽ ക്ഷമിക്കണം. ഞങ്ങളെ ബുദ്ധിമുട്ടിക്കുന്നവരെ ഞങ്ങളും തിരിച്ച് അതുപോലെ തന്നെ ചെയ്യും. എന്നുവെച്ചാൽ അതാണ് പോലീസ് മുറ."

"താനെന്താണ് പറയുന്നതെന്ന് എനിക്ക് മനസിലാകുന്നില്ല" മാതേവൻ മുതലാളി ആത്മാർഥമായിട്ടു തന്നെയാണ് പറഞ്ഞു വെച്ചത്. യൂണിഫോമിട്ട പൊലീസുകാരൻ ഈ മുറ്റത്തേക്ക് കാലെടുത്തു കുത്തിയതായി ഓർക്കുന്നില്ല. കമ്മീഷണർക്ക് മുകളിലുള്ളവരല്ലാതെ പൊലീസ് വിഭാഗത്തിൽപ്പെട്ട ഒരാളും ഇന്നുവരെ കടന്നുവരാൻ ധൈര്യപ്പെട്ടിട്ടില്ല; അതും സിവിൽ വേഷത്തിൽ മാത്രം. എത്രയോ സദ്യകളിൽ എത്രയോ വെടിവട്ടങ്ങളിൽ അവരൊക്കെ ഇവിടെ വന്നിരിക്കുന്നു. രാത്രി സമയങ്ങളിൽ മുകളിലേക്കുള്ള കോണി കയറിയാൽ ഫൈനാൻസ് കമ്പനിയുടെ ആകൃതി മാറിയത് കാണാം. അവിടെ എന്തെന്ത് ഉത്സവങ്ങൾ നടന്നിരിക്കുന്നു. ബഹുവർണത്തിലും വിവിധ്യാകൃതിയിലുമുള്ള കുപ്പികളുടെ മേൽമൂടി തുറക്കുന്ന ശബ്ദം താഴെ നിന്നാൽ കേൾക്കാം. എന്നാൽ, എവിടെയും കേൾക്കാത്ത ശബ്ദമുണ്ട്. ശക്തമായ കരാംഗുലികൾ എത്രയോ അബലകളുടെ വായ ചേർത്തു മൂടുന്ന ശബ്ദം. ഉത്സവം കഴിഞ്ഞിറങ്ങുന്ന പൊലീസ് ഏമാൻമാർ കോണിയിറങ്ങുവാൻ പാടുപെടുന്നതെത്ര കണ്ടിരിക്കുന്നു. പിന്നീട് അക്ഷരസ്ഫുടതയില്ലാത്ത വാക്കുകളിൽ യാത്ര പറഞ്ഞിറങ്ങുന്നു. മുകൾവശത്ത് കറങ്ങുന്ന ചുവപ്പ് ബൾബുകൾ ഘടിപ്പിച്ച കാറുകളുടെ വാതിൽ ഡ്രൈവർ തുറന്നു വെച്ചിട്ടുണ്ടാകും.

"മിസ്റ്റർ, മാതേവൻ" ഇൻസ്പെക്ടർ മുതലാളിയുടെ മുഖത്തേക്ക് തറപ്പിച്ചു നോക്കി. ഔപചാരികതയുടെയും മര്യാദയുടെയും സമയം അതിക്രമിച്ചുവെന്നു തെല്ല് മുമ്പ് താൻ എന്നു സംബോധന ചെയ്യപ്പെട്ട നേരം തന്നെ സിദ്ധാർഥൻ മനസിലാക്കിയിരുന്നു. പക്ഷേ, പ്രശ്നമുണ്ടാക്കരുത്

കഴിയുന്നതും. നിയമം നടപ്പാക്കുവാൻ ചില സൂത്രങ്ങളൊക്കെ വേണ മല്ലോ.

"മിസ്റ്റർ മാതേവൻ, താങ്കൾ എന്നോടൊത്ത് പൊലീസ് സ്റ്റേഷൻ വരെ വരണം."

എന്തിനോ വേണ്ടി മാതേവൻ മുതലാളിയുടെ ചുണ്ടുകൾ വക്രിക്കുന്നതും പിന്നെയവ പൂർവ സ്ഥിതിയെ പ്രാപിക്കുന്നതും സിദ്ധാർഥന് കാണാം. പേരെടുത്തുള്ള സംബോധനയാകാം കടന്നൽക്കുത്തേറ്റപോലെ പുളയുവാൻ അയാളെ പ്രേരിപ്പിക്കുന്നത്.

"എവിടേക്ക് വരുവാൻ, എന്തിന്?"

"പൊലീസ് സ്റ്റേഷനിലേക്ക്. എന്നോടൊത്ത്. ഇപ്പോൾത്തന്നെ."

മാതേവൻ മുതലാളി തന്റെ മുമ്പിൽ വന്നു വീണ കുപിതനായ കുരുവിയെ ശ്രദ്ധിക്കുകയായിരുന്നു. മീശ മുളച്ചു വരുന്ന ഇളംപയ്യൻ. ഏതോ കോളേജിൽ പഠിച്ചുവന്നു സബ് ഇൻസ്പെക്ടർ പരീക്ഷയെഴുതി പാസായി അതിന്റെ ട്രെയ്നിങ്ങും കഴിഞ്ഞുവന്നതാകാം. ഉപചാരങ്ങളോ മര്യാദകളോ ഒട്ടുമില്ല. വരുംവരായ്കകൾ നിശ്ചയമില്ല. ലോക പരിചയവും അനുഭവ സമ്പത്തും വട്ടപൂജ്യമായിരിക്കും. പക്ഷേ, താൽക്കാലം സംഗതി അലങ്കോലമാക്കുവാൻ ഇവൻ മതിയാകും. ഒന്നുറപ്പാണ്, ഗുണ്ടിൽപേട്ടയിൽ തന്നെയുള്ള സർക്കിൾ ഇൻസ്പെക്ടറുമായി ആലോചിക്കാതെയാണ് ഇവന്റെ കടന്നുവരവ്.

"മിസ്റ്റർ മാതേവൻ" വീണ്ടും ഉറച്ച ശബ്ദത്തിൽ സിദ്ധാർഥൻ പറഞ്ഞു. "താങ്കളെപ്പറ്റി എനിക്കൊരു പരാതി കിട്ടിയിട്ടുണ്ട്. അതിൽ തീർപ്പു കൽപ്പിക്കുവാൻ വേണ്ടി ഞാൻ കഴിഞ്ഞ ഒരാഴ്ചയായി താങ്കളെ വിളിപ്പിക്കുന്നു. എന്നാൽ താങ്കൾ എന്റെ കൽപ്പനകൾ അവഗണിക്കുകയായിരുന്നു."

സിദ്ധാർഥൻ തുടർന്നു: "ഈ ദിവസങ്ങളിലൊക്കെയും അന്യായക്കാരൻ സ്റ്റേഷനിൽ വരുന്നുമുണ്ട്. എന്നാൽ പ്രതി വരുന്നില്ല. നിയമം എന്താണെന്നു ഞാൻ പറഞ്ഞു തരാം. പൊലീസ് സ്റ്റേഷനിലേക്ക് അധികാരികൾ വിളിപ്പിച്ചാൽ വരുവാൻ പൗരന്മാർ ബാധ്യസ്ഥരാണ്. അതവഗണിക്കുവാനാണ് ഭാവമെങ്കിൽ ബുദ്ധിമുട്ടുകൾ വരുത്തുവാൻ ഞങ്ങൾ നിർബന്ധിതരാകും."

"ശ്രദ്ധിക്കൂ മാതേവൻ, ഇന്നലെ ഞാൻ രേഖാമൂലം ഇവിടേക്ക് ഒരു പൊലീസുകാരനെ അയച്ചു. അതിന് മുമ്പെ നിരവധി തവണ ഞാൻ ഫോൺ ചെയ്തു. നിയമത്തെ കയറഴിച്ചു വിടുകയേ എനിക്ക് ഇനിയും നിർവാഹമുള്ളൂ. താങ്കൾ ഒരുങ്ങിക്കോളൂ. പൊലീസ് ജീപ്പ് ഞാൻ പുറത്ത് സൂക്ഷിച്ചിട്ടുണ്ട്. എന്റെ കോൺസ്റ്റബിൾമാരും പുറത്തുണ്ട്.

മിസ്റ്റർ മാതേവൻ, സ്വതന്ത്ര ഇന്ത്യയിൽ പരിപാവനമായ ഒരു നിയമമുണ്ട്. ഏതെങ്കിലും ഒരു പൗരൻ – അവൻ ആരാകട്ടെ, നിയമസഭാ സമാജികനോ സിവിൽ ഓഫീസറോ വ്യവസായ പ്രമുഖനോ ലോറി ഡ്രൈവറോ കാളവണ്ടിയോടിക്കുന്നവനോ, മലം ചുമന്നു തള്ളുന്ന

തോട്ടിയോ – വെള്ളക്കടലാസിലെഴുതി പൊലീസ് സ്റ്റേഷനിൽ ഒരു പരാതി തന്നാൽ അതെന്താണെന്ന് അന്വേഷിക്കണം. ന്യായമെങ്കിൽ കേസെടുക്കണം. ഈ കേസിൽ അന്യായക്കാരൻ അഞ്ചാം തവണയും സ്റ്റേഷനിൽ വന്നിട്ടുണ്ട്. ഇപ്പോഴും അവിടെ കുത്തിയിരിപ്പാണ്. എന്റെ വിസ്താരത്തിൽ കുറ്റകൃത്യം താങ്കൾ നിർവഹിച്ചുവെന്ന് ബോധ്യപ്പെട്ടാൽ എനിക്ക് കേസെടുക്കേണ്ടി വരും. കെട്ടിച്ചമച്ചതോ ഊതി വീർപ്പിച്ചതോ ആയ പരാതിയാണെന്ന് ബോധ്യപ്പെട്ടാൽ ഞാനതിനെ അവഗണിക്കുകയും ചെയ്യും. ഇതാണ് നിയമം അനുശാസിക്കുന്നത്."

മാതേവൻ മുതലാളിക്ക് ഇൻസ്പെക്ടറോട് എന്തെങ്കിലും സംസാരിക്കണമെന്നുതന്നെ തോന്നിയില്ല. ഇയാളോട് പുറത്തേക്ക് കടക്കുവാനുള്ള വഴിയന്വേഷിക്കുവാൻ നാവ് വഴങ്ങാതെയല്ല. പക്ഷേ, താന്തോന്നിയായ ഒരു പൊലീസുകാരനാൽ അപമാനിക്കപ്പെടുന്നത് എളുപ്പം. കഴിഞ്ഞ രണ്ടോ മൂന്നോ ദിവസങ്ങളിൽ ഏതോ ഒന്നോ രണ്ടോ ഫോൺ കോളുകൾ മാതേവൻ മുതലാളിയെത്തേടിയെത്തിയിരുന്നു. അതൊക്കെ ഒരു തമാശയാണെന്നാണ് തോന്നിയത്. പിന്നെ ഇന്നലെ ഒരു പൊലീസുകാരൻ ഭവ്യതയോടെ വന്നു. എന്തോ ഒരു കടലാസ് ചാരുപടിമേൽ വെച്ച് ആസനം പുറകോട്ടുതന്നെ തിരിച്ചു പിൻമാറുകയും ചെയ്തിരുന്നു. ഒന്നും ഗൗനിച്ചില്ല. സർക്കിൾ ഇൻസ്പെക്ടർ രഘുപതി രാജുവിന് ഫോൺ ചെയ്യുവാൻ അമാന്തിച്ചതാണ് മണ്ടത്തരമായത്.

മാതേവൻ മുതലാളി ഒരൽപ്പം മുമ്പോട്ട് നീങ്ങി. ഇൻസ്പെക്ടറെ തീർത്തുമയാൾ അവഗണിച്ചു. കോലായിലെ വട്ടമേശപ്പുറത്ത് കാണുന്ന ലാന്റ് ഫോണിന്റെയടുത്തേക്ക് മുതലാളി കണ്ണുവെച്ചു.

"അരുത്, അതെടുക്കരുത്" സിദ്ധാർഥൻ കൽപ്പിച്ചു.

"ഞാനെടുക്കും, എവിടെ നിന്റെ രഘുപതിരാജു അവനെ വിളിക്ക്."

സിദ്ധാർഥൻ അൽപ്പം മുമ്പോട്ട് നീങ്ങി. മാതേവൻ മുതലാളിയുടെ രോമാവൃതവും ബലിഷ്ഠവുമായ കൈകളിൽ അയാൾ കടന്നുപിടിച്ചു. "ഞാൻ പറയുന്നു, ആ ഫോണെടുക്കരുത്. ഷർട്ട് ധരിച്ചോളൂ, എന്റെ ജീപ്പിൽ കയറൂ."

പെട്ടെന്ന്, വളരെ പെട്ടെന്ന് കളി കാര്യമായി മാറുകയായിരുന്നു. വില്ലിൽനിന്ന് വിട്ട ശരവും വായിൽ നിന്നുപോയ വാക്കും എവിടേക്ക് ഏത ളവിൽ ചെല്ലുമെന്ന് ഈശ്വരനേ അറിയൂ. തന്റെ കൈകളെ കടന്നുപിടിക്കുവാൻ ധൈര്യപ്പെട്ടയാളിന്റെ കരങ്ങൾക്ക് ഒരിളം കുഞ്ഞിന്റെ മാർദവമേ മാതേവൻ മുതലാളിക്ക് തോന്നിയുള്ളൂ. മുഖം ഒരു പേരക്കുട്ടിയുണ്ടായിരുന്നെങ്കിൽ ആ കുട്ടിയുടേതിന് സമമാണ്. പക്ഷേ, അയാൾ വിറച്ചു എന്നതാണ് ശരി. ശരിക്കും വിറച്ചു. അപമാനിക്കപ്പെട്ടിരിക്കുന്നു. തീർച്ചയായും ജീവിതത്തിൽ ആദ്യമായാണ് ഇത്തരത്തിലൊരനുഭവം. ആയിരം പൂർണ ചന്ദ്രന്മാരെ കണ്ടിരിക്കുന്നു. കാൽമുട്ടുകളിലേക്ക് ഒരഗ്നിഗോളം ആണ്ടിറങ്ങിയതു പോലെ. മസ്തിഷ്കത്തിൽ കടന്നലുകളുടെ ഇരമ്പം.

സിദ്ധാർഥൻ പിടുത്തം വിട്ടു. അടുത്ത നീക്കം എന്തൊക്കെയായിരിക്കാമെന്നത് മനസിൽ ഗുണിതത്തിനു വിട്ടു.

"എന്ത് കേസാണ് താൻ പറഞ്ഞത്" വിശദാംശം ഒരിക്കലും ഈ കാക്കിയൂണിഫോമുകാരനോട് ചോദിക്കില്ലെന്ന് ഉറച്ചതായിരുന്നു. എന്നാൽ, വായിൽനിന്ന് വന്നതങ്ങിനെ...

"ചെന്നമല്ലീപുരത്തെ ചേരികളിലേക്ക് ഗുണ്ടകളെ വിട്ടുവെന്ന്. കൊള്ളപ്പലിശയ്ക്ക് കർഷകർക്ക് കടം കൊടുക്കുക. നടുവൊടിയുന്ന കർഷകന്റെ അടവ് തീയതി തെറ്റുമ്പോൾ ഗുണ്ടകളെ വിട്ട് അവരെ തല്ലിക്കുക. വീട്ട് സാധനങ്ങൾ ജപ്തി ചെയ്യുക, കൃഷികൾ വെട്ടി നശിപ്പിക്കുക, സ്ത്രീകളെ അസഭ്യം പറഞ്ഞ് അപമാനിക്കുക. "

"ഹത് ശരി, പിന്നെ ഞാനെന്ത് ചെയ്യണമെന്നാണാവോ പറയുന്നത്. വല്ലോർക്കും പണം കൊടുത്തിട്ട് പിന്നെയവര് തിരിച്ചുതരുന്നില്ലേല് അവർക്ക് തൈർസാദം കൊടുക്കുക, പിന്നെയും തരുന്നില്ലേല് കേസരി കൊടുക്കുക, പിന്നെ വീട്ടിൽപ്പോയി താംബൂലം കൊടുക്കുക – ഇതൊക്കെയായിരിക്കും ചെയ്യേണ്ടത് അല്ലേ?"

"അത് നമുക്ക് പറയാം സ്റ്റേഷനിൽ ചെന്നിട്ട്" സിദ്ധാർഥൻ ഉറച്ചുനിന്നു, "വേഗമാകട്ടെ, സംസാരിക്കുവാൻ ഞാൻ തയാറല്ല."

നിന്നിടത്തുനിന്ന് പുറകോട്ട് പോകുവാൻ മാതേവൻ മുതലാളി മടിച്ചു. മുമ്പോട്ട് ചെല്ലുവാൻ ഏതായാലും വയ്യ. ബുദ്ധിമുട്ടിന്റേതാണ് സമയങ്ങൾ. ഇത്തരമൊരു രംഗത്തിന് മുമ്പ് സാക്ഷ്യം വഹിച്ചിട്ടുമില്ല. പടിവാതിലിനപ്പുറത്ത് ഒതുക്കുകല്ലിന്മേൽ നാലഞ്ച് തൊപ്പികൾ അയാൾ കണ്ടു. ധർമസങ്കടത്തിലായ പൊലീസുകാർ. ഇടതുവശത്തെ കോണിപ്പടിമേലുമുണ്ട് രണ്ടുമൂന്നുപേർ. ഫിനാൻസ് കമ്പനിയിലെ ജോലിക്കാർ. വാല്യക്കാരികളും തൊഴുത്തിൽ തിരി കത്തിച്ചു പശുവിനെ കറക്കുന്നവരുമൊക്കെ രംഗത്തിന് സാക്ഷ്യം വഹിക്കുവാൻ എത്തിയിട്ടുണ്ട്. തോൽക്കാൻ വയ്യ. എന്നാൽ, തോൽക്കാതിരിക്കുവാനും സാധ്യത കാണുന്നില്ല.

"അച്ഛനെ കൊണ്ടുപോകരുത്."

ആ ശബ്ദം അകത്ത് നിന്നായിരുന്നു. ആ വാക്കുകൾ പൊലീസ് ഇൻസ്പെക്ടർ സിദ്ധാർഥയോടാണ്. സ്ത്രീശബ്ദം. നേർത്ത ഇടർച്ചയുള്ള അതീവ ലോലവും സുന്ദരവുമായ ശബ്ദം. എങ്കിലും ആ സ്വരത്തിൽ ഒരു ദൃഢതയുണ്ട്. എന്തിനെയും നേരിടുവാനുള്ള ഉറപ്പ്.

സിദ്ധാർഥൻ സ്തബ്ധനായി നിന്നു. ആ സ്വരം – അതിൽ അപേക്ഷയോ കൽപ്പനയോ യാചനയോ എന്തുമാകട്ടെ – അകത്ത് നിന്നായിരുന്നെങ്കിലും അതിന്റെ കർത്താവ് മറയത്തായിരുന്നുവെങ്കിലും സിദ്ധാർഥനെ വിസ്മയപ്പെടുത്തി. ഏറെ പരിചയമുണ്ട് ഈ സ്വരത്തിന്. മനസിന്റെ അകത്തളങ്ങളിൽചെന്ന് ആ സ്വരം പ്രതിധ്വനിക്കുന്നുണ്ട്. ആവശ്യമില്ലാത്തതിനെയും ഉപകാരമില്ലാത്തിനെയുമൊക്കെ എപ്പോഴും പുറത്തേക്ക് കളയുവാൻ വെമ്പുന്ന മനസ്സ് എന്തിനെയൊക്കെയോ ചിലപ്പോൾ നിലവറകളിൽ അടച്ചുവെക്കുന്നു. ഏതൊക്കെയോ സമയങ്ങളിൽ മനസിന്റെ നിലവറകളിലെ മണിച്ചിത്രത്താഴിട്ട് പൂട്ടിയ അറകളുടെ വാതായനങ്ങൾ മെല്ലെ തുറക്കുന്നു.

ഇപ്പോഴയാൾക്ക് സ്വരമുടമയെ കാണുവാൻ കഴിഞ്ഞു. അവൾ പുറത്തേക്ക് വന്നു. കൈയിൽ ചുരുട്ടിപ്പിടിച്ച കൈലേസ്. ആ കൈലേസിൽ നിന്ന് മൈസൂർ രാജവംശ സ്ഥാപകരുടെ മുഖമുദ്രയായതും സാധാരണക്കാർക്ക് അപ്രാപ്യമായതുമായ സാക്ഷാൽ ചന്ദനസുഗന്ധം പ്രസരിച്ചു കൊണ്ടിരിക്കുന്നു. കണ്ണുനീരവൾ തുടച്ചു മാറ്റി. "സിദ്ധാർഥൻ....." അവൾ വിളിച്ചു. "അയാം സോറി, ഇൻസ്പെക്ടർ ഓഫ് പൊലീസ്."

"സു.. ഭ.... ദ്ര....." സിദ്ധാർഥന്റെ സ്വരം ഒരു നിലവിളിയിലേക്ക് ഉയർന്നു, "യു ആർ ഹിയർ സുഭദ്ര. എന്താണിവിടെ. എന്താണിതിന്റെയൊക്കെ അർഥം. ഇദ്ദേഹം നിന്റെ ആരാണെന്നോട് പറയൂ."

"അച്ഛൻ... എന്റെ അച്ഛനാണ്."

"ശരി" സിദ്ധാർഥൻ അപ്പോഴേക്കും തന്റെ സമനില വീണ്ടെടുത്തിരുന്നു. നേരത്തെ അയാളുടെ വായിൽനിന്ന് എത്ര തവണയായിരുന്നു സുഭദ്ര എന്ന പേർ വന്നതെന്ന് അയാൾക്ക് തന്നെയറിയില്ല. വീണ്ടുമയാൾ യൂണിഫോമണിഞ്ഞ പൊലീസുകാരനായി. നിയമപാലകന്റെ നിലയിൽനിന്ന് അൽപ്പനേരമെങ്കിലും താൻ മാറിപ്പോയോ എന്നും അയാൾ ശങ്കിച്ചു. അതും പഴയ സതീർഥ്യയെ ഓർക്കാപ്പുറത്ത് കണ്ടുമുട്ടിയപ്പോൾ.

"എങ്കിലും സുഭദ്രേ, നിയമത്തെ നിങ്ങൾ ഇരുവരും അനുസരിച്ചേ മതിയാകൂ."

പൊലീസ് മാനുവലാണ് സിദ്ധാർഥന്റെ വേദ പുസ്തകം. അധീശത്വം സ്ഥാപിച്ച ആംഗലേയക്കാരൻ അന്നെഴുതി വെച്ചതും കാലത്തിന്റെ ഋതുചക്രങ്ങളേറെ കറങ്ങിയിട്ടും ഇന്നും ഏറെ മാറ്റം വരുത്താതെ കാണപ്പെടുന്നതുമായ പഴയ പൊലീസ് നിയമച്ചട്ടങ്ങൾ ബാംഗ്ളൂർ നോർത്തിലെ പൊലീസ് ട്രെയ്നിങ് ക്യാമ്പിൽ വെച്ചയാൾ എത്രയോ ഉരുവിട്ടു പഠിച്ചിട്ടുണ്ട്.

"ആരാണ് അച്ഛനെതിരെ പരാതി തന്നത്, പറയൂ...."

"സുള്ള്യൻ...... അയാൾ ചെന്നമല്ലീപുരത്തെ മറ്റൊരു കുറ്റവാളിയാണ്. വ്യത്യസ്തനായ കുറ്റവാളി. പക്ഷേ, അയാൾക്കൊരു പരാതിയുമായി സ്റ്റേഷനിലേക്ക് കടന്നുവരാനുള്ള അവകാശമുണ്ട്. മനുഷ്യാവകാശത്തിൽപ്പെടുന്ന ഒരു അധികാരമെന്നു കൂട്ടിക്കോളൂ."

"സുള്ള്യനെ എനിക്കറിയാം. ആ കുറ്റവാളിയെ ഞാനേറെ ബഹുമാനിക്കുന്നു. പക്ഷേ, അച്ഛനെ ഞാനിപ്പോൾ വിട്ടുതരില്ല സിദ്ധാർഥാ."

സിദ്ധാർഥൻ മൗനിയായിരുന്നു. അതിലേറെ ചിന്താമഗ്നനും.

"ഞാനൊന്നു ചോദിക്കട്ടെ ഇൻസ്പെക്ടർ, അച്ഛനെ കൊണ്ടുപോകുമ്പോൾ ഞാൻ തടഞ്ഞെന്നു സങ്കൽപ്പിക്കുക. താങ്കൾക്കെങ്ങനെയാണ് കൊണ്ടുപോകുവാൻ കഴിയുന്നത്. വനിതാ പൊലീസ് കൂട്ടത്തിലുണ്ടോ. വീട് റെയ്ഡ് ചെയ്ത് മകളെ തടഞ്ഞുവെച്ച് ഗൃഹനാഥനെ കൊണ്ടുപോകുവാൻ കോടതിയുത്തരവുണ്ടോ. അതോ എന്റെ അച്ഛൻ ഏതെങ്കിലും കൊലപാതകത്തിലോ കവർച്ചയിലോ പ്രതിയായിട്ടുണ്ടോ. "

സുഭദ്ര പിന്നെ ശാന്തയായി കാണപ്പെട്ടു. "അച്ഛൻ അകത്തേക്ക് പോകൂ. ഞാൻ സംസാരിക്കാം ഇൻസ്പെക്ടറുമായിട്ട്. പരിഹാരമില്ലാത്തതെന്താണച്ഛാ ഉള്ളത്." കോണിപ്പടിമേലിരുന്നു രംഗം വീക്ഷിക്കുന്ന മുരു

ഗനെയും സുഭദ്ര ശാസിച്ചു. "മുരുഗാ ഓഫീസിലേക്ക് ചെല്ല്, ഇവിടെ നിന്റെയാവശ്യമില്ല." വാലിയക്കാരെയും കറവക്കാരെയുമെല്ലാം സുഭദ്ര ഒതുക്കി നിർത്തി.

സിദ്ധാർഥൻ പൊലീസുകാരുടെ നേരെ ആംഗ്യം കാണിച്ചു, ജീപ്പിൽ കയറിയിരിക്കുവാൻ. പിന്നെയവിടെ രണ്ടുപേർ മാത്രം ബാക്കിയായി.

"സിദ്ധു, നിന്നെ പിന്നെയെനിക്ക് കാണുവാനേ കഴിഞ്ഞില്ല. സെന്റ് ഫ്രാൻസിസിലെ ജീവിതത്തിൽ നിന്നെയൊരിക്കലും കാക്കിയണിഞ്ഞു കാണുമെന്ന് ഞാൻ നിനച്ചതേയില്ലായിരുന്നു. എന്തുപറ്റി നിനക്ക്. എവിടെയാണ് നിന്റെ ആവരണം നീ അഴിച്ചുവെച്ചത്?"

സിദ്ധാർഥൻ മറുപടിയൊന്നും പറഞ്ഞില്ല. നിശ്ശബ്ദനായി നിന്നതേയുള്ളൂ. ഒരുപാട് ദൂരെ ചക്രവാളങ്ങൾ സന്ധിക്കുന്നേടത്തേക്ക് ശ്രാവണ മാസമേഘങ്ങൾ കുതിച്ചുപായുന്നു. അതിന്റെ താഴെയേതോ ഉദാരൻ സ്ഥാപിച്ച കരിങ്കൽത്തൊട്ടികളിലേക്ക് തല നീട്ടുന്നു പൈക്കിടാങ്ങൾ.

"ഹൊ, എന്തൊരു ആക്ടിവിസ്റ്റായിരുന്നു ഈ മനുഷ്യൻ" സുഭദ്രയുടെ സ്വരത്തിൽ പരിഹാസമില്ലായിരുന്നു. പക്ഷേ, പിന്നീട് വന്ന പൊട്ടിച്ചിരിയിലതുണ്ട്. പിന്നെയുവൾ പറഞ്ഞു തുടങ്ങി.

" സിദ്ധൂ, നിന്റെ വായനയൊക്കെ ഇപ്പോഴുമുണ്ടോ. നീ പറഞ്ഞിട്ടാണ് ഞാൻ വായന തുടങ്ങിയത്. എവിടെ നിന്റെ ആരാധ്യപുരുഷന്മാർ. മാർക്സും ഗാന്ധിയും ലെനിനും നെഹ്റുവും മാവോയും ലോഹ്യയും ചെഗുവേരയുമൊക്കെത്തന്നെയല്ലായിരുന്നുവോ. ഓ, പിന്നെയുമുണ്ടായിരുന്നല്ലോ രജിസ്ദ ബ്രെയും ഹോചിമിനും മരിഗെല്ലയുമായിരുന്നല്ലോ നാവിൻ തുമ്പത്ത്."

അവൾ സമൃദ്ധമായി ചിരിച്ചുകൊണ്ടേയിരുന്നു. ത്രസിപ്പിക്കുന്ന സൗന്ദര്യം. തുളുമ്പുന്ന യൗവനം. മനസിലേക്ക് ചാട്ടുളിയെറിയുന്ന പരിഹാസോക്തികൾ. സിദ്ധാർഥൻ കാഴ്ചക്കാരന്റെയും കേൾവിക്കാരന്റെയും ഹാർട്ടെടുത്ത നടനായി അരങ്ങിൽ നിന്നു.

"സിദ്ധു, നീയെവിടെ കൊണ്ടുകളഞ്ഞെടാ നിന്റെ ടാഗൂറിനെയും ടോൾസ്റ്റോയിയെയും ദസ്തയേവിസ്കിയേയുമൊക്കെ. കത്തിച്ചുകളഞ്ഞുവോ ഗ്രന്ഥങ്ങൾ. നിന്റെ ലാത്തിയടി കേൾക്കാൻ വയ്യാതെ കാന്റീനിൽ നിന്നു ഞങ്ങൾ പെണ്ണുങ്ങൾ ഓടി രക്ഷപ്പെടാറായിരുന്നല്ലോ. നിന്റെ നാവിൽ തുമ്പത്തുനിന്ന് ബ്രെഹ്തും നെരൂദയും ഒക്ടേവിയ പാസും സെൻഗോറുമൊക്കെ മാഞ്ഞുവോ?"

പറഞ്ഞുറപ്പിച്ചതുപോലെ അരങ്ങിൽ ആ നടൻ അക്ഷോഭ്യനായി നിന്നു.

"*തായി നായിഡു*[1]വിന്റെ പഴയ വായനക്കാർ ഇപ്പോഴുമോർക്കുന്നുണ്ടാവില്ലേ സിദ്ധാർഥൻ, സിദ്ധാപുരമെന്ന കോളമിസ്റ്റിനെ. *ജനവാഹിനി* [2]യിലുമുണ്ടായിരുന്നല്ലോ പ്രതിവാര ചിന്തകൾ. എന്തൊക്കെയായിരുന്നു ഭഗവാനേ വിശേഷങ്ങൾ. ബന്ദിപ്പൂർ വനത്തിലെ എണ്ണം കുറയുന്ന കടുവകൾ, പ്ലാസ്റ്റിക് മുക്ത കാവേരി, അധഃസ്ഥിതരുടെയും ഗിരിജനങ്ങളുടെ

1. കന്നട ദിനപത്രം
2. കന്നട ദിനപത്രം

യുമിടയിലുള്ള അവിഹിത ഗർഭം, കുടകിൽ ഇഞ്ചികൃഷിയിടങ്ങളിലെ ബാലവേല, അയൽ സംസ്ഥാനമെങ്കിലും കർണ്ണാടകയോട് ചേർന്നു കിടക്കുന്ന കാസർഗോഡൻ കശുവണ്ടിയിടങ്ങളിലെ എൻഡോസൾഫാൻ.... ഹോ, ഒന്നും എന്റെ തലയ്ക്ക് പിടിക്കുന്നില്ല......"

"സുഭദ്ര....." അപ്പോൾ മാത്രം ആ ശിലാവിഗ്രഹം മൗനവ്രതം വെടിഞ്ഞു. "എന്നോടൊരിക്കൽപ്പോലും നീ കുടുംബപാശ്ചാത്തലം പറഞ്ഞില്ലായിരുന്നു. ഞാൻ മാറിയെങ്കിൽ അത് ഞാൻ ധരിച്ചിരിക്കുന്ന ഉടുപ്പിനോട് കാണിക്കുന്ന നീതിയാണ്. സെന്റ് ഫ്രാൻസിസിലെ അന്യായമായ കാപ്പിറ്റേഷൻ ഫീക്കെതിരെ തോളോടു തോൾ ചേർക്കാൻ നീയുമുണ്ടായിരുന്നല്ലോ. വിദ്യാഭ്യാസക്കച്ചവടത്തിനെതിരെ നീ കോളേജ് ചെയർപേഴ്സനായിട്ടുപോലും പോരാടി നിന്നു. ലാൽബാഗ് ബൊട്ടാണിക്കൽ ഗാർഡനിലെ നൂറ്റിയിരുപത്തഞ്ചു വയസ്സ് ചെന്ന ആൽമുത്തശ്ശിയെ മുറിച്ചു മാറ്റുവാൻ സുരക്ഷാ ഉദ്യോഗസ്ഥർ തീരുമാനിച്ചപ്പോൾ വിദ്യാർഥികളുണ്ടാക്കിയ കൈകോർക്കലിൽ ചേർന്ന ഒരേയൊരു പെൺകൊടി നീ മാത്രമായിരുന്നില്ലേ. അങ്ങനെയല്ലായിരുന്നുവോ. ടിപ്പു പോരാടി മരിച്ചേടത്തെ ശിലാഫലകം അധികൃതർ എടുത്തുമാറ്റിയപ്പോൾ നമ്മൾ ശ്രീരംഗപട്ടണം ഹൈവേ ഉപരോധിച്ചത് ഓർക്കുന്നുവോ നീ."

"അതിനെന്തുണ്ടായി, നീ പറഞ്ഞതെല്ലാം സത്യം."

"എന്ത് ന്യായം പറയുവാനുണ്ട് നിനക്ക് നിന്റെ അച്ഛനെക്കുറിച്ച്. അള്ളികളിലെ പാവപ്പെട്ട കർഷകർക്ക് കൊടും പലിശക്ക് പണം കടം കൊടുക്കുന്നു. നടുവൊടിഞ്ഞ സാധുക്കൾക്ക് പണം തിരിയെ തരുവാൻ കഴിയുന്നില്ല. ഗുണ്ടകളെ വിട്ടു വിരട്ടുന്നു. ഇത്തരം ക്രമസമാധാന പ്രശ്നങ്ങൾ ഞങ്ങൾ പൊലീസുകാർക്ക് തലവേദനയാണ്. ലജ്ജയില്ലേ സുഭീ നിനക്കിതൊക്കെ ന്യായീകരിക്കുവാൻ. ഞാൻ മാറിയിട്ടുണ്ടെങ്കിൽ നീയും മാറിയിട്ടുണ്ട്."

"എന്റെ പൊന്നു സിദ്ധാർഥ, നീയെന്നെ വിശ്വസിക്ക്. ഞാൻ ഒട്ടും മാറിയിട്ടില്ല. നീയറിയുന്ന സുഭദ്ര തന്നെയാണ് ഞാൻ. നിന്റെ കത്തുകൾക്ക് മറുപടി അയക്കുവാൻ ഞാൻ അമാന്തിച്ചു. അതെന്റെ തെറ്റ്. ഇവിടെ നീ നോക്ക്, ഈ വലിയ വീട്ടിൽ ഞാനനുഭവിക്കുന്ന ഏകാന്തത. അച്ഛൻ ദുരാഗ്രഹിയാണ് സമ്മതിച്ചു. മറുവശമുണ്ട്. പലപ്പോഴും കർഷകർക്ക് പലിശയ്ക്കാണെങ്കിലും പണം അനുഗ്രഹം തന്നെയാണ്. എനിക്ക് ജീവിതംതന്നെ മടുത്തു സിദ്ധാർഥ."

"അമ്മയെവിടെ, വിളിക്ക്. ഒരിക്കൽ കോളേജിൽ കേസരി[3]യും കൊണ്ട് വന്നപ്പോൾ നീ പരിചയപ്പെടുത്തിയിരുന്നല്ലോ."

"അമ്മയില്ല സിദ്ധാർഥാ ഇവിടെ."

"എവിടെ പോയതാണ്?"

---

3. കേസരി കർണാടകയുടെ ഒരു ദേശീയ ഭക്ഷണം തന്നെയാണ്. റവയും പാലും പഞ്ചസാരയും ഒക്കെ ചേർത്തുണ്ടാക്കിയ ഈ വിശിഷ്ട പലഹാരം സകല ഹോട്ടലുകളിലും വീടുകളിലും കണ്ടുവരുന്നു. കേസരി ബാത് എന്നാണ് ചിലയിടങ്ങളിൽ വിളിക്കുന്നത്.

"അവർ മരിച്ചു, കഴിഞ്ഞ വർഷം മെയ് ഒന്നിന്."

"..............എന്തായിരുന്നു അസുഖം?"

"കരളിൽ കാൻസർ, രോഗം കണ്ടെത്തിക്കഴിഞ്ഞതിനുശേഷം രണ്ടാഴ്ചയേ ജീവിച്ചിരുന്നുള്ളൂ."

"സിദ്ധാർഥ, ഞാൻ പറഞ്ഞല്ലോ എന്റെ ജീവിതം ദുഃഖം നിറഞ്ഞതാണെന്ന്. അച്ഛനില്ലാത്ത തോന്നിയവാസങ്ങളൊന്നുമില്ല. അതേപോലെ അദ്ദേഹത്തിനില്ലാത്ത രോഗങ്ങളുമില്ല. ഇവിടെ ഞങ്ങൾക്ക് ബന്ധുക്കളാരുമില്ല. ശ്രീരംഗപട്ടണത്ത് ഏതാനും പേരുണ്ട്. നിന്റെ അടുത്ത ചോദ്യം എന്താണെന്ന് എനിക്കറിയാം."

"എങ്കിലതിന് ഉത്തരം പറയൂ.."

"കല്യാണത്തെക്കുറിച്ച് ഞാൻ ചിന്തിക്കാറേയില്ല. എന്ത് കല്യാണം. ആരെ കാണിക്കുവാൻ. എന്തിന്. പോട്ടെ... വേറെയെന്തെങ്കിലും ചോദിക്കു ദയവായി."

"പഴയ ഡസ്ഡിമോണ[4]ക്ക് ജീവിതം ദുഃഖം തന്നെയാണോ സമ്മാനിച്ചത്?"

"നീയത് ചോദിച്ചു. ഞാനത് എപ്പോഴുമോർക്കുന്നതാണ്. കോളേജ് ഡേയുടെ ദിവസം ഒഥല്ലോയായി മാറിയ നിന്റെ ബലിഷ്ഠകരങ്ങളാൽ എനിക്ക് ശ്വാസംമുട്ടിയപ്പോൾ... അത്.. അതെന്റെ ജീവിതത്തിന്റെ ഭാഗമാകുമെന്നു ഞാനോർത്തില്ല... ശരി, അത് വിട്."

"പ്രിയ ഡസ്ഡിമോണ, സോറി സുഭദ്ര, ഞാൻ പോകുന്നു. ഞാനെത്രയോ വൈകി. ഉച്ചയ്ക്ക് മൂന്നു മണിയാകുമ്പോൾ നീ അച്ഛനെയും കൊണ്ടു വരാമെന്നുപറയുന്നു. വന്നേ മതിയാകൂ. ഞാനത് വിശ്വസിക്കുന്നു."

സിദ്ധാർഥൻ കോലായിൽ നിന്നു മുറ്റത്തേക്കിറങ്ങുന്ന ഒതുക്കുകല്ലിലേക്ക് പാദങ്ങൾ അമർത്തി. അയാളുടെ തലയ്ക്ക് മുകളിൽ കയറിന്റെ ശംഖ് രൂപം തൂങ്ങിയാടുന്നുണ്ടായിരുന്നു. പറയാനുള്ളത് ബാക്കി കൂടെ പൊലീസ് സബ്ഇൻസ്പെക്ടർ പറഞ്ഞു തീർത്തു; "ഇത് പൊലീസിന്റെ നടപടിച്ചട്ടങ്ങൾക്ക് വിരുദ്ധമാണെന്ന് ഞാൻ വിശ്വസിക്കുന്നു."

എട്ട്

ശിവണ്ണൻ അടുത്ത ബുധനാഴ്ച തന്നെ ഗുണ്ടിൽപേട്ടയിലെ ചന്തയിലേക്ക് പോവുകയും കറവയുള്ള ആടിനെ വാങ്ങുകയും ചെയ്തു. രണ്ട് ഇരട്ടക്കുട്ടികളുള്ള കറുകറുപ്പൻ തള്ളയാടിന്റെ രണ്ട് കുട്ടികളും കരുമാടിക്കുട്ടന്മാർ തന്നെയായിരുന്നു. തെളിച്ചു കൊണ്ടുവരാൻ ഗുണ്ടിൽപേട്ട നിന്ന് ഒരാളെയും ശിവണ്ണന് കിട്ടിയില്ല. അവസാനം ശിവണ്ണൻ ഇരട്ടക്കുഞ്ഞു

---

4. ഷേക്സ്പിയറുടെ *ഒഥല്ലോ* നാടകത്തിലെ നായിക. ഭാര്യയിൽ അകാരണ സംശയം തോന്നിയ ഒഥല്ലോ ഡസ്ഡിമോണയെ കഴുത്തു ഞെരിച്ചു കൊല്ലുന്നു.

ങ്ങളെ രണ്ട് ചുമലിലുമെടുത്ത് മുമ്പിൽ നടന്നു. അനുസരണയുള്ള കുഞ്ഞിനെപ്പോലെ തള്ളയാട് ശിവണ്ണനെ അനുഗമിച്ചു. ചെന്നമല്ലീപുരമെത്തുമ്പോൾ സമയം ഉച്ചകഴിഞ്ഞ് മൂന്നുമണി. ഒരുതുള്ളി വെള്ളം പോലും ശിവണ്ണന് എവിടെനിന്നും കുടിക്കുവാൻ കിട്ടിയില്ല.

"കാഞ്ചേ നീയാ മോരിൻ പാത്രമിങ്ങെടുത്തു കൊണ്ട് വാ."

സീതയും കാഞ്ചനയും പുറത്തേക്ക് വന്നു നോക്കുമ്പോൾ കണ്ട കാഴ്ച വിചിത്രമായിരുന്നു. ഇരട്ടക്കുഞ്ഞുങ്ങൾ മൂത്രമൊഴിച്ച് ശിവണ്ണന്റെ ഷർട്ട് നനഞ്ഞിരിക്കുന്നു. ഒരു വല്ലാത്ത ചൂരും വരുന്നുണ്ട്. ശിവണ്ണന്റെയരികെ നിന്നു. തള്ളയാടാണെങ്കിൽ ഇതേത് വീടാണപ്പാ എന്ന മട്ടിൽ മുറ്റത്തിന്റെ അരികിൽ നിൽക്കുന്നു. സീത വീട്ടിൽ തന്നെയുണ്ടായിരുന്നു. ഇന്ന് കോളേജ് നേരത്തെയടച്ചു. സീത കുപിതയായി.

"എന്താ അച്ഛാ ഇതൊക്കെ, ഭ്രാന്ത് വന്നുവോ അച്ഛന്?"

ശിവണ്ണൻ ചിരിച്ചതേയുള്ളൂ. ഷർട്ടൊക്കെ മൂത്രത്തിൽ നനഞ്ഞു കുതിർന്നത് അയാൾക്കറിയാം. ഭാര്യക്കും മകൾക്കും അറിയാത്തത് വേറെയുണ്ട്. ആട്ടിൻകുട്ടിയുടെ മണിമണിപോലുള്ള കാഷ്ഠം അയാളുടെ പോക്കറ്റിൽ വീണിരുന്നു.

കാഞ്ചനയ്ക്കും വന്നു സങ്കടവും അരിശവും. കുട്ടികളെ ദൂരേക്ക് എറിഞ്ഞിട്ട് തള്ളയാടിനെ മാത്രം ഇങ്ങ് കൊണ്ടുവന്നാൽ മതിയായിരുന്നില്ലേയെന്നവൾ ശിവണ്ണനോട് ചോദിച്ചു. സീത വീണ്ടും അച്ഛനോട് എന്തോ കയർത്തു.

''കുഞ്ഞുങ്ങളല്ലേ മോളേ. അവറ്റക്ക് എന്തെങ്കിലും വിവരം ഉണ്ടാവ്വോ" ശിവണ്ണന് ഒരു ഹരമാണ് തോന്നിയത്. തുടർന്നയാൾ മുഖം വീർപ്പിച്ചു നിൽക്കുന്ന കാഞ്ചനയോട് പറഞ്ഞു.

"കാഞ്ചേ ഒന്ന് പറഞ്ഞു കൊടക്ക് നമ്മളെ മോളോട്. നഞ്ചൻകോട്ടെ ധർമാശ്പത്രീലെ വിശേഷങ്ങളൊക്കെ."

കാഞ്ചനയ്ക്ക് ചിരി വന്നുപോയി. സീതയെ പ്രസവിച്ച് ഒരാഴ്ചയേ കഴിഞ്ഞിട്ടുള്ളൂ. കാഞ്ചനയ്ക്ക് മൂത്രത്തിൽ പഴുപ്പ് വന്നു. നഞ്ചൻകോട്ടെ സർക്കാർ ധർമാശുപത്രിയിലായിരുന്നു പ്രസവം. ആശുപത്രി വിടുവാൻ ഡോക്ടർമാർ സമ്മതിച്ചുമില്ല. അരികിൽ നിൽക്കുവാൻ പെണ്ണുങ്ങളെയാരെയും കിട്ടിയതുമില്ല. ഫലം സീത സദാസമയവും ശിവണ്ണന്റെ മാറത്തുതന്നെ. ഏത് സമയവും ശിവണ്ണന്റെ വസ്ത്രം സീതയുടെ മലത്തിലും മൂത്രത്തിലും നനഞ്ഞുകുളിച്ച് രൂക്ഷഗന്ധം പരത്തിയിരുന്നു.

കറവയുള്ള നല്ല ഒരാടിനെയും രണ്ട് ഓമനക്കുഞ്ഞുങ്ങളെയും വാങ്ങിയതിനാണല്ലോ മകളും പിന്നെ ഭാര്യയും തന്നോട് പിണങ്ങിയതെന്നോർത്ത് ശിവണ്ണൻ വിഷാദിച്ചു.

ഗുണ്ടിൽപേട്ടയിലെ ചന്തയിൽനിന്ന് ഒരു മുതലിയാരോടായിരുന്നു ശിവണ്ണൻ ആടിനെ വാങ്ങിയിരുന്നത്. പിറ്റേന്ന് രാവിലെ കാഞ്ചനയും ശിവണ്ണനും കൂടെ കറന്നുനോക്കി. മുതലിയാർ പറഞ്ഞത് ഒരു ലിറ്റർ പാൽ

കിട്ടുമെന്നായിരുന്നു. ഏതാണ്ട് ശരിയാണ്. പിണ്ണാക്കും മുത്തുവാ[1] മരത്തിന്റെ ഇലയും കൂടെ കൊടുത്താൽ സ്വൽപ്പം കൂടുതൽ കിട്ടുവാൻ സാധ്യതയുണ്ട്.

പാൽ കറക്കുന്നയിടത്തേക്ക് സീത വന്ന് എത്തിനോക്കിയിരുന്നു. "ഇതൊക്കെ തുലഞ്ഞ ഏർപ്പാടാണച്ഛാ" സീത പറഞ്ഞു, "പണം കൊടുത്തു കുറച്ചു പാൽ എവിടെ നിന്നെങ്കിലും കിട്ടുകയാണെങ്കിൽ അതാണു നല്ലത്. മാത്രവുമല്ല, കൊതുകും ഈച്ചയും വിട്ടുപോവുകയുമില്ല."

"തിരി കത്തിച്ചു കറക്കണമച്ഛാ" സീത തന്റെ അറിവു പകർന്നു കൊടുത്തു. കോളേജിൽ പഠിക്കുകയാണെങ്കിലും തനിക്കും നാടൻ അറിവുകളുണ്ടെന്നവൾ അച്ഛനെ ബോധ്യപ്പെടുത്തുകയായിരുന്നു. എന്നാൽ ശിവണ്ണനും കാഞ്ചനയും അതൊന്നും ഗൗനിച്ചില്ല. ഇരട്ടക്കുഞ്ഞുങ്ങൾക്ക് നല്ലവണ്ണം കുടിക്കാൻ കൊടുത്തു. ഓട്ട് കിണ്ടിപ്പാത്രം താഴെ വെച്ച് കാഞ്ചന ക്ഷീരധാരകളൊഴുക്കുകയായിരുന്നു. കാച്ചിയെടുക്കാതെ തന്നെ വേണമെങ്കിൽ അങ്ങനെയും ചെറുചൂടോടെ കുടിക്കാം.

ശിവണ്ണൻ പാൽമൊന്തയുമായി നിവർന്നു. അപ്പോഴേക്കും സീത കോളേജിലേക്ക് ഒരുങ്ങിക്കഴിഞ്ഞിരുന്നു. ഇന്നിവൾ സ്വൽപ്പം നേരത്തെയാണല്ലോ ഒരുങ്ങിയതെന്ന് ശിവണ്ണൻ ആലോചിക്കുന്നതിനിടയിൽ രോഹിണി ആ വഴി വരുന്നതു കണ്ടു.

"അച്ഛാ, സീതയെവിടെ, എഴുന്നേറ്റില്ലേ?"

"ഉണ്ടല്ലോ, മോളെ, ഇന്നെന്താ നേരത്തെ. പുലർന്നു കഴിഞ്ഞതേയുള്ളല്ലോ കുട്ടീ..."

"അവൾക്ക് സ്പെഷൽ ക്ലാസുണ്ടച്ഛാ. എനിക്കുമൽപ്പം നേരത്തെ പോകണം."

"ഇപ്പോ പോയാല് മദ്ദൂരിൽനിന്ന് ബസ് കിട്ടും. ബത്തേരീന്ന് വര്ന്ന ബസ്."

രോഹിണിയിപ്പോൾ കക്കൽതൊണ്ടിയിലുള്ള റിസോർട്ടിലല്ലത്രെ. അവരുടെതന്നെ ഗുണ്ടിൽപേട്ടയിലുള്ള ഏതോ വലിയ റിസോർട്ടിലോ ഹോം സ്റ്റേയിലോ ഹോട്ടലിലോ മറ്റോ ആണ്. കൂട്ടുകാരികൾ ഇറങ്ങിപ്പോകുന്ന സമയത്തായിരുന്നു കമലം കയറി വന്നത്. കൈയിലൊരു ഓട്ടുഗ്ലാസുമുണ്ട്. കമലം നേരെ അടുക്കളയിലേക്കാണ് പോയത്. എന്നാൽ ശിവണ്ണനോട് കുശലം പറയാൻ മറന്നില്ല, "ശിവേട്ടാ, ആടിനെയൊക്കെ വാങ്ങിച്ചൂന്ന് കേട്ടു."

തന്റെ ആടും അതിന്റെ കിടാങ്ങളുമൊക്കെ എത്ര വേഗത്തിലാണ്

1. മുത്തുവാ വൃക്ഷം സാധാരണയായി കർണാടകയിലെ വഴിയോരങ്ങളിൽ കാണപ്പെടുന്നു. കേരളാതിർത്തിയിലും അപൂർവമായി കാണാം. ഇത്തരമൊരു വൃക്ഷത്തിൽനിന്നാണ് മുത്തങ്ങ എന്ന സ്ഥലപ്പേര് വന്നത്. മുത്തുവ മരത്തിന്റെ ഇലകൾ കോർത്തു തുന്നി അതിൽ ഹോട്ടലുകളിൽ ഭക്ഷണം വിളമ്പുന്നു. നമ്മുടെ വാഴയിലയുടെ ഉപയോഗം തന്നെ.

ഗ്രാമത്തിൽ പ്രസിദ്ധിയാർജിക്കുന്നതെന്നോർത്തു ശിവണ്ണൻ വല്ലാതെ ആഹ്ളാദിച്ചു. കമലത്തിനു വേണ്ടത് അര ഗ്ലാസ് പാലായിരുന്നു. ഇന്നൊരു ദിവസത്തേക്ക് മതി. നാളെ വേണ്ട. സുള്ള്യന് എന്തോ ഒരു ഒറ്റമൂലി മരുന്നു കഴിക്കുവാനുണ്ട്. അത് കഴിയുമെങ്കിൽ പ്രഭാതത്തിൽ കറന്നെടുത്ത കറുത്ത ആട്ടിൻപാലിൽ ചൂടോടെയായിരുന്നാൽ നന്നെന്ന് വൈദ്യൻ പറഞ്ഞിരുന്നത്രെ. കാഞ്ചന ഒരു കമന്റ് പാസാക്കി.

"സുള്ള്യന് എന്തിനാ പാലെന്ന് മനസിലായോ ശിവേട്ടാ."

"പാൽച്ചായ കഴിക്കാനായിരിക്കും കാഞ്ചേ, വേണ്ടത് കൊടുക്ക്."

"അല്ല ശിവേട്ടാ, കടുക്കയും ചമതയും കഞ്ഞിക്കൂർക്കലും ഉണക്കനെല്ലിക്കയും ചതച്ചിട്ട് അതിന്റെ മേലെ കുടിക്കാനാ. എന്തിനാണെന്നറിയോ?"

"നീ തന്നെ പറയ്."

"അതോ, പൊലീസ്കാരോട് തല്ല് കൊണ്ടതിന്റെ പഥ്യാണ്ന്ന് കൂട്ടിക്കോളീ. അതിന്റെ മരുന്നാണ്."

ശിവണ്ണനും കമലയും ചിരിച്ചതേയുള്ളൂ. കാഞ്ചേടത്തിയങ്ങനെ ഓരോന്നും പറയും. അതിനൊക്കെ മറുപടി പറയാനെന്തിരിക്കുന്നു. ഇനി സുള്ള്യൻ പോയി പൊലീസിന്റെ കൈയിൽനിന്ന് തല്ല് വാങ്ങിയാൽ ത്തന്നെ അത് എല്ലാവർക്കും വേണ്ടിയാണല്ലോ. സ്വന്തം കാര്യത്തിനല്ലല്ലോ.

കമലം പോകാൻ നേരത്ത് കാഞ്ചനയോട് ചോദിച്ചു, " കാഞ്ചേടത്തീ, നമ്മളെ നഞ്ചപ്പന്റെ മകളെ ഇവിടെ എപ്പോഴും കാണാലോ."

"തന്നെ, നമ്മളെ സീതന്റെ കൂട്ടാ. ഗുണ്ടിൽപേട്ടേല് അവൾക്ക് എന്തോ ജോലിയുണ്ടല്ലോ. സീത പഠിക്കുന്നതും അവിടെത്തന്നെ. വരുന്നതും പോകുന്നതുമൊക്കെ ഒന്നിച്ചാണ് കമലേ."

ശരിയാണെന്ന് കമലം പറഞ്ഞു. കമലം മുറ്റത്തെ പൂമരത്തിന് ചുവട്ടിലേക്ക് നടന്നെത്തിയിരുന്നു. അവിടെനിന്ന് വലതുകൈയിൽ മാറോട് ചേർത്തു പിടിച്ച ഗ്ലാസുമായി കമലം തിരിഞ്ഞു നിന്നു. അവളെന്തോ ഓർത്തെടുത്തു പറയുവാൻ ഭാവിക്കുകയായിരുന്നു. വറുത്തു പൊടിച്ച കാപ്പിയുടെ ഗന്ധം ആട്ടിൻപാലുമായി ചേർന്ന് ഉഷാറോടെയാസ്വദിക്കുന്ന ശിവണ്ണന്റെ നിഷ്കളങ്ക മുഖത്തേക്ക് നോക്കിയവളത് പറഞ്ഞില്ല. തൊട്ടുപുറകിൽ നിൽക്കുന്ന ഗ്രാമത്തിലെ ഐശ്വര്യ ദേവതയായ കാഞ്ചേടത്തിയോടും കമലം ബാക്കി വെച്ചത് പറഞ്ഞില്ല. പിന്നീട് നടന്നകലുമ്പോൾ പാദ വിന്യാസങ്ങളുടെ ചടുലതയില്ലായ്മയും ചിന്താവിവശയായ മുഖവും തെളിയിച്ചു പറയുന്നുണ്ടായിരുന്നു; കമലത്തിനെന്തോ പറയുവാനുണ്ടായിരുന്നെന്ന്.

ഒരു പത്തുമണി വെയിലത്ത് ശിവണ്ണൻ തെളിഞ്ഞ മനസോടെ മുറ്റത്ത് നിൽക്കുകയായിരുന്നു. മുറ്റത്തെ പുളിമരക്കൊമ്പിൽനിന്ന് പ്രകാശകിരണങ്ങൾ നിലത്ത് ഛായാപടങ്ങൾ വരച്ചുകൊണ്ടിരുന്നു. അൽപ്പം എള്ളെണ്ണയെടുത്ത് മേൽ തേച്ചുപിടിപ്പിച്ചു കുളിച്ചാലോയെന്നാലോചിച്ചു

ശിവണ്ണൻ. പിന്നെ കൃഷിസ്ഥലത്തേക്ക് പോകാം. സ്ഥലമൊക്കെ കുറേ ശ്ശെയായി തൊട്ടാവാടിച്ചെടികളും കിങ്ങിണിച്ചെടികളും കൈയടക്കി വരുന്നുവോയെന്ന് സംശയം. ചെണ്ടുമല്ലിത്തൈകൾക്ക് എന്തൊരു ഹരിത ഭംഗിയാണ്. നല്ല കുറ്റിയുറപ്പുള്ള ചെടികൾ. ഇടയ്ക്കിടെ വീട്ടിൽനിന്ന് സ്ഥലത്തേക്ക് വെറുതെയും പോയിവരുമായിരുന്നു ശിവണ്ണൻ. എള്ളെണ്ണ തേച്ചുമിനുക്കിയ ശരീരം കഴുകിയെടുക്കുവാൻ അൽപ്പം ചെറുപയർ അമ്മി ക്കല്ലിന്മേൽവച്ച് അരച്ചു കുഴമ്പ് പരുവത്തിലാക്കിയെടുക്കാൻ കാഞ്ചനയ്ക്ക് കൽപ്പന കൊടുത്തു ശിവണ്ണൻ.

"ശിവേട്ടാ, ശിവേട്ടാ..."

ആരോ ദൂരെ നിന്ന് വിളിച്ചു പറഞ്ഞുവരുന്നത് ശിവണ്ണൻ കണ്ടു. ശരീരത്തിലാസകലം അപ്പോഴേക്കും എള്ളെണ്ണ തേച്ചുപ്പിടിപ്പിച്ചിരുന്നു. കൈയെത്താത്ത ശരീരത്തിന്റെ പുറംഭാഗത്ത് കാഞ്ചനയുടെ കൈകളാണ് സഹായത്തിനെത്തിയത്. ആരാണ് വിളിച്ചു വരുന്നതെന്നറിയുവാൻ ശിവ ണ്ണൻ പുറത്തിറങ്ങി നോക്കി. വരുന്നത് പണിക്കാരനിലൊരുവനാണ്.

"ശിവേട്ടാ സാർ വിളിഥുന്നു. വേഗം ചെല്ല്" അവൻ കിതയ്ക്കുന്നു.

"ഏത് സാർ, എന്തിന്?"

"ഫോറസ്റ്റ്കാരാ, ജീപ്പും കൊണ്ടു വന്നതാ. സ്ഥലം അവരുടേതാണ് പോലും."

ചെറുപയർ പൊടികൊണ്ടു മേൽകഴുകി പറമ്പിലേക്ക് കുതിച്ചു. കർണാടക ഫോറസ്റ്റ് എന്നെഴുതിയ ജീപ്പിനരികെ ഏതാനും കാക്കി യൂണിഫോമുകാർ നിൽക്കുന്നു. അവരിലൊരാളെ വളരെ കുപിതനായി കാണപ്പെട്ടു. ഫോറസ്റ്ററദ്ദേഹം ആയിരിക്കും.

"ആരാണെടാ സർക്കാർ വനത്തില് ചെണ്ടുമല്ലി കൃഷി ചെയ്തത്?"

ശിവണ്ണന്റെ കണ്ണുകൾ മേലോട്ട് തള്ളി. ദൈവമേ നീയെവിടെയാണ് മറഞ്ഞിരിക്കുന്നത്. മണ്ണിലോ വിണ്ണിലോ. എവിടെയായാലും നീയൊരവ താരമായി ഇവിടെ പ്രത്യക്ഷപ്പെട്ടേ തീരൂ.

"സർക്കാർ വനം കൈയിലേറിയാല് എന്താണ് ശിക്ഷയെന്നറിയോ നിനക്ക്. സെക്ഷൻ പതിനാലേ ബാർ മൂന്ന്. ഏഴുവർഷം കുട്ടികളെ കാണാൻ കഴിയൂലാ. "

"ഇത് സർക്കാർ വനമല്ല സർ, ശിവണ്ണൻ ഇരുകൈകളും കൂട്ടി തൊഴുതു. വേണമെങ്കിൽ അയാൾ ഏത്തമിടുവാനും തയാറായിരുന്നു. കഴിഞ്ഞ വർഷവും ഇവിടെ കരിമ്പ്കൃഷി ചെയ്തതാണ് സാർ. മാതേ വൻ മുതലാളിയോട് പാട്ടത്തിനെടുത്ത മൂന്നേക്കർ കരഭൂമിയാണ് സാർ. അതിന് പ്രോനോട്ടും കൈയിലുണ്ട്."

"എന്താടാ നിന്റെ പേര്?"

"ശിവണ്ണൻ. ഞാൻ ബാംഗ്ളൂരില് സിമന്റ് കമ്പനീല്...."

"നിർത്ത് നിർത്ത്. നിനക്ക് വിവരം കുറവാണ്. നീ നോക്ക് തൊട്ട ടുത്ത് കാണുന്നതാണ് സർക്കാർ വനം. ഇതിനോട് ചേർന്നു കാണുന്ന ഭൂമിയൊക്കെ സർക്കാരിന്റേത് തന്നെ. ഇത് തർക്കത്തിലാണ്. മാതേവ

ന്റേതാണെന്ന് മാതേവൻ പറയും. വേറെ പലരും അവരുടേതാണെന്നു പറയും.''

ശിവണ്ണൻ തന്റെ നാവിൽ കടിച്ചു നോക്കി വേദനിക്കുന്നുണ്ടോ. ഉവ്വ്. അപ്പോൾ ഇതൊരു സ്വപ്നമല്ല. ഇനിയെന്താണ് താൻ പറയേണ്ടത്. എന്താണാവോ ചെയ്യേണ്ടത്. അറസ്റ്റ് ചെയ്തുകൊണ്ടു പോകുവാൻ അവർക്കധികാരം കാണും.

''ഇവിടെ കൃഷി ചെയ്യരുതെന്ന് കാണിച്ച് നോട്ടീസ് കൊടുത്തിട്ടുണ്ടല്ലോ നിന്റെ മാതേവന്. കർണാടക ഫോറസ്റ്റ് ആക്ട് ഏഴേ ബാർ മൂന്നിൽ ഉൾക്കൊള്ളിച്ചിട്ടുണ്ടല്ലോ ഇവിടെ കൃഷി പാടില്ലെന്ന്. അത് നിനക്കറിയോ?''

''ഇല്ല സർ, സത്യമായും ഇല്ല.''

''ഇതിന്റെ അടിയാധാരം നിന്റെ മാതേവൻ മുതലാളീന്റെ കൈയിലുണ്ടോ. നീ നോക്കിയിരുന്നുവോ.''

''ഇല്ല സർ,'' ശിവണ്ണന്റെ കണ്ണുകൾ നിറഞ്ഞു തുളുമ്പി.

''ഇത് പട്ടയമുള്ള ഭൂമിയാണോന്ന് ചോദിച്ചിരുന്നുവോ നീ പാട്ടപ്പൈസ കൊടുക്കുമ്പോ.''

''ഇല്ല, ഇല്ല.''

''ഛെ,'' ഫോറസ്റ്റർ തല ചൊറിഞ്ഞു. ''ഇവനോടൊക്കെ സംസാരിക്കുന്ന നേരംകൊണ്ട് വേറെവല്ല പണിക്കും പോകുന്നതാണ് നല്ലത്.'' ജീപ്പിന്റെ മുൻവശത്തിരുന്നു ഫോറസ്റ്റർ ഒരു കടലാസിൽ എന്തൊക്കെയോ എഴുതിത്തുടങ്ങി. അവ്യക്തമായ ഇംഗ്ലീഷ്. ഗാർഡുമാർ ജീപ്പിന്റെ പുറകിൽ കയറി. ഡ്രൈവർ ജീപ്പ് സ്റ്റാർട്ട് ചെയ്തു.

''താൻ ഇതിൽ ഒപ്പിട്.''

ശിവണ്ണൻ ഫോറസ്റ്ററദ്ദേഹത്തിൽനിന്നും പേന വാങ്ങി കന്നടയിൽ തന്റെ പേരെഴുതി ഒപ്പു ചാർത്തി. തൽക്കാലം നടപടിയൊന്നും എടുക്കുന്നില്ലെന്നും നാളെ ബന്ദിപ്പൂരിലെ ഫോറസ്റ്റ് ആസ്ഥാനത്തേക്ക് വരണമെന്നും പറഞ്ഞു. ഫോറസ്റ്റർ ജീപ്പിന്റെ വാതിലടച്ചു.

പൊടിയുതിർത്തുകൊണ്ട് ഗട്ട് റോഡിൽനിന്ന് വനംവകുപ്പിന്റെ ജീപ്പ് മുമ്പോട്ട് നീങ്ങി. ചെന്നമല്ലീപുരം കവലയിലൂടെ മദ്ദൂർ ലക്ഷ്യമാക്കി ഓടിയ വാഹനം അപ്രത്യക്ഷമാകുന്നതുവരെ ശിവണ്ണൻ നോക്കി നിന്നു.

ഒൻപത്

ഉറക്കമില്ലാത്ത രാത്രിയാണ് ശിവണ്ണന് കഴിഞ്ഞുപോയത്. അയാൾ കണ്ണുകൾ അടച്ചു കിടന്നു. പിന്നെ തിരിഞ്ഞും മറിഞ്ഞും കിടന്നുനോക്കി. കാക്കിയുടുപ്പിട്ട ഫോറസ്റ്റുകാരെ ഉറക്കത്തിലും ഉണർച്ചയിലും അയാൾ കാണുന്നു. സർക്കാർ വനം കൈയേറിയതിന് കൈയിൽ ആമപ്പൂട്ടിട്ടു കൊണ്ടുപോകുന്നത് അയാൾ കാണുന്നു. നീണ്ട ഇരുമ്പഴികളുള്ള ജയിലിൽ വെളുത്ത ചട്ടയും കാൽസരായിയും ധരിച്ചു കൈയിൽ പാത്രവു

മായി ചോറിന് ക്യൂനിൽക്കുന്നതുപോലെ തോന്നുന്നു.

ജഗദീശ്വരാ, അങ്ങനെ സംഭവിക്കുമോ. എന്നുവെച്ചാൽ ജയിൽ വാസം തന്നെ ആയിരിക്കുമോ ഇനിയുള്ള കാലം. എത്ര വർഷമാണെന്നാ യിരുന്നു അവർ പറഞ്ഞത്. ഏഴു വർഷമാണെന്ന് തോന്നുന്നു. സീതയെ ഒരാളുടെ കൈയിൽ പിടിച്ചേൽപ്പിക്കേണ്ടതല്ലേ. ഒരായുസ്സ് മുഴുവൻ കാത്തി രുന്ന മംഗള മുഹൂർത്തത്തിന് സാക്ഷിയാകാൻ കഴിയില്ലെന്നോ. കാഞ്ച നയ്ക്ക് പിന്നെയാരാണ് കൂട്ടുണ്ടാവുക. ഗ്രാമ്യവും സരളവുമായ തന്റെ പതിവ് കാഴ്ചകൾ ഇനിയൊരിക്കലും നോക്കിക്കാണുവാൻ കഴിയില്ലെ ന്നോ. എന്നുവെച്ചാൽ മഞ്ഞപ്പൂക്കളെ വിരിയിച്ചുകൊണ്ട് കടുക് ചെടി കൾ നിൽക്കുന്നത്, അതേ മഞ്ഞപ്പൂക്കളെ ചൂടിക്കൊണ്ട് ചെണ്ടുമല്ലിപ്പൂ ക്കൾ പുഞ്ചിരിക്കുന്നത്, മദോന്മത്തരായ വണ്ടുകളും തേനീച്ചകളും ആർത്തുല്ലസിച്ചുപോകുന്നത് മദുരിൽനിന്ന് ചെന്നമല്ലീപുരത്തേക്ക് വരുന്ന കാളവണ്ടികളുടെ ചക്രക്കിലുക്കം, ശ്രാവണ മാസത്തിലെ കടുംപച്ചകൾ, രോഹിണി ഞാറ്റുവേലകൾ, സായാഹ്നങ്ങളിൽ തൊഴുത്തുതേടിയുള്ള കന്നുകാലികളുടെ മടക്കയാത്ര, കതിർക്കറ്റയുമായി പച്ചത്തത്തകളുടെ കൂടണയൽ, ഗ്രാമീണ ഭവനങ്ങളിലെ മുറ്റത്ത് കൂട്ടിയിട്ട ധാന്യക്കൂമ്പാര ങ്ങളിൽനിന്ന് കരുമാടിക്കുട്ടന്മാരുടെ ചാടിയിറക്കം, കരിമ്പിൻ തണ്ടുകൾ തലയിലേറ്റി കാളവണ്ടികളുടെയടുത്തേക്ക് നടന്നുവരുന്ന യുവതികൾ........ ഈശ്വരാ ഇതൊക്കെയും നിഷേധിക്കപ്പെടുകയാണോ. പകരം തന്നെ കാത്തിരിക്കുന്നതെന്താണ്. ബാംഗ്ളൂരിൽനിന്ന് യാദൃച്ഛികമായി പരിചയ പ്പെടാനിടയായ ഒരു പെരിങ്കൊല്ലൻ താൻ ചെയ്യാത്ത ഒരു തെറ്റിന് മൂന്നു മാസക്കാലം തടവിൽ കിടന്ന കഥ പറഞ്ഞുതരികയുണ്ടായി. ഈർപ്പം നിറഞ്ഞ തറയിൽ ജമുക്കാളം[1] വിരിച്ചു കിടത്തുക, രാത്രിയിൽ മലമൂത്ര വിസർജനത്തിന്ന് തൊട്ടരികെ വെക്കുന്ന പാത്രം ഉപയോഗിക്കേണ്ടി വരിക, പുലർച്ചെ ടോയ്‌ലെറ്റിന്റെ മുമ്പിലുള്ള നീണ്ട ക്യൂവിൽ സ്ഥലം പിടിക്കുക, സർവരാലും നീ എന്നു വിളികേൾക്കുക, ദുർഗന്ധം വമിക്കുന്ന ഉണക്കലരികൊണ്ടുള്ള ചോറ് വേണ്ടാതെ വാരിത്തിന്നുക. ഇതൊക്കെ യാവില്ലേ തന്നെ കാത്തിരിക്കുന്നത്. ജയിൽപ്പുള്ളികൾ പരസ്പരം ചൂണ്ടി പ്പറയും. ഇവൻ ആരാണെന്ന് മനസിലായോ, ചെന്നമല്ലീപുരത്ത് സർക്കാർ വനം കൈയേറി ചെണ്ടുമല്ലി കൃഷി ചെയ്ത തെമ്മാടി. എന്തിനെയെല്ലാ മാണ് തനിക്ക് പരിത്യജിക്കേണ്ടി വരുന്നത്. സർവരുടെയും ബഹുമാനവും ആദരവും കലർന്ന നോട്ടത്തെ, ഗ്രാമത്തിൽ വേരുകളാഴ്ത്തിയ സൽപ്പേര് നിലനിൽക്കുന്ന കാഞ്ചനയുടെ സ്നേഹത്തെ, കൗമാരത്തിലെത്തിയ സീതയുടെ സംരക്ഷണത്തെ, പരിശുദ്ധവും ശോഭനവുമായ ജീവിതത്തെ, ബഹുമതിയെ, മാന്യതയെ എല്ലാം കൈവിടേണ്ടി വരും.

"ശിവേട്ടനുറക്കമില്ലേ"

"ഇല്ല കാഞ്ചേ, നീയുറങ്ങിക്കോ"

---

1. പരുപരുത്ത ചാക്കു പോലെയുള്ള കട്ടിയായ വിരിപ്പ്. ഇത് ജയിൽ സമ്പ്രദായമാണ്.

"ഞാനെങ്ങനെയുറങ്ങും. ശിവേട്ടനിങ്ങനെ കളിക്കുമ്പോള്"

"കാഞ്ചേ, ഞാനൊരുകാര്യം ചോദിക്കട്ടെ"

"എന്താണ് ശിവേട്ടാ," അവൾ ശിവണ്ണന്റെ പുറം തടവി. പുറത്ത് അൽപ്പം ചുളിവുകൾ വന്നുവോയെന്നു സംശയം. വർഷങ്ങൾക്കെത്രയോ മുമ്പ് താൻ ചെന്നമല്ലീപുരത്ത് മരുമകളായി വന്നപ്പോൾ ഈ മനുഷ്യന് എന്തൊരു കായബലമായിരുന്നു. കിടത്തി ഉറക്കുമായിരുന്നില്ല.

"നമ്മള് ഈ കൃഷിപ്പണിക്ക് ഇറങ്ങേണ്ടായിരുന്നു അല്ലേ കാഞ്ചേ"

"അതങ്ങനല്ല ശിവേട്ടാ. നമ്മള് ഉത്സാഹിച്ചു നോക്കുമ്പോ ഈശ്വരൻ തരുന്നല്ലേ പറഞ്ഞത്."

"അങ്ങനെ ആരാ പറഞ്ഞത്"

"ബസവേശ്വരനദ്ദേഹം..... അങ്ങനെ പറഞ്ഞില്ലേ ശിവേട്ടാ"

ശിവണ്ണൻ ഒന്നും പറഞ്ഞില്ല. വലിയവരെന്നു പറയുന്നവർ അങ്ങനെ ഓരോന്ന് പറയും. മനുഷ്യന്റെ സങ്കടങ്ങൾ പേറുവാൻ അവരവർ തന്നയേ ഉണ്ടാകൂ. ഉറക്കം വരുവാൻ ഒരു മഞ്ഞളിന്റെ കഷ്ണമെടുത്ത് ജനലഴിയിൽ വെച്ചാലോയെന്നയാൾ ആലോചിച്ചു. ജനലിലൂടെ പുറത്തേക്ക് നോക്കിയാൽ മഴ പെയ്തൊഴിഞ്ഞ ആകാശം കാണാം. അവ്യക്ത ചക്രവാളത്തിൽ എവിടെനിന്നോ ചില മിന്നൽപ്പിണരുകൾ വരുന്നു, പോകുന്നു. ദൂരെയെന്നു പറഞ്ഞാൽ വളരെ ദൂരത്ത് രാക്ഷസാകാരം പൂണ്ടു നിൽക്കുന്ന ആന വസിക്കും കാടുകൾ. ആനകളേയും പുലികളേയും കരടികളേയുമെല്ലാം തീറ്റിപ്പോറ്റുന്ന മഹാവനം. ആ വനത്തിന്റെയരികെ സ്വന്തം പാട്ടത്തിന്നെടുത്ത സ്ഥലമാണെങ്കിൽ കൂടെ മനുഷ്യന് കൃഷി ചെയ്യുവാൻ അവകാശമില്ല. തരിശിടുന്നത് കുറ്റമല്ലതാനും. അമൽദാരി[2]ന്ന് പണം കൊടുക്കുന്ന കൃഷിയിടമല്ലേയിത്.

"വേണ്ടിര്ന്നില്ല കാഞ്ചേ, വേണ്ടിര്ന്നില്ല "

"എന്ത് ശിവേട്ടാ "

"സീതയെ അപ്പോ തന്നെ കൊടുത്തയ്ക്കേണ്ടതായിരുന്നു. പോട്ടെ"

കാഞ്ചന മൗനിയായി. ഈയിടെയായി ശിവണ്ണൻ എപ്പോഴും പറഞ്ഞുകൊണ്ടിരിക്കുന്നതാണിതൊക്കെ. ഒരു മഹാ ആവേശത്തിലാണ് ശിവണ്ണൻ ചെണ്ടുമല്ലിക്കൃഷി തിരഞ്ഞെടുത്തത്. തൊട്ടടുത്ത നിലങ്ങളിൽ മുളകും ആവണക്കും റാഗിയും കരിമ്പും തക്കാളിയുമൊക്കെ കൃഷി ചെയ്തുവരുന്നുണ്ട്. കുറഞ്ഞ കൃഷിക്കാരാണ് കാലാകാലങ്ങളായി ചെണ്ടുമല്ലികൃഷി ചെയ്തു വരുന്നത്. എന്നിട്ടും ശിവണ്ണൻ ഒരു മുൻപരിചയവും ഇല്ലാതെ തന്നെ ചെണ്ടുമല്ലിക്കൃഷിയിലേക്ക് വരികയായിരുന്നു.

"ഇനിയിപ്പോ എന്താ ചെയ്യുന്നത് ശിവേട്ടാ "

"ബന്ദിപ്പൂര് പോയി നോക്കട്ടെ കാഞ്ചേ, ഞാൻ നഞ്ചുണ്ടനെ ആളെ ചൊല്ലി വിട്ടിട്ടുണ്ട്. എനിക്ക് ഒറ്റയ്ക്ക് പോകാൻ അറിയില്ല. "

രാവിലെ ആദ്യം വന്നത് നഞ്ചുണ്ടനല്ല. കമലയാണ്. കമലയുടെ കൈയിൽ ഗ്ലാസുമുണ്ട്. "ശിവേട്ടാ പനി മാറീല്ലെട്ടോ സുള്ളേ്യട്ടന്.

2. ഭൂനികുതി പിരിവുദ്യോഗസ്ഥൻ

ഇന്നൊരു ഗ്ലാസ് പാല് കൂടെ വേണം."

"അതിനെന്താ കമലേ പാല് ഒരു മൊന്ത തന്നെ കൊണ്ട്പോയ്ക്കോ"

"പിന്നെ ശിവേട്ടാ ഇവിടെ ഇന്നലെ ഫോറസ്റ്റ്കാര് വന്നിട്ടുണ്ടായിനോ തോട്ടത്തില്?"

"വന്നല്ലോ ആരാ പറഞ്ഞത് കമലയോട്."

"സുള്ള്യേട്ടനോട് ആരോ പറഞ്ഞു. ഫോറസ്റ്റ്കാരെ ഇങ്ങോട്ട് അയച്ചത് നഞ്ചുണ്ടനാണെന്നാ സുള്ള്യേട്ടൻ പറയ്ണത്. ആ നഞ്ചുണ്ടൻ നിങ്ങളെ കുത്തുപാളയെടുപ്പിക്കും. ഫോറസ്റ്റ്കാർക്ക് ശിവേട്ടൻ പൈസ കൊണ്ടു കൊടുക്കും. അതിന്റെ പങ്ക് ഫോറസ്റ്റ്കാര് നഞ്ചുണ്ടന് കൊടുക്കും."

ശിവണ്ണൻ ചലനമറ്റുനിന്നു. അയാൾ കമലയുടെ മുഖത്തേക്ക് തന്നെ നോക്കി. എന്തൊരു ഐശ്വര്യവും ചന്തവുമാണ് ഈ പെൺകുട്ടിക്ക്. കറുപ്പിനും ഇത്രയഴകോ. ഈ പുലർച്ചയ്ക്കും ഇവൾ കുളികഴിച്ചിരിക്കുന്നു. മുടി രണ്ടായി പിന്നിയിട്ടുണ്ട്. തല നിറയെ എണ്ണതേച്ചുമിനുക്കിയിട്ടുണ്ട്. നെറ്റിയിൽ മഞ്ഞൾപ്പൊട്ട്. സിന്ദൂരരേഖയിൽ സുതാര്യമായ പൊടികൾ ചാർത്തിയിരിക്കുന്നു. ഇത്ര വൃത്തിയുള്ള പെണ്ണ് ചെന്നമല്ലീപുരത്ത് വേറെ കാണുമോ.

"ശിവേട്ടാ എന്നിട്ടെന്താ ചെയ്യാമ്പോണത്. ബന്ദിപ്പൂരേക്ക് ചെല്ലാൻ പറഞ്ഞോ അവര്?"

"പറഞ്ഞു കമലേ."

"പോകരുത് ശിവേട്ടാ. അവര് വന്നിട്ട് എന്നാല് ശിവേട്ടന്റെ ചെണ്ടുമല്ലിച്ചെടികള് ഒന്ന് നശിപ്പിക്കട്ടെ. അപ്പോ കാണാലോ."

കമലം നിവർന്നു ശൂരതയോടെ ശിവണ്ണനെ നോക്കി. ഹൊ, എന്തൊരു ചങ്കൂറ്റം. ശിവണ്ണൻ മനസുകൊണ്ട് കമലത്തെ നമിച്ചു. അഴക് മാത്രമല്ല ഇവൾക്ക് ദൈവം കൊടുത്തത്. എന്തൊരു ബലിഷ്ഠമായ ശരീരം. എത്ര ഒതുങ്ങിയ വയർ. ഉയർന്ന മാറിടം. സമൃദ്ധമായ നിതംബം. നല്ല ഉയരവും.

"കമലേ," ശിവണ്ണൻ നിസ്സഹായനായി. "ഞങ്ങൾക്ക് അതിനുള്ള ധൈര്യം ഇല്ലാന്നു കൂട്ടിക്കോ. അതൊക്കെ സുള്ള്യനല്ലേ പറ്റു. "

"ആയ്ക്കോട്ടെ ശിവേട്ടാ, കമലം തറപ്പിച്ചു പറഞ്ഞു. നിങ്ങള് ബന്ദിപ്പൂരിലെ റേഞ്ചറാപ്പീസില് പോയിറ്റ് ധൈര്യമായിട്ട് പറഞ്ഞാൽ മതി ഇത് ഞങ്ങളെ കൃഷി ഭൂമിയാണെന്ന്. മാതേവൻ മുതലാളിയും വനംവകുപ്പും തമ്മിൽ തർക്കത്തിലാണെങ്കില് ആയ്ക്കോട്ടെ, ഞങ്ങള് വിത്ത് വിതച്ചിട്ടുണ്ടെങ്കില് ഞങ്ങള് കൊയ്യും. നിങ്ങൾക്ക് എന്താ വേണ്ടതെന്ന് വെച്ചാ കൂട്ടിക്കോളാൻ പറഞ്ഞേക്കു ശിവേട്ടാ. വിത്ത് വിതയ്ക്കുമ്പോ ഈ ഫോറസ്റ്റുകാര് എന്ത് ചെയ്യുകയായിരുന്നു."

ശിവണ്ണൻ നിസ്സഹായതയോടെ നോട്ടം കമലയുടെ മുഖത്തേക്കെറിഞ്ഞു. അതിന്റെയർത്ഥം കമലയ്ക്ക് അറിയാതെയല്ല. കമലം അവസാനത്തെ ആയുധം പുറത്തേക്കെടുത്തു.

"സുള്ളേട്ടൻ പറഞ്ഞു ഒന്നവിടംവരെ ചെല്ലാൻ. എന്നിട്ടേ ബന്ദിപ്പൂരില് പോകാവൂന്ന്."

"ഞാൻ വരാം" ശിവണ്ണൻ കമലയെ യാത്രയാക്കി. പോകാമെന്നുതന്നെയായിരുന്നു ശിവണ്ണൻ ചിന്തിച്ചതും. എന്നാൽ, നഞ്ചുണ്ടന്റെ കടന്നുവരവ് എല്ലാം താറുമാറാക്കി. നഞ്ചുണ്ടൻ വളരെ അസ്വസ്ഥനായിരുന്നു.

"ശിവേട്ടാ ഞാനിപ്പോളാണ് അറിഞ്ഞത്. നമ്മക്ക് ഇപ്പോത്തന്നെ പോകണം ശിവേട്ടാ."

"എവിടേക്ക് നഞ്ചുണ്ടാ."

"ബന്ദിപ്പൂരേക്ക്. അവർക്ക് എന്തിനും കഴിയും ശിവേട്ടാ."

"എന്നാലും മാതേവൻ മുതലാളി നമ്മളെ ചതിച്ചില്ലേ നഞ്ചുണ്ടാ."

"ഇല്ല ശിവേട്ടാ, ശിവേട്ടൻ നോക്കിക്കോ ഇവിടെ ഒരു ഭൂമിക്കും പട്ടയം ഉണ്ടാകൂലാ. എന്നാലോ എല്ലാരും കൃഷി ചെയ്യുന്നും ഉണ്ട്. പക്ഷേ, ഫോറസ്റ്റ്കാർക്ക് പൈസ ഉണ്ടാക്കാനുള്ള ഒരു വകുപ്പും ഇതിന്റെ എടേല് ഉണ്ട്ന്ന് കൂട്ടിക്കോ."

ഇനിയെന്താണ് പറയേണ്ടതെന്ന് ചിന്തിക്കുകയായിരുന്നു ശിവണ്ണൻ. സുള്ള്യൻ കാണണമെന്ന് പറഞ്ഞത് ശിവണ്ണൻ എടുത്തിട്ടു.

"ശിവേട്ടാ" നഞ്ചുണ്ടൻ വിശദീകരിച്ചു, "നമ്മള് ഫോറസ്റ്റുകാരുമായിറ്റ് യുദ്ധം ചെയ്യാൻ പോയാല് അവര്ക്ക് ഒരു നഷ്ടവും ഉണ്ടാകൂലാ. ഫോറസ്റ്റ് ആപ്പീസുമായും ഗുണ്ടിൽപേട്ടയിലെ പൊലീസ് സ്റ്റേഷനായിട്ടും നമ്മക്ക് കളിച്ചു കുത്തിരിക്കാം. ചെണ്ടുമല്ലിച്ചെടികള് ഒണങ്ങി നശിച്ചു പോകും. ഇതാർക്കാ നഷ്ടം. സുള്ള്യന്ന് അതൊക്കെ പറയാം. അവന്ന് മുകളില് ആകാശം, താഴെ ഭൂമി."

അത് ശരിയാണെന്ന് ശിവണ്ണനും സമ്മതിച്ചു. ഇരുവരും തിരക്കിട്ടു നടന്നു. മദ്ദൂരിലെത്തിയപ്പോഴേക്കും ഭാഗ്യം. ബത്തേരിയിൽനിന്നും മൈസൂരിലേക്ക് ലോഡൊന്നുമില്ലാതെ കാലിയായിപോകുന്ന ലോറി കൈകാണിച്ചപ്പോൾ നിന്നു. ഗുണ്ടിൽപേട്ടയിലെത്തുവാൻ പിന്നെ താമസിച്ചില്ല. ബന്ദിപ്പൂരിലേക്കാണ് കഷ്ടം. അരമണിക്കൂർ താമസിച്ചപ്പോൾ അവിടെ നിന്നും കിട്ടിയത് ഒരു ലോറി തന്നെയാണ്. ഹുൻസൂരിൽനിന്നും കാലിത്തീറ്റ കയറ്റി സത്യമംഗലത്തേക്ക് പോകുന്ന ഒരു തമിഴൻ വണ്ടി.

വനംവകുപ്പിന്റെ ബന്ദിപ്പൂരിലുള്ള ആസ്ഥാനത്തെത്തുമ്പോൾ സമയം പന്ത്രണ്ട് കഴിഞ്ഞിരുന്നു. റേഞ്ചർ ഭക്ഷണം കഴിക്കുവാൻ പുറത്ത് പോയതാണത്രെ.

"എപ്പോ വരും സാർ" നഞ്ചുണ്ടൻ ശിപായിയോട് ചോദിച്ചു, "എപ്പോ വരുന്ന് ചോദിച്ചാല്, ഞാനിപ്പോ ഒരു സമയം പറഞ്ഞാല് അന്നേരത്ത് വന്നില്ലേല്ല് നിങ്ങളെന്നോട് ചോദിക്കും, സാറെന്താ വരാത്തതെന്ന്. അതുകൊണ്ട് വരുമ്പോ കാണാം."

"ശരി," നഞ്ചുണ്ടൻ ശിവണ്ണനേയും കൂട്ടി പുറത്തേക്കിറങ്ങി. വല്ലാതെ വിശക്കുന്നുണ്ടായിരുന്നു. ഇനി എവിടെയെങ്കിലും ചായ കിട്ടുമോന്നു നോക്കിയാൽ അപ്പോഴേക്കും റേഞ്ചർ വന്നു പോകാനും സാധ്യതയുണ്ട്.

മൂന്നുമണിക്ക് റേഞ്ചറെത്തി. ഊണു കഴിഞ്ഞ് ക്വാർട്ടേഴ്സിൽ അൽപ്പം മയങ്ങുന്നതും ടി വി കാണുന്നതുമൊക്കെ അദ്ദേഹത്തിന്റെ പതിവാണുപോലും. കസേരയിൽ ഉപവിഷ്ടനായ അദ്ദേഹത്തിന്റെയരികിലേക്ക് നഞ്ചുണ്ടനാണ് പോയത്. ശിവണ്ണനെ നഞ്ചുണ്ടൻ ഒപ്പം വിളിച്ചിരുന്നെങ്കിലും സർക്കാർ കലണ്ടറുകൾ തൂക്കിയ മഹാത്മാഗാന്ധിയുടെ ചിത്രങ്ങളാൽ അലംകൃതമായ ചുവരുകളുള്ള, മേശപ്പുറങ്ങളിൽ ചുവന്ന റിബണുകളിട്ട് കെട്ടിയ ഫയലുകളുള്ള വൈതാളികന്മാർ വാഴുന്നയിടത്തേക്ക് പോകുവാൻ ശിവണ്ണൻ ശങ്കിച്ചുനിന്നു. അയാൾ ഓഫീസിനു പുറത്ത് പതിച്ച വലിയ പോസ്റ്ററുകളിലേക്ക് കണ്ണുനട്ടു. വലിയ ഒരു കരിങ്കുരങ്ങിന്റെ ചിത്രത്തിനു ചുവടെ എഴുതി വെച്ചിരിക്കുന്നു, "ഞങ്ങളിൽ ഔഷധമൂല്യമില്ല."

നഞ്ചുണ്ടൻ ഓഫീസിൽനിന്നും ഇറങ്ങി വന്നത് വിളറിയ മുഖവുമായാണ്. കൈകൾകൊണ്ട് തലയ്ക്ക് മെല്ലെ അടിക്കുന്നുമുണ്ടായിരുന്നു.

"ശിവേട്ടാ മുടിഞ്ഞു. ആ കുടകനെ പാമ്പു കടിക്കും."

"എന്തുണ്ടായി നഞ്ചുണ്ടാ. അവരെന്നെക്കൊണ്ട് ചിരട്ടയെടുപ്പിക്കുമോ."

"അഞ്ചായിരം ഉറുപ്പികയിൽ ഒന്നും കുറയില്ലെന്ന്. നാലായിരം ഞാൻ പറഞ്ഞുനോക്കി. വാശി പിടിച്ചാ നമ്മള് മുടക്കിയ പൈസയും കൂടി പോകുമോന്ന് ഞാൻ ചിന്തിച്ചുപോയി."

"നഞ്ചുണ്ടാ ഞാനെന്താ ചെയ്യേണ്ടത്. ഞാൻ വിഷം കുടിക്കും."

"അതുകൊണ്ട് ഇവർക്കെന്താ. നമ്മക്ക് സീതയെ എന്തെങ്കിലും ഒരു ശിവാചാരക്കാരന്റെയൊപ്പം പറഞ്ഞയക്കണ്ടേ. പിന്നെ പൂകൃഷി വിളവെടുത്താല് നമ്മളാരാ."

നാലായിരത്തിയഞ്ഞൂറ് ഉറുപ്പികയ്ക്ക് നഞ്ചുണ്ടൻ കച്ചവടം ഉറപ്പിച്ചു. വനംവകുപ്പിൽനിന്ന് ഏതെങ്കിലും ഉദ്യോഗസ്ഥൻ കരയിലേക്ക് കാലെടുത്തു കുത്തുകയില്ലെന്ന് ഉറപ്പ് വാങ്ങി. അത് ഈ വിളവെടുപ്പ് കാലത്തേക്ക് മാത്രമാണ്. അടുത്ത വർഷം കൃഷി ചെയ്യുന്നുണ്ടെങ്കിൽ കാര്യം വേറെ. പിന്നെ നിങ്ങളൊക്കെ കൃഷിയിറക്കുമ്പോൾ ഉദ്യോഗസ്ഥരും ഒന്നറിയേണ്ടേ.

നഞ്ചുണ്ടൻ ഓഫീസിൽനിന്നും പുറത്തേക്ക് വന്നു. "ശിവേട്ടാ പൈസ കൊണ്ടുവന്നിട്ടുണ്ടോ. ഉണ്ടെങ്കില് നാലായിരത്തഞ്ഞൂറ് ഉറുപ്പിക ഇങ്ങെടുത്തോ."

ശിവണ്ണൻ പണം കൈയിലെടുത്തിരുന്നു. നൂറ് രൂപയുടെ നാൽപ്പത്തിയഞ്ചു നോട്ടുകൾ അയാൾ എണ്ണിയെടുത്തു. പല സ്ഥലങ്ങളിലും കൂടിപ്പിടിപ്പിച്ച കറൻസികൾ വേർപെടുത്തുവാൻ അയാൾ വിരൽകൊണ്ട് ഉമിനീരിന്റെ സഹായം തേടി. ശിവണ്ണൻ വികൃതമായി ചിരിച്ചു. പിന്നെ നിസ്സഹായനായി കിതച്ചു.

"നോട്ട് ശരിയാണോന്ന് നോക്ക് നഞ്ചുണ്ടാ."

ഓഫീസിൽനിന്ന് ഇപ്രകാരം പറഞ്ഞതായി നഞ്ചുണ്ടൻ ശിവണ്ണ

നോട് പറഞ്ഞു. “ഇത് ഞങ്ങൾക്ക് ഓഹരിവെക്കുവാനുള്ളതാണ് നഞ്ചുണ്ടാ. ഈ ഓഫീസും കടന്ന് ഡി എഫ് ഒ ക്ക് വരെ പോകണം. ആ കണക്ക് നോക്കുമ്പോ ഞങ്ങള് ഒരു വലിയ പൈസയൊന്നും നിങ്ങളോട് വാങ്ങിയെന്നു വിചാരിക്കരുത്.”

പത്ത്

ചെന്നമല്ലീപുരത്തെ ചെണ്ടുമല്ലിക്കൃഷിയിടങ്ങളിലേക്ക് വനംവകുപ്പിന്റെ വാഹനം പിന്നെ വന്നില്ല. എന്നാൽ, വനംവകുപ്പിന്റെ ജീപ്പ് ചെന്നമല്ലീപുരത്തെ ചേരികളിലേക്ക് കുതിച്ചുവന്നു. ഒന്നിനുപുറകെ ഒന്നായി രണ്ട് ജീപ്പുകൾ. അതിൽ നിന്നിറങ്ങി വന്നത് ഏതൊക്കെയോ റാങ്കിലുള്ള ഉദ്യോഗസ്ഥർ.

“ഇവിടെ എവിടെയാടോ സുള്ള്യന്റെ വീട്?”

പക്ഷേ, വീട് കാലിയായിക്കിടക്കുന്നതാണ് ഉദ്യോഗസ്ഥപ്പടയ്ക്ക് കാണുവാൻ കഴിഞ്ഞത്. വീട് പുറത്തുനിന്ന് ചെറിയ ഒരാമപ്പൂട്ടുകൊണ്ട് പൂട്ടിയിരിക്കുന്നു. ഏത് കുട്ടിക്ക് വേണമെങ്കിലും ചെറിയ ഇരുമ്പിൻ കോലിട്ട് തുറക്കാവുന്നതേയുള്ളൂ. വിലപിടിച്ച ഒന്നും വീടിനുള്ളിലില്ലെന്ന് വ്യക്തം. ഇനി വിലപിടിച്ചതെന്തെങ്കിലുമുണ്ടെങ്കിൽത്തന്നെ നിഷ്കളങ്ക ഗ്രാമീണർക്കതാവശ്യമില്ലെന്ന് തോന്നുന്നു.

“സുള്ള്യനെന്നാണിവിടെനിന്നു പോയത്. എവിടേക്കാ സ്ഥലം വിട്ടത്?”

കുറച്ചുപേർ മാത്രമാണ് ജീപ്പിനടുത്തേക്ക് പോയത്. വനം വകുപ്പിന്റെ അധികാര മുഷ്കിലേക്ക് എത്തിനോക്കിയാൽ കണ്ടു നിൽക്കുന്നവനും കഷ്ടകാലമായിരിക്കും. സുള്ള്യന്റെ കലാപപ്പടയിൽ ഇതൊരുപക്ഷേ, നൂറോ ഇറുന്നൂറോ ഒക്കെ ആയിരിക്കാം. പക്ഷേ, സാധാരണക്കാരന് സാക്ഷിപ്പട്ടികയിൽ പേര് വന്നു ഗുണ്ടിൽപേട്ടയിലെ ഫസ്റ്റ് ക്ലാസ് മജിസ്ട്രേറ്റ് കോടതിയിൽ മണിക്കൂറുകൾ തള്ളി നീക്കുവാൻ ഇഷ്ടമില്ല.

“സൂള മക്കളെ ഒന്നിന്റെയും തൊള്ളയിൽ നാവില്ലേ. ആരാടാ സുള്ള്യനെ അവസാനമായി കണ്ടത്?”

അത് ഫലം ചെയ്തു. യെല്ലപ്പ അൽപ്പം മുമ്പോട്ട് നീങ്ങി. അയാൾ സുള്ള്യനെ രണ്ടു ദിവസം മുമ്പ് കണ്ടിട്ടുണ്ട്. ഒരു വൈകിട്ട് വീട് അടച്ചു സുള്ള്യനും കമലയും പുറത്തേക്കിറങ്ങിയിരുന്നു. കമലത്തിന്റെ തോളിൽ കുഞ്ഞുമുണ്ട്. കുഞ്ഞിനെ തോളിൽ കിടത്തിയിരിക്കുന്നു. യെല്ലപ്പ ചോദിച്ചു: “എവിടേക്കാ സുള്ള്യാ എല്ലാവരും കൂടെ.”

സുള്ള്യൻ വിവരിച്ചു: “പനിയായിരുന്നു. തനിക്ക് മാറിയപ്പോൾ കമലയ്ക്കും കുഞ്ഞിനും തുടങ്ങി. കുറച്ചു നാടൻ മരുന്നുകളും ഒറ്റമൂലിയുമെല്ലാം സേവിച്ചത് ഫലം ചെയ്തില്ല. കക്കൽതൊണ്ടിയിലെ പ്രൈമറി ഹെൽത്ത് സെന്ററിൽ പോയി ഡോക്ടറെ കണ്ടു. പക്ഷേ, ഭേദമായില്ല. ഡോക്ടർ പറഞ്ഞത് ഒന്നുകിൽ ഗുണ്ടിൽപേട്ടയിലെയോ അല്ലെങ്കിൽ

നഞ്ചൻകോട്ടയിലെയോ സർക്കാർ ആശുപത്രിയിൽ പോയി കാണിക്കുവാനാണ്. രക്തം പരിശോധിക്കണം. എക്സ്റേ എടുത്തുനോക്കുകയുമാകാം. ഇവിടെ അതിന് സൗകര്യമില്ല. മൈസൂർ നഗരത്തിലെ മെഡിക്കൽ കോളേജിൽ പോകാൻ കഴിയുമെങ്കിൽ നല്ലത്."

"അപ്പോ അവനെ അവിടെ പോയി തപ്പണം അല്ലേ."

ഉദ്യോഗസ്ഥപ്പട മുഴുവൻ ജീപ്പിൽ കയറി. ജീപ്പ് സ്റ്റാർട്ടാക്കിയശേഷം വിവരം കൊടുത്ത യെല്ലപ്പയെ അരികത്തേക്ക് വിളിച്ചു, "നിന്റെ സുള്ള്യനോട് പറഞ്ഞേക്ക് പുലിയെ തുറന്നുവിട്ടതിന്ന് കണ്ടോളാമെന്ന്."

അപ്പോൾ അതായിരുന്നു കാര്യം. പടപ്പുറപ്പാട് എന്തിനെന്ന് മനസിലായത് ഇപ്പോഴാണ്. വനംവകുപ്പ് ഒരുക്കിയ കെണിയിൽ പുലി കുടുങ്ങിയത് ചെന്നമല്ലീപുരത്തുകാർ അറിഞ്ഞിരുന്നു. അതിനുമുമ്പ് തന്നെ വനംവകുപ്പ് സ്ഥാപിച്ച പുലിക്കൂടിനെതിരെ സുള്ള്യൻ കലാപക്കൊടി ഉയർത്തിയതും അറിഞ്ഞിട്ടുണ്ട്. കൂട്ടിൽ കുടുങ്ങിയ പുലിയെ വനംവകുപ്പുകാർ എന്തെങ്കിലും ചെയ്യുന്നതിനുമുമ്പ്, തെളിച്ചു പറഞ്ഞാൽ അവരെത്തുന്നതിനുമുമ്പ് ആരോ തുറന്നുവിട്ടിട്ടുണ്ട്. അതാരായിരിക്കാം. മറ്റാരാവാൻ, സുള്ള്യൻ തന്നെ. വനംവകുപ്പുകാർ പടയൊരുക്കവുമായി വന്നതിന്റെ മുഴുവൻ പൊരുളും ചെന്നമല്ലീപുരത്തുകാർക്ക് ഇപ്പോഴാണ് മനസിലാകുന്നത്.

മാസങ്ങൾക്ക് മുമ്പാണ് പുലിശല്യം തുടങ്ങിയത്. ആദ്യമൊക്കെ അർധരാത്രിയിൽ പുലിയെ അവിടെയും ഇവിടെയുമൊക്കെ കണ്ട വാർത്തകൾ പരന്നു. മുളകും ആവണക്കും റാഗിയുമൊക്കെ കൃഷി ചെയ്യുന്നിടങ്ങളിലെ ചതുപ്പുകളിൽ കണ്ട കാൽപ്പാദങ്ങൾ കടുവയുടേതാണെന്നു കർഷകർ എളുപ്പം തിരിച്ചറിഞ്ഞു. അതവരെ വിഹ്വലരാക്കി. എന്നാൽ കടുവയെ നേർക്കുനേർ കണ്ടത് മാദേശ്വര[1] കോവിൽ പിച്ചയിൽനിന്ന് അബ്ബഉത്സവം കണ്ടു മടങ്ങുന്നവരാണ്. നേരമെത്രയോ ചെന്നിരുന്നു. അലക്കുകുളത്തിനരികെ തിളങ്ങുന്ന രണ്ടു കണ്ണുകൾ അവരെ നേരിട്ടു. വനത്തിന്റെ അതിർത്തിയിൽ താമസിക്കുന്നവർക്ക് ആ കണ്ണുകളുടെ ഉടമയെ ആരും പരിചയപ്പെടുത്തേണ്ട ആവശ്യമില്ല. കൂട്ടഓട്ടത്തിനിടയിൽ നാലഞ്ചുപേർക്ക് അഭയം നൽകിയത് വൃദ്ധ കോളിമരമാണ്. അലക്കുകുളത്തിൽ വീണവരും കൂട്ടത്തിലുണ്ടായിരുന്നു.

പുലി വീണ്ടും പ്രത്യക്ഷപ്പെട്ടു. ഇത്തവണ യെല്ലപ്പയുടെ ചെമ്മരിയാട്ടിൻകൂട്ടത്തിൽ കടന്ന് ഒന്നിനെ പിടികൂടി. പ്രഭാതത്തിൽ ഇറ്റുവീണു കിടക്കുന്ന ചോരത്തുള്ളികളുടെ പിറകെ യെല്ലപ്പയും ഭാര്യയും വിലപിച്ച് ഓടി നടന്നു. ഏറെ ദൂരം വലിച്ചു കൊണ്ടുപോയി മറ്റൊരു മുത്തമരത്തിന്റെ കൊമ്പത്ത് കൊണ്ടുവെച്ചത് കാണുവാൻ കഴിഞ്ഞു. തലമാത്രമായിരുന്നു അവിടെ കണ്ടത്. ഉടൽ തിന്നു തീർന്നതായിരിക്കാം.

---

1. ചെന്നമല്ലീപുരം അള്ളിയിലേക്ക് എത്തുന്നേരത്തെ ശ്രീകോവിൽ. രഥം ഉരുട്ടിക്കൊണ്ടാണ് അബ്ബ എന്ന ഉത്സവം കൊണ്ടാടുന്നത്. ഏതാണ്ടെല്ലാ മാസവും അബ്ബ ആഘോഷിക്കുന്നു. എന്നാൽ, യുഗാദി കഴിഞ്ഞാൽ അബ്ബയുൽസവം നിർത്തുന്നു.

ഗ്രാമീണർ ഭീതിയിലായി. കൃഷിയിടങ്ങളിലെ വിളവ് കാത്ത് രാത്രി കാലങ്ങളിൽ തറയിൽ കിടക്കുന്നവരൊക്കെ ഉഷാറായി. ഏവരും ഏറു മാടങ്ങൾ കെട്ടുന്ന തിരക്കിലായി. രാത്രിയുടെ ആദ്യയാമങ്ങളിൽ ഏറു മാടങ്ങളിൽ നിന്നു മണ്ണെണ്ണ ടിന്നിന്മേൽ അടിച്ചുണ്ടാക്കുന്ന ശബ്ദം ചെന്ന മല്ലീപുരത്തുകാരുടെ ഉറക്ക് പാട്ടായി.

പുലിയും അടങ്ങിയിരുന്നില്ല. സാധു യെല്ലപ്പയുടെ ചെമ്മരിയാടിൻ രുചിയറിഞ്ഞവന് ഇനിയുമാസ്വദിക്കുവാൻ യോഗമുണ്ടായിരുന്നു. നങ്കയ്യ യുടെ മദിയറിഞ്ഞ പശുവിന്റെ വയർ മാന്തിപ്പൊളിച്ചു. ഗോപാലിന്റെ എരു മകളൊന്നിന്റെ കഥ കഴിച്ചു പകുതി ബാക്കിയായി. വീണ്ടും യെല്ലപ്പയുടെ പശുക്കളിലൊന്നു രക്ഷപ്പെട്ടത് കെട്ടിയവളുടെ ആർത്തട്ടഹാസം കൊണ്ടൊന്നു മാത്രമാണ്.

നിശ കനക്കുന്ന നേരങ്ങളിൽ നായകളുടെ നിർത്താത്ത കുര കേട്ടു ചെന്നമല്ലീപുരം ഞെട്ടിയുണരും. അടഞ്ഞ വാതിലുകൾ തുറന്നു പുറത്തെ രംഗം വീക്ഷിക്കുവാൻ ഒരുത്തനും ധൈര്യപ്പെടാറില്ല. വളരെ ദൂരെ നിന്നു കുരച്ചു ബഹളംവയ്ക്കാനല്ലാതെ പുലിയുടെ അരികത്തെത്തുവാൻ നായ കൾക്കും ധൈര്യമില്ല. എന്നാലും അനേകമനേകം ചെത്തൽപ്പട്ടികളുടെ കലപില ശബ്ദങ്ങൾക്കിടയിൽ അദൃശ്യമായ പുലിയുടെ സാന്നിധ്യം അറി യുവാനുണ്ടായിരുന്നു. തൊഴുത്തുകളുടെയരികെ കുനയാക്കി വെച്ച ഗൊബ്ബ്റ[2]യുടെയും അരികെയടുക്കിവെച്ച ബെർണി[3]യുടെയുമൊക്കെ ചാരത്ത് കാണപ്പെടുന്ന കാൽപ്പാദങ്ങൾ, അവിടെയവിടെ വിതറിപ്പോകുന്ന പുലിക്കാഷ്ഠത്തിലെ രോമങ്ങൾ, രാത്രിയിൽ തൊഴുത്തിൽ കെട്ടിയിടുന്ന കന്നുകാലികളുടെ മുക്രയിടൽ എന്നിവയൊക്കെ ശത്രുസമീപസ്ഥനാ ണെന്ന മുന്നറിയിപ്പ് നൽകിക്കൊണ്ടിരുന്നു. നേരം ഇരുട്ടുന്നതിനുമുമ്പ് മദ്ദൂരിൽനിന്നും കക്കൽതൊണ്ടിയിൽനിന്നുമൊക്കെ ചെന്നമല്ലീപുരത്തേ ക്കുള്ള സഞ്ചാരം നിലച്ചു. എല്ലാ വീടുകളിലും നൂറ് ശതമാനം ഹാജർ. വിജയയിലും വെങ്കിടേശ്വര[4]യിലുമൊക്കെ ഫസ്റ്റ്ഷോക്കും സെക്കന്റ് ഷോക്കും ജനം നന്നെ കുറഞ്ഞു.

ലിംഗസ്വാമിയുടെ വിത്തുകാള പുലിയുടെ ഇരയായി മാറുമെന്ന് ആരും സ്വപ്നേപി നിനച്ചിരുന്നില്ല. വിത്തുകാള മറ്റൊരു പുലി തന്നെയാ യിരുന്നു. അമ്പാടിക്കണ്ണന്റെ വൃന്ദാവനത്തിലെ വിത്തുകാളകളുടെ രാജാ വായിരുന്ന ഹസ്തിനെയോർമിപ്പിക്കുന്ന കൂർത്ത കൊമ്പുകൾ. കരുത്തുറ്റ പേശികളുടെ കരുത്ത്. ഗോപനാഥ ക്ഷേത്രത്തിലെ ശിവലിംഗത്തിനു സമം വരുന്ന ഉയർന്ന പൂഞ്ഞകൾ. ലിംഗസ്വാമിയെയല്ലാതെ മറ്റാരേയും അരി കത്തേക്കടുപ്പിക്കുകയില്ലെന്നു വിളിച്ചു പറയുന്ന മുഖം. അതിന്റെ മുക്ര യിടലും കാൽപ്പാദങ്ങൾകൊണ്ടുള്ള ചവിട്ടുമെല്ലാം അതിശക്തനായ ഒരു ജീവിയുടെ സജീവതയിലേക്കുള്ള അടയാളങ്ങളായിരുന്നു. വലിയ താന്നി

---

2. വിൽപ്പനയ്ക്കുവേണ്ടി കുഴിയിൽ നിന്നു കോരിവയ്ക്കുന്ന ചാണകക്കൂമ്പാരം.
3. വിറകിനുവേണ്ടി കൈകൾകൊണ്ട് പരത്തി ഉണക്കിയെടുക്കുന്ന ചാണകം.
4. ഗുണ്ടിൽപേട്ടിലെ രണ്ട് സിനിമാ തിയേറ്ററുകൾ.

മരച്ചുവട്ടിലാണ് കാളയെ കെട്ടിയിടാറ്. പിച്ചള വളയംകൊണ്ട് മൂക്ക് തുളച്ചിട്ട് അതിൽനിന്ന് ബലിഷ്ഠമായ രണ്ടു കയർ കെട്ടിയാണ് ലിംഗസ്വാമി തന്നെയും ഈ കാമാർത്തനെ നിയന്ത്രിച്ചിരുന്നത്. കുളിക്കാൻവേണ്ടി പുറത്തേക്ക് കൊണ്ടുപോകുമ്പോഴൊക്കെയും രണ്ടുപേർ മൂക്ക് കയർ വശങ്ങളിലേക്ക് പിടിച്ചിട്ടുണ്ടാവും. അടങ്ങാത്ത ലൈംഗിക ദാഹത്താൽ വിത്തുകാള സൗഭാഗ്യവാനായിരുന്നു. ചെന്നമല്ലീപുരത്തും മദ്ദൂരിലും ഒങ്കള്ളിയിലും കക്കൽതൊണ്ടിയിലുമൊക്കെയുള്ള സകല പശുകന്യകകളെയും അനുഭവിച്ചിട്ടും അടങ്ങാത്ത തൃഷ്ണയോടെ അവൻ പിന്നെയും നാക്ക് നീട്ടി നീരൊലിപ്പിച്ചുകൊണ്ടേയിരിക്കും. എത്ര സ്വാദേറിയ പച്ചപ്പുല്ല് കൊടുത്താലും നിറഞ്ഞ കാടിവെള്ളം കൊടുത്താലും അൽപ്പമേ സ്വീകരിക്കുകയുള്ളൂ. അടങ്ങാത്ത കാമത്തിന്റെ തീത്തൈലം അവന്റെ നാഡിഞരമ്പുകളെ സദാവിറപ്പിച്ചുകൊണ്ടേയിരുന്നു.

പുലർച്ചെ ലിംഗസ്വാമിയുടെ അലമുറ കേട്ടാണ് ഗ്രാമം ഉണർന്നത്. ലിംഗസ്വാമി തന്നെയും അത്രയും പുലർച്ചെ ഉണരാറില്ല. ഒങ്കള്ളിയിൽ നിന്ന് ഗുരുസ്വാമി ലക്ഷണമൊത്ത ഒരു നാടൻപശുവിന്റെ കയറും പിടിച്ചു ചെന്നമല്ലീപുരത്തെത്തിയിരുന്നു, ഇണചേർക്കുവാനാണ്. രാത്രിയിൽ പശുവിന് അലറിക്കുതിപ്പുണ്ടായിരുന്നെന്ന് ഗുരുസ്വാമി പറഞ്ഞു. ഒരു പോള കണ്ണടയ്ക്കുവാൻ ഗുരുസ്വാമിയെ മൊഗാലപ്പശു[5] അനുവദിച്ചില്ലപോൽ. അന്തരാളങ്ങളിലെവിടെയോ ഒരു കാളയുടെ ബീജത്തിനുവേണ്ടി യുദ്ധം ചെയ്യുന്ന പെൺഹോർമോണുകളുടെ അടങ്ങാത്ത പിടച്ചിലുകൾ. നേരം പുലരുന്നതിനു മുമ്പുതന്നെ ഗുരുസ്വാമിക്ക് പശുവിനെയുംകൊണ്ട് ലിംഗസ്വാമിയുടെ വാതിലിൽ മുട്ടേണ്ടി വന്നതിങ്ങനെയാണ്. നാൽക്കാലിയായാലെന്താ ജന്തുവിന് വാസന വിടുമോ.

മുറ്റത്ത് ഇറ്റ് വീണ ചോരത്തുള്ളികൾ. ചോരത്തുള്ളികൾ നയിക്കുന്നത് തൊഴുത്തിലേക്കും പിന്നെ വിശാലമായ കൃഷിപ്പറമ്പുകളിലേക്കുമാണ്. അവിടെ വിളവ് കഴിഞ്ഞ് നിൽക്കുന്ന റാഗിക്കണ്ടത്തിൽ നിരവധി കഷണങ്ങളായി ചിതറിക്കിടക്കുന്നു ലിംഗസ്വാമിയുടെ വിത്തുകാള. രക്തപ്രളയം. പട കഴിഞ്ഞ പടനിലം പോലെയിരിക്കുന്നു റാഗിക്കണ്ടം.

സംശയിക്കേണ്ടതില്ലാത്ത രണ്ടുമൂന്ന് കാര്യങ്ങളുണ്ടായിരുന്നു. അതിൽ മുഖ്യമായത് വിഭാര്യനായ ലിംഗസ്വാമി രാത്രിയിൽ നന്നായി പൂശിക്കിടന്നതുകൊണ്ട് പുറത്തെ കോലാഹലങ്ങളൊന്നുമറിഞ്ഞില്ലെന്നുള്ളതാണ്. നായ്ക്കളുടെ നിർത്താത്ത നീണ്ട കുരയും തൊഴുത്തിലെ വിത്തുകാളയുടെ ചെറുത്തുനിൽപ്പുമൊന്നും സ്വാമി അറിഞ്ഞില്ല. പിന്നെയുള്ളത് രണ്ട് കയർകൊണ്ട് കെട്ടിയിട്ട വിത്തുകാളയ്ക്ക് ചെറുത്തുനിൽപ്പ് എളുപ്പമാകാനാവില്ലെന്നുള്ള നിഗമനമാണ്. അടുത്ത അഭ്യൂഹമാണ് ഗ്രാമീണരെ തളർത്തിക്കളഞ്ഞത്. പുലി ഒന്നിലധികമുണ്ടായിരുന്നില്ലെങ്കിൽ വിത്തുകാളയെ ഇത്രയെളുപ്പം കീഴ്പ്പെടുത്തുവാൻ കഴിയുമായിരുന്നില്ല.

---

5. ഉയരം കുറഞ്ഞ ഗുണമേന്മയുള്ള നാടൻപശു.

വനംവകുപ്പ് ഓഫീസിലേക്ക് പരാതികൾ ചെന്നു. കർഷകരുടെ ജീവനും അവരുടെ വളർത്തുമൃഗങ്ങൾക്കും സംരക്ഷണം നൽകാത്ത ഡിപ്പാർട്ട്മെന്റിനെ ഗ്രാമീണർ തെറി പറഞ്ഞു. ആദ്യമൊന്നും ഉദ്യോഗസ്ഥർ അറിഞ്ഞ ഭാവം നടിച്ചില്ല. വെറുതെ പോയി ഗുലുമാലിൽ തലയിടേണ്ടെന്നു കരുതി. എന്നാൽ, പരാതി പ്രളയത്തിനുമുമ്പിൽ ഏറെ ദിവസം പിടിച്ചുനിൽക്കാൻ ഉദ്യോഗസ്ഥപ്പടയ്ക്ക് കഴിയാതെ വന്നു.

വനംവകുപ്പുമേധാവികൾ ജീപ്പെടുത്തു ചെന്നമല്ലീപുരത്തേക്ക് യാത്രയായി. ഗ്രാമീണരുടെ പരാതികളും സങ്കടങ്ങളും ശ്രദ്ധിച്ചു കേട്ടു. പിറ്റേ ദിവസം മുതൽ പുലിയുടെ കാൽപ്പാടുകളും കാഷ്ഠവും നിരീക്ഷിക്കപ്പെട്ടു. അതിന്റെ ഗമനമാർഗങ്ങൾ, ഇര പിടിക്കുന്ന രീതി, സ്വഭാവ സവിശേഷതകൾ എന്നിവയും പഠിച്ചു. വനംവകുപ്പ് ആസ്ഥാനത്തുനിന്നു കന്നട ഭാഷയിൽ പുറത്തിറക്കിയ ലളിതമായ ജനജാഗ്രതാ കുറിപ്പിൽ പുലിയെക്കുറിച്ച് വിവരങ്ങൾ എമ്പാടുമുണ്ടായിരുന്നു. മധ്യവയസു കഴിഞ്ഞ പുലിയാണ് വില്ലൻ. ആറ് മുതൽ ഏഴരയടിവരെ ഈ പുലിക്ക് നീളം കാണും. ഒരു ക്വിന്റലിൽ കൂടുതൽ തൂക്കം പ്രതീക്ഷിക്കാം. മധ്യവയസ്സ് കഴിഞ്ഞ പെൺപുലി അക്രമ സ്വഭാവം കാണിക്കും. പുലി ഒറ്റയാണ്. ഒന്നിലധികമുണ്ടെന്നുള്ള തെറ്റിദ്ധാരണ വേണ്ടതില്ല. കാട്ടിൽവച്ച് ഇണ നഷ്ടപ്പെട്ടതോ, അതല്ലെങ്കിൽ വേട്ടക്കാർ ഇണയെ കൊന്നതിന് ദൃക്സാക്ഷിയോ ആയിട്ടുണ്ടാകാം. എന്തായാലും ജാഗ്രത കാണിക്കണം. അതെങ്ങനെയെന്ന് പൊതുജനങ്ങളറിയുവാൻ അടിക്കുറുപ്പ് നോട്ടീസിൽ ചേർത്തിയിട്ടുണ്ട്.

റേഞ്ചർ ദാമോദർ സാർ ചെന്നമല്ലീപുരത്ത് വന്നിരുന്നു. അദ്ദേഹവും ഗ്രാമീണരോട് സംസാരിച്ചു. ഒരു പുലിക്കെണിയൊരുക്കുവാൻ ദിവസങ്ങൾ എടുക്കും. തൽക്കാലം ഹുൻസൂർ ഫോറസ്റ്റ് റേഞ്ചിൽനിന്നും ഒരു വലിയ കെണിക്കൂട് കൊണ്ടുവരാൻ ഏർപ്പാട് ചെയ്തിട്ടുണ്ട്. ഹുൻസൂരിൽ കരിമ്പുകണ്ടത്തിൽ വികൃതി കാണിച്ച കടുവയെ അവർ കുടുക്കിയത് ഈ കൂട്ടിലായിരുന്നു.

ആ വിദ്യ നടപ്പില്ലെന്ന് സുള്ള്യൻ വനംവകുപ്പുകാരെ ഓർമപ്പെടുത്തി. വളർത്തു മൃഗങ്ങളെ കടന്നാക്രമിക്കുന്ന സ്വഭാവം ചിലപ്പോൾ കടുവകൾ കാണിക്കാറുണ്ട്. ഇണ നഷ്ടപ്പെട്ടാലും ആനമയക്കിച്ചെടികൾ[6] സ്പർശിച്ചു പോയാലുമൊക്കെ ഇവറ്റകൾ ചിലപ്പോൾ വന്യസ്വഭാവം പുറത്തേക്കെടുക്കും. എന്നാൽ, ഇവിടെ സംഭവിച്ചത് അതൊന്നുമല്ല. മൃഗങ്ങളുടെ ആവാസവ്യവസ്ഥയിൽ മനുഷ്യർ കാണിക്കുന്ന കൈക്രിയകളാണ് അവസാനിപ്പിക്കേണ്ടത്. പ്രോജക്ട് ടൈഗർ ഏരിയയിൽ അതായത്, പശ്ചിമഘട്ടത്തിന്റെ ഉരുക്കുകോട്ടകൾ കർണാടകയുടെയും കേരളത്തിന്റെയും അതിർത്തികളിൽ തീരുമാനം കൽപ്പിക്കുന്നേടത്ത് വനംവകുപ്പ് നിർമിച്ച റെസ്റ്റ് ഹൗസ് ഉടൻ പൊളിച്ചുമാറ്റണം. അവിടെ നീർച്ചാലുണ്ട്. ദാഹാർത്ത

6. ഇതൊരുതരം കാട്ടിൽ വളരുന്ന സസ്യമാണ്. ആനകൾക്കുപോലും ഇതിനെ പേടിയാണ്. തൊട്ടു പോയാൽ ഭയങ്കരമായി ചൊറിയും.

രായ ജന്തുക്കൾ വെള്ളം തിരഞ്ഞു വരുന്നതിവിടേക്കാണ്. ശക്തമായ വേനലിൽ കാട്ടിലെ ഏതാണ്ടെല്ലാ നീരുറവകളും കണ്ണടയ്ക്കുന്നേരത്ത് ഈ ഭാഗങ്ങളിൽ മൃഗങ്ങളുടെ സജീവസാന്നിധ്യമുണ്ടാകും. വനംവകുപ്പിന് അവിടെ കെട്ടിടം പണിയേണ്ട ഒരാവശ്യവുമില്ല. ഉയർന്ന ഉദ്യോഗസ്ഥരുടെ ഫാമിലി ഞായറാഴ്ചകളിൽ വരുന്നത് കാണാം. അവർ വലിച്ചെറിയുന്ന ഭക്ഷണ സാധനങ്ങൾ പലതും പ്ലാസ്റ്റിക് കൂടുകളിലാണ്. മൃഗങ്ങൾ ഇതൊക്കെ ആഹാരമാക്കുമ്പോൾ ആമാശയത്തിലേക്കെത്തുന്നത് പ്ലാസ്റ്റിക് കഷണങ്ങളുമാകാം. സംഗീതവും ബഹളങ്ങളുമൊക്കെയുണ്ടാകാറുണ്ട്. പുലിത്താരകളിലൂടെ നിരന്തരം വാഹനങ്ങളോടുന്നു. ഇതൊക്കെയാണ് മൃഗങ്ങളെ കാട്ടിൽനിന്നു പുറത്തേക്ക് ചാടിക്കുന്ന മാജിക്കുകൾ.

മറ്റൊരു നിർദേശംകൂടെ സുള്ള്യൻ മുമ്പോട്ട് വെച്ചു. അതേറെ വിചിത്രമായിരുന്നു. കേരളത്തിലെ മുത്തങ്ങ മുതൽ ഇങ്ങ് കക്കൽതൊണ്ടി വരെയുള്ള ഇരുപത്തി രണ്ട് കിലോമീറ്റർ ദൂരത്തിൽ സന്ധ്യകഴിഞ്ഞാൽ വാഹനങ്ങളെ കടത്തിവിടരുത്. അതിന് നിയമനിർമാണം നടത്തണം. വൻമൃഗങ്ങൾ ഭക്ഷണമാക്കുന്ന മാൻ, മ്ലാവ്, പോത്ത്, മുയൽ തുടങ്ങിയ ജീവികൾ വാഹനങ്ങൾ തട്ടി ചാകുന്നത് രാത്രിയിലാണ്. കാട്ടിൽ ഭക്ഷണക്ഷാമത്തിന് ഇതുമൊരു കാരണമാണ്.

എല്ലാം റേഞ്ചർ ദാമോദറിന്റെ ചെവിയിലെത്തുന്നുണ്ടായിരുന്നു.

വനംവകുപ്പ് പുലിക്ക് കെണിയൊരുക്കിയാൽ ആ കെണിയിലിട്ട് ഉദ്യോഗസ്ഥരെ പൂട്ടുമെന്ന് സുള്ള്യൻ ഹൈവേയിൽ പ്രസംഗിച്ചു നടന്നു. പുലിയുടെ വായിൽ കോമ്പല്ലുകളാണുള്ളത്. കോമ്പല്ലുകളുള്ള ജീവികൾക്ക് മുത്താറിയോ തിനയോ തിന്നുവാൻ കഴിയില്ലെന്നു സുള്ള്യൻ പരിഹസിച്ചു. അവരുടെ വനം അവർക്ക് വിട്ടുകൊടുത്താൽ ഒരു പ്രശ്നവുമുണ്ടാകില്ല. അതല്ലാതെ ആ സാധു മൃഗങ്ങളുടെമേൽ മേക്കിട്ടു കയറിയാൽ വനംവകുപ്പ് വിവരമറിയുമെന്ന് സുള്ള്യൻ ഭീഷണിപ്പെടുത്തി. മാംസഭുക്കായി പിറവിയെടുത്ത വരയൻ പുലി ലംഘിച്ചത് ഈശ്വര നിയമമല്ലെന്നും മനുഷ്യൻ ബാക്കിവെച്ച നിയമം മാത്രമാണെന്നുമുള്ള തത്വോപദേശം നൽകുവാനും സുള്ള്യൻ മറന്നില്ല. പിന്നെയുമുണ്ടായിരുന്നു സുഭാഷിതങ്ങൾ. വനത്തിലെ തോന്നിയവാസങ്ങളായ എലിഫെന്റ് ഡാം, സോഷ്യൽ ഫോറസ്ട്രി, പോത്തു വളർത്തൽ എന്നിവയൊക്കെ ഉടൻ അവസാനിപ്പിക്കണം.

വനംവകുപ്പിന്റെ ഉന്നതങ്ങളിൽ എന്ത് വില കൊടുത്തും പുലിയെ കുടുക്കണമെന്നു തീരുമാനമുണ്ടായി. ആനക്കാട്ടിലെ നീർച്ചാട്ടത്തിനടുത്തുവച്ച കൂട്ടിലേക്ക് രണ്ടു ദിവസമായി പുലി എത്തി നോക്കിയതേയില്ല. അകത്തെ വേർതിരിച്ച മുറിയിൽ പുലിക്ക് ഭക്ഷണത്തിനായി ഇട്ടുവെച്ച ആട്ടിൻകുട്ടി കരഞ്ഞു തീർന്നത് മിച്ചം. പുലിക്കൂട് അവിടെ നിന്നെടുത്ത് ചെന്നമല്ലീപുരത്തെ ആമ്പൽക്കുളത്തിനരികെ കൊണ്ടുവെക്കുവാൻ അഭിപ്രായപ്പെട്ടത് ഗ്രാമീണരും വനംവകുപ്പുംകൂടി ചേർന്നായിരുന്നു. അങ്ങ

നെയാണ് ശനിയാഴ്ച വൈകിട്ട് ശ്രമപ്പെട്ടാണെങ്കിലും പുലിക്കൂട് ആമ്പൽക്കുളത്തിനരികെ സ്ഥാപിച്ചത്. അവിടം ചതുപ്പായിരുന്നു. ചതുപ്പിനരികെ പുലി വരികയില്ലെന്ന് പ്രായംചെന്ന ഗ്രാമീണർ വനംവകുപ്പുദ്യോഗസ്ഥരോട് പറഞ്ഞുവെങ്കിലും അതൊന്നും ആരും ശ്രദ്ധിച്ചില്ല. രാത്രി ഒമ്പത് മണി വരെ ഫോറസ്റ്റ് ഗാർഡുകൾ കൂട്ടിനരികെ ചുറ്റിപ്പറ്റി നിന്നിരുന്നെങ്കിലും തെരുവുകൾ വിജനമായപ്പോൾ അവരും സ്ഥലംവിട്ടു.

ദേവരെകാടു[7]കളിൽ ഇരുൾ തിങ്ങിനിറഞ്ഞു. അർധരാത്രിയിൽ ശക്തമായ നായകളുടെ കുര. എവിടെനിന്നാണ് ഇത്രയും നായകൾ ചെന്നമല്ലീപുരത്തെത്തിയതെന്നു നിശ്ചയമില്ല. വീടുകളുടെ ജനലുകളിൽ ചിലത് പതിയെ തുറക്കപ്പെട്ടു. വെളിച്ചം കാണിക്കുവാനും വാതിൽ തുറക്കുവാനും ആർക്കും ധൈര്യമില്ലായിരുന്നു. ഒരു വൻ പുലിയുടെ അദൃശ്യമായ സാന്നിധ്യം ചെന്നമല്ലീപുരം അറിയുന്നു. നിശ്ശബ്ദരായിരിക്കണമെന്ന് വനംവകുപ്പിന്റെ കർശനമായ നിർദേശവുമുണ്ടായിരുന്നു. ആമ്പൽക്കുളത്തിനരികെനിന്ന് ശക്തമായ മൂളലും മുരളിച്ചയും. എട്ടുവേലിക്കപ്പുറത്തേക്ക് കേൾക്കാമത്രെ പുലിയുടെ ആക്രോശം. ഇപ്പോൾ വ്യക്തമായി കേൾക്കാം ആട്ടിൻകുട്ടിയുടെ കരച്ചിൽ. ആനക്കാടൊരു നിമിഷം നിശ്ശബ്ദമായി. മിന്നാമിനുങ്ങുകളുടെ പ്രകാശവ്യൂഹവും മറഞ്ഞു.

വളരെ പുലർച്ചെതന്നെ ജനം ആമ്പൽക്കുളത്തിനരികിലേക്ക് ഓടിയടുത്തു. അല്ലെങ്കിലും ധ്രുവ നക്ഷത്രമസ്തമിച്ചു കഴിഞ്ഞാൽ പുലികൾ കൂടണയുമത്രെ. ശക്തനും പരാക്രമിയുമായ പുലിയുടെ പതനം കാണുവാൻ സകലരും ഉത്സാഹിക്കുകയായിരുന്നു. എന്നാൽ, കെണിയിൽ കുരുക്കിയിട്ട ആട്ടിൻകുട്ടി ശാന്തനായി തലേന്ന് കൊടുത്ത പ്ലാവിലകൾ കടിച്ചുതിന്നുന്നതാണ് ജനം കണ്ടത്. കൂടിന് പുറത്തെ ചതുപ്പിൽ പുലിയുടെ കാൽപ്പാദങ്ങൾ. പിന്നെ നിരവധി നായകളുടെ ചവിട്ടടയാളങ്ങളും.

കാര്യം വ്യക്തമാണ്. പുലിക്ക് കൂട്ടിലടച്ച ആടിനെ വേണ്ട. കൂട്ടിലടക്കാത്തതിനെ തേടിയുള്ള വേട്ടയ്ക്ക് ഒരു കുറവും വരുത്തിയില്ല. വനംവകുപ്പ് കെണി വീണ്ടും മാറ്റി സ്ഥാപിച്ചു. റേഞ്ചർ ദാമോദറിന് ശക്തമായ നിരീക്ഷണമുണ്ടായിരുന്നു. ഗ്രാമീണവീഥിയിലൊരിടത്തുവെച്ചാലും പുലിയെ കുടുക്കുവാൻ കഴിയില്ലെന്നദ്ദേഹം നിരീക്ഷിച്ചു. നായ്ക്കളുടെ സാന്നിധ്യവും ശക്തമായ കുരയും പുലിയെ ഇരയിൽനിന്ന് പിന്തിരിപ്പിക്കുന്നു. കൂടാതെ, മനുഷ്യരുടെ സജീവമായ ശ്രദ്ധാകേന്ദ്രമാകുന്നേടത്തേക്ക് വന്നു സംശയകരമായ സാഹചര്യത്തിൽ കാണുന്ന ആടിനെ കൊന്നു തിന്നുവാൻ പുലിയുടെ സഹജബോധം അനുവദിക്കുന്നുമില്ല. ഗ്രാമാതിർത്തി ആനക്കാടിനടുത്ത് സന്ധിക്കുന്ന കൂറ്റൻ വേപ്പുമരത്തിന്റെ ചുവടെ വീണ്ടും കെണിയൊരുങ്ങി. ഏതാണ്ട് വിജനമായ അന്തരീക്ഷം. സന്ധ്യയാകുമ്പോൾ എരുമകളേയും തെളിച്ച് വീടണയുന്ന ഗ്രാമീണരല്ലാതെ ആ വഴിയെ ആരുമുണ്ടാകാറില്ല. വനംവകുപ്പിന്റെ കണക്കുകൂട്ടൽ

7. വിശുദ്ധ വനം

തെറ്റിയില്ലെങ്കിൽ, രാത്രിയോടെ ഇരയന്വേഷിച്ചു കാടിനുപുറത്ത് വരുന്ന പുലി അരികിൽത്തന്നെ സ്ഥാപിച്ച പുലിക്കൂട് കാണുന്നു. അതിലകപ്പെട്ട ആടിനെ ശ്രദ്ധിക്കുന്നു. കൂടിനു പുറത്ത് സഞ്ചരിച്ച് ആപത്ത് മണക്കുന്നു. അകത്തേക്കുള്ള വഴിയെ കയറി പേടിച്ചു കരയുന്ന ആട്ടിൻകുട്ടിയെ സ്പർശിക്കുമ്പോഴേക്കും ടപ്പ് ശബ്ദത്തിൽ വാതിൽ അടയുന്നു.

റേഞ്ചർ ദാമോദർ അന്നു രാത്രിയിൽ ഒരുപാട് സ്വപ്നങ്ങൾ കണ്ടു. വൻ പുലി കെണിയിൽ കുടുങ്ങി കൂടിന്റെ അഴികൾ കടിച്ചു മുറിക്കുന്നത്, മരപ്പലകകൾ നഖംകൊണ്ട് മാന്തിപ്പൊളിക്കുന്നത്, കൂട്ടിൽനിന്ന് പുലിക്കാഷ്ഠത്തിന്റെയും മൂത്രത്തിന്റെയും രൂക്ഷഗന്ധമുയരുന്നത്, ചാനലുകാർ വന്നു കൂടിന്റെയരികെ ക്യാമറകൾ സ്ഥാപിക്കുന്നത്, പിന്നെ ജനം ഘോഷയാത്രയായി ദാമോദറിനെ ചെന്നമല്ലീപുരത്തേക്ക് ആനയിക്കുന്നു, അവിടെവച്ച് ഡി എഫ് ഒ പുറത്ത് തട്ടി അഭിനന്ദിക്കുന്നു. വെൽ ദാമോദർ, വെൽ. താങ്കൾ കൂടിന്റെ പുറത്തുള്ള ഡിപ്പാർട്ട്മെന്റിന്റെ പുലിക്കുട്ടിയാണ്.

വളരെ നേരത്തേ, ആനക്കാട്ടിൽനിന്ന് വവ്വാലുകൾ ഇരതേടിയിറങ്ങുന്നതിനും മുമ്പ് ഗാർഡ് വന്നു ദാമോദറിന്റെ ക്വാർട്ടേഴ്സ് വാതിലിൽ മുട്ടിവിളിച്ചു: “സർ പുലി കുടുങ്ങി, പുലി കെണിയിൽ വീണു.”

ഗാർഡിന് സ്വരം കിട്ടുന്നില്ല. സന്തോഷവും വികാരവും അയാളെ പരവശനാക്കിയിരുന്നു. നൈറ്റ് പട്രോളിനിടയിൽ വെറുതെയൊന്ന് ജീപ്പിന്റെ ലൈറ്റ് കൂടിന്റെയരികിലേക്ക് തെളിയിച്ചതാണ്. അവിടെയുണ്ട് പരാജിതന്റെ തീക്ഷ്ണ നയനങ്ങൾ. കൂടിന്റെയവസ്ഥകൾ ദാമോദർ സ്വപ്നം കണ്ടപോലെതന്നെ.

പുലരാൻ ഇനിയുമുണ്ട് യാമങ്ങൾ. സന്ദേശങ്ങൾ വളരെ വേഗം പാഞ്ഞു. റേഞ്ചർ ദാമോദർ വിരിച്ച വലയിൽ ചെന്നമല്ലീപുരത്തെ പുലി വീണിരിക്കുന്നു. അപകടക്കാരനായ ഇവന്റെ ഭാവി ഇനി വനംവകുപ്പിന്റെ ബാംഗ്ളൂർ ആസ്ഥാനത്ത് തീരുമാനിക്കും. നിരവധി മാസങ്ങൾ ഏകാന്തവാസം കൊടുത്തതിനുശേഷം സത്യമംഗലം വനത്തിലേക്ക് തുറന്നു വിടുകയോ അതല്ലെങ്കിൽ ബാംഗ്ലൂരിലെ കൃത്രിമ വനത്തിൽ കാഴ്ചയ്ക്ക് വെക്കുകയോ ആകാം. മൈസൂരിലെ കേൾവിപ്പെട്ട കാഴ്ച ബംഗ്ളാവിൽ അവശേഷിച്ച ജീവിതം കഴിച്ചുകൂട്ടാനും വിധിക്കപ്പെടാം.

ചെന്നമല്ലീപുരം കുളിർകാറ്റിന്റെ നിദ്രയിലായിരുന്നു. വിവരങ്ങളൊന്നും ആരുമറിഞ്ഞില്ല. എന്നാൽ, ദാമോദറും ഉദ്യോഗസ്ഥരും സ്ഥലത്തേക്ക് കുതിച്ചു. ബാംഗ്ലൂരിൽ എന്തോ ആവശ്യത്തിനുപോയ ഡി എഫ് ഒ വന്നിട്ട് തുടർ നടപടികളെന്നു തീരുമാനമായി. അദ്ദേഹം സന്ദേശം സ്വീകരിച്ചിട്ടുണ്ടത്രെ. രാവിലെ എട്ടുമണിക്ക് ഡി എഫ് ഒ സാർ സംഭവ സ്ഥലം സന്ദർശിക്കും. എല്ലാവർക്കും ക്വാർട്ടേഴ്സുകളിലേക്ക് മടങ്ങാമെന്നും വളരെ പെട്ടെന്ന് കുളിച്ചുമാറി യൂണിഫോം ധരിച്ചു മടങ്ങിയെത്തേണ്ടതാണെന്നും റേഞ്ചർ ദാമോദർ അറിയിപ്പു നൽകി. പുലരുമ്പോഴേക്കും ജനം കുതിച്ചെത്തും. കൂടിന്റെയരികത്തേക്ക് ആരെയും അടുപ്പിക്കരുത്. പത്രക്കാ

രെയും ചാനലുകാരെയുമൊക്കെ കടത്തിവിടുന്നത് ഡി എഫ് ഒ സാർ വന്നതിനുശേഷം മാത്രം. ഒരു ഗാർഡിനെയും ഒരു ഫോറസ്റ്ററെയും ദാമോദർ ഗുണ്ടിൽപേട്ടയിലേക്ക് വിട്ടു. അവിടെ മുസ്ലീങ്ങൾ രഹസ്യമായി കാളയെയറുത്ത് ഭക്ഷണമാക്കാറുണ്ട്. അത് കണ്ടുപിടിച്ച് പത്ത് കിലോ ഇറച്ചി സംഘടിപ്പിക്കണം. പുലിക്ക് വിശന്നിരുന്നുകൂടാ.

അപ്പോൾ സമയം പുലർച്ചെ അഞ്ചു മണിയാകുന്നു. ഹൈവേയിലൂടെ ട്രക്കുകൾ ഇരമ്പിപ്പായുന്നു. അങ്ങ് ദൂരെ കോടമഞ്ഞും ചാറൽമഴയും പൊതിഞ്ഞ കൃഷിസ്ഥലങ്ങളിൽ വിളകൾക്ക് കാവൽ നിൽക്കുന്ന ചെറുപ്പക്കാർ ഏറുമാടങ്ങളിൽനിന്ന് ഇറങ്ങിവരുന്ന നേരമാണ്. പുലിക്കൂട് ദാമോദർ താഴിട്ടുപൂട്ടി. എല്ലാവരും സ്ഥലം വിടുവാൻ പോകുകയാണ്. ദാമോദർ താക്കോൽ രണ്ടുമൂന്ന് പ്രാവശ്യം വിജയചിഹ്നത്തിന്റെ പ്രതീകമായി അന്തരീക്ഷത്തിൽ കറക്കി. പിന്നീട് തന്റെ പോക്കറ്റിൽ നിക്ഷേപിച്ചു. എല്ലാവരോടും പറഞ്ഞു, "ഗുഡ്ബൈ."

എല്ലാ ജീപ്പുകളും ഗാർഡുകളും ഫോറസ്റ്റർമാരും റേഞ്ചറും മടങ്ങി. അതിശീഘ്രമുള്ള ഒരു തിരിച്ചുവരവിനുവേണ്ടി.

കൂടിന്റെയരികെ ആദ്യം തിരിച്ചെത്തിയത് ഗാർഡ് സുബ്ബനാണ്. ഒപ്പം ഹർഷനുമുണ്ടായിരുന്നു. നേരം പുലർന്നു കഴിഞ്ഞിട്ടുണ്ട്. ആറര മണിയായിക്കാണും. കൊടുംവനത്തിൽനിന്ന് എന്തൊക്കെയോ ശബ്ദങ്ങൾ കേൾക്കാം. രാത്രിയിൽ ആഹാരം തേടി മടങ്ങിവരുന്നവരുടെയും ഇനി പുലർച്ചയ്ക്ക് ആഹാരമന്വേഷിച്ചു ചെല്ലുന്നവരുടെയുമെല്ലാം ശബ്ദകോലാഹലങ്ങൾ പലതരത്തിലാണ്. പത്ത് കിലോ ഇറച്ചിയുമായാണ് ഗാർഡുമാർ ഇരുവരും വന്നത്. അതുമായി അവർ കൂടിന്റെയരികിലേക്ക് നീങ്ങി. അപ്പോഴും വിട്ടുപോയിട്ടില്ലാത്ത വൃക്ഷത്തലപ്പുകളുടെ ഇരുളിൽ കൂട്ടുകാർ കണ്ടത് വിശ്വസിക്കുവാൻ പ്രയാസമുണ്ടായിരുന്നു. മായാജാലമോ മതിഭ്രമമോയെന്ന് തീർത്തു പറയുവാൻ വയ്യ. എന്നാൽ ഒന്നുറപ്പാണ്, കൂട്ടിൽ പുലിയില്ല.

പുലിയൊഴിഞ്ഞ കൂട്ടിൽ പുലിക്കാഷ്ഠത്തിന്മേൽ മത്സരിച്ചാർക്കുന്ന മണിയനീച്ചകൾ. ഒരുതരം നെയ്യുറുമ്പുകൾ. പിന്നെ വലിയ തരത്തിലുള്ള കട്ടുറുമ്പുകൾ.

റേഞ്ചർ ദാമോദർ കുതിച്ചെത്തി. ക്വാർട്ടേഴ്സുകളിൽനിന്ന് വേറെയും ജീപ്പുകൾ പുറപ്പെട്ടു. വനംവകുപ്പിന്റെ വിവിധ ആസ്ഥാനങ്ങളിലേക്ക് വാർത്തകൾ ചെന്നു. ബാംഗ്ളൂരിൽനിന്ന് ഡി എഫ് ഒ ടാക്സിയിൽ കുതിച്ചുവരുന്നേരം വഴിമധ്യേ സന്ദേശം സ്വീകരിച്ചു. ടൈഗർ എസ്കേപ്.

റേഞ്ചർ ദാമോദർ കുശാഗ്രബുദ്ധിക്കാരനാണ്. അദ്ദേഹത്തിന്റെ ആറടി പൊക്കവും കൂർത്ത മുഖവും ചെമ്പൻമുടിയുമെല്ലാം എപ്പോഴും ഷെർലക് ഹോംസിനെ തോന്നിപ്പിക്കും. ദാമോദർ കുനിഞ്ഞിരുന്നു ചതുപ്പിലെ കാലടിപ്പാടുകൾ പരിശോധിച്ചു. മൃഗങ്ങളുടെയും ബൂട്ട് ധരിച്ച ഉദ്യോ

ഗന്ധർവരുടെയും പാദയടയാളങ്ങൾക്ക് പുറമെ മറ്റൊരു നഗ്നപാദന്റെ കാലടയാളങ്ങളദ്ദേഹം നിരീക്ഷിച്ചു. വീണ്ടുമദ്ദേഹം ആ കാൽപ്പാദങ്ങളുടെ മണംപിടിച്ചു. അൽപ്പമകലെയായി ഉപേക്ഷിച്ച ചുറ്റികയും ഇരുമ്പുദണ്ഡും ദാമോദർ കണ്ടെടുത്തു.

ഒരാൾക്കുമാത്രം രാത്രിയിൽ ഇരുട്ടിനെ ഭേദിച്ച് കടന്നുവരുവാനും വനംവകുപ്പിന്റെ സന്നാഹങ്ങളെ മറികടക്കുവാനും കഴിയുമോ. കരുത്തുള്ള ഒരു മനസിന്റെ ഉടമയ്ക്കത് കഴിയുമായിരിക്കാം. എന്നാൽ, പരസഹായമില്ലാതെ കൊടും വനത്തിനടുത്ത ചതുപ്പിൽ ഈ സാഹസം സാധ്യമല്ല. പ്രത്യേകിച്ചും തകർക്കപ്പെട്ട കൂടിന്റെ വാതിൽ അതിന്റെ മുകളിൽ കയറിയിരുന്ന് ഒരാൾ പൊക്കിപ്പിടിച്ചു കൊടുത്തെങ്കിലേ ദൗത്യം പൂർത്തിയാക്കാൻ കഴിയുള്ളൂ.

ദാമോദറിന്റെ സൂക്ഷ്മ നേത്രങ്ങൾക്കതെറിയാൻ കഴിഞ്ഞു. നഗ്നപാദങ്ങൾ ഒന്നല്ല, അത് രണ്ടാണ്. രണ്ടാമത്തേത് പുരുഷപാദത്തിൽനിന്ന് തെല്ല് ചെറുതാണ്. അതൊരു സ്ത്രീയുടേതാകാം. മുൻഭാഗം മണ്ണിൽ അവ്യക്തമായി പതിഞ്ഞു പിൻഭാഗം വ്യക്തമായി കണ്ടുമിരിക്കാൻ കാരണം നിതംബഘനമായിരിക്കാം. ഇനിയുമുണ്ട് അവശേഷിച്ച തെളിവുകൾ. അൽപ്പമകലെയായി കാണുന്ന ഉറുമ്പുകളുടെ ഘോഷയാത്ര ചെന്നെത്തുന്നത് കൊഴിഞ്ഞു വീണ ബിസ്കറ്റിന്റെ അവശിഷ്ടങ്ങളിലേക്കാണ്. ബിസ്കറ്റ് പൊതിഞ്ഞു വന്ന വർണക്കടലാസും അവിടെയുണ്ട്. അവിടെയിരുന്നൊരു കൊച്ചുകുട്ടി തെല്ല് നേരം കളിച്ചിരുന്നുവെന്നും പിന്നെ മധുരം നുണഞ്ഞിരുന്നുവെന്നും വ്യക്തം.

ആരാണ് ചെന്നമല്ലീപുരത്തെ നഗ്നപാദൻ. ആരായിരിക്കും ആ നഗ്നപാദന്റെ സഹയാത്രിക. അവർക്കൊരു ചെറിയ കുട്ടിയുണ്ട്. ആരായിരുന്നാലും അവരാണ് ബുദ്ധികൂർമതയും സാഹസവും അധ്വാനവും ഉപയോഗിച്ച് പുലിയെ രക്ഷപ്പെടുത്തിയത്. ചെന്നമല്ലീപുരത്തേക്കുള്ള വനംവകുപ്പിന്റെ നായാട്ടു രഹസ്യവും ഇത് തന്നെയായിരുന്നു.

പതിനൊന്ന്

പൊൻവെയിൽകൊണ്ടു ചെണ്ടുമല്ലിച്ചെടികളൊക്കെ മിനുങ്ങാൻ തുടങ്ങി. സ്വർണപ്രഭയുള്ള തളിരുകൾ വന്നു തുടങ്ങുന്നു. ഋതുക്കളും യൗവനവും ചെടികളുടെ കവിളിൽ ഉമ്മ വെക്കുന്ന അപൂർവകാഴ്ച കണ്ടു ശിവണ്ണൻ പലപ്പോഴും തേങ്ങിപ്പോയി. അയാൾ എത്ര തവണയാണ് മനസിൽ പറഞ്ഞതെന്നറിയുമോ; നോക്കിക്കോളൂ ഞാനിതുകൊണ്ട് കെട്ടിക്കും എന്റെ സീതയെ. പൂക്കൃഷി ഉഷാറായി വരും. അല്ലെങ്കിലും ആരെയാണ് ചെണ്ടുമല്ലിക്കൃഷി ചതിച്ചത്.

രാത്രിയിൽ ഇളംമഞ്ഞു കുടഞ്ഞ കൃഷിഭൂമിയിൽ പിറ്റേന്ന് അനേകം വർണ ശലഭങ്ങളുടെ പ്രേമഹർഷങ്ങൾ കണ്ടു ശിവണ്ണൻ വിസ്മയിച്ചു നിന്നു. എവിടെ നിന്നാണാവോ ഇവറ്റകൾ പിറവി കൊള്ളുന്നത്. മഞ്ഞ

നിറമുള്ള ചിറകിന്റെയറ്റത്ത് കറുത്ത പുള്ളി ഒളിപ്പിച്ചുവെച്ചവർ, ഊത വർണക്കാർ, നീലഞൊറികളുള്ള കുഴഞ്ഞാടികൾ, കറുപ്പ് നിറം അൽപ്പാൽപ്പമായി സ്വീകരിച്ചു. എന്നാൽ, ഹരിത വർണക്കാരികളായ ഏനാന്തം കൊഞ്ചികൾ, ഹൊ, എവിടെയായിരുന്നു കൂട്ടുകാരേ നിങ്ങളിത്രയും ചൈത്രങ്ങളിൽ. ഇപ്പോഴെങ്കിലും വരുവാൻ തോന്നിയല്ലോ.

തുമ്പികളുമുണ്ടായിരുന്നു കൂട്ടിന്. അവറ്റകൾ മറ്റൊരുചേലിലാണ്. ചെടിയറ്റത്ത് ചിലപ്പോൾ ഏറെ നേരം നിൽക്കും. ശലഭങ്ങളുടെ കൂട്ട് ധൃതിയില്ല. എന്നാൽ, അത്രയും വൈവിധ്യവുമില്ല. അഞ്ചിതമായ തുമ്പിക്കൈകൾ. നേർത്തു മനോഹരമായ അനേകമനേകം പനയോല വിശറികളെ പേറി വരുന്നവർ. എന്തൊരു അഴകാണ് ഉണ്ടക്കണ്ണുകൾക്ക്. ഈശ്വരൻ അവന്റെ പ്രതിഭാവിലാസം മുഴുവൻ ഉപയോഗിച്ചത് ഇവറ്റകളുടെ സൃഷ്ടിക്ക് വേണ്ടിയോ? തീർത്തും പച്ചനിറക്കാരനുമുണ്ട്. പച്ചപ്പനം തത്തയേക്കാൾ അഴക്.

തുന്നാരൻകുരുവികളുമുണ്ടായിരുന്നു കൂട്ടത്തിൽ. അവ പാറിവരുന്നത് അപ്പുറത്തെ ജമന്തിത്തോട്ടത്തിൽ നിന്നാണ്. ജമന്തിയും മല്ലിയും വാടാമല്ലിയും അരളിപ്പൂവും സൂര്യകാന്തിയുമൊക്കെ പരിസരങ്ങളിലായി കൃഷിയിറക്കിയവരുണ്ട്. തുന്നാരൻകുരുവിയുടെ കൂട്ടുകാരനായ വാൽകുലുക്കികളും പാട്ടുകാരിപ്പറവകളും ഇരട്ടവാലന്മാരും ചെന്തലയന്മാരുമൊക്കെയുണ്ടായിരുന്നു ഉത്സവത്തിന്. കൂട്ടത്തിൽ അവസാനമായി വന്നുചേർന്നത് തേൻ കുടിക്കാൻ പാകത്തിന് നേർത്ത നീണ്ട കൊക്കുള്ള സൂചീമുഖിപ്പക്ഷിയാണ്.

ശലഭങ്ങളെയും തുമ്പികളെയും കുറിച്ചും പൂക്കളെയും മൊട്ടുകളെയും കുറിച്ചും വൃക്ഷങ്ങളെയും ലതകളെയും കുറിച്ചും ശിവണ്ണൻ കേട്ടിട്ടുണ്ട്. അങ്ങ് ത്രേതായുഗത്തിൽ വനവാസം കഴിഞ്ഞു വരികയായിരുന്നുപോലും ശ്രീരാമചന്ദ്രൻ. ഒരു വ്യാഴവട്ടക്കാലത്തെ വേർപാട്. കൊട്ടാരത്തിന്റെ തിരുമുറ്റത്ത് പത്ത് രഥങ്ങളുടെ ചക്രങ്ങളുരുളുന്ന രഥ്യകളിൽ പാദങ്ങൾ ഉറപ്പിച്ചു ചവിട്ടി നടന്നവന് വനമധ്യത്തിലെ പാറക്കല്ലുകളിൽ കാലുകളമർത്തി രക്തം പൊടിയാനായിരുന്നു യോഗം. തന്നിഷ്ടംപോലെ വെണ്ണകൂട്ടി ചോറുരുള തിന്നവന് അരയാഞ്ഞിലിയുടെ കായ്കൾ കഴിച്ചു ക്ഷുത്തടക്കാനായിരുന്നു വിധി. മേൽത്തരം രാജകീയ ഉടയാടകളുപയോഗിച്ചു ശീലിച്ച കളേബരത്തിന്മേൽ മരവുരിയുടെ കഠിന വസ്ത്രങ്ങൾ വന്നുചേർന്നു.

പത്ത് രഥങ്ങളുടെ ഉടമസ്ഥാവകാശമുള്ള അയോധ്യാ ചക്രവർത്തിയുടെ പുത്രന്റെ വഴികൾ വ്യത്യസ്തവും സങ്കീർണവുമായിരുന്നു. വനവാസം കഴിഞ്ഞു തന്റെ കൊട്ടാരത്തിലേക്ക് മടങ്ങുന്ന ശ്രീരാമൻ മഹർഷിയുടെ ആശ്രമത്തിലേക്ക് കയറിച്ചെന്നത് ആകസ്മികം. അയോധ്യയിലെ കിരീടാവകാശിയെ പശുവിൻപാലും വെണ്ണയും നൽകി സൽക്കരിച്ചു മഹർഷി. അനാർഭാടത്തിന്റെ പ്രതീകങ്ങളും വൈദികവൃത്തിയുടെ കൊടി

യടയാളങ്ങളുമായ പദാർഥങ്ങളാൽ ആശ്രമാന്തരീക്ഷം നിറഞ്ഞുനിന്നു. അങ്കുരാഢ്യങ്ങളായ കിണ്ടികൾ. ധൂപം വഹിക്കുന്ന ധൂപ പാത്രങ്ങൾ, അങ്കുരങ്ങളുള്ള ചെരാതുകൾ, ശംഖുപാത്രങ്ങൾ, സുവങ്ങൾ, സ്രുക്കു നിറഞ്ഞ അർഘ്യപാത്രങ്ങൾ, മലർപ്പാത്രങ്ങൾ, സംസ്കൃതാക്ഷതങ്ങൾ എന്നിവയൊക്കെ എമ്പാടും കാണപ്പെട്ടു. ആശ്രമത്തിലെ സരളവും ലളിതവുമായ അന്തരീക്ഷം കുമാരനും ഇഷ്ടമായി. മടങ്ങുന്നേരം വരങ്ങളേതെങ്കിലുമൊന്നു ചോദിക്കാൻ മഹർഷി അപേക്ഷിച്ചു. ശ്രീരാമൻ പറഞ്ഞത് ഇത്ര മാത്രം; ഞാൻ അയോധ്യയിലെത്തുന്നതുവരേക്കും എന്റെ പാതകളിൽ പുഷ്പങ്ങളും ശലഭങ്ങളും തുമ്പികളും വന്നു നിറയട്ടെ.

പിന്നീടതായിരുന്നു സംഭവിച്ചത്. നിമിഷങ്ങൾക്കകം ഋതുക്കൾ സമ്മിളിതമായ പുതുവസന്തത്തെ പുണർന്നു. രാമന്റെ വഴികളിൽ എങ്ങും പൂത്ത ചില്ലകൾ. പുതുപുഷ്പങ്ങളുടെ എടുക്കാച്ചുമടുമായി വൃക്ഷത്തലപ്പുകൾ സാന്ദ്രമന്ദഹാസം കൊള്ളുന്നു. ശരത്മാസങ്ങളിൽ മാത്രം പൂക്കുന്ന അകിലും പുന്നയുമൊക്കെ ഈ ആഷാഢത്തിൽ പുഷ്പിണിയായി മാറിയിരിക്കുന്നതോർത്തു വിസ്മയംകൊണ്ടു ശ്രീരാമചന്ദ്രൻ. ശ്രാവണച്ചന്ദ്രികയിൽ മാത്രം പൂത്തുവിടരുന്ന പാരിജാതവും കടമ്പുമൊക്കെ പതിവ് തെറ്റിച്ചിരിക്കുന്നത് ഈയൊരു തിങ്കൾമുഖനേത്രനുവേണ്ടിയായിരുന്നു. വസുന്ധരയുടെ മാറിടം പിളർന്നു വർണത്തുമ്പികൾ പിറവികൊണ്ടു. ശലഭങ്ങളുടെ പ്രേമഹർഷങ്ങളാൽ സാംഫുല്യാരണ്യകം നിർവൃതിയാർന്നു.

"വൽസ," മഹർഷി പറഞ്ഞു. "ചിത്രശലഭങ്ങളും തുമ്പികളുമൊന്നും സ്വയംഭൂവല്ല. എല്ലാം ഈശ്വരനിശ്ചയമാണ്. അവ മനുഷ്യജീവിതത്തിന്റെ ഗതി നിർണയിക്കുന്നു. നിന്റെ നിയോഗത്തിന്റെ പൊരുളെന്തെന്നറിയേണ്ടതിലേക്ക് മുമ്പിലേക്ക് വരുന്നെന്ന് മാത്രം.

ഇളംകുളിർ കോരിയൊഴിക്കുന്ന പ്രകൃതിയിൽ വിരിഞ്ഞ ശലഭങ്ങളുടെ നിയോഗ രഹസ്യം ശിവണ്ണന്റെ ചെവിയിലോതിക്കൊടുത്തത് നഞ്ചുണ്ടൻ തന്നെയാണ്. മുതലാളി, നഞ്ചുണ്ടൻ അങ്ങനെതന്നെയായിരുന്നു ശിവണ്ണനെ വിളിച്ചത്. ആദ്യമായി കേൾക്കുന്ന സമ്പന്നതയുടെ പര്യായമായ അഭിസംബോധന. ശിവണ്ണൻ കോൾമയിർകൊണ്ടു. എത്രയോ തവണകൾ മറാത്ത മുതലാളിമാരെയും അവരുടെ ശിങ്കിടികളെയും വിളിക്കുന്നതിനായി അയാളീ പദം ഉപയോഗിച്ചിരിക്കുന്നു. ഇപ്പോൾ തന്നെയൊരാൾ അങ്ങനെ വിളിക്കുന്നു. എന്തിന് തടയണം.

"മുതലാളി," നഞ്ചുണ്ടൻ ഭവ്യനായി. "ഇതെങ്ങിനെന്നറിയോ. നമ്മളെ തോട്ടത്തില് ചാണകം വെതറാനാണ്. എന്ന് വെച്ചാല് മണ്ണില് വളക്കൂറ് ഇല്ലാണ്ടായി. അത് മനിശന്മാരോട് പറയാൻ ദൈവം അയക്കുന്നതാ ഇതിറ്റിങ്ങളെ."

പ്രകൃതിയുടെ ജീവരഹസ്യം കേട്ടിട്ടും കേട്ടിട്ടും മതിയായില്ല ശിവണ്ണന്. എന്തൊരു താളൈക്യമാണ് ഈശ്വരനും പ്രകൃതിക്കുമെന്നോർത്ത്

ശിവണ്ണൻ വിസ്മയിച്ചു. ഈശ്വരൻ നേരിട്ട് പ്രത്യക്ഷപ്പെട്ടു നമ്മിലേക്കൊന്നും ഓതിത്തരുന്നില്ല. അസംഖ്യമസംഖ്യം ജീവജാലങ്ങളെയും സസ്യജാലങ്ങളെയും സൃഷ്ടിച്ചുവിട്ടു മനുഷ്യബുദ്ധിയിൽ കൗതുകമുണ്ടാക്കുന്നു. ശിവണ്ണൻ വീട്ടിലേക്ക് ഓടുകയായിരുന്നു. നേർത്ത ഊടുവഴി വരമ്പുകളിലൊക്കെയും ശലഭങ്ങൾ പൊഴിച്ചിട്ട ഊതവർണ ചിറകുകൾ. അവയെ പേറിക്കൊണ്ട് ഭദ്രസ്ഥാനങ്ങളിലേക്ക് കുതിക്കുന്ന ഉറുമ്പുകളുടെ ഘോഷയാത്രകൾ. നഷ്ടസാന്ദ്ര ചിറകുകളെയുപേക്ഷിച്ചു നൈരാശ്യത്തിന്റെ കൊടുമുടി കയറുന്ന ശലഭങ്ങളുടെ ഉടലുറുമ്പ് രൂപങ്ങൾ. ശിവണ്ണൻ ഒന്നും കണ്ടില്ല. അയാൾ നഞ്ചുണ്ടനെപ്പോലും ഉപേക്ഷിച്ച് ഓടിച്ചെന്നത് വീട്ടിലേക്കാണ്. കാഞ്ചന എവിടെനിന്നോ ശേഖരിച്ച പുല്ലാഞ്ഞിയിലകൾ ആടിന് കൊടുക്കുകയായിരുന്നു.

"എടീ കാഞ്ചേ, എന്തോരം പാറ്റകളാണെന്ന് നീ കണ്ടോ. അത് നമ്മളെ തോട്ടത്തില് മൊത്തമായിറ്റ് ഉണ്ട്. എന്തോരം എന്തോരം പാറ്റകള്. അവറ്റകള് അങ്ങനെ പൊടിഞ്ഞു പൊടിഞ്ഞു കളിക്ക തന്നാണ് ട്ടോ? "

കാഞ്ചന കേൾക്കുകയായിരുന്നു. മണ്ണിനോട് ചേർന്നു കഴിയുന്ന കാഞ്ചനയ്ക്ക് ഇതൊക്കെയറിയാം. എത്രയോ കണ്ടിരിക്കുന്നു. പ്രകൃതി പ്രസന്നവതിയാകുന്നു. അവൾ രുദ്രസ്വഭാവം കാണിക്കുന്നതും കണ്ടിരിക്കുന്നു. അണിഞ്ഞൊരുങ്ങുന്നതും ആമാടയഴിയിക്കുന്നതും കണ്ടിരിക്കുന്നു. പൊന്നരഞ്ഞാണമണിയുന്നതും അഴിയുന്നതും കണ്ടിരിക്കുന്നു. പിണങ്ങുന്നതും പാടുന്നതും രജസ്വലയാകുന്നതും കണ്ടിരിക്കുന്നു. പ്രാണിവർഗത്തിന്റെ സകല ഹാവഭാവങ്ങളും ജീവികൾക്ക് എല്ലാം നൽകുന്ന പ്രകൃതിയും എടുത്തണിയുന്നു. എന്നുവെച്ചാൽ സകലതും ഈശ്വര വൈഭവത്താൽ നടക്കുന്നുവെന്നർഥം. നാമറിയുന്നതൽപ്പം. എത്രയോ വർഷങ്ങളായല്ലോ ചെന്നമല്ലീപുരത്തെ കൃഷിയിടത്തിൽ കാഞ്ചന പാർത്തുപോരുന്നത്. അവൾക്കറിയാം, പാറ്റകൾ പൊടിയുന്നത് മണ്ണിലേക്ക് ചാണകം ചേർക്കുവാൻ സമയമായെന്നു പറയുവാനാണ്. പനംതത്തകൾ പാട്ടുപാടിപ്പറക്കുന്നത് അങ്ങ് ഷിമോഗയിൽ പൊൻകതിരുകൾക്ക് ഘനം വെക്കുന്നേരത്താണ്. ഹുൻസൂരിലെയും മാണ്ഡ്യയിലേയും പഞ്ചാരമില്ലുകളിൽനിന്നു കരിമ്പിൻ ചണ്ടികൾ പുറത്തേക്കെറിയുന്ന വേളകളിൽ വർണച്ചിരട്ടവാലന്മാർ ഈ പരിസരത്തുപോലുമുണ്ടാകില്ല. ഒളുറാടൻപക്ഷിയുടെ ശബ്ദം പരിസരത്തെവിടെയോ കേട്ടാൽ മനസിലാക്കണം അടയിരുന്ന കോഴിയുടെ മാറിൽ കുഞ്ഞുങ്ങൾ അള്ളിപ്പിടിച്ചിരിക്കുന്നെന്ന്. പുത്തുവിടർന്ന് നിൽക്കുന്ന ഏഴ് രാജമല്ലിച്ചെടികളുടെയപ്പുറം കേൾക്കാവുന്ന ശബ്ദമാണ് വനത്തിൽ നിന്നുയരുന്നതെങ്കിൽ അവിടെ കടുവാപ്രസവം നടന്നുവെന്നുറപ്പ്.

കാഞ്ചന പ്രസന്നവതിയായില്ല. അവളെന്തോ ഓർത്തുനിന്നു.

ശിവണ്ണനും മ്ലാനവദനനായി. ഇതല്ലല്ലോ പ്രതീക്ഷിച്ചത്. ആ സന്തോഷത്തിലേക്ക് കാഞ്ചന ചേരുമെന്നായിരുന്നല്ലോ കരുതിയത്. വീട്ടിൽ ഒരു അമ്പയുൽസവത്തിന്റെ ആഹ്ലാദം പ്രതീക്ഷിച്ചേടത്ത് അത് കാണുവാൻ

കഴിഞ്ഞില്ല. കാഞ്ചന മുറ്റത്തു നിന്ന് ആടിനെയുപേക്ഷിച്ച് അകത്തേക്ക് കടന്നു.

"ശിവേട്ടാ," കാഞ്ചന വിളിക്കുന്നു. ശിവണ്ണൻ അകത്തേക്ക് കയറി. ഇരുളും വെളിച്ചവും പുണർന്നു നിൽക്കുന്ന ഇടനാഴിയിലേക്ക് കാഞ്ചന എത്തിയിരുന്നു. അവളുടെ കൈയിൽ ഒരളുക്ക് പാത്രമുണ്ട്. വർഷങ്ങൾക്കെത്രയോ മുമ്പ് ചെന്നമല്ലീപുരത്തേക്ക് നവവധുവായി വന്നുചേർന്ന ഇതേയൊരു ശലഭക്കാലത്ത് ഒപ്പം കൊണ്ടുവന്നതായിരുന്നു പിച്ചളയുടെ അളുക്ക് പാത്രം. മാസാമാസങ്ങളിൽ വെണ്ണീറും ഉറുവഞ്ചിച്ചെടിയുടെ കായയും ചേർത്ത് കഴുകിത്തുടച്ചു മിനുക്കുന്നുണ്ടായിരുന്നു ആ പാത്രത്തെ. അതിലിനി അധികം കടലാസു നോട്ടുകളില്ല. ഘനം വെച്ചിരുന്ന നാണയത്തുട്ടുകളും കുറഞ്ഞുവരുന്നു.

പത്ത് കുഴി ചാണകമെങ്കിലും വേണം തോട്ടത്തിലേക്ക്. പിന്നെ അഞ്ചുപേരെയെങ്കിലും നിർത്തിക്കൊണ്ട് തുടർച്ചയായി രണ്ടാഴ്ച പണിയെടുപ്പിക്കണം. അല്ലറ ചില്ലറ ചെലവുകൾ വേറെയുമുണ്ട്. വീട്ടുചെലവിനും സീതയുടെ വിദ്യാഭ്യാസത്തിനുമൊക്കെ പണം തികയാതെ വരുന്നുണ്ട്. ചെണ്ടുമല്ലി വിളവെടുക്കുന്ന സമയമെങ്കിലും പിടിച്ചുനിൽക്കണ്ടേ. കുഴഞ്ഞ കേസാണ്. പോംവഴി പറഞ്ഞു തന്നത് നഞ്ചുണ്ടൻ തന്നെയാണ്.

"പണം കിട്ടും മുതലാളി, അതിന് ബുദ്ധിമുട്ടില്ല."

കാഞ്ചന സ്തബ്ധയായി. ആരാണ് മുതലാളി. അളുക്ക് പാത്രം കാലിയായിക്കൊണ്ടിരിക്കുന്ന ഈ കുടുംബമോ. സ്വന്തം മകളെ ഏതെങ്കിലും ശിവാചാരക്കാരന്റെ കൂടെ ഇറക്കിവിടാൻ നോമ്പ് നോൽക്കുന്ന രണ്ട് മനുഷ്യരോ. കാഞ്ചന ഈർഷ്യകൊണ്ടു.

"തോന്ന്യാസം പറയണ്ട നഞ്ചുണ്ടാ." കാഞ്ചന ഗൗരവത്തിൽ പറഞ്ഞു.

"അത് വിട്. പണം എവിടന്നാ നഞ്ചുണ്ടാ കിട്ടുന്നത്."

നഞ്ചുണ്ടൻ വാചാലനായി. "ചാണകം ഇവിടെയെല്ലാം കിട്ടും. എത്രയോ തൊഴുത്തുകളില് ചാണകം ഗോമൂത്ര സഹിതം നിറഞ്ഞു നിൽക്കുന്നു. എല്ലാവരും വിക്കാൻ വെച്ചത് തന്നെയാണ്. പലരും അത് ബെർണി[1]യാക്കിയിട്ടുണ്ടെങ്കിലും പലരുടെയും കൈയിൽ ഗോബ്ബ്റ[2] തന്നെയുണ്ട്. ഒന്നു ചോദിച്ചാലറിയാം കഥ. പണം ആദ്യം എടുത്തു കൈയിൽ കൊടുക്കണം. ഇപ്പോഴാണെങ്കിൽ വൻഡിമാന്റുമാണ്. ആനക്കാടിനടുത്ത കുറെ സ്ഥലങ്ങൾ കേരളത്തിലെ ഏതോ ഒരു അബ്കാരി മുതലാളി വാങ്ങിയിട്ടുണ്ട്. പിന്നെയും കുറെ സ്ഥലങ്ങൾ കേരളത്തിൽ നിന്നുവന്ന മുസ്ലീങ്ങളുടെ കൈയിലാണ്. ചാണകം എല്ലാവർക്കും വേണം. വില അവർക്കൊന്നും ഒരു പ്രശ്നമേയല്ല. പണം എറിഞ്ഞു പണം വരണം.

---

1. വട്ടത്തിൽ പരത്തി ഉണക്കി സൂക്ഷിക്കുന്ന ചാണകം. കത്തിക്കുവാൻ ഉപയോഗിക്കുന്നു. നടന്നു പോകുന്ന പശു ചാണകമിട്ടാലും പലരും അത് ചെന്നു ഓടിയെടുത്തു ബെർണിയാക്കുന്നു.
2. കുഴിയിൽനിന്ന് പുറത്തേക്കെടുത്ത് കുന്നുകൂട്ടിയിട്ട ചാണകം.

ഒരു ചെവിയിൽ വെള്ളം പോയാൽ മറ്റേ ചെവിയിലും വെള്ളം ഒഴിക്കണം. ഇപ്പോൾ വളപ്രയോഗം നടത്തുന്നില്ലെങ്കിൽ നമ്മൾ ഇത് വരെ ചെയ്ത പ്രയത്നങ്ങൾ വൃഥാവിലാക്കും.

"എന്താ നഞ്ചുണ്ടാ നീയ് പറയ്ണത്, എന്താ ചെയ്യാ നമ്മള്...."

മുതലി[3]യാരോട് പണം വാങ്ങണമെന്നായി നഞ്ചുണ്ടൻ. അതുകൊണ്ട് ഒരു കുഴപ്പവും വരുവാനില്ല. നമ്മൾക്ക് എത്രയും പെട്ടെന്ന് തിരിയെ കൊടുക്കാം. അതൊക്കെ എല്ലാ കർഷകരും ചെയ്യുന്നതാണ്. ചിലർ ഒരു മുടക്കു മുതലും കൂടാതെയാണ് കൃഷി ചെയ്യുന്നത്. എന്നുവെച്ചാൽ മുഴുവനും പലിശയ്ക്ക് വാങ്ങുന്നു. ഇവിടെ നമ്മൾ മുക്കാൽ ഭാഗമെങ്കിലും സ്വന്തം പണംകൊണ്ട് കൃഷി ചെയ്തില്ലേ. ബാക്കിയല്ലേ പലിശയ്ക്ക് വാങ്ങുന്നുള്ളൂ.

"മുതലാളി ഷർട്ടെടുത്തിട്, നമ്മക്ക് പോകാം."

കാഞ്ചന മരപ്പാവയെപോലെയിരുന്നു. ജീവിതമെന്ന മഹാവൃക്ഷത്തിന്മേൽ ചിതൽക്കൂടുകൾ അരിക്കുന്നതായി അവൾക്ക് തോന്നി. കാൽമുട്ടുകളിലെവിടെയോ നിന്ന് ഒരഗ്നി ഗോളം എഴുന്നേൽക്കുവാൻ വയ്യാത്ത തരത്തിൽ തളർത്തിക്കളയുന്നു. കാഞ്ചന സ്വയം ചോദിച്ചു. എങ്ങോട്ട്, എങ്ങോട്ടാണീ പോക്ക്. എങ്കിലും കാഞ്ചനയെഴുന്നേറ്റ് അകത്തുചെന്നു. വിയർപ്പു വറ്റിക്കുടിച്ച ശിവണ്ണന്റെ ഷർട്ടെടുത്തു പുറത്തേക്ക് വന്നു. നഞ്ചുണ്ടൻ കാഞ്ചനയുടെ കണ്ണിലേക്ക് നോക്കിയില്ല. അയാൾ ആ ഷർട്ട് വാങ്ങിധരിച്ചു. പടിയിറങ്ങുമ്പോൾ ശിവണ്ണൻ വാൽക്കിണ്ടിയെടുത്തു കഴുകി.

"ശിവേട്ടനെന്താ പ്രാന്ത് പിടിച്ചോ?"

"അതെന്തേ കാഞ്ചേ നീ അങ്ങനെ ചോദിച്ചത്?"

"പടിക്കകത്ത് കയറുമ്പോഴല്ലേ ശിവേട്ടാ കാല് കഴുകാറ്. പിന്നെയെന്താ ഇപ്പോ പോകുമ്പോള് കാലുകഴുകുന്നത്. അതും മറന്നോ കുട്ടത്തില്."

ശിവണ്ണൻ വിഷമിച്ചു നിന്നു. ശരിയാണ്. കലുഷമനസ്സ് എന്തിനൊക്കെയോ പ്രേരിപ്പിക്കുന്നു. വിയർപ്പു തുടയ്ക്കാനൊരു തോർത്തുമുണ്ടെടുത്ത് തോളിലിട്ടു ശിവണ്ണൻ. മദ്ദൂരിലേക്ക് നടക്കാം. നടക്കാമെന്നു നഞ്ചുണ്ടനും പറഞ്ഞു. സുൽത്താൻ ബത്തേരിയിൽനിന്നുവരുന്ന ഏതൊക്കെയോ വാഹനങ്ങൾക്ക് കൈ കാണിക്കാം. ഇടയ്ക്ക് നഞ്ചുണ്ടന്റെ ചോദ്യമുയർന്നു.

"ആധാരം എടുത്തോ മുതലാളി?"

"എടുത്തിട്ടുണ്ട് നഞ്ചുണ്ടാ."

"കാത്ത[4]യോ?"

"അതും എടുത്തു."

കാഞ്ചന കാണാതെ ആധാരവും പട്ടയവും എടുക്കണമെന്ന് നഞ്ചു

---

3. തമിഴ്നാട്ടിൽനിന്നും കുടിയേറിയ പ്രത്യേക വിഭാഗം. ഇവർ പലിശക്ക് പണം കൊടുക്കുന്നു.

4. പട്ടയം

ണ്ടൻ ശിവണ്ണനോട് കണ്ണിട്ട് കാണിച്ചിരുന്നു. പിന്നെ തള്ളവിരൽ ഒപ്പും ഉണ്ടെങ്കിലേ മുതലിയാരോട് പണം കിട്ടുകയുള്ളൂ.

* * * * *

പണവുമായി മുതലിയാരുടെ വീട്ടിൽനിന്നു പുറത്തേക്ക് വരുന്നേരം മുതലിയാർ പറഞ്ഞ വാക്കുകൾ ഓർക്കുകയായിരുന്നു ശിവണ്ണൻ. പറഞ്ഞത് തന്നോടല്ല. നഞ്ചുണ്ടനോടാണ്. "നഞ്ചുണ്ടാ അവനോട് പറഞ്ഞു കൊടുത്തിട്ടുണ്ടല്ലോ നിയ്യ് നൂറ്റിക്ക് പത്താണ് എന്റെ പലിശന്റെ കണക്കെന്ന്. അത് തെറ്റിയാല് ഉണ്ടാകുന്നതൊക്കെ അവൻ തന്നെ സഹിച്ചോളണം. ഇന്റെ ആൾക്കാർക്ക് പണികൊടുക്കരുത് കേട്ടോ."

"എല്ലാം പറഞ്ഞു കൊടുത്തിട്ടുണ്ട് മൊതലാളി."

"അല്ല, ഞാൻ പറഞ്ഞെന്നുമാത്രം, ഒരു നായക്കേട് ഞാനായിറ്റ് ചെയ്യണ്ടാന്ന് കൂട്ടിക്കോ. എത്ര പെട്ടെന്ന് ആധാരം ഇവിടന്ന് കൊണ്ടുപോകുന്നോ അത്രയും നിങ്ങക്ക് നല്ലത്."

വൈകുന്നേരത്തിന്റെ തിരക്കിലായിരുന്നു ഗുണ്ടിൽപേട്ട നഗരം. ഏതൊക്കെയോ സ്കൂളുകൾ വിട്ടു കുട്ടികൾ റോഡിലേക്ക് ഇറങ്ങിയിരിക്കുന്നു. നിരവധി വർണക്കുപ്പായക്കാർ. ഒട്ടേറെ ചന്തമെഴുന്ന ആൺകുട്ടികളും പെൺകുട്ടികളും. പതിവായി അവരെ കയറ്റുവാൻ വരുന്ന ഓട്ടോറിക്ഷകളും വാനുകളും ഇടം പിടിക്കുവാൻവേണ്ടി സാഹസപ്പെടുന്നുണ്ട്. വലിയ സ്കൂൾബസുകളും തിരക്കിലേക്ക് വന്നു. ഹോണടിയുടെയും അക്ഷമയുടെയും ശബ്ദങ്ങൾതന്നെ എവിടെയും. ഓഫീസുകളിൽനിന്നും സിനിമാ ഹാളിൽനിന്നുമുള്ള ഒഴുക്കും ഇതേ സമയത്ത് തന്നെയാണുണ്ടാകുന്നത്. കേരളത്തിൽനിന്നു ബാംഗ്ളൂരിലേക്ക് വരുന്ന കർണാടക ട്രാൻസ്പോർട്ട് കോർപ്പറേഷന്റെ ബസ് ആ ഒഴുക്കിൽപ്പെട്ടു നിശ്ചലമായി. പൊലീസുകാരന്റെ നിരന്തരവും നിസ്സഹായവുമായ വിസിൽ അപ്പോൾ മുഴങ്ങി.

"നഞ്ചുണ്ടാ ഒന്ന് വീട്ടിലെത്തിയാല് മതി. ഏതാ നമ്മക്ക് ഇപ്പോ ഒരു വാഹനം കിട്ടുന്നത്."

നഞ്ചുണ്ടൻ നിശ്ശബ്ദനായി നിന്നു. അയാൾ ചാമരാജ് നഗരത്തിൽ നിന്നുവരുന്ന ഏതോ സർക്കസ് കമ്പനിക്കാരുടെ അലങ്കാര വാഹനത്തിലേക്ക് നോക്കിനിൽക്കുകയായിരുന്നു.

"പറയ് നഞ്ചുണ്ടാ. ഒന്നും കിട്ടില്ലേങ്കില് നമ്മക്ക് നടക്കാം. ഇരുട്ടിന്ന് മുമ്പ് അങ്ങെത്താലോ. ചെന്നമല്ലീപുരത്തേക്കുള്ള കാളവണ്ടിയൊക്കെ പോയി തീർന്നോ നഞ്ചുണ്ടാ?"

"മൊതലാളി പണമൊക്കെ നല്ലോണം വെച്ചിട്ടില്ലേ. അത് സൂക്ഷിക്കണം കേട്ടോ." ഇരുവരും ധൃതിയിലായിരുന്നു. ഗുണ്ടിൽപേട്ടയിലെ ജംഗ്ഷനിലേക്ക് അവർ വന്നുചേർന്നു. ഇനി നേരെ പോയാൽ കേരളത്തിലേക്ക്. വാഹനമേതെങ്കിലും കിട്ടിയാൽ മദ്ദൂരിൽ ഇറങ്ങി നടക്കാം.

നഞ്ചുണ്ടൻ അവിടെനിന്നും തെന്നിമാറി ബന്ദിപ്പൂർ റോഡിലേക്ക് കടന്നുനിന്നു. എന്തുകൊണ്ടോ നഞ്ചുണ്ടൻ അധികം സംസാരിച്ചു കണ്ടില്ല.

ഇവനെന്തു പറ്റിയെന്നു ശിവണ്ണൻ അതിശയിച്ചു. "നീയെങ്ങോട്ടാ നഞ്ചുണ്ടാ പോണത്. വാ, നമ്മക്ക് കവലയിലേക്ക് നീങ്ങാം. വണ്ടിയേതെങ്കിലും നിർത്തിത്തരാതിരിക്കോ."

പക്ഷേ, അതും നഞ്ചുണ്ടൻ മുഖവിലയ്ക്കെടുത്തില്ല. കൂട്ടുകാരൻ നടന്നുചെന്നു നിന്നയിടത്തേക്ക് ശിവണ്ണനും ചെന്നു ചേർന്നു. അവിടെ തിരക്കൊഴിഞ്ഞ വിദേശമദ്യഷാപ്പിന്റെയരികിലേക്കാണു നഞ്ചുണ്ടൻ വന്നു നിന്നത്. നോക്കിയാൽ ബാറിന്റെ മുൻവശം കാണാം. ഒന്നോ രണ്ടോ പേർക്ക് പുറത്തേക്ക് ഗ്ലാസിൽ ഒഴിച്ചു കൊടുക്കുന്നു. വാഹനം നിർത്തി മറ്റൊരു പാർട്ടി വിലയേറിയ ഒരു കുപ്പി വാങ്ങിച്ചുകൊണ്ടു പോകുന്നു.

"നഞ്ചുണ്ടാ" ശിവണ്ണൻ വിളിച്ചു. "ഇത് നമ്മക്ക് പറ്റിയതല്ല കേട്ടോ. നീ വേഗം വാ, നല്ല ദാഹമുണ്ടെങ്കില് നമ്മക്ക് നല്ല മോര് വെള്ളം കുടിക്കാം. രാമണ്ണന്റെ കടേല് നല്ല മോര് വെള്ളം കിട്ടും. കരുവേപ്പിലയിട്ടു മൂപ്പിച്ച ഒന്നാംതരം മോര് വെള്ളം. നീ വാ നഞ്ചുണ്ടാ "

നഞ്ചുണ്ടന്റെ പിണക്കം മാറുന്ന ലക്ഷണം കണ്ടില്ല. വിദേശമദ്യത്തിന്റെ രൂക്ഷഗന്ധം പ്രസരിക്കുന്ന ബാറിന്റെ തിരുമുറ്റത്ത് കുട്ടിയെപോലെ നഞ്ചുണ്ടൻ നിന്നു. ആ നിലയിൽനിന്ന് ഇളകുവാനോ സംസാരിക്കുവാനോ നഞ്ചുണ്ടൻ തയാറായില്ല. എന്തോ ഓർത്തെടുക്കുവാൻ ശ്രമിക്കുന്നതുപോലെ തോന്നി നഞ്ചുണ്ടന്റെ മുഖഭാവം. സ്നേഹിതന്റെ കണ്ണുകളിലെ ദൈന്യതയും ചുണ്ടുകളിലെ ആർത്തിയും ശിവണ്ണനെ സ്പർശിച്ചു. ഒരുകൂട്ടം കാളവണ്ടികൾ അവരുടെ മുമ്പിലൂടെ വൈകി മടങ്ങുന്നുണ്ടായിരുന്നു. എല്ലാംതന്നെ ബന്ദിപ്പൂർ വഴിഭാഗത്തേക്ക് പോകുന്നവയാണ്. ഒന്നും ചെയ്യാനാകാതെ ശിവണ്ണൻ വണ്ടിച്ചക്രങ്ങളുണ്ടാക്കുന്ന ഘട ഘട ശബ്ദം കേട്ടു നിന്നു. നുരപ്പിണ്ടികൾ പുറപ്പെടുവിക്കുന്നു വയസൻ കാളകൾ. ജീവിതച്ചുമട് പേറി കുഴങ്ങിയ മിണ്ടാപ്രാണികൾ. നഞ്ചുണ്ടനെ എന്തുപറഞ്ഞ് അനുനയിപ്പിക്കണമെന്ന് ശിവണ്ണന് മനസിലാകുന്നില്ല.

"മുതലാളി," നഞ്ചുണ്ടൻ ശിവണ്ണന്റെ കൈകൾ തൊട്ടു, "വാ, മുതലാളി നമ്മക്ക് ഒരു ചെറിയ കുപ്പി ആയാല് ചത്തുപോവുകയും ഒന്നും ഇല്ല. ജീവിതത്തില് എപ്പോളെങ്കിലും ഇതിറ്റാല് ഒരു കുപ്പി......."

ശിവണ്ണൻ കാളവണ്ടികളിൽനിന്ന് കണ്ണെടുത്തതേയില്ല. ചുവട് താങ്ങിത്തളർന്ന ജീവിതങ്ങളിലേക്കുതന്നെ അയാൾ ഉറ്റുനോക്കി. ഒന്നിനുപുറകെ ഒന്നായി ഭാരവും മനുഷ്യനെയും വഹിച്ചു കടന്നുപൊയ്ക്കൊണ്ടിരിക്കുന്നു. ഇരട്ടനുകം പേറുന്നവർ. ചാട്ടവാറിന്റെ നിരന്തരഭേദ്യങ്ങളേറ്റുവാങ്ങി പലതിന്റെയും കണ്ണുകളിൽനിന്ന് തപ്താശ്രുകണങ്ങളിറ്റുവീഴുന്നു. മുമ്പിൽ കാണുന്നത് അനന്തമായ താർ നിരത്തുകളും മരീചികയും. ഇടയിലെവിടെയോ ഒരിക്കൽ കുഴഞ്ഞുവീഴുന്നു. അതിനടുത്ത ദിവസം കമ്പോളത്തിലൊരു മൂലയിൽ ഛേദിക്കപ്പെട്ട് ശിരസ്സ് പ്രദർശനത്തിനുവെക്കുന്നു. അതിനടുത്തായി മൂർച്ചക്കത്തിക്കൊത്ത് നുറുക്കിയിടുന്ന ശരീരം. ബസവേശ്വരന്റെ മൂർച്ചയേറിയ വാക്കുകൾ ശിവണ്ണൻ

ഓർത്തു; ദൈവം നരകത്തെ സൃഷ്ടിച്ചുവെങ്കിൽ അത് മൃഗങ്ങളോട് ക്രൂരത കാണിക്കുന്നവർക്കായിരിക്കും.

"മുതലാളീ..." ശിവണ്ണന്റെ കൈകളിൽ നഞ്ചുണ്ടൻ തൊട്ടു വലിച്ചു. ഒരുവട്ടം മാത്രം മതി. വരിൻ മുതലാളി... ഞാൻ പറഞ്ഞു തരാം."

ശിവണ്ണൻ അനുസരിച്ച് ഒരു കുട്ടിയെപ്പോലെതന്നെ കീഴടങ്ങി. അപ്പോഴേക്കും അനുസരണയും വിനയവുമുള്ള കുട്ടിയായി മാറിക്കഴിഞ്ഞിരുന്നു ശിവണ്ണൻ. ബാംഗ്ളൂരിലായിരുന്ന കാലത്ത് മുതലാളിമാർ ഉപേക്ഷിക്കുവാൻ കൊടുക്കുന്ന കുപ്പികളിലെ ബാക്കിയാകുന്നത് നൊട്ടി നുണയുന്നത് ശിവണ്ണനോർത്തു. അതിന്റെ മധുരം, അതല്ലെങ്കിൽ ചവർപ്പ്, ഇനിയും കയ്പ് രസം, പുളി എല്ലാം ശിവണ്ണനോർത്തു. തന്റെ കരം ഗ്രഹിച്ച നഞ്ചുണ്ടനോട് മറുത്തൊരക്ഷരം മിണ്ടാനാകാതെ നിസ്സഹായനായി ശിവണ്ണൻ നിന്നു.

III

തിരിയെ അവർക്ക് മടങ്ങുവാൻ പാകത്തിൽ ഒരു ലോറി വന്നു നിർത്തി. ചെന്നമല്ലീപുരത്തേക്ക് പോകുന്ന വേൽമുത്തുവിന്റെ ലോറി. ഗോപാലസ്വാമി ഹള്ളിയിൽനിന്നും ദൊഡ്ഡനായ്ക്കഹള്ളിയിൽനിന്നുമൊക്കെ ചെമ്മരിയാടുകളെ തപ്പിപ്പിടിച്ചു വിലപേശി കച്ചവടം നടത്തലാണ് മുത്തുവേലുവിന്റെ പ്രവർത്തി.

ചെന്നമല്ലീപുരം കവലയിൽ എത്തിയപ്പോൾ വണ്ടി നിർത്തി. "നാളെ കാണാം മുതലാളി"യെന്നു പറഞ്ഞ് നഞ്ചുണ്ടൻ കൈവീശി നടന്നു. ശിവണ്ണൻ തന്റെ വീട് ലക്ഷ്യമാക്കി നടന്നു. ഒന്നുമയാൾ ഓർത്തില്ല. മദ്യസൽക്കാരത്തിന്റെ പണം കൊടുത്തതിന്റെ ബാക്കി തന്റെ മടിയിലിപ്പോഴുമില്ലേയെന്നു മാത്രമയാൾ എത്രയോ തവണ പരിശോധിച്ചു. വയറ്റിലെവിടെയോ ചെറിയ നീറ്റൽ, മസ്തിഷ്കത്തിൽ കാട്ടുകടന്നലുകളുടെ മൂളക്കം. വീടെവിടെയാണെന്നു ശിവണ്ണനോർത്തു നിന്നു. നടവരമ്പുകൾ തനിക്കായി കാത്തുകിടക്കുകയാണല്ലോ.

"അച്ഛനെവിടെന്നാ തിരക്കിട്ട്..." ശിവണ്ണൻ കണ്ടില്ലായിരുന്നു. പുളിമരത്തിന്മേൽ ചാരിനിന്നുകൊണ്ട് രോഹിണി എന്തൊക്കെയോ സംസാരിക്കുകയായിരുന്നു സീതയോട്. ഇരുവരും ഒതുങ്ങി നിന്നു.

"അച്ഛനെ ഞാൻ കണ്ടല്ലോ ഗുണ്ടിൽപേട്ടയില്."

"എവിടെയായിരുന്നു രോഹിണി മോളെ നീ കണ്ടത്."

"ഞാനുമുണ്ടായിരുന്നച്ഛാ..." സീതയും പറഞ്ഞു. "ഞങ്ങൾ രണ്ടാളും ബസിൽ മടങ്ങുമ്പോ അച്ഛനും നഞ്ചുണ്ടനുമുണ്ട് ഗുണ്ടിൽപേട്ടയില്."

"ഗുണ്ടിൽപേട്ടയില് എവിടെ മക്കളേ."

"നമ്മളെ കവലയില്. അച്ഛൻ എന്തോ ഓർത്തുനിൽക്കുന്നതാ കണ്ടത്."

"ശരി, ശരി........... നിങ്ങള് സംസാരിക്ക് മക്കളെ." ശിവണ്ണൻ ധൃതിയിൽ വീട്ടിലേക്ക് നടന്നു. മുറ്റത്ത് ആട്ടിൻകുട്ടിയെ മാറോട് ചേർത്തുപി

ടിച്ചു നിൽപ്പുണ്ടായിരുന്നു കാഞ്ചന. ആട്ടിൻകുഞ്ഞിനെ നിലത്തിറക്കി വച്ച് കാഞ്ചന ഭർത്താവിനെ സ്വീകരിച്ചു. ശിവണ്ണൻ തന്റെ മടിയിൽനിന്നു പണത്തിന്റെ പൊതിയെടുത്തു കാഞ്ചനയുടെ കൈയിൽ കൊടുത്തു.

"കാഞ്ചേ എനിക്ക് നല്ല സുഖം ഇല്ലട്ടോ, ഗുണ്ടിൽപേട്ടേന്ന് കൊറേ വെയില് കൊണ്ടു. ഒന്നു കിടക്കട്ടെ."

പന്ത്രണ്ട്

ആറടി രണ്ടിഞ്ചായിരുന്നു അയാളുടെ ഉയരം. ആ ഉയരത്തിനൊത്ത അഹന്തയും അദ്ദേഹത്തിന്നുണ്ടെന്ന് ഡിപ്പാർട്ട്മെന്റിൽ സംസാരമുണ്ട്. എന്നാൽ, ആളൊരു പാവത്താനാണെന്നും മേലുദ്യോഗസ്ഥർക്ക് മുമ്പിൽ വാലാട്ടുവാൻ മാത്രം അറിയുന്നവനാണെന്നും പറയുന്നവരുണ്ട്. അതെന്തായാലും പേടിപ്പെടുത്തുന്ന ആകാര ഗാംഭീര്യവും സ്വഭാവ ചേഷ്ടകളും ഉണ്ടെന്ന് നിസ്സംശയം പറയാം. ഹാവഭാവങ്ങളിലും ആംഗ്യ സംസാരങ്ങളിലുമൊക്കെ അധികാരത്തിന്റെയും താൻപോരിമയുടെയും നിശ്ചയദാർഢ്യം സ്ഫുരിക്കുന്നുണ്ടാകും. ശരീരഭാഷകൊണ്ടദ്ദേഹം പറയുവാൻ ശ്രമിക്കുന്നത്; ഞാനെന്നു പറഞ്ഞാൽതന്നെ സംസ്ഥാനമാണ്, കന്നട ഭാഷ സംസാരിക്കുന്നവരുടെ സംസ്ഥാനം. അധികാരം നടത്തേണ്ടയാൾ താനാണ്. അധിനിവേശക്കാരൻ വിട്ടേച്ചുപോയ സമയത്ത് ഞങ്ങളുടെ പ്രവിശ്യയിൽ അധികാരം നടത്തേണ്ടയാൾ ഞാനാണ്. അധിനിവേശക്കാരൻ വിട്ടേച്ചുപോയ സമയത്ത് തങ്ങളുടെ പ്രവിശ്യയിൽ അധികാരം നടപ്പാക്കേണ്ടവർക്ക് ഉണ്ടായിരിക്കേണ്ട ശാരീരിക യോഗ്യതകൾ മുഴുവൻ ഇദ്ദേഹത്തിൽ സമ്മേളിച്ചിട്ടുണ്ടായിരുന്നു. പറഞ്ഞുപോരുന്നതെന്തെന്നാൽ കട്ടിയായ കൊമ്പൻ മീശ, ഇടതുകൈവിരലിലെ നീട്ടിയ നഖം, കൺപുരികങ്ങളിലെ തെറിച്ചു നിൽക്കുന്ന ഇഴകൾ, നീണ്ട നാസികയിലെ എഴുന്നുനിൽക്കുന്ന മാംസളമില്ലായ്മ തുടങ്ങി എല്ലാ അടയാളങ്ങളും താൻ ബ്യൂറോക്രസിയുടെ പ്രതീകമാണെന്നു വിളിച്ചുപറയുന്നതായിരുന്നു. എത്രയോ കാലങ്ങളായി പൊലീസ് സർക്കിൾ ഇൻസ്പെക്ടർമാർ ഇരുന്നു തഴമ്പെടുത്തതും ഇനിയുമെത്രയോ ആളുകൾ കടന്നുവന്നിരിക്കേണ്ടതുമായ വലിയ ചക്രക്കസേരയിൽ അദ്ദേഹം ചാഞ്ഞിരുന്നു.

തൊട്ടുപുറകിലെ ചുവരിൽ ഇന്ത്യയിലെ ഏതൊരു സർക്കാർ ഓഫീസിലും തൂങ്ങിക്കിടക്കുന്ന ചിത്ര കലണ്ടർ – അർധനഗ്നനായ ഫക്കീറെന്ന് അവസാന വൈസ്രോയി മൗണ്ട്ബാറ്റൺ വിശേഷിപ്പിച്ച – തൂങ്ങിക്കിടക്കുന്നു. അൽപ്പമകലെ എത്രയോ പഴക്കം ചെന്നതും ഗൗളികൾ രാപകൽ പാർക്കുന്നതുമായ ഒരു ബ്ലാക്ക് ആന്റ് വൈറ്റ് ഫോട്ടോയും കാണാം. തീർത്തും മങ്ങിയതുകൊണ്ട് ആളെ തിരിച്ചറിയാൻ പ്രയാസമാണ്. എങ്കിലുമത് ദർശനികനായ മുൻരാഷ്ട്രപതി സർവേപ്പള്ളി രാധാകൃഷ്ണന്റേതാണ്.

പൊലീസ് സർക്കിൾ ഇൻസ്പെക്ടറുടെ കാര്യാലയം സ്ഥിതി ചെയ്യു

ന്നത് ഗുണ്ടിൽപേട്ടിലെ തിരക്കിൽ നിന്നൊരൽപ്പം ഒറ്റപ്പെട്ടാണ്. പതിനൊന്നു മണി സമയത്ത് വെയിൽ ചൂടുപിടിച്ച നേരം അവിടം ഏതാണ്ട് വിജനമായിരുന്നു. പഴയ ഓടുമേഞ്ഞ ആ കെട്ടിടം സർക്കാർ വാടകയ്ക്കെടുത്തതോ പിന്നീട് വില നൽകി സ്വന്തമാക്കിയതോ, മറ്റോ ആയിരിക്കാം. കയറിവരുന്ന ഭാഗത്താണ് പൂമുഖം. അതുകൊണ്ടുതന്നെ പണ്ട് ഇതൊരു വീടായിരിക്കാം. പിന്നീട് അകത്തേക്ക് കടന്നാൽ രണ്ടുമുറികൾ വലത്തും ഇടത്തുമായി കിടക്കുന്നു. ഏറ്റവുമൊടുവിലത്തെയറ്റത്ത് ഉപയോഗശൂന്യമായ അടുക്കള. ഇതൊക്കെയാണ് സർക്കിൾ ഇൻസ്പെക്ടർ ഓഫീസിലെ പ്രൗഢികൾ. അടുക്കളയിൽ കാണുന്ന ഷെൽഫിലാണ് പഴയ ഓഫീസ് ഫയലുകളുടെ കൂമ്പാരം കിടക്കുന്നത്. ഫയലുകൾക്ക് നിറവ്യത്യാസം വന്നുതുടങ്ങിയിട്ട് കാലമെത്രയോ ചെന്നിരിക്കുന്നു. GOVT. OF KARNATAKA എന്ന് എഴുതിച്ചേർത്ത ചുവപ്പുനാടകൾക്കിടയിൽ പരതിയാൽ GOVT. OF MYSORE എന്ന പഴയ ഫയലുകളും കാണാൻ കഴിയും. സംസ്ഥാനത്തിന്റെ പേര് മാറ്റുന്നതിനു മുമ്പുള്ള ഫയൽ കൂമ്പാരങ്ങളാണത്. കുറ്റകൃത്യങ്ങൾക്ക് കാര്യമായ കുറവുകളൊന്നുമില്ലാത്ത രണ്ടുമൂന്ന് പൊലീസ് സ്റ്റേഷനുകൾ സർക്കിൾ ഇൻസ്പെക്ടറുടെ പരിധിയിൽ വരുന്നുണ്ട്. എന്നാൽ, ആ കുറ്റകൃത്യങ്ങൾക്കൊക്കെയും സമാന സ്വഭാവങ്ങളുണ്ടായിരുന്നു. പുരുഷന്മാർ തമ്മിലുള്ള അടിപിടിയാണ് അതിൽ മുഖ്യം. അതിനു ഹേതുവായിത്തീരുന്നതെന്തായാലും ശരി, മുറപോലെ നടന്നുപോരുന്ന കാര്യങ്ങളാണതെല്ലാം. പിന്നീട് വരുന്നത് കളവ് കേസുകളാണ്. അതും കന്നുകാലികൾ കളവുപോകുന്ന അത്ഭുതവിദ്യ. ഒരു ഗ്രാമത്തിൽനിന്ന് കട്ടുകൊണ്ടുപോകുന്ന കന്നുകാലികൾതന്നെ വെളുപ്പിനുമുമ്പ് അടുത്ത ഗ്രാമത്തിലെ ചന്തയിൽ വിറ്റഴിയുന്നു. ധാന്യക്കൂമ്പാരങ്ങൾ രാത്രിയിൽ വന്നു ചാക്കിലേറ്റി മോഷ്ടിക്കുന്ന വിദ്യയും നിലവിലുണ്ട്.

ഫയൽ കൂമ്പാരങ്ങൾക്കരികെ ഒരു പുരാതന അടുപ്പ് കാണാം. അതിന്റെയരികെ ഗ്യാസ് സിലിണ്ടർ വെച്ചിരിക്കുന്നു. ഇതുപയോഗിച്ചാണ് ഓഫീസ് അടിച്ചു വൃത്തിയാക്കുവാൻ വരുന്ന സ്ത്രീ സർക്കിളദ്ദേഹത്തിനു ചായ ഉണ്ടാക്കിക്കൊടുക്കുന്നത്.

സർക്കിൾ ഇൻസ്പെക്ടർ ഉപയോഗിച്ചുവരുന്ന മുറിയുടെ തൊട്ടമുറിയിലാണ് ക്ലാർക്കുമാർ ഇരിക്കുന്നത്. അവരെ കൂടാതെ സ്റ്റേഷൻ പാറാവിനു നിയോഗിച്ച രണ്ടുമൂന്നു പൊലീസുകാരും അവിടെ ചടഞ്ഞു കൂടിയിരിക്കുന്നുണ്ടാകും. അതിലൊരാൾ സെൻട്രിയാണ്. അറ്റൻഷനിൽ തോക്കിൻമുന ഉയർത്തിപ്പിടിച്ചു നിൽക്കുന്നത് കണ്ടാൽ ആൾ കല്ലിൽ കൊത്തിവച്ച പ്രതിമയാണെന്നേ തോന്നുകയുള്ളൂ. അടുത്ത മുറിയിലെ ക്ലാർക്കുമാർ എന്തൊക്കെ സംഭാഷണത്തിലേർപ്പെട്ടാലും ഫയലുകളിൽ നിന്നും കണ്ണെടുക്കാറില്ല. അടുത്ത മുറിയിൽനിന്ന് സർക്കിൾ ഇൻസ്പെക്ടറുടെ കൈ കോളിങ് ബെല്ലിലേക്ക് തൊടുന്നേരത്ത് അവിടേക്ക് പാഞ്ഞുപോകുവാൻ ക്ലാർക്കുമാർ അമാന്തിക്കാറുമില്ല. അപ്പോഴേക്കും തൊപ്പി

ശരിയാക്കിക്കൊണ്ട് പൊലീസുകാരും ഓടിവരും മുറിയിലേക്ക്.

വളരെ വൃത്തിയായി അലക്കി ഇസ്തിരിയിട്ട കാക്കി യൂണിഫോമിന്റെ പോക്കറ്റ് ഭാഗത്ത് തെളിഞ്ഞ ഇംഗ്ലീഷ് അക്ഷരത്തിൽ എഴുതിവെച്ചിരിക്കുന്നു: രഘുപതിരാജു, സർക്കിൾ ഇൻസ്പെക്ടർ ഓഫ് പൊലീസ് – ഗുണ്ടിൽപേട്ട്. ഇനിയുമൊരു നീണ്ടകാലം സർവീസിൽ ഇല്ലെന്നു വിളിച്ചു പറയുന്നത് അദ്ദേഹത്തിന്റെ കണ്ണടയാകുന്നു. പിന്നെ മറ്റു ചിലതുകൂടി നമ്മോടത് പറഞ്ഞുതരും. നിറം പകർന്നു തുടങ്ങിയ മുടിയിഴകൾ, അതേപോലെതന്നെ കൂടുതലും ശുഭ്രവർണത്തിലേക്ക് നീങ്ങിയ മീശരോമങ്ങൾ, വെളുത്തു തുടങ്ങുന്ന ചെന്നിരോമങ്ങൾ എന്നിവയൊക്കെ ഈ ആജാനുബാഹുവിന്റെ പൊലീസുദ്യോഗം അവസാനിക്കാറായെന്നു വ്യക്തമാക്കുന്നതാണ്. എന്തുകൊണ്ടോ രോമങ്ങൾക്കൊക്കെ കറുത്ത ചായമടിച്ചു നിത്യഹരിത യുവാവായി നടക്കുവാൻ രഘുപതി ആഗ്രഹിച്ചില്ല. മദ്ധ്യവയസ്സ് അങ്ങനെതന്നെ ആഘോഷിക്കുന്നതായിരുന്നു അദ്ദേഹത്തിന്റെ വ്യക്തിത്വം.

അവസാനം സിദ്ധാർഥനെന്ന സബ് ഇൻസ്പെക്ടർ ഓഫ് പൊലീസ് വിളിപ്പിക്കപ്പെട്ടിരിക്കുകയാണ് തന്റെ മേലുദ്യോഗസ്ഥന്റെ മുമ്പിലേക്ക്. തലേന്നാണ് സന്ദേശം പാഞ്ഞുവന്നത്; “സിദ്ധാർഥൻ, താങ്കൾ നാളെ പതിനൊന്നു മണിക്ക് സർക്കിൾ ഇൻസ്പെക്ടറുടെ ഓഫീസിലെത്തണം. ഇൻസ്പെക്ടർക്ക് താങ്കളെ നേരിട്ട് കാണണം. വെരി അർജന്റ്, ഒഫീഷ്യൽ മാറ്റർ.'

തന്റെ മുമ്പിലെ കസേരയിലിരിക്കുന്ന വികൃതിപ്പയ്യനെ വീക്ഷിക്കുമ്പോൾ ഘുപതിരാജുവിനു താനെവിടെയോ വായിച്ചുമറന്ന ഒരു വാചകമാണോർമയിൽ തെളിഞ്ഞത് (ബ്രിട്ടീഷ് ഇന്ത്യയിലെ അവസാനത്തെ വൈസ്രോയിയായിരുന്ന മൗണ്ട് ബാറ്റൺ പ്രഭുവിന്റെ ആത്മഗതം. സ്വാതന്ത്ര്യം തരികയെന്നപേക്ഷിച്ചുകൊണ്ട് മഹാത്മാഗാന്ധി മൗണ്ട് ബാറ്റണെ ഔദ്യോഗിക വസതിയിൽ സന്ദർശിച്ചപ്പോൾ മൗണ്ട് ബാറ്റന്റെ മനസ്സ് ഇങ്ങനെ വായിക്കാമായിരുന്നത്രെ; എന്റെ കസേരക്കൈമേൽ വന്നിരുന്ന വിഷണ്ണനായ കുരുവി).

ശരിയാണ്, ഘുപതി മനസിൽ പറഞ്ഞു. തന്റെ ഓഫീസ് ജാലകത്തിലൂടെ വഴിതെറ്റി വന്ന വിഷണ്ണനായ കുരുവി.

“മിസ്റ്റർ ഇൻസ്പെക്ടർ,” ഘുപതി വളരെ മെല്ലയേ സംസാരിക്കുകയുള്ളൂ. അദ്ദേഹത്തിന്റെ നിഷ്ഠ എന്തെന്നുവെച്ചാൽ താൻ അഭിസംബോധന ചെയ്യുന്ന വ്യക്തിക്ക് കേൾക്കാൻ മാത്രം ശബ്ദമുയർത്തിയാൽ മതിയെന്നാണ്. എന്തിനു വെറുതെ മറ്റുള്ളവർ സംസാരം കേൾക്കണം. മറ്റൊന്നുകൂടെയുണ്ടായിരുന്നു. അക്ഷരങ്ങൾ വേറെ വെറെയാണു വന്നു വീഴുക. എന്നുവെച്ചാൽ നർസറി വിദ്യാർഥികൾക്ക് പോലും അദ്ദേഹത്തിന്റെ വായിൽനിന്നു വാക്കുകൾ പെറുക്കിയെടുക്കാനാകും. അവ്യക്തതയോ വിക്കോ ധൃതിയോ ഒന്നുംതന്നെ വാചകങ്ങളെ വിഴുങ്ങിക്കളയുവാൻ രഘുപതിരാജു സമ്മതിക്കില്ല. എവിടെ നിന്നോ ഒഴുകിവരുന്ന

ശബ്ദം. പക്ഷേ ഒന്നുണ്ട്, എല്ലാ വാക്കുകൾക്കും കൽപ്പനയുടെ ധാർഷ്ട്യ മുണ്ട്. ഒന്നുംതന്നെ നിർദേശങ്ങളോ അപേക്ഷകളോ ആവില്ല. ഉയർന്ന മേലാവിൽനിന്നു പറയുന്നു. പറയേണ്ടവരോട് മാത്രം പറയുന്നു.

"മിസ്റ്റർ ഇൻസ്പെക്ടർ, താങ്കൾ ഡിപ്പാർട്ട്മെന്റിന്റെ അപ്രീതിക്ക് പാത്രമായിരിക്കുന്നു."

തന്റെ മുമ്പിലിരിക്കുന്ന കീഴുദ്യോഗസ്ഥനെ വീണ്ടും നോക്കിക്കാണു കയായിരുന്നു. കണ്ണാടി മുഖം. രോമത്തിന്റെ കണികപോലും മുഖത്തില്ല. നിഷ്കളങ്കമായ മുഖത്ത് അതിലും നിഷ്കളങ്കമായ കണ്ണുകൾ. തൊപ്പി യിൽനിന്ന് പുറത്തേക്ക് വരുന്ന രോമങ്ങൾക്ക് യൗവനത്തിന്റെ തനി ക്കറുപ്പ്. വയസ്സ് ചോദിക്കുന്നത് ശരിയല്ല. എന്നാലും എത്രയോ വർഷ ങ്ങൾ സർവീസിലിരിക്കേണ്ടവനാണ്. ബുദ്ധികൂർമതയും ജ്ഞാനവും വിളിച്ചു പറയുന്ന മുഖം. കണ്ടാലറിയാം സകല ഡിപ്പാർട്ട്മെന്റ് ടെസ്റ്റു കളും പാസാകുമെന്ന്. ഇടയ്ക്കൊന്നു മനസുവെച്ചെഴുതിയാൽ ഐ പി എസ് പരീക്ഷയും പാസാകും. എന്തൊക്കെ കുറവുകളുണ്ടെങ്കിലും പൊലീസ് അധികാരത്തിന്റെ ഒരു സമഗ്രഭാവം പയ്യനിൽനിന്ന് പുറ ത്തേക്ക് വരുന്നുണ്ട്. എന്നുവെച്ചാൽ തിന്മകൾക്കെതിരെ താൻ ജാഗരൂക നാണെന്നും അതിനുള്ള കച്ച താൻ കെട്ടിയിട്ടുണ്ടെന്നും ശരീരഭാഷ വിളിച്ചു പറയുന്നു.

"എനിക്ക് മനസിലാകാത്തതാണ് സാർ പറയുന്നത്" അത്ര മാത്രമേ സിദ്ധാർഥൻ പറഞ്ഞുള്ളു.

"മിസ്റ്റർ സിദ്ധാർഥൻ, താങ്കളുടെ പേർ അതാണല്ലോ. ഈ പൊലീസ് ഉദ്യോഗം എന്നൊക്കെ പറഞ്ഞാൽ എന്താണെന്ന് താങ്കൾ മനസിലാക്കി കാണുമല്ലോ."

"അറിയാം സാർ, ബാംഗ്ലൂർ നോർത്തിലെ പരിശീലന ക്യാമ്പിൽ ഒന്നാമതായിരുന്നു ഞാൻ: റാങ്ക് ഹോൾഡറായിരുന്നു. അതിനു പുറമെ....."

"നിർത്തൂ സിദ്ധാർഥൻ. ഞാൻ പറഞ്ഞു വരുന്നതും നിങ്ങൾ ചിന്തി ക്കുന്നതും രണ്ടാണ്. പൊലീസ് മാനുവൽ ആർക്ക് വേണം. അതൊക്കെ നമ്മൾക്ക് തൊപ്പി കിട്ടിയതിനുശേഷം കൊട്ടയിലേക്ക് വലിച്ചെറിയാനു ള്ളതാണ്. ഞാൻ പറഞ്ഞു വരുന്നത് കേൾക്ക്."

"സാർ പറയൂ, ഞാൻ കേൾക്കാം."

"നമ്മൾ ആരാണെന്നുവെച്ചാൽ കാക്കി യൂണിഫോം ധരിച്ച നീതി നടത്തിപ്പുകാരാണ്. ഈ കാക്കി വസ്ത്രം ഒരേ സമയം അന്തസിന്റെയും എന്നാൽ അടിമത്തത്തിന്റെയുമാണ്. അന്തസിന്റേതെന്നു ഞാൻ പറയു ന്നത് ഭരണകൂടം ആയുധം നൽകിയത് നമുക്ക് മാത്രമാണ്. നമ്മുടെ കൈയിൽനിന്ന് ചില തുരുമ്പ് വന്ന ആയുധങ്ങൾ വനംവകുപ്പിനോ സെൻട്രൽ എക്സൈസിനോ കൊടുത്തുവെന്ന് വരാം. അതുകൊണ്ട് നമ്മുടെ പദവിക്ക് കോട്ടം വരുന്നില്ല. കേൾക്കുന്നുണ്ടോ ഞാൻ പറയു ന്നത്?"

"ഉവ്വ്, ഞാൻ ശ്രദ്ധിക്കുന്നു."

“ബാക്കി കൂടെ പറയാം. ആയുധം നമ്മുടെ കൈയിൽ മാത്രമെന്നു പറഞ്ഞില്ലേ. ഹോം സെക്രട്ടറിക്കോ ചീഫ് സെക്രട്ടറിക്കോ കോർപ്പറേഷൻ അധികാരികൾക്കോ ഒന്നും ആയുധം നൽകിയിട്ടില്ല. ബ്ലോക്ക് ഡെവലപ്പ്മെന്റ് ഓഫീസർക്കോ, പഞ്ചായത്ത് സെക്രട്ടറിക്കോ ആരെയും ഭയപ്പെടുത്തുവാൻ കഴിയില്ല. അതുകൊണ്ട് നമ്മെ പൊതുജനം ഭയപ്പെടുന്നു. ഭയപ്പെടുത്തണം.”

“സർ, ഞാൻ മനസിലാക്കിയത് എന്തെന്നാൽ....”

“സിദ്ധാർഥൻ എന്നു വിളിക്കുന്ന പൊലീസ് സബ് ഇൻസ്പെക്ടർ ഇനിയും ഒരുപാട് കാര്യങ്ങൾ മനസിലാക്കുവാനുണ്ടെന്ന് ഞാൻ കരുതുന്നു. സാധുപൊതുജനത്തെ നാം കാൽക്കീഴിലിട്ട് ചവിട്ടിയരയ്ക്കണം. എന്നാൽ, വേറെയൊരു വിഭാഗമുണ്ട്. അവരുടെ കാലുപിടിച്ച് നാം സേവ സമ്പാദിക്കണം. വേണമെങ്കിൽ ആ കാൽ നക്കണം. അതാരാണെന്നറിയണ്ടേ യുവ ഇൻസ്പെക്ടർക്ക്.”

“വേണ്ട സർ,” സിദ്ധാർഥൻ എഴുന്നേറ്റു. “ദയവായി എന്നെ ഒഴിവാക്കൂ. താങ്കൾ എന്റെ മുകളിലെ വലിയ ഓഫീസറാണ്. എന്നെപ്പോലെയുള്ള സബ് ഇൻസ്പെക്ടർമാർ വേറെയും താങ്കളുടെ കീഴിലുണ്ടാകും. അങ്ങേക്കെന്നോട് ഒഫീഷ്യലായി എന്തോ ഗൗരവകാര്യങ്ങൾ സംസാരിക്കുവാനുണ്ടെന്നു പറഞ്ഞു....”

“ധൃതിപ്പെടാതിരിക്കൂ ഇൻസ്പെക്ടർ. ഞാനീ പറയുന്നതൊക്കെത്തന്നെയും ഒഫീഷ്യലാണ്. പറയാനുള്ളത് മുഴുവൻ കേൾക്കണം. പ്രായത്തിന്റെ അവിവേകം ഞാൻ അറിയുന്നു. ഇനിയും എന്നെ അനുസരിക്കാതെ പോവുകയാണെങ്കിൽ കടുത്ത നടപടികളിലേക്ക് എനിക്ക് പോകേണ്ടിവരും.”

“ക്ഷമിക്കണം സർ. ഞാൻ ഇരിക്കാം. എന്റെ ഭാഗത്തുനിന്നുതന്നെയാണ് അവിവേകം വന്നത്. താങ്കൾ ബാക്കിക്കൂടെ പറയൂ.”

“രാഷ്ട്രീയക്കാരെയും മേലുദ്യോഗസ്ഥരെയും നാം സേവ പിടിച്ചേ മതിയാകൂ സിദ്ധാർഥൻ. അതാണ് താങ്കൾക്കറിയാത്ത പൊലീസ് മുറ.”

രഘുപതി രാജു എന്ന സർക്കിൾ ഇൻസ്പെക്ടർ ഒരു പ്രൈമറി സ്കൂൾ വിദ്യാർഥിക്ക് ക്ലാസെടുക്കുന്നതുപോലെ വിശദീകരിച്ചു. ഗുരുമുഖത്തുനിന്നുവരുന്ന വാക്കുകൾ പെറുക്കിയെടുക്കുന്ന അനുസരണയുള്ള ശിഷ്യനെപ്പോലെ സിദ്ധാർഥൻ കേട്ടുനിന്നു.

“ഓഫീസുകളിൽ കണ്ടിട്ടില്ലേ സിദ്ധാർഥൻ ശിപായിമാരെയൊക്കെ. അതല്ലെങ്കിൽ സ്വകാര്യ കമ്പനികളിൽ കണ്ടിട്ടില്ലേ വാച്ച്മാൻമാരെയൊക്കെ.”

“ഉവ്വ് സർ.”

“പിന്നെ ബസ് കണ്ടക്ടർമാർ, ഓട്ടോറിക്ഷ ഡ്രൈവർമാർ. എന്താണ് അവരുടെയൊക്കെ യൂണിഫോം. എന്താണ് നിറം.”

“കാക്കി നിറം തന്നെ സർ.”

“എങ്കിൽ ശ്രദ്ധിക്കൂ, ജനങ്ങളാൽ തിരഞ്ഞെടുക്കപ്പെട്ട മുഖ്യമന്ത്രിയും

സംസ്ഥാനത്തിന്റെ ചീഫ് സെക്രട്ടറിയും ഒരേ മുറിയിലിരുന്ന് ഭരണ കാര്യങ്ങൾ ചർച്ച ചെയ്യുന്നു. അവിടേക്ക് മൂന്നാമനായി ഡി ജി പിയെ വിളിക്കുന്നുവെന്ന് സങ്കൽപ്പിക്കൂ, നമ്മുടെ ഡി ജി പിക്ക് കാക്കി യൂണിഫോമും തൊപ്പിയും ബൂട്ടുമിട്ടേ അവിടേക്ക് കടന്നുവരാൻ പാടുള്ളൂ. മറ്റുള്ളവർ ധരിച്ചത് അലൻസോളിയോ ലൂയിഫിലിപ്പോ ആയിരിക്കും."

"വീണ്ടും ശ്രദ്ധിക്കൂ സിദ്ധാർഥൻ, ന്യായാധിപന്റെ മുമ്പിലേക്ക് നമ്മിലോരോ വിഭാഗവും പോകേണ്ടത് യൂണിഫോം ധരിച്ചു മാത്രം. ഭരണയന്ത്രം തിരിക്കുന്ന മറ്റുള്ളവർക്ക് പകിട്ടേറിയ വസ്ത്രം ധരിച്ചു വിസ്താരത്തെ നേരിടാം. നാമെങ്ങാൻ ഒരു ബട്ടൻ ഇടാൻ മറന്നുപോയാൽ, രണ്ട് ദിവസം മുടി വെട്ടാൻ നേരം വൈകിയാൽ, ഒരുദിവസം ഷേവ് ചെയ്തില്ലെങ്കിൽ എന്തൊക്കെ പുകിലാണ്."

"വ്യക്തമാക്കൂ സർ, സിദ്ധാർഥൻ പറഞ്ഞു. എനിക്കാകാംക്ഷയുണ്ട്, താങ്കൾ പറഞ്ഞുകൊണ്ടുവരുന്നതെന്തെന്നറിയുവാൻ."

"അതിലേക്കാണ് ഞാൻ കടന്നുവരുന്നത്. വളരെ ചെറിയ പ്രായത്തിൽ അധികാരം കൈയിൽ വരുമ്പോൾ നാം ഗർവിഷ്ഠരും ഉന്മത്തരുമാകുന്നു. എവിടെയോ നാം കണ്ട സിനിമകളിലെ നീതിയുടെ അവതാരകന്മാരായ പൊലീസുദ്യോഗസ്ഥരെ അനുകരിക്കുന്നു. സ്വയം തന്നെ നാം രജനീകാന്തോ രാജ്കുമാറോ ഇനി എം ജി ആറോ ഒക്കെയായി മാറാൻ ശ്രമിക്കുന്നു. സിദ്ധാർഥന് സംഭവിച്ചത് ഇതാണെന്ന് ഞാൻ മനസിലാക്കുന്നു."

സിദ്ധാർഥൻ അറിയാതെയെങ്കിലും നിഷ്കളങ്കനായി. "എങ്ങനെയാണ് സർ. എനിക്ക് മനസിലാകുന്നില്ല."

"ധൃതിപ്പെടാതിരിക്കൂ ഇൻസ്പെക്ടർ," രഘുപതി രാജു അപ്പോൾ മാത്രമൊന്നു ചിരിച്ചു. സംസാരത്തിനിടയിൽ സർക്കിൾ ഇൻസ്പെക്ടർ ആദ്യമായി ചിരിച്ചത് ഇപ്പോൾ മാത്രം. "താങ്കൾ മാതേവൻ മുതലാളിയുടെ വീട്ടിൽപ്പോയി കാണിച്ച കസർത്തുകൾ എങ്ങനെയൊക്കെയായിരുന്നു. ആവശ്യമില്ലാത്ത ഉശിരൻ പ്രകടനം. ഉഗ്രൻ, നമ്മുടെ കമലാഹസൻ പോലും തോറ്റുപോകും."

"അതെങ്ങനെ തെറ്റാകും സർ" സിദ്ധാർഥന്റെ ശബ്ദം അടഞ്ഞ ഗുഹാമുഖത്തുനിന്ന് പുറത്തേക്ക് വരുന്ന പ്രതിധ്വനി പോലെയായി മാറി.

"അയാളുടെ പേരിൽ പരാതിയൊരാൾ എഴുതിത്തന്നിട്ടുണ്ടായിരുന്നു. രണ്ടോ മൂന്നോ തവണ കോൺസ്റ്റബിളിനെ വിട്ടുവിളിപ്പിച്ചു. പക്ഷേ, വന്നില്ല. നിയമത്തിനതീതനാകുവാൻ ആരെയും വിടരുതല്ലോ."

"നിങ്ങൾ പോയി വിളിച്ചു. അയാൾ വന്നില്ല. എന്നിട്ടെന്തേ വലിച്ചുകൊണ്ടുവന്നില്ല. നിയമപുസ്തകത്തിൽ അതുണ്ട്. ഇല്ലേ, അങ്ങനെയെഴുതി വെച്ചിട്ടില്ലേ."

"അത്... അയാൾ ഉച്ചയ്ക്കുശേഷം വരാമെന്നു പറഞ്ഞു."

"എന്നിട്ട് വന്നുവോ സിദ്ധാർഥൻ. അയാൾ തന്നെ വരാമെന്നു പറഞ്ഞു. വന്നുവോ വൈകിട്ട്, അതോ മറ്റാരെങ്കിലും പറഞ്ഞുവോ."

കുറച്ചധികം നേരത്തേക്ക് അവിടം നിശ്ശബ്ദമായി. ഒരു കടന്നൽക്കുത്തേറ്റപോലെ സിദ്ധാർഥൻ വിറകൊണ്ടു. ആ സംഭവം സിദ്ധാർഥൻ ഓർമിച്ചെടുത്തു.

"ആ ഫയൽ അങ്ങ് കൈകാര്യം ചെയ്യാമെന്നു വിളിച്ചു പറഞ്ഞു സർ, അതുകാരണം ആ ഫയൽ ഞാൻ ഇവിടേക്കെത്തിച്ചു. പിന്നെയൊന്നും ഞാനറിഞ്ഞില്ല."

"ചോദിച്ചതിനു സമാധാനം പറയൂ കുട്ടീ. നിങ്ങൾ ആരുടെ വാക്കുകൾ കേട്ടാണ് മാതേവൻ മുതലാളിയെ ജീപ്പിൽ കയറ്റാതെയിരുന്നത്. വേണ്ടത്ര ഫോർസ് കരുതിയില്ലായിരുന്നുവോ. "

"ഉവ്വ് സർ, നാല് കോൺസ്റ്റബിൾമാർ എന്റെ കൂടെയുണ്ടായിരുന്നു."

"എന്നിട്ടുമെന്തേ നിയമത്തിനുമുമ്പിൽ നിങ്ങൾ മാതേവൻ മുതലാളിയെ കൊണ്ടെത്തിച്ചില്ല. നാല് കോൺസ്റ്റബിൾ കൂടെയുണ്ടായിട്ടും എന്തുകൊണ്ടയാളെ തൂക്കിക്കൊണ്ടു വന്നില്ല."

"സർ, അൽപ്പമൊരയവ് വേണ്ടിവന്നു.

"എന്നു പറഞ്ഞാൽ..."

എന്നു വെച്ചാൽ മാതേവൻ മുതലാളിയുടെ മകൾ എന്റെയൊപ്പം സെന്റ് തെരേസയിൽ ഉണ്ടായിരുന്നു. ബാച്ച് മേറ്റായിരുന്നു. രോഗിയായ അച്ഛനെയുംകൊണ്ട് വൈകിട്ട് സ്റ്റേഷനിൽ വരാമെന്നവൾ പറഞ്ഞപ്പോൾ ഞാനത് വിശ്വസിച്ചുപോയി. പക്ഷേ....."

"എന്താണ് പക്ഷേ..."

"വൈകിട്ട് വിളിച്ചത് സാർ തന്നെയാണ്. ആ കേസ് ഫയൽ സർക്കിൾ ഓഫീസിൽ എത്തിക്കാൻ പറഞ്ഞാൽ ഞാനത് ചെയ്യണമല്ലോ."

"വേണം, പക്ഷേ, ഒരു ചെറിയ രാജിക്ക് നിങ്ങൾ തയാറായി. ഒപ്പം പഠിച്ച പെൺകുട്ടിയുടെ മുമ്പിൽ നിങ്ങൾ കണ്ണടച്ചു. അപ്പോഴും ഉഗ്രൻ പദാവലികൾ പൊലീസ് മാനുവലിൽ ഉണ്ടായിരുന്നുവെന്ന് ഞാൻ വിശ്വസിക്കുന്നു."

സിദ്ധാർഥനെന്തെങ്കിലും പറയുന്നതിനു മുമ്പായി സർക്കിൾ ഇൻസ്പെക്ടർ തന്നെ തുടർന്നു, "വിലക്കപ്പെട്ട കനി കഴിക്കുവാൻ പിശാച് പറഞ്ഞപ്പോൾ ആരും വഴങ്ങിയില്ല. സ്ത്രീ പറഞ്ഞപ്പോൾ ആദം വഴങ്ങി. ശരിയല്ലേ ഇൻസ്പെക്ടർ."

"അങ്ങനെയും പറയാം വേണമെങ്കിൽ. എന്റെ മനസ്സാക്ഷി പിന്നീടെന്നെ കുറ്റപ്പെടുത്തിയിട്ടുണ്ട്."

"എന്തിന് കുറ്റപ്പെടുത്തണം. അങ്ങനെയൊക്കെ വേണ്ടിവരുമെന്നാണ് ഞാൻ പറഞ്ഞുപോരുന്നത്. നിയമത്തിന്റെ തലനാരിഴ മുറിച്ചു വ്യാഖ്യാനിക്കാൻ അമ്മ പ്രസവിച്ചവന് കഴിയില്ല. നിയമങ്ങളെഴുതിവച്ചവർക്കും ഇതൊക്കെയറിയാം. മാതേവൻ മുതലാളിക്കെതിരെ സ്റ്റേഷനിൽ പരാതി തന്നത് സുള്ള്യനാണ്. അന്യായക്കാരനെതിരെ ഈ സ്റ്റേഷനിൽ അനേകം കേസുകൾ നിലവിലുണ്ട്. എല്ലാംതന്നെ ഔദ്യോഗിക കൃത്യനിർവഹണം തടസപ്പെടുത്തലും അതിന് മുകളിലുള്ളതുമാണ്. എന്നു

വെച്ചാൽ അയാൾ സംസ്ഥാനത്തിനെതിരെ യുദ്ധം പ്രഖ്യാപിച്ചിരിക്കുന്നു വെന്നർഥം. ഭാര്യ കമലവും കൂട്ടുപ്രതിയാണ്. എന്നാൽ, അന്യായക്കാരൻ പ്രതിചേർത്ത മാതേവൻ മുതലാളിക്കെതിരെ ഇന്നുവരെ ഒരു കേസും നിലവിലില്ല. ആൾ മാന്യനും ഉന്നതങ്ങളിൽ പിടിപാടുള്ളവനുമാണ്. പക്ഷേ, സുള്ള്യൻ ഉന്നയിച്ച ഒരൊറ്റ കേസിനുമുമ്പിൽ താങ്കൾ മാതേവൻ മുതലാളിയെ ഇരുത്തംവന്ന ക്രിമിനലായി കണ്ടു. ”

“സാർ തെറ്റിദ്ധരിക്കപ്പെട്ടുവെന്നു ഞാൻ പറയും. മാതേവൻ മുതലാളിയുടെ ഗുണ്ടകൾ ചേരിയിൽ നിയമം കൈയിലെടുക്കുന്നു. വൻപലിശയ്ക്ക് പണം നൽകി സാധുക്കളെ പിഴിയുന്നു. തിരിച്ചടയ്ക്കാൻ കഴിയാത്ത സാധുക്കളെ പിഴിയുന്നു. സാധു ഗ്രാമീണരെ ഗുണ്ടകളെ വിട്ട് തല്ലിക്കുന്നു. പക്ഷേ, ഭയംമൂലം ആരും സ്റ്റേഷനിൽ പരാതി തരുന്നില്ലെന്നു മാത്രം.”

“തീർത്തും ശരിയാണ്. പക്ഷേ, മറുവശമുണ്ട്. മാതേവൻ മുതലാളി ആർക്കെങ്കിലും പണം വേണമോ എന്നു ചോദിച്ച് ഒരു ഗള്ളിയിലേക്കും ചെന്നിട്ടില്ല. കൃഷിയാവശ്യങ്ങൾക്കാണെന്നുപറഞ്ഞു പലരും പണം വാങ്ങുന്നു. വെറുതെയാരെങ്കിലും പണം കൊടുക്കുമോ. കുറച്ചെങ്കിലുമാളുകൾ കള്ള് കുടിച്ചും തേവിടിശ്ശികൾക്ക് കൊടുത്തും നശിപ്പിക്കുന്നു. തിരിച്ചടവ് പിഴച്ചാൽ സ്റ്റേഷനിൽ പരാതിപ്പെട്ടിട്ടെന്ത് കാര്യം.”

പിന്നെയെന്ത് ചെയ്യുമെന്ന ചോദ്യത്തിന് മുമ്പിൽ സിദ്ധാർഥൻ നിശ്ശബ്ദനായി. അത് നിയമപുസ്തകത്തിലോ പൊലീസ് മുറകളിലോ കാണില്ല. ദാർശനിക ഗ്രന്ഥങ്ങളിലും രേഖപ്പെടുത്തി കാണില്ല. സർക്കിൾ ഇൻസ്പെക്ടർ പറഞ്ഞു വരുന്നത് നിയമ വിശാരദന്മാരെഴുതിവച്ച വരികൾക്കപ്പുറം വായിക്കണമെന്നാണ്. അതൊക്കെക്കൂടി ചേർന്നതാണ് പൊലീസ്.

“സിദ്ധാർഥൻ, നിങ്ങൾക്കെത്ര വയസായി?”

“ഇരുപത്തിനാല് കഴിഞ്ഞു സാർ, ജൂൺ പതിമൂന്നാം തീയതിയായിരുന്നു അത് പൂർത്തിയായത്.”

“ഗുഡ്... ഗുഡ് സിദ്ധാർഥ്. ഈ പ്രായത്തിൽ ഞാനും പൊലീസ് സേനയിൽ ഉണ്ടായിരുന്നു. ഹുൻസൂരിലെ പഞ്ചസാരമില്ലിൽ കരിമ്പിൻ ചണ്ടികൾകൊണ്ടു ജീവിക്കുന്ന തൊഴിലാളിയുടെ മകന് കോൺസ്റ്റബിളായി ജോലി കിട്ടിയത് അന്നൊരു വാർത്തയായിരുന്നു. നിങ്ങളെ പോലെതന്നെ മീശ മുളച്ചുവരുന്ന പയ്യൻ. ആദ്യ നിയമനം കിട്ടിയത് എവിടെയെന്നറിയമോ?”

“പറയൂ സർ.”

“മൈസൂർ കൊട്ടാരത്തിൽ. കൊട്ടാരം സൂക്ഷിപ്പ് സേനയിൽ. ആ കൊട്ടാരത്തിന്റെ വിശാലമായ ഇടനാഴികളിലും അകത്തളങ്ങളിലുമൊക്കെ ഞാനൊരു കൊച്ചു കുട്ടിയെപ്പോലെ ഓടി നടക്കുമായിരുന്നു. വൊഡയാർ രാജവംശം ഗൃഹയോഗം നടത്തിയിരുന്ന പൂമുഖം, കവാത്ത് നടത്തുന്ന സേനയെ നിരീക്ഷിക്കുവാനുപയോഗിച്ചിരുന്ന മട്ടുപ്പാവ്, സിംഹാസനം

കൊണ്ടുവെച്ചിരുന്ന അങ്കണ മുറി. രാജദൂതന്മാരുടെ സന്ദേശം സ്വീകരിക്കുവാൻ ഇറങ്ങിവരാറുള്ള തിരുമുറ്റം, ദേവീദേവന്മാർ നിറഞ്ഞുനിൽക്കുന്ന പൂജാമുറി; എല്ലാമെല്ലാം എനിക്കാനന്ദമായിരുന്നു. സിദ്ധാർഥൻ ഞാനെന്റെ കാക്കിയുടുപ്പിട്ട് സ്വയമൊരു ഭടനായി നടിച്ച് അവിടെയൊക്കെ കറങ്ങി നടക്കും. അന്ന് കർണാടക സർക്കാരല്ല. മൈസൂർ സർക്കാറാണ്. അങ്ങനെയൊരു സർക്കാർ നിലവിലില്ലായെന്നും ഈ സംസ്ഥാനം ഭരിക്കുന്നത് വൊഡയാർ രാജകുടുംബമാണെന്നും ഞാനെന്റെ മനസിനോട് പറഞ്ഞു. അത്രയ്ക്കഗാധമായിരുന്നു എനിക്ക് രാജകുടുംബത്തോടും മൈസൂർ സർക്കാരിനോടുമുള്ള കൂറ്. അത് തെളിയിക്കാനെനിക്കൊരു അവസരം ലഭിച്ചു.

സിദ്ധാർഥൻ, നിങ്ങളിത് ശ്രദ്ധിച്ചു കേൾക്കൂ. അന്നെനിക്ക് ഡ്യൂട്ടി രാജാവിന്റെ തിരുശേഷിപ്പുകൾ സൂക്ഷിച്ചുവയ്ക്കുന്ന മുറിയിലാണ്. ഞങ്ങൾ മൊത്തം പന്ത്രണ്ട് കോൺസ്റ്റബിൾമാർ, ഒരു സബ് ഇൻസ്പെക്ടർ, പിന്നെയൊരു സർക്കിൾ ഇൻസ്പെക്ടർ എന്നിവർക്കാണ് ചുമതല. എല്ലാവർക്കുംതന്നെ ഉണ്ടയിട്ട തോക്ക് തന്നിട്ടുണ്ട്. കോടികൾ വരുന്ന അമൂല്യ ശേഖരം. ആയിടെ എനിക്കൊരു ഓഫർ ലഭിച്ചു.”

“എന്തായിരുന്നു സർ, വേഗത്തിൽ പ്രമോഷൻ കിട്ടിക്കാണും.”

“അല്ല, അതായിരുന്നെങ്കിൽ പറയാനെന്തിരിക്കുന്നു. സേനയിലെ പതിമൂന്നു പേരും സമ്മതംമൂളിയ ഒരു വിഷയമുണ്ട്. ചെറുപ്പക്കാരനായ എന്റെ പ്രതികരണമവർക്കറിയണം. മഹാറാണി വിശേഷപ്പെട്ട ദിവസങ്ങളിലണിഞ്ഞിരുന്ന പൊന്നരഞ്ഞാണം കൈമാറുവാൻ സമ്മതം കൊടുക്കണം ഞാൻ. പകരം ഒരാൾക്കും സംശയം തോന്നാത്ത അരഞ്ഞാണം അവിടേക്ക് കൊണ്ടുവയ്ക്കും. മുത്തുകളും രത്നങ്ങളുമൊക്കെ അതേ ചേലിൽത്തന്നെ. ശുദ്ധ ചെമ്പുകൊണ്ട് പണിത് തങ്കത്തിൽ മുക്കിയെടുത്തത്. സബ് ഇൻസ്പെക്ടറടക്കം, സർക്കിൾ ഇൻസ്പെക്ടർ വരെ സമ്മതിച്ചിരിക്കുന്നു. സംഗതി പരമരഹസ്യമായിരിക്കണം. ഗൂഢസംഘം ഇതിനായി ഓരോ കോൺസ്റ്റബിൾമാർക്കും അമ്പതിനായിരം രൂപയാണ് വാഗ്ദാനം ചെയ്തത്. അന്ന് ഞങ്ങൾ തുടക്കക്കാരുടെ സ്കെയിൽ അറിയണ്ടേ – മുന്നൂറ്റി പതിനഞ്ച് രൂപ.”

“എന്നിട്ടെന്തു സംഭവിച്ചു സർ” സിദ്ധാർഥൻ ഉത്സുകനായി. അദ്ദേഹത്തിന്റെ മുഖം തീർത്തുമൊരു കൊച്ചുകുട്ടിയുടേതുപോലെ തിളങ്ങി.

“താങ്കളാ രഹസ്യം പൊളിച്ചു കൈയിൽ കൊടുത്തെന്നു ഞാനൂഹിക്കുന്നു. മേലാവിലേക്ക് ഈ വിവരം എത്തിക്കുകയും ചെയ്തു?”

“അതുതന്നെ ചെയ്തു. ഞാനാ നന്ദികേടിന്റെ പൊരുൾ ഡി വൈ എസ് പിയെക്കണ്ടു പറഞ്ഞു. അവർക്ക് ഈ ഉദ്യമം ഉപേക്ഷിക്കേണ്ടി വന്നു. അവരൊക്കെ സസ്പെൻഷനിലുമായി. എനിക്ക് വളരെ പെട്ടെന്നു ഹെഡ്കോൺസ്റ്റബിളായി പ്രമോഷൻ കിട്ടി. സംസ്ഥാനത്തെ ഏറ്റവും പ്രായംകുറഞ്ഞ മീശ മുളച്ചുവരുന്ന ഹെഡ് കോൺസ്റ്റബിൾ.... പക്ഷേ, ഞാൻ ഖേദിക്കുന്നു.”

"അതെന്തിന്, സാർ ശരി മാത്രമേ ചെയ്തുള്ളൂ."

"ആ ശരിക്ക് എന്റെ കുടുംബത്തെ പോറ്റുവാൻ കഴിയുമായിരുന്നില്ല. ഹുൻസൂർ പഞ്ചസാര ഫാക്ടറിയിലെ മറ്റൊരു കഴുതയായി മാറിപ്പോയ എന്റെ അച്ഛനെക്കൊണ്ട് മാത്രം കഴിയുമായിരുന്നില്ല, സഹോദരിമാർക്ക് പുടവ കൊടുപ്പിക്കുവാൻ. ആസ്ത്മയുടെ കൈകളിലമർന്ന അമ്മയ്ക്ക് മരുന്നുവാങ്ങുവാനും ആ ശരിക്ക് കഴിയുമായിരുന്നില്ല. പക്ഷേ, ഞാനെന്റെ ആദർശനിഷ്ഠയിൽനിന്ന് ലവലേശവും വ്യതിചലിച്ചില്ല. പക്ഷേ, ഞാൻ പിന്നീട് എത്രയോ മാറിപ്പോയി. എത്രയെന്ന് ചോദിച്ചാൽ എത്രയോ. അതിന്റെ നാൾവഴി കണക്കുകളറിയണോ ഇൻസ്പെക്ടർക്ക്?"

"വേണം സാർ, തീർച്ചയായും."

"ശരിയിൽനിന്ന് തെറ്റുകളിലേക്ക് എന്റെ ഉടപ്പിറപ്പുകൾ പോകുന്നത് ഞാൻ അറിഞ്ഞു. അതെന്റെ അമ്മയുടെ മൗനാനുവാദത്തോടെയാ ണെന്നും ഞാൻ മനസിലാക്കി. പൗഡറിട്ട് മുഖം മിനുക്കി പൊട്ടുതൊട്ട് അനിയത്തിമാർ വീട് വിട്ടിറങ്ങുന്നത് മകന്റെ ആദർശനിഷ്ഠകൊണ്ടാ ണെന്ന് അമ്മ പരിഹസിച്ചു. ശ്വാസകോശത്തിന്റെ അസുഖത്താൽ അവർ പലപ്പോഴും പൂവൻകോഴിപോലെ കൂകുന്നതും ഞാൻ കേട്ടു. അവർക്ക് ഞാനുടനെ എത്തിക്കേണ്ടത് മരുന്നായിരുന്നു. മുന്നൂറ്റി പതിനഞ്ച് രൂപ ക്കാരന്റെ മുഖം താഴോട്ട് കുനിഞ്ഞ സമയമായിരുന്നു അത്. പിന്നീട് ഞാനാ കുപ്പായം അഴിച്ചു വെച്ചു; ആദർശത്തിന്റെ കുപ്പായം. ഇപ്പോൾ ഞാൻ ധരിച്ചു നടക്കുന്നത് പ്രായോഗികതയുടെ ഉടയാടകളാണ്. അന്നു ഞാൻ നഷ്ടപ്പെടുത്തിയ അമ്പതിനായിരം കൊണ്ടെനിക്ക് ഏക്കർ കണ ക്കിന് കരിമ്പിൻതോട്ടം വാങ്ങാമായിരുന്നു. ഞാൻ തെറ്റു ചെയ്തുവോ സിദ്ധാർഥൻ."

"തീർച്ചയായും സാർ തെറ്റു ചെയ്തു. ഒരേ സമയം കുടുംബ ത്തോടും രാഷ്ട്രത്തോടും."

"സിദ്ധാർഥൻ, ഞാനൊരു കാര്യം കൂടെ പറയാം. ശ്രദ്ധിച്ചു കേൾക്കൂ."

നിശ്ചയമായും സിദ്ധാർഥൻ ശ്രവിക്കുകതന്നെയായിരുന്നു. സർവീ സിന് എത്രയോ പേരുദോഷം കേൾപ്പിച്ച വ്യക്തിയാണ് തന്റെ മുമ്പിലി രിക്കുന്നതെന്നറിയാം. സീനിയർ ഉദ്യോഗസ്ഥനാണ്. അടുത്തവർഷം റിട്ട യർ ചെയ്യും. ഇപ്പോൾ ഡി വൈ എസ് പിയോ എസ് പിയോ ഒക്കെയാ കേണ്ടതായിരുന്നു. എത്രയോ കേസുകളും സസ്പെൻഷനുകളുമൊക്കെ യായി കെട്ടിമറഞ്ഞു സംസ്ഥാനത്തിന്റെ പ്രശ്നരഹിതമായ ഒരു മൂലയിൽ സർക്കിൾ ഇൻസ്പെക്ടറായി ഇരുത്തിയിരിക്കുന്നു. എത്രയോ തലമുറ കൾക്ക് ഉണ്ടാക്കിവെച്ചിരിക്കുന്നുവത്രെ വയർ നിറയെ ഉണ്ണുവാൻ.

"സിദ്ധാർഥൻ, താങ്കൾ സസ്പെന്റ് ചെയ്യപ്പെടേണ്ടതായിരുന്നു ഇതിനുമുമ്പുതന്നെ. പക്ഷേ, താങ്കളെ ഒരാൾ രക്ഷിച്ചെടുക്കുകയായി രുന്നു. ഒരു പ്രത്യേക ഉദ്ദേശ്യത്തിനു വേണ്ടിയായിരുന്നു അതൊക്കെയും."

"ങ്ഹേ..." സിദ്ധാർഥൻ എന്ന പൊലീസ് സബ് ഇൻസ്പെക്ടർ അതി

ശയിച്ചു നിന്നു. "എന്ത് തെറ്റിനാണ് സാർ സസ്പെൻഷൻ, അതുപോലെ ആരാണെന്റെ കാര്യത്തിൽ ഞാൻപോലുമറിയാത്ത രക്ഷകൻ. സാർ ഈ പറഞ്ഞതിന്റെ പൊരുൾ മാത്രമെനിക്ക് മനസിലാകുന്നില്ല."

"അതും ഞാൻ പറയാം. അതിനൊക്കെയാണല്ലോ ഞാൻ താങ്കളെ വിളിപ്പിച്ചത്. പൊലീസിൽ സസ്പെന്റ് ചെയ്യുവാൻ പ്രത്യേകിച്ച് കാരണമൊന്നും വേണമെന്നില്ല. മേലുദ്യോഗസ്ഥൻ വിചാരിച്ചാൽ എളുപ്പത്തിൽ കഴിയും. സർവീസിൽ തുടരാനാണ് കാരണം വേണ്ടത്. താങ്കളുടെ വിഷയത്തിൽ നാട്ടിലെ മാന്യന്മാരായ ഒരാളുടെ വീട്ടിൽ അകാരണമായി ചെന്നു ശല്യപ്പെടുത്തി എന്ന ഒരൊറ്റ കാരണം മതിയാകും. വനിതാ പൊലീസിന്റെ അഭാവത്തിൽ അദ്ദേഹത്തിന്റെ മകളെ പൊലീസ്സ്റ്റേഷനിലേക്ക് വലിച്ചിഴച്ചു എന്നും കൂട്ടിച്ചേർക്കാം. പക്ഷേ, അതൊന്നും ഇപ്പോൾ നടപ്പില്ല. താങ്കളെ രക്ഷിച്ചെടുക്കുവാൻ ഒരു വൻശക്തി പിറവിയെടുത്തിരിക്കുന്നു. "

"ഞാനെന്തൊക്കെയോ കേൾക്കുന്നു. എന്നെ വിശ്വസിക്കൂ, സാർ, എനിക്കൊന്നും മനസിലാകുന്നില്ല."

"മേലുദ്യോഗസ്ഥരോട് പറഞ്ഞ് താങ്കളെ രക്ഷിച്ചെടുക്കുന്നത് മാതേവൻ മുതലാളി. പുറമേക്ക് ശിക്ഷകളൊന്നുമില്ലാതെ ഏതോ അപ്രധാന കേന്ദ്രത്തിൽ യൂണിഫോമഴിച്ചുവെച്ചു കണക്കപ്പിള്ളയാക്കാതെ നോക്കുന്നതും മാതേവൻ മുതലാളി. സിദ്ധാർഥൻ, താങ്കളെപ്പോലെയൊരു ഭാഗ്യവാനെ ഞാൻ കണ്ടിട്ടില്ല."

"മിസ്റ്റർ ഇൻസ്പെക്ടർ, രഘുപതി തുടർന്നു. താങ്കളെ മാതേവൻ മുതലാളിക്കാവശ്യമുണ്ടുപോലും. പൊലീസ് സുപ്രണ്ടുപോലും ഓച്ഛാനിച്ചു നിൽക്കുന്ന അദ്ദേഹത്തിന്റെ വീട്ടുമുറ്റത്ത് കയറി ധിക്കാരം കാട്ടിയവനാണ് ആൺകുട്ടിയെന്നദ്ദേഹം പറയുന്നു. അത്തരത്തിലുള്ള ഒരാളെ അദ്ദേഹത്തിന് സ്ഥിരമായി വേണമത്രെ. തുറന്നു പറയാം. സ്ഥിരമായി.... എക്കാലത്തും....."

"സർ, എനിക്കിനി ഈശ്വരനെ തൊട്ടേ സത്യം ചെയ്യാനുള്ളൂ. അതിന്റെ മുകളിലിനി ഒന്നുമില്ലല്ലോ. ഇനിയും ഇവിടെയിരുന്നാൽ എന്റെ പ്രജ്ഞ നഷ്ടപ്പെടും?"

"മാതേവൻ മുതലാളിക്ക് മരുമകനായി താങ്കളെ വേണമെന്ന്. അദ്ദേഹത്തിന്റെ മകൾക്ക് അനുരൂപൻ താങ്കളല്ലാതെ മറ്റാരുമില്ലെന്ന്. ഈ വിഷയത്തിൽ അദ്ദേഹത്തിനോ മകൾക്കോ ഏറെ ചിന്തിക്കേണ്ടതില്ലത്രെ. മനസിലായോ സിദ്ധാർഥൻ. പന്ത് താങ്കളുടെ കോർട്ടിലേക്ക് എറിഞ്ഞു തന്നിരിക്കുന്നു ഈശ്വരൻ. ഇപ്പോൾ താങ്കൾ സത്യം ചെയ്തില്ലേ ഈശ്വരനെ തൊട്ട്. ആ ഭഗവാൻ തന്നെയാണ് താങ്കളുടെ കാൽക്കലേക്ക് പന്തെറിഞ്ഞു തന്നിരിക്കുന്നത്. നീട്ടി ഗോളടിക്കണമെന്ന് ഞാൻ ഉപദേശിക്കുന്നു."

"സർ, എനിക്കൽപ്പം വെള്ളം വേണ്ടിയിരുന്നു. അത് പുറത്തുപോയി കുടിച്ചു വരുവാൻ കഴിയുമോ?"

"എന്തുകൊണ്ട് കഴിയില്ല. നമുക്ക് രണ്ടുപേർക്കുംകൂടി കുടിക്കാം.

ഞാൻ ഇപ്പോൾ തികച്ചും സാവകാശത്തിലാണ്."

സർക്കിൾ ഇൻസ്പെക്ടർ രഘുപതി മേശപ്പുറത്തിരിക്കുന്ന ബെൽ അടിക്കുവാനോ, ആരെയെങ്കിലും വിളിക്കുവാനോ തുനിഞ്ഞില്ല. സാവ കാശം എഴുന്നേറ്റു ചെന്നു വാതിൽ തുറന്നു. നേരത്തെ അദ്ദേഹം അത് ചാരിവെച്ചതായിരുന്നല്ലോ. പുറത്തേക്കുപോയ രഘുപതി അതേ വേഗ ത്തിൽ തിരിയെ വന്നു. രണ്ടു കൈകളിലും കോപ്പയുണ്ടായിരുന്നു, വെള്ളം നിറച്ച കോപ്പ.

"കുടിക്കൂ സിദ്ധാർഥൻ. എനിക്കുമുണ്ട് ദാഹം." ഒരിറക്കിനു കുടി ക്കാതെ രണ്ടുപേരും സാവകാശം വെള്ളം കുടിച്ചു തീർത്തു. ഇരുവരും അവരുടേതായ ചിന്താലോകത്തായിരുന്നു. ഇരുവർക്കുമുണ്ടായിരുന്നു അവരുടേതായ വ്യാകുലതകൾ. രഘുപതി തുടർന്നു ചോദിച്ചു:

"താങ്കൾക്ക് പോകുവാൻ ധൃതിയുണ്ടോ ഇൻസ്പെക്ടർ."

"ഇല്ല, സ്റ്റേഷനിൽ പ്രശ്നങ്ങളൊന്നുമില്ല. ഇനിയുണ്ടെങ്കിലും എനി ക്കെന്റെ ചീഫിന്റെ ഉത്തരവുകൾ അനുസരിക്കണമല്ലോ."

"ശരി, വരൂ സിദ്ധാർഥൻ. നമുക്ക് ഉച്ചഭക്ഷണം എന്റെ വീട്ടിൽ വെച്ചാ കാം. ഡ്രൈവറെ വിളിക്കേണ്ട. ഞാനോടിക്കാം. താങ്കൾ എന്റെയരികെ ത്തിരിക്കൂ. പറയാനുള്ള പ്രധാന കാര്യത്തിലേക്ക് നമുക്ക് കടക്കാം."

പതിമൂന്ന്

"ചെടി പൂത്തു ശിവണ്ണാ, എഴുന്നേൽക്ക്," രാവിലെ വിളി കേട്ടാണ് ശിവണ്ണൻ എഴുന്നേറ്റത്. പ്രഭാതമേറെ ചെന്നിരുന്നു. സൂര്യൻ എത്രയോ കുന്തപ്പാടുകൾക്കുയരത്തിലെത്തിയിട്ടുണ്ടെന്ന് ശിവണ്ണൻ അറിയുന്നു. ആരാണ് വിളിക്കുന്നത്. രാമണ്ണന്റെ ഉത്സാഹഭരിതമായ ശബ്ദം. തോട്ട ത്തിൽ പണിയെടുത്തുകൊണ്ടിരിക്കുന്നത് ഇപ്പോൾ അവനാണ്.

"ശിവണ്ണോ, ശിവണ്ണോ" രാമണ്ണൻ വിളി നിർത്തിയില്ല.

ശിവണ്ണൻ പുതപ്പെടുത്ത് ദൂരെയെറിഞ്ഞു. ശരിക്കും അയാളൊരു ട്രൗസറായിരുന്നു ധരിച്ചിരുന്നത്. അൽപ്പം ഇറക്കംകൂടിയ ഒരു പഴയ ട്രൗസർ. അഴിഞ്ഞുപോകാതിരിക്കാൻ അതിന്റെ നൂലുകളൊന്നു പിടിച്ചു കെട്ടി ശിവണ്ണൻ തോട്ടത്തിലേക്കോടിച്ചെന്നു. വയസൻ രാമണ്ണനു പുറകെ ഓടാനേ കഴിഞ്ഞുള്ളൂ.

സീതയ്ക്കും കമലയ്ക്കും ശിവണ്ണന്റെ ഓട്ടംകണ്ടു ചിരിയടക്കാൻ കഴിഞ്ഞില്ല. കമലയുടെ മുമ്പിൽ സീതക്കൽപ്പം കുറവ് തോന്നുകയും ചെയ്തു. അച്ഛന്റെ ഈ പിരാന്തൻ പണി. എല്ലാം അറിയാവുന്നവളാണ് കമലേടത്തി. എന്നാലും ശിവണ്ണന്റെ ഈ അതിസാഹസികയോട്ടം അത്രയും ദയനീയമായിരുന്നു. പുഴുങ്ങിയ മുത്താറിയെടുത്ത് വെയിലത്ത് ഉണക്കാനിട്ടിരുന്ന കാഞ്ചനയും കണ്ടു ശിവണ്ണന്റെ മാരത്തോൺ പാച്ചിൽ. പക്ഷേ, അവൾ ചിരിച്ചില്ലെന്ന് മാത്രം.

ഹരിതനാളങ്ങൾക്കരികെ ധൂസരവർണത്തിന്റെ ചെറുശാഖകൾ വിരി യിച്ച തണ്ടിന്മേൽ പട്ടുപോലെ നേർത്തതും ഹിമകണങ്ങളേക്കാൾ

സ്നിഗ്ധവുമായ ഇളംമഞ്ഞ നിറത്തിലേക്ക് വെമ്പുന്ന കുഞ്ഞു മൊട്ടുകൾ. എത്രയെണ്ണമുണ്ടെന്നു ചോദിച്ചാൽ അസംഖ്യമെന്ന് ഉത്തരം. പശ്ചിമഘട്ട നിരകളിൽനിന്ന് ലജ്ജിതരായി വരുന്ന ഇളംകുളിർകാറ്റ് പൈതൽ മൊട്ടുകളോട് എന്തോ മിണ്ടിപ്പറയുന്നു. സിംഹമാസ[1] പൊൻവെയിൽ പ്രഭയിൽ ചെടികളുടെയും പൂമൊട്ടുകളുടെയുംമേൽ മാറിവരുന്ന പൂമ്പൊടികളുടെ രാജികൾക്കെന്തൊരു വർണയഴക്. വസുന്ധരയുടെ അപൂർവ സിദ്ധികളല്ലേയിതെല്ലാം.

ശിവണ്ണൻ വിസ്മയിച്ചുനിൽക്കുകയായിരുന്നു. ഭഗവാനേ, നീ ഏതിന്ദ്രജാലംകൊണ്ട് തീർക്കുന്നതാണിതെല്ലാം. നിന്റെ ഭണ്ഡാരത്തിലിനിയെന്തൊക്കെയുണ്ട് പുറത്തെടുക്കുവാൻ. സമ്മതിച്ചു നിന്നെ.

പകൽമുഴുവൻ തോട്ടത്തിലേക്കും വീട്ടിലേക്കും മണ്ടിക്കളിക്കുകയായിരുന്നു ശിവണ്ണൻ. നേരാംവണ്ണം പല്ലുതേക്കാനും പിന്നെ കുടത്തിൽ നിന്നു വെള്ളം പകർന്നു കുളിക്കുവാൻപോലും അയാൾക്ക് നേരം കിട്ടിയില്ല. വീട്ടുമുറ്റത്ത് നിന്നനിൽപ്പിൽ അയാൾ കാഞ്ചനകൊണ്ടുകൊടുത്ത കഞ്ഞിപ്പാത്രമെടുത്തു മോന്തി. അന്നു രാത്രിയിൽ ശിവണ്ണൻ കാഞ്ചനയോട് പറഞ്ഞു: "കാഞ്ചേ നീയും മോളും നേരത്തെ കിടന്നുറങ്ങിക്കോ, എനിക്ക് പോകണംട്ടോ."

"എവിടേക്കാ ശിവേട്ടാ ഈ രാത്രിയില്....."

കാഞ്ചനയ്ക്ക് അതിശയം അടക്കിനിർത്താൻ കഴിഞ്ഞില്ല. പകലത്തെ കുതൂഹലങ്ങൾ മുഴുവൻ കാഞ്ചന കണ്ടുനിന്നതാണ്. രാത്രിയായാൽ എല്ലാം അടങ്ങുമല്ലോ എന്നോർത്തു ഭർത്താവിന്റെ ഭ്രാന്തൻ കളിയിൽ കാഞ്ചന ഇടപെട്ടതുമില്ല. അതിനിടയിൽ ഭർത്താവിനെ ഗുണ്ടിൽപേട്ടയിൽ ഒരുനോക്ക് കണ്ടിരുന്നുവെന്ന് മകൾ പറഞ്ഞപ്പോഴാണ് കാഞ്ചന അറിയുന്നത്. ഇതിനിടയിൽ അവിടെയും പോയി. രോഹിണിയും പറഞ്ഞു, ശിവേട്ടനെ അവൾ ജോലി ചെയ്യുന്ന ഹോട്ടലിനടുത്ത സ്റ്റേഷനറിക്കടയിൽ കണ്ടെന്ന്. ശിവണ്ണൻ തനിച്ചായിരുന്നെന്നും നഞ്ചുണ്ടൻ കൂട്ടിനില്ലെന്നും സമാധാനിക്കുക മാത്രമാണ് കാഞ്ചന ചെയ്തത്. വൈകിട്ട് കയറി വന്നപ്പോൾ ഒരു പൊതിയും കൈയിലുണ്ടായിരുന്നു. അതിലെന്തെന്ന് തിരക്കിനിടയിൽ ചോദിച്ചില്ല.

കാഞ്ചന വീണ്ടും ഭർത്താവിനെ നോക്കിനിന്നു. ഒരു ഷാള് തോളിൽ ചുറ്റിയിരിക്കുന്നു. വലതുകൈയിൽ കിന്നരിപ്പുല്ലി[2]ന്റെ പായ ചുരുട്ടിവെച്ചിരിക്കുന്നു. ഇടതുകൈയിൽ എന്തോ ഒരു വിശിഷ്ട വസ്തു കിടന്നു തിളങ്ങുന്നു. നാലുകട്ട ബാറ്ററിയിടുന്ന എവറെഡി ടോർച്ചായിരുന്നു അത്. ഇത് വാങ്ങാനായിരിക്കണം ശിവണ്ണൻ യാത്ര ചോദിക്കാതെ ഗുണ്ടിൽപേട്ടയ്ക്ക് വിട്ടത്.

മറ്റൊന്നുകൂടെ ശിവണ്ണൻ മടിയിൽ വെച്ചിരുന്നു. അമ്മയും മകളും

---

1. ചിങ്ങം
2. നീണ്ടു ബലിഷ്ഠമായ പുല്ലുകൊണ്ട് നിർമിക്കുന്ന ഈ മേത്തരം പായയുടെ നിർമാണക്കുത്തക ഗുണ്ടിൽപേട്ടിനുള്ളതാണ്. വില വളരെ കുറവായ ഈ പായ വയനാട്ടിൽ ഗുണ്ടിൽപേട്ട പായ എന്ന പേരിൽ അറിയപ്പെടുന്നു.

കാണരുതെന്നയാൾക്ക് നിർബന്ധമായിരുന്നു. ഒരുകെട്ട് ബീഡിയും ഒരു മുഴുവൻ തീപ്പെട്ടിയുമായിരുന്നു അത്.

"കാഞ്ചേ നിനക്കൊന്നുമറിയില്ല" സർവജ്ഞന്റെ മട്ടിൽ ശിവണ്ണൻ പറഞ്ഞു തുടങ്ങി. അയാളിലൊരുന്മാദവും അഹങ്കാരവും പൊട്ടി മുളച്ചു,

"രാത്രിയില് കാവല് കെടക്കണം തോട്ടത്തില്, അറിയോ നെനക്ക്. ചെടി പൂത്താല് അതിന്റെ മണം കാട്ടിലേക്ക് കടക്കും. ആനയ്ക്കും പന്നിക്കുമൊന്നും പിന്നെ കാട്ടില് കെടന്നാല് ഒറക്കം വരൂല."

നഞ്ചുണ്ടൻ മാത്രമല്ല പലരും ശിവണ്ണനെ അതു പറഞ്ഞ് മനസിലാക്കിയിരുന്നു. മാൻകൂട്ടവും ഒറ്റതിരിഞ്ഞ കരടിയുമെല്ലാം തനി കള്ളന്മാരാണ്. ചെണ്ടുമല്ലിപ്പൂക്കളുടെ ഇളംപുളിപ്പിനു കണ്ണുവെക്കാത്ത സസ്യഭോജികളില്ല. ആനക്കൂട്ടംവന്ന് ചവിട്ടിമെതിക്കും. പന്നിക്കൂട്ടത്തെയാണ് ഏറെ ഭയക്കേണ്ടത്. അപ്പുറവും ഇപ്പുറവുമൊക്കെ ചെടി പൂത്തു തുടങ്ങിയാൽ ഊഴമിട്ടു കാവലിരുന്നാലും മതിയാകും. വൈകുന്നേരം ഗ്രാമസഭ കൂടി അതിന്റെയാളെ തീരുമാനിക്കാറാണ് പതിവ്. തൽക്കാലം ശിവണ്ണന് കയറിക്കിടക്കാൻ തൊട്ടടുത്ത് രാമണ്ണന്റെ പഴയ ഏറുമാടമുണ്ട്. ഒരു കാര്യമുണ്ട്, തീരെയുറങ്ങുവാൻ പാടില്ല. ബീഡി വലി എത്രയുണ്ടോ അത്രയും നല്ലതാണ്.

നിദ്രാവിഹീന രാത്രികളായിരുന്നു പിന്നീട് കടന്നുപോയത്. ഏറുമാടത്തിലിരുന്നു ശിവണ്ണൻ നാലുകട്ടയുള്ള ടോർച്ചു മിന്നിച്ചുകാണിക്കും. അങ്ങ് ദൂരെദൂരെ കരിംപാറകളെപ്പോലെ തോന്നിക്കുന്ന ആനക്കൂട്ടങ്ങളെയും പളുങ്കു ഗോട്ടിപോലെ ഉരുണ്ടു വരുന്ന പന്നിക്കൂട്ടങ്ങളെയുമെല്ലാം ശിവണ്ണൻ ഭയപ്പെടുത്തി നിർത്തി. ഏറുമാടത്തിലിരുന്ന് അയാൾ ഉച്ചത്തിൽ തകര കൊട്ടി. ചില നേരങ്ങളിൽ സാഹസപ്പെട്ടു താഴെയിറങ്ങി പടക്കത്തിനു തീ കൊളുത്തി. വായിൽ മണ്ണെണ്ണയൊഴിച്ചു പുറത്തേക്കൂതി തീപ്പെട്ടിയുരസി ജ്വലിപ്പിച്ചു. ഈ കലാപ്രകടനത്തിനു വല്ലാത്ത വൈദഗ്ധ്യമുണ്ടായിരുന്നു ശിവണ്ണന്.

"നീരു പിടിക്കുമച്ഛാ" സീത ഗുണദോഷിച്ചു. കാഞ്ചന കുറച്ചു ദിവസമായി മുഖം വീർപ്പിച്ചായിരുന്നു നടന്നിരുന്നത്. പുറത്ത് മഞ്ഞു പെയ്യുന്ന രാത്രികളാണ്. ആർക്കായാലും നീർക്കെട്ടു വരും. വല്ല മലമ്പനിയോ മഞ്ഞപ്പിത്തമോ വന്നാൽ ആരാണ് കൊണ്ടുനടക്കാനുള്ളത്. മാത്രവുമല്ല ഈയിടെയായി ശിവണ്ണൻ വല്ലാതെ കുരയ്ക്കുന്നുണ്ട്. അങ്ങനെയൊരു ദിവസം ഉച്ഛ്വാസവായുവിൽ ബീഡിയുടെ മണം കാഞ്ചനയ്ക്കനുഭവപ്പെട്ടു.

"അപ്പോ ബീഡി വലിയും തൊടങ്ങിയോ?"

"ഒന്നും പറയല്ലേ കാഞ്ചേ" ശിവണ്ണൻ പ്രിയതമയുടെ മുമ്പിൽ കരച്ചിലിന്റെ വക്കത്തെത്തി. ജീവിതത്തിൽ ആകെയുള്ള സുഖം അതാണെന്നു പറഞ്ഞപ്പോൾ പിന്നെ കാഞ്ചനയ്ക്കൊന്നും പറയുവാൻ തോന്നിയില്ല. രാമണ്ണന് വല്ലതും കൊടുത്ത് രാത്രി കാവലിനാക്കാൻ പറഞ്ഞ അഭ്യർഥന ശിവണ്ണൻ ചെവിക്കൊണ്ടില്ല.

ഒരുദിവസം കൂനിപ്പിടിച്ചാണ് ശിവണ്ണൻ പുലർച്ചെ വീട്ടിലെത്തിയത്.

കമ്പിളി കഴുത്തറ്റം അപ്പോഴും പുതച്ചിരുന്നു. പനിച്ചു വിറയ്ക്കുന്നുണ്ടായിരുന്നു. "കാഞ്ചേ ഞാൻ കമ്പനീന്ന് പിരിഞ്ഞപ്പോ കൊണ്ടുവന്ന കമ്പിളിയെടുത്ത് മേല് മൂട്."

രണ്ട് കമ്പിളികൾക്കിടയിൽ വാടിക്കൊഴിഞ്ഞ ഒരു ചെണ്ടുമല്ലിച്ചെടി പോലെ ശിവണ്ണൻ കിടന്നു. ആ കമ്പിളിക്കടിയിൽ ഒരു മനുഷ്യനുണ്ടെന്ന് തോന്നുകയേ ഇല്ല. അത്രയും ശുഷ്കമായിരുന്നു കൈയും തലയും കഴുത്തുമെല്ലാം. ഉച്ചയായപ്പോഴേക്കും ചൂട് നന്നായി കൂടി വന്നു. കമ്പിളികൾക്ക് ശിവണ്ണനെ രക്ഷപ്പെടുത്താൻ കഴിഞ്ഞില്ല. എന്തൊക്കെയോ അവ്യക്തമായി ശിവണ്ണൻ പറഞ്ഞു തുടങ്ങി.

"കാഞ്ചേ മൊട്ടുകളൊന്നും അടർത്തരുത് കെട്ടോ. പൂവൊക്കെ കരുപ്പിടിച്ചോന്നു നോക്കണേ കാഞ്ചേ. പന്നിക്കൂട്ടം വരും കെട്ടോ..."

കാഞ്ചന പുറത്തേക്കോടി. അയൽവീടുകളിൽനിന്നും സ്വന്തത്തിൽ നിന്നുമൊക്കെയായി ശേഖരിച്ച വറുത്തുപൊടിച്ച കാപ്പിപ്പൊടി, കുരുമുളക്, കറിവേപ്പില, മല്ലിയില, ജീരകം, തുളസി എന്നിവകൊണ്ടൊരു കഷായം വെച്ചു. വെള്ളം തിളച്ചു വന്നപ്പോൾ അതിൽ ഒരു കഷണം വെല്ലവും ഒരു ഏലക്കായയും ഇട്ടു. ശിവണ്ണനെ ചാരിക്കിടത്തി പ്ലാവിലയിൽ കോരി ഓരോരോ കവിൾ കുടിപ്പിച്ചു തുടങ്ങി.

പക്ഷേ, പനി കുറഞ്ഞില്ല. വൈകുന്നേരമായതോടെ സീത കോളേജിൽനിന്നു വന്നു. "എന്താ ചെയ്യുന്നതമ്മേ, അച്ഛന് അസുഖം കൂടുതലാണ് കെട്ടോ" സീത കരഞ്ഞു തുടങ്ങി. സീത രോഹിണിയെ വിളിച്ചു വരുത്തി. രോഹിണിയും പറഞ്ഞു അച്ഛന്റെ നില വഷളായേക്കുമെന്ന്. ചെന്നമല്ലീപുരത്തുനിന്ന് ആരോ പറഞ്ഞുകേട്ട് നഞ്ചുണ്ടനും അതുവഴി വന്നു.

നഞ്ചുണ്ടൻ വിളിച്ചുണർത്തി, "മുതലാളി, ശിവേട്ടാ ഒന്നു കണ്ണു തുറന്നേ."

ശിവണ്ണന് മിഴിതുറക്കാൻ മനസില്ലായിരുന്നു.

"കാഞ്ചേടത്തി" നഞ്ചുണ്ടൻ സ്വൽപ്പമൊരധികാരത്തിൽ പറഞ്ഞു. "നിങ്ങളെന്താ നോക്കി നിക്കണത്. ഇത് ആശുപത്രീല് കെടത്തേണ്ട കേസാണ് കെട്ടോ."

കാഞ്ചനയ്ക്കും കരയാനാണ് തോന്നിയത്. ആണായിട്ടൊരുത്തനുമില്ലാത്തതിന്റെ ഗുരുത്വക്കേട്. എന്തുചെയ്യും, നഞ്ചുണ്ടൻ എന്തിനും തയാറായി പുറത്ത് നിന്നു.

"ഞാൻ പോയി അച്ഛന്റെ കാളവണ്ടി കൂട്ടി വരാം" രോഹിണിയാണ് പോം വഴി പറഞ്ഞു വെച്ചത്. സീതയും കരച്ചിൽ തുടങ്ങി. നഞ്ചുണ്ടൻ രോഹിണി പറഞ്ഞതിനെ ശരിവെച്ചു. മദ്ദൂർവരെ കാളവണ്ടിയിൽ പോകാം. അവിടെനിന്ന് ഗുണ്ടിൽപേട്ടക്ക് എന്തെങ്കിലും വാഹനം കിട്ടാതെ വരുമോ. ലോറിയോ ബസോ എന്തെങ്കിലും ശ്രമിച്ചു നോക്കാം.

നഞ്ചപ്പൻ വളരെ വേഗം കാളവണ്ടിയുമായി വന്നു. രോഹിണിയും അതിൽ കയറി വന്നിരുന്നു. കാളവണ്ടിയിലേക്ക് ശിവണ്ണനെ പണിപ്പെട്ട്

നഞ്ചുണ്ടനും കാഞ്ചനയും രോഹിണിയും സീതയും എല്ലാംകൂടി ചേർന്നു കയറ്റിവച്ചു. രോഹിണിയൊഴിച്ച് എല്ലാവരും കാളവണ്ടിയിൽ തന്നെ കയറി. രോഹിണിക്ക് നാളെ കാലത്തുതന്നെ ഗുണ്ടിൽപേട്ടയിലെ ഹോട്ടലിൽ ഡ്യൂട്ടിയുള്ളതുകൊണ്ട് അവൾ കൂടെ വരേണ്ടതില്ലെന്ന് തീരുമാനിക്കപ്പെട്ടു. കാളവണ്ടി മദ്ദൂരിലേക്ക് നീങ്ങി.

മദ്ദൂരിൽ എല്ലാവരെയും ഇറക്കി നഞ്ചപ്പൻ ചെന്നമല്ലീപുരത്തേക്ക് തന്നെ തിരിച്ചു. എല്ലാവരും ഉൽക്കണ്ഠയിലാണെങ്കിലും ശിവണ്ണൻ നാട്ടുകാരനാണെങ്കിലും ഒരാളുംതന്നെ ഒരുറുപികയുടെ തുട്ട് ഉള്ളം കൈയിൽ വെച്ചു തന്നില്ലല്ലോയെന്ന് നഞ്ചപ്പൻ നിരീക്ഷിച്ചു. കൈകൊണ്ട് കറക്കി വെള്ളമെടുക്കുന്ന ടാപ്പിന്റെയരികെ വെളുത്ത തുണി വിരിച്ചു ശിവണ്ണനെ അതിൽ മലർത്തിക്കിടത്തിവച്ചു. സീതയും കാഞ്ചനയും ശിവണ്ണന്റെയരികെ ശുശ്രൂഷകൾ ചെയ്തു നിലകൊണ്ടു. നഞ്ചുണ്ടൻ കേരളത്തിൽ നിന്നു മൈസൂരിലേക്ക് പോയിക്കൊണ്ടിരിക്കുന്ന ഓരോ ലോറികൾക്കും കൈകാണിച്ചു തുടങ്ങി. ലോറികൾ അധികവും ലോഡുമായി പോകുന്നവയാണ്. എന്നാൽ, കാലി പോകുന്നതുമുണ്ട്. പക്ഷേ, ഒരെണ്ണവും നിർത്തിയില്ല.

സൂള മക്കൾ.....[3] നഞ്ചുണ്ടൻ മുഴുവൻ കേരള ഡ്രൈവർമാരെയും ശപിച്ചു... സൂള മക്കൾ...

സമയം ഇനിയും വൈകുകയാണ്. ശിവണ്ണൻ പിച്ചും പേയും പറഞ്ഞുകൊണ്ടിരുന്നു. അപ്പോൾ വലിയൊരു ലൈലാൻഡ് കമ്പനിക്കാരുടെ ലോറി കടന്നുവന്നു. ലോറിയുടെ ബോഡി കെട്ടിയത് കണ്ടാലറിയാം, അത് കേരള വണ്ടിയാണ്. രജിസ്ട്രേഷൻ നമ്പറും കേരളതന്നെ. നഞ്ചുണ്ടൻ ഓടിച്ചെന്നു കൈ കാണിച്ചു. വണ്ടി നിർത്തി. വാതിൽ തുറക്കാതെ ഡ്രൈവർ തല പുറത്തേക്കിട്ട് ആവശ്യമുന്നയിച്ചു. "ഒരാൾക്ക് പത്തു രൂപ.[4]"

മുറിയൻ കന്നടയിലാണ് സംസാരം. നഞ്ചുണ്ടനും വിട്ടുകൊടുത്തില്ല. മുറിയൻ മലയാളത്തിൽ പേശിത്തുടങ്ങി. "ഇല്ല സ്വാമി. അയ്തു, അയ്തു.... അത് സാകു."[5]

നഞ്ചുണ്ടൻ ഏറ്റവും ഭവ്യനായി ഡ്രൈവറെ തൊഴുതു നിന്നു. മുത്തങ്ങയിൽനിന്ന് മൈസൂരിലേക്ക് കന്നട ലോറിക്കാർ കാലി വരുവാൻ പ്രയാസമാണ്. ഇനി വന്നാൽത്തന്നെ ചാർജ് അധികമാണു പറയുക. പണം കണ്ടു മടുത്ത കേരള ലോറിക്കാർക്കാണ് സംഖ്യ കുറയുക. ഇനിയെന്തു പറഞ്ഞാലും ഇതിൽ കയറിയേ മതിയാകൂ.

ശരി, ഡ്രൈവർ അഞ്ചു രൂപയ്ക്ക് സമ്മതിച്ചു. പക്ഷേ, അയാൾ ഇത്രയും കൂടി പറഞ്ഞു, "മേൽക്കടെ ഹോഗു ബേക്കോ, ഝൽദി, ഝൽദി...."[6]

---

3. വേശ്യയുടെ മകൻ
4. ഒരാൾക്ക് പത്ത് രൂപ വേണം.
5. അത് തരില്ല. അഞ്ചുരൂപയേ തരൂ. അത് മതി.
6. എല്ലാവരും ലോറിപ്പുറത്ത് കയറണം.

നഞ്ചുണ്ടൻ തൊഴുകൈയുമായി വീണ്ടും ഡ്രൈവറോട് മുറിമലയാളത്തിൽ കാല് പിടിച്ചു പറഞ്ഞു. ഒരാളെയെങ്കിലും ഉള്ളിൽ കയറ്റണം. ഗുണ്ടിൽപേട്ടയിലെ ധാർമാശുപത്രിയിൽ പോകേണ്ട രോഗിയാണ്. ദയവ് കാണിക്കണം.

എന്നാൽ, അത്തരം ദയ കാണിക്കാനൊന്നും ഡ്രൈവർ മനസ്സ് കാണിച്ചില്ല. ഇത്തരം കന്നടിയന്മാരെ[7] കയറ്റാൻതന്നെ പാടില്ലെന്ന അഭിപ്രായക്കാരനായിരുന്നു ലോറിക്കാരൻ. അയാൾ വണ്ടി കുറച്ച് മുമ്പോട്ടെടുത്തു. ഞാനിപ്പോൾ പോകുമെന്ന ഭീഷണിയാണ്. നഞ്ചുണ്ടൻ പുറകെ ഓടി. അയാൾ വിളിച്ചു പറഞ്ഞു. "മേൽക്കട കയറാം, മേൽക്കട....[8]"

വണ്ടി നിന്നു. എത്രയും ശ്രമപ്പെട്ടു നഞ്ചുണ്ടനും കാഞ്ചനയും സീതയുമെല്ലാം ചേർന്നു ശിവണ്ണനെ ലോറിപ്പുറത്തേക്ക് കയറ്റി. ലോറിയുടെ ക്ലീനറും അവരെ സഹായിച്ചു. പണം അഡ്വാൻസായി ക്ലീനർ വാങ്ങി പോക്കറ്റിലിട്ടു. ലോറി മുമ്പോട്ട് നീങ്ങി. വീശിയടിക്കുന്ന കുളിർകാറ്റിൽ നിന്ന് ശിവണ്ണനെ രക്ഷിക്കുവാൻ മൂവരും കൂടെ ചേർന്നു ശിവണ്ണനെ പൊതിഞ്ഞു നിന്നു. അതും പോരാഞ്ഞ് നഞ്ചുണ്ടൻ തന്റെ തുണിയഴിച്ചു കൊടുത്തു ട്രൗസറിൽ നിന്നു. തുണി പിടിച്ചുകൊണ്ട് ശിവണ്ണനെ തണുത്ത കാറ്റിൽനിന്നു രക്ഷപ്പെടുത്തി.

ലോറിപ്പുറത്തുനിന്ന് കാബിനിലേക്ക് കാണുന്ന ഒരു ദ്വാരമുണ്ട്. നഞ്ചുണ്ടൻ ഡ്രൈവറെ വീക്ഷിക്കുകയായിരുന്നു. അദ്ദേഹം കന്നടിയൻ ഡ്രൈവർമാരെപ്പോലെ കാക്കി ഷർട്ട് ധരിച്ചിട്ടില്ല. കൈലി മുണ്ട് ഉടുത്തിട്ടില്ല. ചുന്ന തൂവാല തോളിലൂടെ തൂക്കിയിട്ടുമില്ല. സിൽക്കിന്റെ ഡബിൾ മുണ്ടും വില കൂടിയ വരയൻ ഷർട്ടുമാണയാൾ ധരിച്ചത്. ഇടത് കൈയിൽ സ്വർണനിറമുള്ള വാച്ച്. ഒരുവേള നഞ്ചുണ്ടനോർത്തു ഗുണ്ടിൽപേട്ടിലെ തഹസീൽദാർപോലും ഈ ഡ്രൈവറുടെയത്ര മിനുങ്ങിയിട്ടുണ്ടാവില്ല; ജില്ലാ കളക്ടറുമതെ.

എന്നാൽ, ദയാശൂന്യനായ ഡ്രൈവറോട് പ്രതികാരം ചെയ്യാതിരിക്കുവാൻ ഈ വേഷഭൂഷകളൊന്നും നഞ്ചുണ്ടന് മതിയായിരുന്നില്ല. കാലാകാലങ്ങളിലായി കേരള ഡ്രൈവർമാരോട് കന്നടിയന്മാർ ചെയ്യുന്ന പാതകം നഞ്ചുണ്ടൻ ചെയ്യുവാൻ തീരുമാനിച്ചു. ചാക്കുകെട്ടുകൾ വരിഞ്ഞുമുറുക്കുന്ന തടിയൻ കയർ നഞ്ചുണ്ടനെടുത്തുമാറ്റിവച്ചു. ഗുണ്ടിൽപേട്ടയെത്തുന്നതിന് രണ്ട് കിലോമീറ്റർ ബാക്കിയിരിക്കെ നഞ്ചുണ്ടൻ കയറെടുത്തു വെളിയിലേക്ക് എറിഞ്ഞു. മറവി പറ്റാതിരിക്കാൻ അവിടെയൊരു വേപ്പുമരം മനസിൽ അടയാളമിട്ടു. ഇനി ഒരാഴ്ചയ്ക്കുള്ളിൽ എപ്പോഴെങ്കിലും വന്നു കയർ കണ്ടെടുത്തു വിറ്റാൽ മുന്നൂറ് രൂപ കൈയിൽ വരും.

ധർമാശുപത്രിയിലെത്തിയപ്പോഴേക്കും ഏതാണ്ട് സന്ധ്യയായി. എന്നാൽ, തിരക്കിന് കുറവില്ല. കട്ടിലൊന്നും ഒഴിവില്ലെന്ന് ശിവണ്ണനെ

---

7. കർണാടക ഭാഷ സംസാരിക്കുന്നവർ
8. മുകളിൽ കയറിക്കൊള്ളാം.

എടുത്തുകൊണ്ടു വരുമ്പോൾത്തന്നെ ഡ്യൂട്ടി നേഴ്സ് വിളിച്ചു പറഞ്ഞിരുന്നു. നിലത്ത് കിടന്നോളാമെന്നു കാഞ്ചനയും വിളിച്ചു പറഞ്ഞു. മൂന്നു കുപ്പി ഡ്രിപ്പാണ് കയറ്റിയത്. അപ്പോൾ മാത്രം ശിവണ്ണൻ കണ്ണു തുറന്നു. കാര്യമായ ഗുളികയും മരുന്നുമൊക്കെ പുറത്ത് നിന്നാണ് വാങ്ങിയത്. കാഞ്ചന ഒപ്പം കൊണ്ടുവന്ന ചെറിയ പേഴ്സ് പലവട്ടം തുറക്കുകയും അടയ്ക്കുകയും ചെയ്തു.

രാത്രി ചെന്നപ്പോൾ നഞ്ചുണ്ടൻ യാത്ര ചോദിച്ചു. ശിവേട്ടൻ ഈ കിടത്തം കിടക്കുമ്പോൾ തോട്ടം കാവലിന് ആരാണുണ്ടാകുകയെന്ന ചോദ്യമെറിഞ്ഞത് നഞ്ചുണ്ടൻ തന്നെയായിരുന്നു. ഇപ്പോൾ പോയാൽ ഏതെങ്കിലും ലോറിയോ കാളവണ്ടിയോ മദ്ദൂരിലേക്ക് കിട്ടും. പിന്നെ കുറച്ച് നടന്നാൽ ചെന്നമല്ലീപുരത്തെത്താം. താൻ കാവൽ കിടന്നോളാമെന്നും അമ്മയും മകളും അതോർത്ത് വിഷമിക്കേണ്ടെന്നും നഞ്ചുണ്ടൻ പറഞ്ഞു. ശിവേട്ടനെ നന്നായി ശുശ്രൂഷിച്ചാൽ മതി.

നഞ്ചുണ്ടന്റെ ധൃതിയുടെ രഹസ്യം കാഞ്ചന മകളോട് പറഞ്ഞു കൊടുത്തു. ലോറിപ്പുറത്തുനിന്ന് തള്ളിയിട്ട കയർ വീണ്ടെടുത്തു വിറ്റാൽ നഞ്ചുണ്ടന് വയർ നിറയെ കള്ളുകുടിക്കാം.

രാത്രിയിൽ വന്ന ഡ്യൂട്ടി ഡോക്ടർ തെല്ല് പ്രായംകൂടിയ ആളായിരുന്നു. സംസാരത്തിൽ അൽപ്പമൊരു തമിഴ് ചുവയുണ്ട്. വേഷത്തിലുമുണ്ട് തമിഴ് സംസ്കാരം. ശിവണ്ണൻ ഡോക്ടറുടെ കാലുപിടിച്ച് കരഞ്ഞു.

"നിക്ക് പോണം ഡോക്ടറെ. അവറ്റക്ക് ആരൂംല്ല ട്ടോ."

ഡോക്ടർ അസ്വസ്ഥനായി. "ആരുടെ കാര്യമാണ് ഇയാൾ പറയുന്നത്. കുട്ടികളെയൊക്കെ വീട്ടുകാരി നോക്കിക്കൊള്ളും. കൈനേരെ വെച്ചു നിന്നില്ലെങ്കിൽ ഡ്രിപ് ഇപ്പോൾ നിൽക്കും. "

ശിവണ്ണൻ വിട്ടുകൊടുത്തില്ല. "പന്നിയും ആനയുമൊക്കെ വരും സാറെ. അവറ്റക്ക് ആരുംണ്ടാവില്ല."

"ആർക്കാണ് ആളില്ലാത്തത്, ഇയാൾ ഒന്നു നേരെ കിടന്നേ, ഇല്ലെങ്കിൽ ഡ്രിപ് കേറില്ല."

"ചെണ്ടുമല്ലിപ്പൂക്കളെ കാര്യമാണ് സാറെ പറയുന്നത്. അവറ്റകളെ നോക്കാൻ ആരാണ്ള്ളത്. നേരം വെളുക്കുമ്പോഴേക്ക് എന്ത് സംഭവിക്കുംന്ന് പറയാൻ കഴിയൂല."

ഡോക്ടർ നേഴ്സിനോട് പറഞ്ഞു: "ടെമ്പറേച്ചർ കൂടെക്കൂടെ നോക്കണം. ഇയാൾക്ക് നല്ല ബോധം ഇല്ലെന്ന് തോന്നുന്നു. പിച്ചും പേയുമൊക്കെയാണ് പറയുന്നത്."

പോകുന്നേരം ഡോക്ടർ കാഞ്ചനയോടും സീതയോടുമായി പറഞ്ഞു:

"ഏഴ് ദിവസത്തെ കോഴ്സാണ് കൊടുക്കുന്നത്. ശ്രദ്ധിക്കണം. വീട്ടിൽ പോകാനൊന്നും ഇപ്പോൾ പറ്റില്ല. രാവിലെയാകുമ്പോഴേക്കും പനി മാറിക്കൊള്ളും."

ഡോക്ടർ പറഞ്ഞത് ശരിയായിരുന്നു. നേരം വെളുത്തു കഴിഞ്ഞപ്പോഴേക്കും ശിവണ്ണന് പനി വിട്ടു. അയാൾ വിയർപ്പിൽ കുളിച്ചു. വാ തുറക്കുമ്പോഴേക്കും പനി വിട്ടൊഴിഞ്ഞതിന്റെ വാട ഉച്ഛ്വാസ വായുവിലുണ്ടെന്നതൊഴിച്ചു നിർത്തിയാൽ ഇപ്പോൾ ഒരു കുഴപ്പവുമില്ല. എട്ടുമണിക്ക്

ഡ്യൂട്ടി ഡോക്ടർ പോയി അടുത്തയാൾ വരുന്നതിന്നു മുമ്പാണ് സാധാരണയായി ഗ്രാമീണർ ആശുപത്രി ചാടുന്നത്. ആ കൂട്ടത്തിൽ ശിവണ്ണനും തന്റെ പായയും ഫ്ളാസ്കുമായി തടവുചാടി. മകൾക്കും ഭാര്യക്കും ഒന്നും ചെയ്യുവാൻ കഴിഞ്ഞില്ല. ഗുണ്ടിൽപേട്ടയിലെ ബസ്സ്റ്റാന്റിൽ ചെന്നപ്പോൾ തന്നെ സുൽത്താൻ ബത്തേരിക്കുള്ള കേരള സർക്കാരിന്റെ ബസ്സ് കിട്ടി. മദ്ദൂരിൽ ഇറങ്ങിയപ്പോൾ തൽക്ഷണം തന്നെ കാളവണ്ടി റെഡി. വീട്ടിലെത്തിയപ്പോഴേക്കും ശിവണ്ണൻ ആകെ ഉഷാറായി. ക്ഷീണിച്ചത് കാഞ്ചനയും സീതയുമായിരുന്നു.

രോഹിണി വീട്ടിലെത്തി. ശിവണ്ണൻ കേൾക്കാതെ അവൾ സീതയോട് അടക്കം പറഞ്ഞു: "തോട്ടത്തില് കാവല് രാത്രി നഞ്ചുണ്ടേട്ടനായിരുന്നത്രെ. കുടിച്ച് രാത്രി ഉറങ്ങിപ്പോയി. മാനും പന്നിക്കൂട്ടവും വന്ന് കുറേ ചെടികള് തിന്ന് തീർത്തിട്ട്ണ്ട്. അച്ഛനറിയണ്ട കെട്ടോ."

രോഹിണി പറഞ്ഞത് സത്യം. നഞ്ചുണ്ടൻ ആശുപത്രിയിൽനിന്നും നേരെ ഗുണ്ടിൽപേട്ട വന്നു. രണ്ട് കിലോമീറ്റർ ദൂരം മദ്ദൂർ ഭാഗത്തേക്ക് നടന്നപ്പോൾ അടയാളം വെച്ച വേപ്പു മരത്തിനു ചുവടെ മലമ്പാമ്പ് കിടക്കുന്നതുപോലെ കയർ കിടക്കുന്നു. അതെടുത്തു വീണ്ടും ഗുണ്ടിൽപേട്ടയ്ക്ക് നടന്നു. അവിടെ ഇരുപത്തിനാലു മണിക്കൂറും കളവ് മുതൽ എടുക്കുകയും വിൽക്കുകയും ചെയ്യുന്ന മഹാദേവപ്പയുടെ ഗുമുട്ടിക്കടയിൽ കയർ നൂറ്റി അമ്പത് രൂപയ്ക്ക് വിറ്റു. മഹാദേവപ്പ വില എത്രയോ കുറച്ചു കളഞ്ഞെന്ന് നഞ്ചുണ്ടനറിയാം. നോക്കണ്ട. ബന്ദിപ്പൂർ റോഡിലെ വിദേശ മദ്യഷാപ്പ് അടയ്ക്കാൻ തുടങ്ങിയപ്പോഴാണ് നഞ്ചുണ്ടൻ അവിടെയെത്തുന്നത്. കാശു മുഴുവൻ അവിടെ തീർത്തു ചെന്നമല്ലീപുരം പിടിക്കുമ്പോഴേക്കും കാട്ടുമൃഗങ്ങൾ അവരുടെ പണി തുടങ്ങിയിരുന്നു.

ശിവണ്ണൻ കഥയറിഞ്ഞു. നഞ്ചുണ്ടനെ ശകാരിക്കുവാനൊന്നും മിനക്കെട്ടില്ല. രാത്രിയായപ്പോഴേക്കും അയാൾ ശ്രമപ്പെട്ടു കമ്പിളിക്കുപ്പായത്തിനുള്ളിൽ കയറിക്കൂടി. തലയിലേക്കൊരു മങ്കി ക്യാപ് ഗുണ്ടിൽപേട്ടയിൽനിന്ന് സ്പെഷലായി വാങ്ങിയിരുന്നു. "കാഞ്ചേ" പരിക്ഷീണനായി ശിവണ്ണൻ വിളിച്ചു, "എന്റെ മൂന്നു കട്ടയുള്ള ടോർച്ചിങ്ങെടുത്തോ, ഒരു കുപ്പിയില് കൊറച്ച് വെള്ളവും."

പതിന്നാല്

സാവകാശമെന്നു പറഞ്ഞാൽ വളരെ സാവകാശം രഘുപതി രാജു ജീപ്പ് ഓടിച്ചുകൊണ്ടിരുന്നു. മഹാരാജാക്കന്മാർ ഏതോ പുരാതന കാലങ്ങളിൽ ഓമനിച്ചു നട്ടുവളർത്തിയ വൃദ്ധ പുളിമരങ്ങളെയും ബോധിവൃക്ഷങ്ങളെയും പിന്നിട്ട്, നുകം പേറിത്തളർന്നു നുരപ്പിണ്ടികൾ തുപ്പിയവശരായ വണ്ടിക്കാളകളെയും ചോളക്കണ്ടങ്ങളെയും പിന്നിട്ട്, പേരയ്ക്കയും കക്കിരിയും പാതവക്കിലെ ബെഞ്ചുകളിൽകൊണ്ടുവച്ച് വാഹനയാത്രക്കാർക്ക് വിൽക്കാൻ ശ്രമിക്കുന്ന ക്രിക്കറ്റ് പയ്യന്മാരെയും പിന്നിട്ട് രഘുപതി രാജുവിന്റെ വാഹനം ബേഗൂരിനെ ലക്ഷ്യമാക്കി മുമ്പോട്ട് പോയ്ക്കൊ

ണ്ടിരുന്നു. ഗുണ്ടിൽപേട്ടയിൽനിന്ന് മൈസൂരിലേക്ക് പോകുന്ന രാജപാത അനുഗൃഹീതമാണ്. വേണ്ടത്ര വളവുകളോ തിരിവുകളോ ഒന്നുമില്ല. പാതയിലേക്ക് ചാഞ്ഞു നിൽക്കുന്ന പുളിമരക്കൊമ്പുകളെ ആരുമത്ര ഗൗനിക്കാറില്ല. പലപ്പോഴുമത് കായ്ചു നിൽക്കുന്ന വേളകളിൽ കായ്ഫലങ്ങളുടെ ഘനംകൊണ്ട് കൂടിയാവാം കന്യകയുടെ അഴിച്ചിട്ട ചികുരഭാരത്തെയോർമിപ്പിക്കുന്നു. ആൽമരങ്ങളുടെ നീണ്ട വേരുകൾ, പലപ്പോഴുമത് ഊതവർണത്തിലും ചുവപ്പ് വർണങ്ങളിലുമൊക്കെ കണ്ടുവരുന്നു. ദാരിദ്ര്യത്തിന്റെയും അജ്ഞതയുടെയും പ്രതീകങ്ങളായ സ്ത്രീ–പുരുഷന്മാർ ഒരിക്കലും നിർത്തിയനുഗ്രഹിക്കാത്ത ബസുകളുടെ വരവും കാത്ത് വൃക്ഷങ്ങളുടെ ചുവടെ കൂനിക്കൂടിയിരിക്കുന്നുണ്ടാവും.

“സിദ്ധാർഥൻ, ചുവരുകൾക്കും ചിലപ്പോൾ ചെവികളുണ്ടാകും, വൃക്ഷങ്ങൾക്കും ഒരുവേള കണ്ണുകളുണ്ടാകും. അതാണ് ഞാൻ അവിടെ നിന്നു നിങ്ങളോട് കാര്യങ്ങൾ പറയാതിരുന്നത്.”

“എന്നെ വിസ്മയിപ്പിക്കുന്നു അങ്ങ്, സാർ കവിത വായിക്കുന്നു?”

“ഇല്ലേയില്ല. അതൊക്കെ നിങ്ങളെപ്പോലെയുള്ളവർക്കുള്ളതാണ്. എനിക്ക് വായനയിൽ താൽപ്പര്യമില്ല. പിന്നെ ഇതൊക്കെ നിങ്ങളെപ്പോലെയുള്ളവരിൽനിന്ന് കേട്ടുപഠിച്ചതാണ്. വിഷയം ഗൗരവമുള്ളതാണ്. മറ്റാരും കേൾക്കാതിരിക്കാനാണ് യാത്രയിൽ പറയാമെന്ന് കരുതിയത്.”

“സിദ്ധാർഥൻ, എന്താണ് താങ്കളുടെ അഭിപ്രായം സുള്ള്യൻ എന്ന കുറ്റവാളിയെക്കുറിച്ച്. എന്തായാലും എന്നോട് പറയൂ.”

“ഞാൻ ഇവിടെ വന്നിട്ട് അധികകാലം ചെന്നില്ലല്ലോ സർ, എന്നേക്കാൾ സുള്ള്യനെ അറിയാവുന്നത് അങ്ങേക്കാണ്. സാർ ഗുണ്ടിൽപേട്ട സ്റ്റേഷനിൽ സബ് ഇൻസ്പെക്ടറായിരുന്നിട്ടുണ്ട്. പിന്നെ സർക്കിളായും വന്നു.”

“അതൊക്കെ ശരിയാണ്. പക്ഷേ, നിങ്ങൾ ഒഴിഞ്ഞുമാറുന്നു. സുള്ള്യനെക്കുറിച്ച് എന്നേക്കാൾ നിങ്ങൾക്കറിയാം. ഞാൻ കേസു ഡയറികളെക്കുറിച്ചല്ല പറയുന്നത്. അതേപ്പറ്റി പറയുകയാണെങ്കിൽ സ്റ്റേഷൻ പരിധിയിൽ ഏറ്റവുമധികം കേസുകൾ ചാർജുചെയ്യപ്പെട്ട വ്യക്തി സുള്ള്യനാണ്; സ്ത്രീകളുടെ കൂട്ടത്തിൽ അവന്റെ ഭാര്യയും. ഒരിക്കൽ മുകളിൽ നിന്നെനിക്കൊരു നിർദേശം വന്നിരുന്നു. അവനെ ഗുണ്ടാലിസ്റ്റിൽ പെടുത്തി അകത്തിടുവാൻ. പക്ഷേ, അതിലൊരു നിയമപ്രശ്നമുണ്ടായിരുന്നു.”

“തീർച്ചയായും ഉണ്ടല്ലോ സർ.”

“ഭേഷ്, എന്നേക്കാൾ അധികം നിങ്ങളും അത് മനസിലാക്കിയിരിക്കുന്നു. സുള്ള്യന്റെ പേരിൽ ഒരൊറ്റ ഭവനഭേദമോ പിടിച്ചുപറിയോ കൊലയോ കൊള്ളയോ ഒന്നുമില്ല. വെറും ഔദ്യോഗിക കൃത്യനിർവഹണ തടസം മാത്രം. മേൽകോടതികളിൽ അപ്പീൽ പോയാൽ നിയമപാലകർ നമ്മൾ പൊലീസുകാരെക്കുറിച്ചു വെറുതെ കമന്റുകൾ പാസാക്കും. അവനെ വെറുതെ വിടുകയും ചെയ്യും.”

"വളരെ തീർച്ചയാണത്."

"പക്ഷേ, താങ്കളെന്റെ ചോദ്യത്തിനു മുമ്പിൽ ഒഴിഞ്ഞുമാറുന്നു. ആരാണു സുള്ള്യൻ. എന്താണവന്റെ മനസിലിരിപ്പ്."

"ഞാൻ മറുപടി പറഞ്ഞു കഴിഞ്ഞല്ലോ സാർ, എന്നേക്കാൾ ഉപരി താങ്കളാണ് അവന്റെ കാര്യത്തിൽ ജ്ഞാനിയെന്ന്. "

"അത് ശരിയായിരിക്കാം..." രഘുപതി രാജു അമർത്തി മൂളി. പിന്നെ യദ്ദേഹം വാഹനത്തിന്റെ ഗ്ലാസുകൾക്കപ്പുറത്തെ വിദൂരതയിലേക്ക് നോക്കിക്കൊണ്ട് ഒരശരീരിപോലെ മൊഴിഞ്ഞു: "ഇൻസ്പെക്ടർ സ്പെഷൽ ബ്രാഞ്ച് എന്റെ കൈയിലേൽപ്പിച്ച ഒരു ഫയലുണ്ട്. ഞാനത് മുകളിലേക്കയക്കാതെ പൂഴ്ത്തിയതാണ്. അതിൽ സുള്ള്യന്റെ സ്നേഹിതനായ ഒരു പൊലീസ് സബ് ഇൻസ്പെക്ടറെക്കുറിച്ച് പരാമർശമുണ്ട്."

"അങ്ങനെയുണ്ടോ സാർ..... അതാരാണ്?"

"സ്റ്റേഷനിൽ തിരക്കില്ലാത്ത സമയത്ത് കുശലത്തിന് സുള്ള്യൻ വരാറുണ്ടെന്ന്. അവർ കുറച്ചൊക്കെ സുഹൃത്തുക്കളായി മാറിയിട്ടുണ്ടത്രെ. രണ്ട് തവണയോ, അതിലധികമോ സബ് ഇൻസ്പെക്ടർ സുള്ള്യന്റെ ആതിഥ്യം സ്വീകരിച്ചിട്ടുണ്ടാവണം. അതും രാത്രിയിൽ സ്വകാര്യമായി."

"സർ....." സിദ്ധാർഥൻ വിയർത്തു. മഹാവൃക്ഷങ്ങളെ തഴുകി വരുന്ന വായുവിന് അയാളെ തണുപ്പിക്കുവാൻ കഴിഞ്ഞില്ല. അരയ്ക്ക് താഴെ കാലുകളിലൂടെ ഒരു വിദ്യുത്പ്രവാഹം ശരീരത്തിന്റെ മുകളിലേക്ക് പാഞ്ഞെത്തുന്നത് മാത്രം സിദ്ധാർഥൻ അറിയുന്നു. ശ്രവണശക്തിയെയും കാഴ്ചയെയും ഏതോ ഒരു ശക്തി മറയ്ക്കുന്നു. ഘോരശബ്ദങ്ങളുണ്ടാക്കി നിരവധി ചക്രങ്ങളുള്ള ട്രക്കുകൾ നിരത്തിലൂടെ ശരവേഗത്തിൽ പായുന്നതും ഇൻസ്പെക്ടർ കാണുന്നില്ല. കണ്ണുകൾ അർദ്ധ നിമീലിതനായി പ്രപഞ്ച ദുഃഖങ്ങളിലേക്കുറ്റുനോക്കുന്ന പഴയ സിദ്ധാർഥനെന്ന ബുദ്ധനെ പോലെയായിരുന്നു ഇൻസ്പെക്ടർ.

"സിദ്ധാർഥൻ, നമ്മളെത്താറായി." രഘുപതി രാജു ഇടംകണ്ണിട്ട് തന്റെ ഇരയെ വീക്ഷിച്ചു. ആൾ ശരിപാകത്തിലായിട്ടുണ്ട്. ഇപ്പോൾ പ്രതിരോധത്തിൽനിന്നും എത്രയോ അകലെ ആയുധംവച്ചു കീഴടങ്ങിയ പടയാളിയാണ്. ഇനിയും ജേതാവിന്റെ കാലുപിടിച്ചു മാപ്പപേക്ഷിക്കേണ്ട താമസം മാത്രം. അടർക്കളത്തിൽ വാളും പരിചയും നഷ്ടപ്പെട്ടവന് ഇനിയെത്ര സമയം പിടിച്ചു നിൽക്കാനാകും.

ആരാണ് താനുദ്ദേശിച്ച ആപൽക്കാരിയ പൊലീസുദ്യോഗസ്ഥനെന്ന് രഘുപതി രാജു പറഞ്ഞില്ല. ആ മനുഷ്യന്റെ കീഴിലുള്ള ഒരു പൊലീസ് ഓഫീസറാണെന്ന് മാത്രം പറഞ്ഞു. എന്നാൽ, അതാരാണെന്ന് സിദ്ധാർഥനും ചോദിച്ചില്ല. അവർക്കിടയിൽ വിമൂകമായ ഭാഷ സംസാരിച്ചുകൊണ്ടേയിരുന്നു. ഇനിയും നഞ്ചൻകോട്ടേക്ക് പതിനേഴ് കിലോമീറ്ററുകളുണ്ടെന്ന് ശ്യാമശിലകൾ വിളിച്ചു പറയുന്നു.

"സിദ്ധാർഥൻ, എനിക്കൊരു യുവഇൻസ്പെക്ടറെ ആവശ്യമുണ്ട്; എന്റെ സഹായത്തിന്, നിയമപാലനത്തിനുവേണ്ടി. എന്റെ കീഴിൽ നിങ്ങ

ളല്ലാതെ വേറെയുമുണ്ടല്ലോ ഇൻസ്പെക്ടർമാർ. പക്ഷേ, എനിക്ക് നിങ്ങ ളെയാണ് പ്രിയം."

"ഞാൻ തയാറാണ് സാർ." സിദ്ധാർഥൻ വിറയ്ക്കാതെ പറഞ്ഞു. പക്ഷേ, അയാളുടെ നാസികയുടെ മുകളറ്റവും നെറ്റിയും സൂക്ഷ്മമായി വിയർപ്പുതുള്ളികൾകൊണ്ട് നിറഞ്ഞിരുന്നു. മുഖവും ചെവികളും ചുവന്നു തുടുത്തു. ഹൃദയമിടിപ്പ് സ്വന്തം കാതിൽ കേൾക്കുന്ന നിർഭാഗ്യവാനാണ് താനെന്നയാൾക്ക് തോന്നി. സെന്റ് തെരേസയിൽ പഠിക്കുന്ന കാലത്ത് കോളേജ്ഡേയിൽ *മക്ബെത്തി*ലെ രാജാപാർട്ടെടുത്തഭിനയിച്ചിരുന്നു. അടർക്കളത്തിൽ നാടകീയമായ അന്ത്യംകുറിക്കുന്നേരത്ത് വികാര വിക്ഷു ബ്ധനായ മക്ബെത്ത് രാജാവിനെയവതരിപ്പിക്കുമ്പോഴും സിദ്ധാർഥൻ ഇത്രയും ബുദ്ധിമുട്ടിയില്ല. സർക്കിൾ ഇൻസ്പെക്ടറോട് അതെയെന്ന് സമ്മതിച്ചത് താൻ തന്നെയോ എന്ന് സിദ്ധാർഥൻ സംശയിച്ചു. ഒരി ക്കൽക്കൂടെ എനിക്കത് പറയുവാൻ കഴിയുമോ. കാര്യമെന്തെന്ന് താന ന്വേഷിച്ചുവോ.

"എനിക്കുവേണ്ടത് ചങ്കൂറ്റമുള്ള ഒരുത്തനെയാണ്. നെഞ്ചുറപ്പുള്ള ഒരാളെ. ചെറുപ്പക്കാരനും വൃത്തിയുള്ളയാളുമായിരിക്കണം. മദ്യപിക്കാ ത്തവനെന്ന് തീർച്ച വരണം. പറഞ്ഞു വരുന്നത് ജടകൊഴിഞ്ഞ ഒരു സിംഹത്തെ എനിക്കാവശ്യമില്ലെന്നാണ്. തേറ്റതേഞ്ഞു തീർന്ന കടുവയും അപ്രസക്തമാണ് സിദ്ധാർഥൻ.

കേൾക്കൂ സിദ്ധാർഥൻ, ഞാൻ തേടുന്നത് ഒരു ഈറ്റപ്പുലിയെയാണ്. ആ പുലിയുടെ നിർഭയത്വം, ശൂരത, എടുത്തുചാട്ടം, യുവത്വം, എല്ലാം മേളിച്ചയൊരാളെ ഞാൻ കണ്ടെത്തിയിരിക്കുന്നു. അയാളെ എനിക്കാവ ശ്യമുണ്ട്. "

"ആങ്ങ്..." സിദ്ധാർഥനിൽ നിന്നൊരു ശബ്ദം പുറത്തേക്ക് തെറി ച്ചുവീണു. അതിൽ ഔപചാരികമായ സർ വിളിപോലുമുണ്ടായിരുന്നില്ല. ഒരു ചളുങ്ങിയ മൺപാത്രം പാഴ്മണ്ണിൽ വീഴുമ്പോഴുണ്ടാകുന്ന വീചിക ളില്ലാത്ത ഒച്ചയനക്കം മാത്രം.

"സ്റ്റേഷനിൽനിന്ന് പരാതിക്കാരോടും പ്രതികളോടും കാശ് ഇരന്നു വാങ്ങുന്ന എത്രയെത്ര ഏമാന്മാരിരിക്കുന്നു. അതുകഴിഞ്ഞ് കള്ളുഷാപ്പ് പരിശോധന. ലോഡ്ജുകളിൽ റെയ്ഡ് ചെയ്ത് പണം പിരിക്കുക, തോക്ക് ലൈസൻസുകാരെ സ്റ്റേഷനിലേക്ക് വിളിപ്പിക്കൽ, കരിങ്കൽ ക്വാറിയുടമ കളെ വിറപ്പിക്കൽ, ഹോം റിസോർട്ടിൽ മിന്നൽ ചെക്കിങ്, ഇതെല്ലാം കഴിഞ്ഞു വഴിയോരങ്ങളിൽ ഹെൽമറ്റ്വയ്ക്കാത്ത നിയമലംഘകരെ പിഴിഞ്ഞെടുക്കൽ, സീറ്റ് ബെൽറ്റിടാത്ത കാർ യാത്രക്കാർക്ക് ചാർജ് ഭീഷണി പിന്നെയെല്ലാം കഴിഞ്ഞ് അർദ്ധരാത്രിയിൽ ട്രക്ക് ഡ്രൈവർമാരെ കാത്ത് രാജവീഥികളിൽ ജീപ്പ് പാർക്കിങ്... ഇത്തരക്കാരെക്കൊണ്ട് ഞാനു ദ്ദേശിക്കുന്ന കാര്യം നടക്കില്ല ഇൻസ്പെക്ടർ."

"ഞാനുണ്ട് സർ. എവിടേക്ക്, എപ്പോൾ..." സിദ്ധാർഥൻ മനസിരു ത്തിത്തന്നെ പറഞ്ഞു. അല്ലെങ്കിലും സിദ്ധാർഥനെന്ന പൊലീസ് സബ്

ഇൻസ്പെക്ടർ അങ്ങനെത്തന്നെയായിരുന്നുവല്ലോ. ആരോ അല്ലെങ്കിൽ ആരൊക്കെയോ നിയമം ലംഘിക്കുന്നുണ്ടെന്നയാൾ മനസിലാക്കുന്നു. രാഷ്ട്രത്തോട് അവർ യുദ്ധം പ്രഖ്യാപിച്ചിട്ടുണ്ടാവണം. എവിടെയോ കർണാടകയുടെ സ്വതന്ത്രരഥങ്ങളിൽ ചങ്ങലയിടാൻ ശ്രമിക്കുന്നവരുണ്ട്. തന്റെ മേലുദ്യോഗസ്ഥന് ആ വിവരം കിട്ടിയിരിക്കുന്നു. അദ്ദേഹം വിഭാവനം ചെയ്യുന്ന ഓപ്പറേഷന് തന്റെ സകല കഴിവുകളും സമർപ്പിക്കേണ്ടിയിരിക്കുന്നു.

"എങ്കിൽ നിങ്ങളെനിക്ക് ഉറപ്പു തരൂ സിദ്ധാർഥൻ."

രണ്ടുകൈകളും അമർന്നു. മധ്യവയസിന്റെ തേയ്മാനം വന്നുതുടങ്ങിയ കൈകളിലേക്ക് ഇളംകൈ കൂടിച്ചേർന്നപ്പോൾ അതൊരു താമരപ്പൂവിന്റെ സ്പർശംപോലെയേ രഘുപതി രാജുവിനു തോന്നിയുള്ളൂ.

"ഇൻസ്പെക്ടർ, എനിക്കുത്തരവുണ്ട് അവനെ തുടച്ചുമാറ്റുവാൻ." രഘുപതി രാജു അക്ഷോഭ്യനായി തുടർന്നു.

"ആരെയാണ് സാർ, ആരാണ് ആ മഹാകുറ്റവാളി?"

"അതെത്രയും വേഗത്തിൽ വേണമെന്നു പറയുന്നു. എനിക്കിഷ്ടമുള്ള ആരെയും ആ ദൗത്യത്തിൽ ചേർക്കാമെന്നും പറഞ്ഞിട്ടുണ്ട്. അതിനാണ് സിദ്ധാർഥൻ, ഞാൻ നിങ്ങളുടെ സഹകരണമഭ്യർഥിച്ചത്."

"എന്റെ വാഗ്ദാനം ഞാൻ ലംഘിക്കുകയില്ല സർ, ഞാൻ ഈ യൂണിഫോമിനോട്, സ്വതന്ത്ര ഇന്ത്യയോട്, അതിന്റെയൊരു എളിയ ഭാഗമായ കർണാടക സംസ്ഥാനത്തിനോട്, കന്നട ഭാഷയോട്, മഹത്തായ ഈ സംസ്കാരിക പൈതൃകത്തോട് എന്നെന്നും കൂറു പുലർത്തുന്നവനായിരിക്കും. ഒരുവേള ഞാനെന്റെ പ്രാണൻപോലും ഈ മാർഗത്തിൽ ഉപേക്ഷിക്കാം. പക്ഷേ, ഏതാണാ മഹാപാതകിയെന്നും അവരുടെയൊക്കെ വേരുകൾ എവിടെയെന്നും സാർ പറഞ്ഞില്ല."

"ഞാനാ പേര് പറയാം മിസ്റ്റർ സിദ്ധാർഥൻ, സുള്ള്യൻ. അവനെ ജീവിക്കാൻ അനുവദിക്കരുത്. വെടിവെച്ചു വീഴ്ത്തണമവനെ. നിങ്ങൾക്കൽപ്പം ബുദ്ധിമുട്ടുണ്ടാക്കുന്ന കേസാണിത്. പക്ഷേ, ഇപ്പോൾ എടുത്തു പറഞ്ഞ കാര്യങ്ങളെ മുൻനിർത്തി ഞാൻ പറയുന്നു, നിങ്ങളിതിനു തയാറായേ പറ്റൂ. എങ്ങനെയെന്നു ചോദിച്ചാൽ അതിനുത്തരമുണ്ട്. ഒരു ഏറ്റുമുട്ടൽ നാടകത്തിൽ കഥ കഴിക്കണം. എന്റെ മുഖത്തേക്ക് നോക്കൂ സിദ്ധാർഥൻ......"

രഘുപതിരാജു തികച്ചും സിദ്ധാർഥന്റെ കണ്ണിലുറ്റുനോക്കിയായിരുന്നു സംസാരിച്ചിരുന്നത്. സുള്ള്യനെന്ന വ്യക്തി വളർന്നുവരുന്ന പ്രസ്ഥാനമാണെന്ന് സ്റ്റേറ്റ് മനസിലാക്കുന്നു. ആ മുഖംമൂടിയൊരുപക്ഷേ, മനുഷ്യാവകാശത്തിന്റേതാകാം. അധഃസ്ഥിത മുന്നേറ്റത്തിന്റേതാകാം. പരിസ്ഥിതിയുടെ ലേബലണിയാം, ഉണരുന്ന സ്വത്വബോധത്തിന്റേതെന്നു പറയാം. ചേരികളിൽ സടകുടഞ്ഞെഴുന്നേൽക്കുന്ന മനുഷ്യപ്പുഴുക്കളുടേതെന്നു പേർ വിളിക്കാം. പക്ഷേ, ആപത്താണെന്ന് ഭരണകൂടം മനസിലാക്കുന്നു. ഭരണയന്ത്രം തിരിക്കുന്നവർക്ക് മേലിൽ എന്തെങ്കിലുമൊക്കെ

നിയമനിർമാണം നടത്തേണ്ടിവരുമ്പോൾ ഇത്തരക്കാരോടുകൂടിയൊക്കെ ആലോചിക്കേണ്ടിവരുന്ന സ്ഥിതി എത്ര അപകടമാണ്.

"സിദ്ധാർഥൻ, പുതിയ നൂറ്റാണ്ട് ഇത്തരം വേറിട്ട മനുഷ്യരുടേതാണെന്ന് താങ്കൾ കരുതുന്നുണ്ടാകാം. ഇല്ല. പക്ഷേ, അവർ എവിടെയും ശബ്ദങ്ങളുണ്ടാക്കുന്നുണ്ട്. എവിടെയും അടിച്ചമർത്തപ്പെടുന്നുമുണ്ട്. ലോകത്തിലെ നിരവധി മുക്കുമൂലകളിൽനിന്ന് അവരുടെ പെരുമ്പറ നിങ്ങൾക്ക് കേൾക്കാം. ഇന്ത്യയിലെ മുഴുവൻ സംസ്ഥാനങ്ങളിൽനിന്നും അവരുടെ ഘോഷയാത്രകൾ തടയപ്പെടുന്നു. അയൽസംസ്ഥാനമായ കേരളത്തിലെ മുത്തങ്ങയിൽ ജാനുവെന്ന പെൺസിംഹത്തിനു വിജയിക്കുവാൻ കഴിഞ്ഞുവോ. ജോഗിയെന്ന ആദിവാസിയുടെ തലച്ചോർ തുളച്ചുകൊണ്ടല്ലേ വെടിയുണ്ട കടന്നുപോയത്. *ജനവാഹിനി*യും *വിജയ കർണാടക*യുമൊക്കെ അത് റിപ്പോർട്ട് ചെയ്തിരുന്നുവല്ലോ. ഇപ്പോൾ ആ സ്ത്രീയെക്കുറിച്ച് താങ്കൾ കേൾക്കുന്നുണ്ടോ. ഉണ്ടാവില്ല. ആ ശബ്ദം അമർത്തപ്പെടേണ്ടതാണെന്ന് കേരള സർക്കാരിന്റെ തീരുമാനമായിരുന്നു.

പൊലീസിന് കാരണമൊന്നും വേണ്ട സിദ്ധാർഥൻ, നമുക്കൊരാളെ വെടിവെച്ചു കൊല്ലുവാൻ. പ്രതി സായുധവിപ്ലവത്തിന്നു മുതിർന്നെന്നു പറഞ്ഞാൽ മതി. ആനക്കൊമ്പ് വേട്ടയ്ക്കിടെ കൊല്ലപ്പെട്ടുവെന്നു പറയാം. ഔദ്യോഗിക കൃത്യനിർവഹണത്തിനിടെ ആത്മരക്ഷാർഥം പൊലീസുകാരനെന്താ വെടിവെക്കാൻ പാടില്ലേ?

നഞ്ചൻകോട്ടേക്ക് ഇനിയുമൊരു മൂന്നുകിലോമീറ്റർ ദൂരം ബാക്കിയുണ്ടെന്നു കമാനങ്ങൾ വിളിച്ചുപറയുന്നേടത്തുനിന്നു രഘുപതി രാജു വാഹനം വലത്തോട്ട് തിരിച്ചു. ഏറെ പോകേണ്ടിവന്നില്ല. പഴയ ഒരു വാടക വീടിന്റെ മുമ്പിൽ വണ്ടി നിന്നു.

"സിദ്ധാർഥൻ, താങ്കൾ ഇറങ്ങി വരൂ. ഞാനൊരു കാര്യം പറയുവാൻ മറന്നു. ഇവിടെ ഞാനൊറ്റയ്ക്കാണ്. കുടുംബമൊക്കെ അവരുടെ വീട്ടിലേക്ക് പോയി. ദുർഗാഷ്ടമിക്ക് ക്ഷേത്രത്തിൽ പൂജയുണ്ടത്രെ. അവളതൊന്നും മുടക്കുന്ന കൂട്ടത്തിലല്ല."

മേശപ്പുറത്ത് രണ്ട് പകർച്ചകൾ കണ്ടു. ഇപ്പോൾ ആരോ കൊണ്ടുവെച്ചു പോയതുപോലെ. കുടിക്കാനുള്ള വെള്ളംപോലും എടുത്ത് ഗ്ലാസിൽ വെച്ചിരിക്കുന്നു. കൈ തുടയ്ക്കാനുള്ള ടവൽ, എച്ചിൽ ഇടുവാനുള്ള പാത്രം എല്ലാം തയാറാണ്. വീട്ടുവേലക്കാരനോ വേലക്കാരിയോ ചെയ്തതാകാം ഇതൊക്കെ. എല്ലാം ഏർപ്പാട് ചെയ്ത് സർക്കിൾ ഇൻസ്പെക്ടർ അവരെ പുറത്തേക്ക് വിട്ടതാകാം.

"സിദ്ധാർഥൻ കയറിയിരിക്കൂ, നമുക്ക് കുറച്ച് സംസാരിക്കാം. ഈ കാണുന്ന പൂമുഖപ്പടിവാതിൽക്കലേക്ക് വരൂ, നല്ല കാറ്റ് വീശുന്നുണ്ട്. ദൈവത്തിന്റെ അനുഗൃഹീതമായ സംസ്ഥാനമാണിത്. ഒരിക്കലും കുളിർ വിട്ടു മാറാത്ത പ്രവിശ്യ വേറെയേതുണ്ട് ഈ മഹാ ഇന്ത്യയിൽ. എന്താണ് ഇന്ദ്രപ്രസ്ഥത്തിൽനിന്നുമൊക്കെ ആളുകൾ റിട്ടയർമെന്റിനുശേഷം ഇങ്ങോട്ടുവരുന്നതെന്നു ചിന്തിച്ചിട്ടുണ്ടോ. ഇവിടെ നിന്നുൽപ്പാദിപ്പിക്കുന്ന

പഴങ്ങളും പച്ചക്കറികളുമൊന്നുമില്ലെങ്കിൽ കേരളം എന്നേ പട്ടിണിയാകുമായിരുന്നു. ശരിയല്ലേ?"

ചായമടിക്കാത്ത പൂപ്പൽപിടിച്ച ചുമരുകളായിരുന്നു വീടിന്. ഏതോ ജന്മികൾ താമസിച്ചതായിരിക്കാം. അകത്തെ സൗകര്യങ്ങളൊക്കെ കമനീയമാണ്. ഏതാണ്ട് ആറു മാസക്കാലമെങ്കിലുമായിക്കാണും രഘുപതി രാജു അവിടെ താമസം തുടങ്ങിയിട്ടെന്ന് ചുറ്റുപാടുകൾ വ്യക്തമാക്കുന്നു.

"സിദ്ധാർഥനെന്തേ ഇരിക്കാത്തത്?"

താനപ്പോഴും നിൽക്കുകയാണെന്ന് സിദ്ധാർഥനോർത്തു. ഷെൽഫിനകത്ത് എന്തൊക്കെയോ മുദ്രകളും അവാർഡുകളുമൊക്കെ അടുക്കിവെച്ചിട്ടുണ്ട്. വായനയൊന്നുമില്ലെന്ന് പറഞ്ഞിട്ടും രണ്ടുമൂന്ന് പുസ്തകങ്ങൾ ഷെൽഫിൽ കാണുന്നു. പരിചയമുള്ളതാണ്. ഒരെണ്ണത്തിന്റെ പേര് പുറത്തേക്ക് വ്യക്തമായി കാണുന്നില്ല. എന്നാൽ, ഗ്രന്ഥകർത്താവിന്റെ പേര് വായിക്കാം. കന്നട ഭാഷയിലേക്ക് ജ്ഞാനപീഠം കൊണ്ടുവന്ന ചന്ദ്രശേഖര കമ്പാറിന്റെ പേരാണത്. പിന്നെയുള്ളത് ശ്രീകൃഷ്ണ ആലനഹള്ളിയുടെ *ഭുജംഗയ്യന ദശാവതാരഗളു*[1], പിന്നെയും ശ്രീകൃഷ്ണയുടെ തന്നെ *പരസംഗത ഗെണ്ടെതിമ്മ*[2] എന്നിവയും അടുക്കിവെച്ചതിൽപ്പെടും. ഷെൽഫിനു മുകളിൽ സാമാന്യം വലിയ ഒരു വെങ്കല പ്രതിമയുണ്ട്. സുവർണ ശോഭ പരത്തിക്കൊണ്ട് ഇടംകൈയിൽ അഗ്നിയും വലംകൈയിൽ ഡമരവും ജടാമകുടത്തിൽ ഗംഗയും ശിരസിൽ ചന്ദ്രക്കലയും വഹിച്ചുകൊണ്ടുള്ള പ്രപഞ്ച നർത്തകൻ നടരാജന്റെ വിഗ്രഹം.

II

"സിദ്ധാർഥൻ, താങ്കൾക്കാലോചിക്കാനുണ്ടെന്ന് എനിക്കറിയാം. ഇപ്പോൾ മറുപടി തരേണ്ടയാവശ്യമില്ല. ഞാൻ വിളിച്ചുകൊള്ളാം. ഇതൊരു അഭ്യർഥനയാണോ കൽപ്പനയാണോയെന്ന് നിങ്ങൾ ചോദിച്ചേക്കാം. അനുസരിക്കുകയാണെങ്കിൽ ഇതൊരു അഭ്യർഥന തന്നെ. അല്ലെങ്കിൽ ഇതൊരു കൽപ്പനയും. ശരി, വേറെയൊരു കാര്യം ഇപ്പോഴാണോർത്തത്."

സിദ്ധാർഥൻ വെറുതെ കാഴ്ചകളിലേക്ക് നോക്കി നിന്നു. എന്തെങ്കിലും തുടർന്നു ചോദിക്കുവാനോ സംസാരിക്കുവാനോ അയാൾക്ക് തോന്നിയില്ല. അല്ലെങ്കിലും ഏറെ നേരമായി അയാൾ മൗനിയായ ശ്രോതാവായിരുന്നു.

"താങ്കൾ, ഏറെ നേരമായി എന്തെങ്കിലും സംസാരിച്ചിട്ട്. എല്ലാം കേൾക്കുക മാത്രമായിരുന്നല്ലോ. ഒന്നുമില്ലേ പറയുവാൻ. താങ്കളിത്രയും മൗനിയാകുവാൻ മാത്രം ഞാനെന്തെങ്കിലും പറഞ്ഞുവോ. ഒന്നുമില്ലെങ്കിലും ആറുമാസക്കാലത്തെ പൊലീസ് ട്രെയിനിങ് ക്യാമ്പിൽ വെച്ചെങ്കിലും താങ്കളെപ്പോലെയുള്ളവർ ഏറെ പരുവപ്പെടുമല്ലോ, ശരിയല്ലേ.

---

1. ഭുജംഗയ്യന്റെ ദശാവതാരങ്ങൾ
2. പാവത്താൻ

"നമുക്കിനി വീട്ടുകാര്യങ്ങൾ സംസാരിക്കാം മിസ്റ്റർ സിദ്ധാർഥൻ" രഘുപതി രാജു പുതിയ വിഷയത്തിലേക്ക് കടക്കുകയായിരുന്നു. "നമുക്ക് വീട്ടുകാര്യങ്ങളിലേക്ക് കടക്കാം. എന്റെ അച്ഛനെയും കുടുംബത്തെയും കുറിച്ചു ഞാൻ പറഞ്ഞു. അമ്മയെക്കുറിച്ചും ഞാൻ പറഞ്ഞു. താഴെയുള്ള സഹോദരിമാരുടെ കാര്യം ഞാൻ ഇനിയുമധികം പറയുന്നില്ല. അച്ഛനും അമ്മയുമൊന്നും ഇപ്പോൾ ജീവിച്ചിരിപ്പില്ല. നിങ്ങളുടെ വിശേഷങ്ങൾ പറയൂ. എങ്ങനെയിരിക്കുന്നു അച്ഛൻ. അമ്മയുടെ ഫോൺകോളുകൾ വരാറില്ലേ. സൗഖ്യമായിരിക്കുമെന്ന് ഞാൻ കരുതട്ടെ. പിന്നെയൊന്നു ഞാൻ ചോദിക്കാൻ മറന്നു. എവിടെയാണ് സിദ്ധാർഥന്റെ സ്വദേശം. ബാംഗ്ളുരിലാണോ, ഷിമോഗയിലാണോ എന്നൊന്നും ഞാൻ ചോദിച്ചില്ലല്ലോ. ഇന്നു പുലർച്ചെ വിളിച്ചുവോ അച്ഛൻ!"

"അച്ഛൻ ഇന്നെന്നല്ല ഒരിക്കലും വിളിക്കില്ല ഓഫീസർ. അവനെയൊന്നു വിളിച്ചു തരുവാനുള്ള അമ്മയുടെ കേണപേക്ഷകൾക്കും ഫലമുണ്ടാകാനിടയില്ല. സിദ്ധാപുരത്തെ മധുരനാരങ്ങാത്തോട്ടങ്ങളിൽ ജീവിതം ഹോമിക്കുവാനായിരുന്നല്ലോ കൃഷ്ണപ്പയുടെ യോഗം. കൃഷ്ണപ്പയ്ക്ക് എന്നും ആധിയും വ്യഥയും ദീനവുമൊക്കെയായിരുന്നു. ഷിമോഗയിൽനിന്നു കുടകിലേക്കുള്ള പറിച്ചു നടൽതന്നെ താങ്ങുവാൻ വയ്യായിരുന്നു ആ സാധു മനുഷ്യന്. അരിമില്ലുകൾ ഗർജിക്കുന്ന ഷിമോഗയിലെ ഫാക്ടറികളിലൊന്നിൽ എവിടെയോ കൈകൾ കുടുങ്ങി നഷ്ടപ്പെട്ടുപോയ കൃഷ്ണപ്പയ്ക്ക് മുമ്പിൽ ജീവിതം വഴിമുട്ടി നിന്നു. അദ്ദേഹത്തിനു സഹധർമിണിയെയും ചേർത്തുപിടിച്ചു കുടകിലേക്ക് നാടുവിടുകയേ രക്ഷയുണ്ടായിരുന്നുള്ളൂ. കുടക് നാട് ഇനിയുമെത്രയോ പേർക്ക് വയർ നിറയാനുള്ളത് നൽകാൻ സന്നദ്ധമാണെന്നാരോ കൃഷ്ണപ്പയോട് പഞ്ഞത്രെ.

അതിൽ ശരിയുണ്ടായിരുന്നു. മധുരനാരങ്ങത്തോട്ടങ്ങളിൽ മേസ്തരിപ്പണിയാണ് കിട്ടിയത്. കൈയില്ലാത്തവന് വേറെയെന്ത് കിട്ടുവാൻ. കൈയില്ലാത്ത കൃഷ്ണപ്പ കൈയുള്ളവനെപ്പോലെ നെട്ടോട്ടമോടി. വന്ധ്യയായ പ്രിയതമയുടെ വയറ്റിൽ തലോടി ആശ്വസിപ്പിച്ചു. നമുക്കൊരു ഓമനക്കുഞ്ഞിനെ, തുടുത്തു പഴുത്ത മധുരനാരങ്ങയേക്കാൾ ഭംഗിയുള്ളൊരുണ്ണിയെ ഭഗവാൻ തരാതിരിക്കില്ല. തോട്ടങ്ങളിൽനിന്നു നുലട്ടകൾ കടിച്ചു ചോരയിറ്റു വീഴുന്ന കാലുമായി വരുന്ന അച്ഛനെ സ്വീകരിക്കുവാൻ അമ്മ പുറത്തേക്ക് വരാറില്ലായിരുന്നു. കടിച്ചുതിന്നുന്ന തണുപ്പ് അമ്മയുടെ ആസ്ത്മ രോഗത്തിന്റെ അളവ് ഉയർത്തിക്കൊണ്ടേയിരുന്നു. സിദ്ധാപുരത്തെ പകലുകൾക്കുപോലും കമ്പിളിപ്പുതപ്പ് വേണമായിരുന്നു. മരുന്നു വാങ്ങുവാനും അരി വാങ്ങുവാനുംവേണ്ടി അച്ഛൻ ഓടിത്തളർന്നു. അപ്പോഴും ഒരു കുഞ്ഞിന്റെ വരവിനുവേണ്ടി ദമ്പതികൾ നോമ്പുനോറ്റു കാത്തിരുന്നു.

മേശ മാസവും[3] ഋഷഭ മാസവും[4] പലവട്ടം കടന്നുപോയി. മധുര നാരങ്ങകൾ പലവട്ടം പൂവിട്ടു. ശ്രാവണച്ചന്ദ്രികകളും ചൈത്രസന്ധ്യകളും എത്രയോ കടന്നുപോയി. പതിവായി വന്നെത്തുന്ന വണ്ടുകളും ശലഭങ്ങളും കുടകിനെ അഴകിൽ പൊതിഞ്ഞു നിന്നു. പൂക്കളെ കൊഴിച്ചു, സസ്യങ്ങൾ ഉണ്ണിക്കായ്കളെ വിരിയിച്ചു. ആ ഓമനകായ്കളെയും പൊതിഞ്ഞു നിന്നു അനേകം ചെറുജീവികൾ. അവർ മധുമത്തരായിരുന്നു. നൃത്തമാടികൾ, വികൃതികൾ, ഉല്ലാസപ്പറവകൾ അവ രാത്രിയിലും വിട്ടുപോയില്ല. അന്തിക്ക് വിരുന്നുകാർ ഏറെ വന്നെത്തി. സിദ്ധാപുരം മാത്രമല്ല വീരാജ്പേട്ടയും മട്ക്കേരിയും സോമവാർപേട്ടും തലക്കാവേരിയുമൊക്കെ ഉന്മാദത്തിന്റെ ഗന്ധവും മത്തും ചുമന്നു വരുന്ന ഋതുക്കൾക്കു വേണ്ടി കാവലിരുന്നു. പശ്ചിമഘട്ടങ്ങളെ തഴുകിവരുന്ന തണുത്തകാറ്റിനെ മനുഷ്യൻ മാത്രമാണ് ശപിച്ചത്. എന്നാൽ അനന്തകോടി ജീവികൾ കുളിരെന്ന ദിവ്യപ്രഭയെ ഊഷ്മളാനുരാഗത്തോടെ സ്വീകരിച്ച നാളുകളൊന്നിൽ. അമ്മ പുറത്തേക്ക് തന്നെ വന്നു സ്വീകരിച്ചത്രെ, അച്ഛനെ. "നീ അകത്തേക്ക് കയറ്. നാളെത്തന്നെ നിന്നെയും കൊണ്ട് വൈദ്യന്റെയരികത്തേക്ക് പോകാൻ കഴിയില്ല."

ആ രാത്രിയിൽ അമ്മയോടൊപ്പം അവരെ പൊതിഞ്ഞു നിന്നിരുന്ന മിന്നാമിനുങ്ങുകൾ കൂടിച്ചേർന്നാക്കഥ പറഞ്ഞു. നനഞ്ഞ തണുപ്പിൽ കുമുകുമാ ശബ്ദമുണ്ടാക്കിക്കൊണ്ടിരുന്ന ചീവീടുകളതിനെ ശരിവെച്ചു. കുടിച്ചു പൂസായ കരിവണ്ടുകൾ അച്ഛനോട് ചോദിച്ചത്രെ; "എന്തേ ഇത്ര വിശ്വാസം വരാതിരിക്കാൻ."

അന്ന് കണങ്കാലിൽനിന്ന് അട്ടകൾ ഉതിർന്നുവീണത് അമ്മയുടെ കൈതോല പായയിലാണ്. "മതിയായില്ലേ നിങ്ങക്ക്" അമ്മയുടെ കിതയ്ക്കൽ. "ഞാൻ പറഞ്ഞില്ലായിരുന്നുവോ ഈശ്വരൻ നമ്മൾക്ക് തരുമെന്ന്."

പ്രിയ ഓഫീസർ, അങ്ങനെയൊരു ബുദ്ധ പൗർണമി രാവിൽ പിറന്നുവീണ ഉണ്ണിയായിരുന്നു ഈ സിദ്ധാർഥൻ. അഭിനവസിദ്ധാർഥന്റെ തിരുപ്പിറവിക്ക് മുമ്പുതന്നെ അച്ഛൻ വീടിന് കപിലവസ്തുവെന്ന് പേരിട്ടിരുന്നു. സിദ്ധുവെന്ന് അമ്മ ഓമനപ്പേരിട്ടു വിളിച്ചിരുന്നുവെങ്കിലും അച്ഛൻ സിദ്ധാർഥനെന്ന മുഴുപ്പേർ മാത്രമേ വിളിച്ചുള്ളൂ. എന്നാൽ, മനസിന്റെ അകതാരിൽ നിലവിളക്ക് കൊളുത്തി പ്രതിഷ്ഠിച്ച കൃഷ്ണനെന്ന കണ്ണന് ഒരു പോറലേൽക്കാനും അച്ഛൻ സമ്മതിച്ചുമില്ല. ഇവൻ ഭാഗ്യവാനായി വളരുമെന്ന് എത്ര തവണയാണ് അച്ഛന്റെ നാവിൽനിന്ന് കേട്ടതെന്നോർമയില്ല. അങ്ങനെതന്നെയായിരുന്നു വളർത്തിയിരുന്നതും. ഒന്നര കൈയൻ മൂന്നു കൈകൾകൊണ്ട് പണിയെടുത്തു. പിന്നെ പണിയെടുപ്പിച്ചു. തളർന്ന വശനായപ്പോൾ തോട്ടത്തിൽനിന്നു പുറത്തേക്കുള്ള വഴി ചൂണ്ടിക്കാണിച്ചുകൊടുത്തു മുതലാളിമാർ. ആ ചൂണ്ടാണി വിരലിന്റെ ദിക്ക് നോക്കി വെളിയിലേക്കിറങ്ങിയ മനുഷ്യൻ ഉന്തുവണ്ടി സംഘടിപ്പിച്ചു നാരങ്ങകൾ

---

3. മേടം
4. ഇടവം

കയറ്റി വലിച്ചു നടന്നു. ഒരു കിലോക്ക് മൂന്നു രൂപ, നാലു രൂപ, പിന്നെ അഞ്ചുരൂപ.

ആ സമയത്ത് അച്ഛന്റെ പുന്നാരമകൻ ബാംഗ്ളൂരിലെ സെന്റ് തെരേസ കോളേജിൽ പുസ്തകങ്ങളുരുക്കഴിക്കുകയായിരുന്നു. എം ജി റോഡിലെ സായാഹ്നങ്ങളിൽ യുവതൃഷ്ണകൾ ഉരുമ്മിയുണ്ടാകുന്ന കിക്കിളികളെക്കുറിച്ചു ചിന്തിക്കാനേ പോയില്ല. ക്ഷണിക്കുന്ന കണ്ണുകളെയും മലർക്കുന്ന ചുണ്ടുകളെയും അവഗണിച്ചു നടന്നു. കാമ്പസുകളിൽ അഭിനയിച്ചു തീർക്കേണ്ട ഷേക്സ്പിയർ നാടക കഥാപാത്രങ്ങളുടെ നെടുങ്കൻ ഡയലോഗുകൾ ഹൃദിസ്ഥമാക്കി. അവ പേർത്തും പേർത്തും പറഞ്ഞു കാമ്പസുകളിലും കാമ്പസുകളൊഴുകുന്ന നഗരവീഥിയിലും ചുറ്റിനടന്നു. വിളിക്കപ്പെട്ടു, സന്മാർഗിയെന്ന്.

കുറഞ്ഞ വാട്സിലെരിയുന്ന ബൾബിനരികിലേക്ക് ചേർത്തു പിടിച്ചു വായിക്കുന്ന കത്തുണ്ടായിരുന്നു. സിദ്ധാപുരത്തെ പോസ്റ്റോപ്പീസിന്റെ ചാപ്പകുത്തിയ കവർ. വലംകൈയിൽ വെണ്ണവച്ച് ഇടതുകൈ തറയിൽ കുത്തി നിന്നു പുഞ്ചിരിഥുന്ന ഉണ്ണിഥണ്ണന്റെ മുദ്രപതിഞ്ഞ മങ്ങിയ കടലാസിൽ അച്ഛൻ ചോരയിൽ മുക്കിയെഴുതും; "രൂപയൊക്കെ തികയുമോ കുഞ്ഞേ. അച്ഛൻ തളർന്നു കുട്ടീ. ഇനിയെത്ര മാസങ്ങളുണ്ട് പരീക്ഷയ്ക്ക്..." അത് വായിച്ചു തീരുന്ന നേരങ്ങളിൽ അച്ഛന്റെ സമീപത്തുണ്ടാകുന്ന രണ്ട് കലക്ക മിഴികളെ മനസിൽ കാണുന്നു.

പിന്നീട് ഉദ്യോഗം കിട്ടിയ കഥ അമ്മയോട് പറഞ്ഞപ്പോൾ അവർ കരയുകയാണ് ചെയ്തത്. അവർക്ക് സകലതും ഈശ്വര നിശ്ചയമായിരുന്നു. അച്ഛൻ ഉത്സാഹ ഭരിതനായി സിദ്ധാപുരത്തെ പഴക്കമേറിയ തെരുവുകളിലൂടെ വിളിച്ചു പറഞ്ഞുനടന്നു. "എന്റെ മകന് പൊലീസിലാണ് പണി കിട്ടിയത്, സബ്ഇൻസ്പെക്ടർ." തോളറ്റത്ത് നക്ഷത്രങ്ങൾ. കുപ്പായ കീശയിലും തൊപ്പിയിലുമൊക്കെ എന്തൊക്കെയോ ചിഹ്നങ്ങൾ. കുടകിലെ മരംകൂപ്പുകളിൽ ഈട്ടിത്തടി ലേലം കൊള്ളാൻ വന്ന കണ്ണൂരിലെ മുസൽമാരോട് അച്ഛൻ പറഞ്ഞു, "എന്റെ മകൻ പൊലീസാണ്." മധുരനാരങ്ങകൾ മൊത്തക്കച്ചവടത്തിനു വന്ന ഉത്തരേന്ത്യക്കാരോട്, ഹുൻസൂരിൽനിന്നു വന്ന കരിമ്പ് കൃഷിക്കാരോട്, തേയിലത്തോട്ടങ്ങളിൽ ഇനിയുമവശേഷിക്കുന്ന ആംഗ്ലോയിന്ത്യക്കാരോട്, സ്വർണക്കച്ചവടം ചെയ്യുന്ന മറാത്തികളോട്, പാട്ടത്തിന് ഇഞ്ചിക്കച്ചവടം ചെയ്യുവാൻ വന്ന വയനാട്ടിലെ ഗൗഡന്മാരോട് – എല്ലാമെല്ലാം അച്ഛൻ ഇടംവലം നോക്കാതെ പറഞ്ഞു; "എന്റെ മകൻ പൊലീസാണ്."

ആദ്യമായി നിയമനം കിട്ടിയ കോലാർജില്ലയിലെ നരസപുര പൊലീസ് സ്റ്റേഷനിൽ പ്രകാശഭരിതമായ മുറിയിൽവച്ച് അച്ഛന്റെ കത്ത് വായിച്ചു. പഴയ അമ്പാടിക്കണ്ണന്റെ മുദ്രാങ്കിതമായ നിറം കുറഞ്ഞ വെളുത്ത കടലാസിൽ അദ്ദേഹം എഴുതിയിരിക്കുന്നു. നീ അയച്ച പണം കിട്ടിയിരിക്കുന്നു. പക്ഷേ, ഞാൻ കാത്ത് നിന്നിരുന്നത് അതിനായിരുന്നില്ല. ബാങ്കിലെ കടങ്ങൾ, ഹുണ്ടികക്കാരോട് വാങ്ങിയത്, കൈവായ്പ വാങ്ങി

യത് അങ്ങനെ എന്തെല്ലാമിരിക്കുന്നു. പൊലീസുകാർ ഇങ്ങനെ അരിഷ്ടിച്ചല്ലല്ലോ ജീവിക്കാറ്...

ശമ്പളത്തിന്റെ മുക്കാൽ ഭാഗവും വീട്ടിലേക്കയക്കുന്ന മകനിൽനിന്ന് ഏറെ പ്രതീക്ഷിക്കാനില്ലെന്ന് അച്ഛൻ വൈകിയറിഞ്ഞു. അമ്മയ്ക്ക് നേരത്തെ ഇതറിയാം. അവരുടെ വ്യാകുലതകൾ വേറെയായിരുന്നു. നീയൊരു പെണ്ണിനെ കണ്ടുവെക്ക്. അച്ഛൻ പിണങ്ങിയത് നോക്കണ്ട. പക്ഷേ, പൊളിച്ചു പണിയാറായ ഈ വീട്ടിലേക്ക് സിന്ദൂരരേഖയിൽ പൊട്ടു തൊട്ട ഒരു പെണ്ണിനെ ആനയിക്കാൻ പറ്റുമോ. എനിക്കേറെ പറയാനില്ല.

അച്ഛനുവേണ്ടി അമ്മ ഒരു ശുപാർശ ചെയ്തിരുന്നു; "മരിക്കുന്നതിന്നതിനു മുമ്പ് അച്ഛന് ഒന്നു ലുംബിനി[5] കാണണമെന്നുണ്ട്. നിന്നോടതിനു പറയുവാൻ അച്ഛന് ധൈര്യമില്ല......."

ഓഫീസർ, ഇപ്പോൾ കത്തുകളൊക്കെ കുറവാണ്. പ്രതീക്ഷകൾക്കൊത്ത് ഉയരുവാൻ കഴിയാത്ത മകനോട് നീരസവും പിണക്കവുമൊക്കെയായി സിദ്ധാപുരത്തെ വക്കുകളടർന്നുവീണ പഴയ വീട്ടിൽ അവർ കഴിയുന്നുണ്ട്. അവർക്കെന്നല്ല ഈ മകനുമില്ല അധിക പ്രതീക്ഷകൾ.

"പകർച്ചയെടുത്തു കഴിക്കൂ സിദ്ധാർഥൻ."

പതിനഞ്ച്

നഞ്ചുണ്ടൻ വന്നു കയറിയപ്പോൾ ശിവണ്ണൻ അഗാധമായ ചിന്തയിലായിരുന്നു. കാഞ്ചനയെ പുറത്തൊന്നും കണ്ടില്ല. വീടിന്റെ പുറക് ഭാഗത്ത് പിച്ചളപാത്രങ്ങൾ ഉരച്ചു കഴുകുന്ന ശബ്ദം കേൾക്കുവാൻ കഴിഞ്ഞു.

"മുതലാളി വിളിച്ചിരുന്നോ?"

ശിവണ്ണനോർത്തു. വിളിച്ചിരുന്നുവോ. ഉവ്വ്. രാവിലെ ഗുണ്ടിൽപേട്ടക്കുള്ള യാത്രാമധ്യേ രോഹിണി ഇതുവഴി വന്നിരുന്നു. അപ്പോഴാണ് രോഹിണിയോട് പറഞ്ഞത് നഞ്ചുണ്ടനോട് ഈ വഴി വരുവാൻ. ആരെയാണോ അടുപ്പിക്കരുതെന്ന് സുള്ള്യനും കമലയും ഭാര്യയും മകളും ഒരുപോലെ പറയുന്നത് അതേ ആളെ വീണ്ടും വിളിപ്പിക്കുന്നു. വിഷമഘട്ടത്തിലെന്തുകൊണ്ടോ നഞ്ചുണ്ടന്റെ കൂർത്തമുഖം ഓർമയിൽ വരുന്നു. മാംസളമില്ലാത്ത ആ മൂക്ക്, കുഴിയിൽനിന്ന് പുറത്തേക്ക് വരുവാൻ പാടുപെടുന്ന ആ രണ്ട് കണ്ണുകൾ, ഇതൊക്കെയാണ് നഞ്ചുണ്ടനെപ്പറ്റി ഓർക്കുമ്പോൾ മനസിൽ തെളിയുന്നത്. ഇനി ഏതൊക്കെയോ കമീഷൻ തട്ടുകയോ, പണം പിടുങ്ങുകയോ ചെയ്യുന്നുണ്ടാവാം. മറ്റുള്ളവരും ചെയ്യുന്നുണ്ടാവില്ലേ ഇതൊക്കെയും. ആരാണ് നിഷ്കാമകർമയോഗിയായിട്ടുള്ളത്. ബസവേശ്വരനവർകൾ പറഞ്ഞതെന്തായിരുന്നു. മനുഷ്യ

5. ശ്രീബുദ്ധൻ ജനിച്ച സ്ഥലം

മനസിൽ സ്വാർഥത പാലിൽ നെയ്പോലെ ഇഴുകിച്ചേർന്നിട്ടുണ്ടെന്ന്. അത് കണ്ടുപിടിക്കുക അസാധ്യം. പാലിൽനിന്ന് വെണ്ണ കടക്കോൽ കൊണ്ട് കടഞ്ഞാലെങ്കിലും വേർപിരിയും. എന്നാൽ, മനുഷ്യമനസ്സ് പിടികൊടുക്കാത്ത കടംകഥയാണ്.

ബസവേശ്വരനവർകൾ പറഞ്ഞതിനപ്പുറത്തേക്ക് കടന്നെത്താനാവുമോ. അസാധ്യമെന്നു ശിവണ്ണന്റെ മനസ്സ് പറയുന്നു. അദ്ദേഹം പറയാൻ വിട്ടത് ബാക്കിയെന്തെങ്കിലുമുണ്ടായിരുന്നുവോ. എവിടെയോ വായിച്ചു മറന്ന വചനസാഹിത്യ[1]ത്തിലേക്ക് കടന്നെത്താനായി ശിവണ്ണന്റെ മനസ്സ് ഉഴറി നടന്നു.

ഒരു പതിനായിരം രൂപ കൂടി കിട്ടേണ്ടിയിരിക്കുന്നു. അല്ലാതെ ഒരു രക്ഷയുമില്ല. വീട്ടിൽ ചില്ലിപ്പൈസയില്ല. അവിടെയും ഇവിടെയുമെല്ലാമായി കുറച്ചു പൈസ കൊടുക്കാനുണ്ട്. സീതയ്ക്ക് കോളേജിൽ പോകുവാനുള്ള പണം അവൾ രോഹിണിയോട് കടം വാങ്ങിയതാണത്രെ. ടൗണിൽ ചെറിയ ജോലിയുള്ളതുകൊണ്ട് രോഹിണിയുടെ കൈവശം കുറച്ച് പണമൊക്കെ ശിവണ്ണനും കാണാറുണ്ട്. ശിവണ്ണൻ വേറെ ഇരുന്നൂറ് രൂപ രോഹിണിയോട് കടം വാങ്ങിയിട്ടുമുണ്ട്. ചെണ്ടുമല്ലിപ്പൂക്കൾ പാകമായി തുടങ്ങി. ക്ഷീണംകാരണം ശിവണ്ണൻ കുറച്ചുദിവസം ഏറുമാടത്തിൽ കാവൽ കിടന്നില്ലായിരുന്നു. നഞ്ചുണ്ടനെ പകരം വിളിച്ചില്ല. അവൻ കുടിച്ചു മദിച്ചു ബീഡിയും വലിച്ച് ഉറങ്ങും. അതുകാരണം നഞ്ചപ്പനെ ഏർപ്പാടാക്കി. രോഹിണിയുടെ അച്ഛനുമാണല്ലോ. ആ വകയിൽ കുറച്ചു പൈസ നഞ്ചപ്പനും കൊടുക്കാനുണ്ട്. പകൽ കാളവണ്ടിയുമായി നഞ്ചപ്പൻ സ്ഥലം വിടുന്നതുകൊണ്ട് കാണാൻ കഴിയാറില്ല. ചെണ്ടുമല്ലിപ്പൂക്കൾ വിളവെടുക്കുവാനും കേരളത്തിലേക്ക് വണ്ടിവിളിക്കുവാനുമൊക്കെയായി കുറച്ചു സംഖ്യ കൈയിൽ വെക്കേണ്ടിയിരിക്കുന്നു. ദൊഡ്ഡനായ്ക്കഹള്ളിയിൽനിന്ന് സീതയ്ക്ക് ഒരാലോചനയുമായി ദല്ലാൾ വന്നിരുന്നു. ചെക്കൻ കർണാടക സ്റ്റേറ്റ് ട്രാൻസ്പോർട്ട് കോർപ്പറേഷനിൽ കണ്ടക്ടറാണത്രെ. ആൾ പിന്നെ വരാമെന്ന് പറഞ്ഞെങ്കിലും വീട് പറ്റിയില്ലെന്ന് മുഖം പറയുന്നു. എന്തുവന്നാലും വീടിന്റെ മുൻവശമൊക്കെ സിമന്റ് തേച്ചു മിനുക്കണം. വീടൊന്ന് എടുത്ത് പിടിക്കണം.

ചെണ്ടുമല്ലിപ്പൂക്കൾ കൊയ്യാറായതുകൊണ്ട് ഇനി മുഴുവൻ പരിശ്രമങ്ങളും സീതയുടെ കല്യാണക്കാര്യത്തിലായിരിക്കണം. ഇപ്പോൾ തൽക്കാലം പതിനായിരം രൂപ കൈയിൽ ആവശ്യമുണ്ട്. ഇനി എട്ടായിരമായാലും കുഴപ്പമില്ല.

''നഞ്ചുണ്ടാ എന്താ നമ്മള് ചെയ്യുന്നത്, ഒന്നു പറഞ്ഞുതാ നഞ്ചുണ്ടാ.''

"മൊതലാളി കുപ്പായം ഇട്ടുവാ. ബാക്കിയൊക്കെ ഞാൻ നോക്കാം."

ശിവണ്ണൻ വളരെ വേഗം ഷർട്ട് ധരിച്ചു. വീട്ടിൽനിന്ന് മുറ്റത്തേക്കിറ

---

1. ലളിതമായ ഭാഷയിൽ ബസവേശ്വരൻ മാലോകരോട് പറഞ്ഞതെല്ലാം ഗ്രന്ഥരൂപത്തിലായിട്ടുണ്ട്. വചന സാഹിത്യമെന്ന പേരിൽ ഇതറിയപ്പെടുന്നു.

ങ്ങിയതേയുള്ളൂ. വീണ്ടും പലിശയ്ക്ക് പണം വാങ്ങുവാൻ പോകുന്ന വിവരം കാഞ്ചനയോട് പറയേണ്ടതല്ലേ. അവൾ അനുവദിക്കില്ല. ഇനി സമ്മതിച്ചിട്ടില്ലെങ്കിലും വാങ്ങാതെ കഴിയുമോ. കാഞ്ചനയെ മുറ്റത്തിന്റെ കോണിൽ കരിങ്കോഴികൾക്ക് തീറ്റ കൊടുക്കുന്നയിടത്ത് ശിവണ്ണൻ കണ്ടു.

"കാഞ്ചേ, ഞാൻ പോണു." ശിവണ്ണൻ കാഞ്ചനയുടെയരികത്തേക്ക് ചെന്നു. അവൾ എഴുന്നേറ്റുനിന്നു. ആ മുഖത്തിൽനിന്ന് എന്താണ് വായിച്ചെടുക്കേണ്ടതെന്ന് ശിവണ്ണന് മനസിലാകുന്നില്ല. സ്നേഹമോ പരിഭവമോ അമർത്തിയ ദുഃഖമോ നൈരാശ്യമോ എന്തോ. ഏതോ ഒരു ഭീതി തന്റെ സഹധർമിണിയെ ഞെരുക്കുന്നുവെന്ന് മാത്രം ശിവണ്ണൻ കണ്ടു. എന്താണ് കാഞ്ചേ നിന്റെ മുഖത്ത് അകാരണമായ നിലവിളി.

ശിവണ്ണൻ വേപ്പുമരത്തിന്റെയരികത്തേക്ക് തിരക്കിട്ട് നടന്നു. നഞ്ചുണ്ടൻ അവിടെ എത്തിയില്ലായിരുന്നു. അയാൾ വീടിന്റെ പുറകുവശത്ത് മൂത്രമൊഴിക്കാനിരുന്നു. അതുകഴിഞ്ഞ് മടങ്ങിവരുന്നേരത്താണ് കാഞ്ചനയെ കാണുന്നത്. "കാഞ്ചേടത്തി," നഞ്ചുണ്ടൻ ഏറ്റവും വിനീതനായി. "കാഞ്ചേടത്തിക്ക് എന്നോട് എന്തോ വിരോധം തോന്നുന്നുണ്ടാവും അല്ലേ. എന്നാ നിങ്ങള് ഒന്നു മനസിലാക്കിക്കോളി കാഞ്ചേടത്തീ..." നഞ്ചുണ്ടൻ കിതച്ചു നിന്നു. ബാക്കികൂടെ പറയുവാൻ അയാൾ തത്രപ്പെടുന്നുണ്ടായിരുന്നു. "ഞാൻ കൊണ്ടോയി ഓരോ കെണിയില് ശിവേട്ടനെ ചാടിക്കുകയാണെന്ന് നെങ്ങൾക്കൊക്കെ വിചാരം ഒണ്ടാകും. എന്നാല് ശിവേട്ടന് എന്തെങ്കിലുമൊരു വെഷമം വന്നാല് അത് തീർക്കണോന്നേ എനിക്ക് ചിന്ത വന്നിട്ടുള്ളൂ. അത് നിങ്ങള് മനസിലാക്കിക്കോളി."

"നഞ്ചുണ്ടനോട് അതിന് ഞാൻ വല്ലതും പറഞ്ഞോ."

"ഇല്ല, കാഞ്ചേടത്തി പറഞ്ഞിട്ടില്ല, നിക്ക് കാഞ്ചേടത്തിന്റെ മുഖം കണ്ടാല് അറിയാലോ അതാണ് വിചാരംകൊണ്ട് നടക്കണതെന്ന്. ഇപ്പോ തന്നെ ശിവേട്ടൻ പൈസ വാങ്ങിക്കൊടുക്കണോന്ന് പറയ്ണ്. അത് എന്നെക്കൊണ്ട് കഴിയും. ഈ ചെന്നമല്ലീപുരത്ത് നെക്കൊണ്ടേ കഴിയുന്ന് ഞാനൊരഹമ്മദി പറയ്ണതല്ല. ഇപ്പോ ഞാനെന്ത് ചെയ്യണം കാഞ്ചേടത്തീ പണം മുതലിയാരോട് വാങ്ങിക്കൊടുക്കണോ, അതോ......."

കാഞ്ചന വീണ്ടും നിലത്ത് തന്നെയിരുന്നു, നേരിയ അരിയുടെ തരികൾ ഈയിടെ മുറിഞ്ഞു വന്ന കരിങ്കോഴിക്കുഞ്ഞുങ്ങൾക്ക് വിതറിയിട്ടുകൊണ്ടിരിക്കുന്നു.

"കാഞ്ചേടത്തീ" നഞ്ചുണ്ടന്റെ തൊണ്ട അൽപ്പമിടറി. "എന്നാൽ കൈയുന്നത് ഈ കുടുംബത്തിന്ന് ഞാൻ ഇനീം ചെയ്യും. ഇന്നെ നിങ്ങള് വിശ്വസിച്ചോളീ."

നഞ്ചുണ്ടന്റെ കണ്ണുകൾ കരിങ്കോഴികളിൽ പതിച്ചു. "എവിടന്ന് കിട്ടി കാഞ്ചേടത്തീ, കരിങ്കോഴിക്കുഞ്ഞുങ്ങളെ. അമാവാസിക്ക് സൂപ്പ് വെച്ചു കുടിക്കാൻ നല്ലതാണ്ന്നാ പറഞ്ഞു കേട്ടത്."

കാഞ്ചന ഒരക്ഷരമുരിയാടിയില്ല. അവൾ അരിമണി തരികൾ തൂകിക്കൊണ്ടേയിരുന്നു. നഞ്ചുണ്ടൻ വേപ്പുമരത്തിന്റെ ചുവട്ടിൽനിന്ന് നട

കൊണ്ട് തുടങ്ങി. നഞ്ചുണ്ടൻ പറയാൻ ഭാവിച്ചത് ഒരൽപ്പം ശങ്കയോടെ പറഞ്ഞു. "നിക്കുണ്ട് കാഞ്ചേടത്തീ കരിങ്കോഴിക്കുഞ്ഞുങ്ങളെ സേവിക്കാൻ പുതി."

കാഞ്ചനയെഴുന്നേറ്റു. ആ സ്വരത്തിലെ ക്ഷണം അവൾ തിരിച്ചറിഞ്ഞു. "ഞാൻ കേട്ടില്ല നഞ്ചുണ്ടാ, എന്താ നീ പറഞ്ഞത്."

"ശിവേട്ടാ ഇതാ വരണ്..." നഞ്ചുണ്ടൻ വേഗം നടന്നു ശിവണ്ണന്റെ ഒപ്പം ചേർന്നു.

II

മുതലിയാർ ആദ്യം സമ്മതം മൂളിയില്ല. വസ്തുവിന്റെ ആധാരം ഇവിടെയുണ്ട്. അത് സമ്മതിച്ചു. പക്ഷേ, വസ്തുവിലയുടെ പത്തിലൊന്നേ കടം തരാൻ പറ്റുകയുള്ളൂ. അതാണ് പ്രമാണം. അത് തന്നു കഴിഞ്ഞു. അതേ വസ്തുവിന്റെ ഈടിന്മേൽ ഇനിയുമൊരു പതിനായിരം രൂപ കൂടെ കടം തരികയെന്നു പറഞ്ഞാൽ അതെവിടത്തെ ന്യായമാണെന്നാണ് ചോദിക്കുന്നത്. ഇങ്ങനെയൊരു കീഴ്വക്കമില്ല.

"നഞ്ചുണ്ടാ, നീയെന്താ പതിവില്ലാതെ. നെനക്ക് ഇതൊക്കെ അറിയാലോ."

"ഇതൊരു സ്പെഷല് കേസാണ് മൊതലാളി" നഞ്ചുണ്ടൻ വിനീതനായി. "ഇയാളൊരു സാധു മനുഷ്യനാണ്. ഒരു പെങ്കുട്ടീനെ പറഞ്ഞയക്കാന്ണ്ട്. പിന്നെ ചെണ്ടുമല്ലിപ്പൂവൊക്കെ വിളവെടുത്താല് പൈസറൊക്കം ഇവിടെ കൊണ്ട് തരും."

മുതലിയാർ എന്തോ ഓർത്തു ചിരിച്ചു. ദുരൂഹവും വിചിത്രവുമായ ചിരി. പിന്നെ അകത്തുപോയി ആറായിരം ഉറുപ്പികയുടെ ഒരു കെട്ട് എടുത്തു വന്നു.

"നഞ്ചുണ്ടാ എണ്ണിനോക്കെടോ."

"അങ്ങോട്ട് കൊടുക്കി മൊതലാളി."

ശിവണ്ണൻ കോലായുടെ മൂലയിൽ ചാരി നിൽക്കുകയായിരുന്നു. ഓടി വന്നു കൈ നീട്ടി.

"ആറായിരം ഉറുപ്പിക. ഇത് കൊണ്ടുപോയ്ക്കോ നഞ്ചുണ്ടാ. ഇയാൾക്ക് ഗൊണം വരട്ടെ" മുതലിയാർ ആശംസകൾ നേർന്നു.

പുറത്തിറങ്ങിയപ്പോഴേക്കും വെയിൽ ചൂട് കുറഞ്ഞിരുന്നു. ഗുണ്ടിൽപേട്ടിൽ എവിടെയും തിരക്ക് തന്നെ. തിരക്കോടുതിരക്ക്. സിനിമാതിയേറ്ററിന് മുമ്പിൽ ജനം കൂടിനിൽക്കുന്നു. ഇന്നേതോ പുതിയ രജനീകാന്ത് പടം വരുന്നുണ്ടത്രെ. രജനി പ്രത്യേക സ്റ്റൈലിൽ പൊലീസ് ഓഫീസർ വേഷത്തിൽ പ്രത്യക്ഷപ്പെടുന്നതിന്റെ കട്ട് ഔട്ടുകൾ തിയേറ്റർ പരിസരത്ത് വെച്ചിട്ടുണ്ട്. സ്കൂളുകളും ഓഫീസുകളും വിട്ടു തുടങ്ങിയിട്ടുണ്ട്.

"നമുക്കൊരു ചായ കുടിക്കാം മൊതലാളി."

ശിവണ്ണന് അതിലേറെ വേണമായിരുന്നു ചായ. അതൊരു തട്ടുകട

യിൽ നിന്നായാലും മതി. കഴിക്കാനൊന്നും കിട്ടിയില്ലെങ്കിലും കുഴപ്പമില്ല. ഇനി വല്ലതും കഴിക്കണമെന്ന് നഞ്ചുണ്ടന് നിർബന്ധമുണ്ടെങ്കിൽ അതിനും വിരോധമില്ല. പരവശനായിരിക്കുന്നു. ചാമരാജ നഗരം റോഡിലെ മുസൽമാന്മാരുടെ കടയിലെ കാടപ്പക്ഷി പൊരിച്ചതും ചപ്പാത്തിയും ഓർമയിൽ വന്നു. പണം ഏതായാലും കൈയിലുണ്ടല്ലോ.

"നമ്മക്ക് കാട പൊരിച്ചത് കഴിച്ചാലോ നഞ്ചുണ്ടാ."

"വേണ്ട മൊതലാളി, എന്റെ കൂടെ വന്നാ മതി. നമ്മക്ക് നെയ്റോസ്റ്റ് കഴിക്കാം."

നഞ്ചുണ്ടൻ മുമ്പിൽ നടന്നു. മൈസൂർ റോഡിലൂടെ കുറച്ച് മുമ്പോട്ട് നഞ്ചുണ്ടൻ ധൃതിയിലായിരുന്നു നടന്നിരുന്നത്. ഇവനെന്തൊരു പരിചയമാണ് ഗുണ്ടിൽപേട്ടയിലെന്ന് ശിവണ്ണൻ വിസ്മയിച്ചു. മുതലിയാരുടെ വീട്ടിലും തഹസീൽദാർ ഓഫീസിലും സിനിമാ കൊട്ടകയിലും കന്നുകാലിച്ചന്തയിലും കൃഷി ഓഫീസിലുമൊക്കെ നഞ്ചുണ്ടന് ലോഗ്യക്കാരുണ്ട്. അറിയാത്ത ഒരിടവും ഇല്ല. വല്ലാത്ത ഒരു യന്ത്രി തന്നെ. അൽപ്പമൊരു കുരുട്ടുവിദ്യ കൈയിലുണ്ടെങ്കിലും ആളൊരു സാധുവും പരോപകാരിയും തന്നെയെന്ന് ശിവണ്ണന് തോന്നിത്തുടങ്ങി. പിന്നെ ഇവന് വേറെയൊരു വരുമാനമൊന്നുമില്ലല്ലോ.

"ഇവിടേക്ക് കയറാം മൊതലാളി, നല്ല നെയ്റോസ്റ്റ് കിട്ടും."

കയറാൻ ശിവണ്ണൻ അൽപ്പമൊന്നു മടിച്ചു. വിശാലമായ ഹോട്ടൽ സമുച്ചയമായിരുന്നു അത്. മുമ്പിൽ കാക്കിയുടുപ്പിട്ട പാറാവുകാരൻ. എത്രയോ ആഡംബര കാറുകൾ മുമ്പിൽ നിർത്തിയിരിക്കുന്നു. ഇരുണ്ട സുതാര്യമായ ഗ്ലാസുകൾകൊണ്ട് മറച്ചിട്ടുണ്ട് നാലുഭാഗവും. പോർട്ടിക്കോവിലും മുറ്റത്തുമൊക്കെ നാനാതരം പൂച്ചെടികൾ നിരന്നുനിൽക്കുന്നു. ചെറിയ കൃത്രിമ കുളത്തിൽ വെളുത്ത രണ്ട് അരയന്നങ്ങൾ നീരാട്ടു നടത്തുന്നു. കുളത്തിന്റെ കരയിൽ കൃത്രിമ കൊക്കുകളും മീനൊറ്റി പക്ഷികളും.

"ചായ ഇവിടെ കിട്ട്വോ നഞ്ചുണ്ടാ. ഇത് നമ്മക്ക് കൊറച്ച് വലുപ്പം ഏറി പോയല്ലോ."

"വരീൻ മുതലാളി" നഞ്ചുണ്ടൻ ശിവണ്ണന്റെ കൈ പിടിച്ചു. അവർ ഹോട്ടലിന്റെ രാജകീയ വരാന്തയിലൂടെ നടക്കുകയായിരുന്നു. "എവിടെന്ന് കുടിച്ചാലും കാപ്പിക്കും നെയ്റോസ്റ്റിനും ഒരേ വില കൊടുക്കണം. എന്നാ പിന്നെ നല്ലേടത്ത് നിന്ന് കുടിച്ചൂടെ മൊതലാളി."

ശിവണ്ണന്നും അൽപ്പമൊരു ആത്മവിശ്വാസം തോന്നിത്തുടങ്ങി. എന്തുകൊണ്ട് നമുക്കിവിടെയൊക്കെ വന്നുകൂടാ. ആരാണ് നമ്മെപ്പോലെയുള്ളവരെ ഇവിടെ നിന്നു വിലക്കുന്നത്. പണം കൊടുത്തു ചായ കുടിക്കുവാൻ ഏത് ചായപ്പീടികയിലാണ് കയറിക്കൂടാത്തത്. മോഷ്ടിക്കുവാനും തുരക്കുവാനും വന്നതല്ലല്ലോ. നഞ്ചുണ്ടൻ പറയുന്നതാണ് ശരി. പണം കൊടുത്തു ചായ കുടിക്കുമ്പോൾ അതേറ്റവും മുന്തിയ ഇടത്ത് നിന്നായിരിക്കണം.

വെളുത്ത തൊപ്പി വെച്ച സപ്ലയർ വന്നു. "യേൻ ബേക്കോ സാർ."[2]

"നെയ്റോസ്റ്റ് ഇരടു, കോഫി ഇരടു.[3]"

ശിവണ്ണൻ ചുറ്റുപാടും ശ്രദ്ധിച്ചു. കോഫിഹൗസ് ഏതാണ്ട് കാലിയാണ്. അരണ്ട വെളിച്ചം. സുഗന്ധധൂമങ്ങൾ പുകയുന്നു. അതൊരിക്കലും ചന്ദനത്തിരിയല്ല. ഉൾക്കാമ്പിലെവിടെയോ പുത്തൻ അനുഭൂതികൾ ജനിപ്പിക്കുന്ന സുഗന്ധം. ഒഴിഞ്ഞ മേശപ്പുറത്തും നിലത്തുമെല്ലാം ജലത്തുള്ളികളെ തോന്നിപ്പിക്കുന്ന പ്രകാശ ബിന്ദുക്കൾ. ഏത് കോണിൽ നിന്നെന്നറിയില്ല, സംഗീതം ഒഴുകിവരുന്നു. ആദ്യം മൃദുസ്വരത്തിൽ, പിന്നെപ്പിന്നെ ഉച്ചാവസ്ഥയിൽ. സംഗീതത്തോടൊപ്പം ചിലങ്കകളുടെയും ഗിത്താറിന്റെയുമൊക്കെ നാദവീചികൾ. വികാരതരളിതയായ യുവതികളുടെ അടക്കിപ്പിടിച്ച നിശ്വാസങ്ങളും കൂജനങ്ങളും.

"മൊതലാളി, ഞാനൊരു കാര്യം തിരക്കി വരാം."

നഞ്ചുണ്ടൻ ഹാൾ വിട്ടുപോയി. ശിവണ്ണൻ പുറത്തേക്ക് നോക്കി. ഇരുണ്ട കൂളിങ് ഗ്ലാസുകൾക്കപ്പുറത്ത് പോക്കുവെയിൽ വീണു കഴിഞ്ഞു. ഇനി മഴമേഘത്തിന്റെ കടന്നുവരവുണ്ടെന്ന് തോന്നുന്നു. വാഹനമേതെങ്കിലും കിട്ടിയാൽ സന്ധ്യക്കുമുമ്പ് വീടണയാമായിരുന്നു. പണം മടിയിൽ തന്നെയില്ലേയെന്ന് ഒരിക്കൽക്കൂടെ ശിവണ്ണൻ ഉറപ്പുവരുത്തി.

നെയ്റോസ്റ്റ് എത്തിക്കഴിഞ്ഞു. അപ്പോഴേക്കും നഞ്ചുണ്ടനും വന്നുചേർന്നു. നഞ്ചുണ്ടൻ എന്ത് തിരക്കി വരാനാണ് പോയതെന്ന് ശിവണ്ണന് മനസിലായില്ല. പുറത്ത് നന്നായി മഴ പെയ്യുന്നുണ്ടെന്ന് നഞ്ചുണ്ടൻ പറഞ്ഞു. അവന്റെ മുഖത്തും കൈകളിലും മഴത്തുള്ളികളുണ്ടായിരുന്നു. നെയ്റോസ്റ്റിനുശേഷം വന്ന കാപ്പി അവർ ഇരുവരും ഊതിക്കുടിച്ചു തുടങ്ങി. പിന്നെയതും പോരാഞ്ഞു സോസറിൽ ഒഴിച്ചു തണുപ്പിച്ചു കുടിച്ചുതീർത്തു.

തീർത്തും അത്ഭുതകരമായ ഒരു കാര്യം സംഭവിച്ചു. നഞ്ചുണ്ടൻ ബിൽ കൊടുത്തു. ശിവണ്ണനത് വിശ്വസിക്കാൻ കഴിഞ്ഞില്ല. അമ്പത് രൂപയുടെ നോട്ടാണ് നഞ്ചുണ്ടൻ കൊടുത്തത്. ശിവണ്ണൻ എഴുന്നേറ്റു കഴിഞ്ഞു. "പോകാം നഞ്ചുണ്ടാ. ബാക്കി വാങ്ങിക്കോ. ഇപ്പോ എന്തെങ്കിലും കിട്ടിയാല് നമ്മക്ക് വേഗത്തിലെത്താലോ. മഴ കഴിഞ്ഞോ നഞ്ചുണ്ടാ."

"വീട്ടിലെത്താലോ" നഞ്ചുണ്ടനും പറഞ്ഞു. "ശിവേട്ടാ ഇങ്ങോട്ട് വന്നോളി, നമ്മക്ക് ഇതുവഴി പുറത്തേക്ക് പോകാം."

വന്ന വഴിയെയായിരുന്നില്ല ശിവണ്ണനെ നഞ്ചുണ്ടൻ പുറത്തേക്ക് നയിച്ചിരുന്നത്. റസ്റ്റാറന്റിനു പുറത്തൊരു ഇടനാഴി. അവിടെ നിന്നൊരു വരാന്ത. പിന്നെ മുകളിലെ ലോഡ്ജു മുറികളിലേക്ക് കയറിപ്പോകുവാനൊരു വിശാലമായ കോണി. നഞ്ചുണ്ടൻ അവിടെ നിന്നു. മുകൾ വഴിയിലേക്കുള്ള കോണിപ്പടികൾ കയറിപ്പോകുവാനോ പുറത്തേക്കുള്ള വഴി

2. എന്ത് വേണം സാർ.
3. രണ്ട് നെയ്റോസ്റ്റ്, രണ്ട് കാപ്പി.

യിലൂടെ നടക്കുവാനോ നഞ്ചുണ്ടൻ വിസമ്മതിച്ചു.

"എന്താദ് നഞ്ചുണ്ടാ, പുറത്തേക്കുള്ള വഴിയേതാ. നമ്മക്ക് ഇപ്പോ പോയാല് ഇരുട്ടുമ്പോ ചെന്നമല്ലീപുരം പിടിക്കാം."

പിടിക്കാമെന്ന് നഞ്ചുണ്ടനും സമ്മതിച്ചു. എന്നാൽ, നിസ്തബ്ധനായിട്ടുള്ള ആ നിൽപ്പ് അയാൾ വീണ്ടും തുടർന്നു. മുതലാളി എന്ന വിളിയിലെ ദയനീയതയോ അപേക്ഷയോ എന്തോ ഒന്ന് ശിവണ്ണനെ സ്പർശിച്ചു. ഇത്തരമൊരു നിസ്സഹായതയുടെ വിളി കുറച്ചുമാസങ്ങൾക്ക് മുമ്പ് ശിവണ്ണൻ കേട്ടതാണ്. ഇതേ ഗുണ്ടിൽപേട്ട ടൗണിലെ ബന്ദിപ്പൂർ റോഡിന് മുൻവശംവച്ച് മദ്യം രുചിക്കുവാൻ നഞ്ചുണ്ടൻ വിളിച്ചപ്പോൾ ശിവണ്ണൻ ഈ വിളിയിലെ ഉൾപ്രേരണ തൊട്ടറിഞ്ഞിരുന്നു. അന്ന് ആ പാപത്തിന്റെ പടുകുഴിയിൽ ചാടിയതിന്നുശേഷം ശിവണ്ണൻ അതേപ്പറ്റി ചിന്തിക്കുകപോലും ചെയ്തില്ലെന്നത് സത്യം.

"മൊതലാളീ, എനിക്കൊരു കാരിയം പറയുവാനുണ്ട്." നഞ്ചുണ്ടൻ വിഷണ്ണനായി. "ഞാനത് പറയുന്നതുകൊണ്ട് മൊതലാളിക്ക് വിഷമം ഒന്നും തോന്നരുത്."

"നഞ്ചുണ്ടാ ഞാനത് മരണംവരെ തൊടില്ല. അന്ന് ഞാൻ നെന്റെ വലയില് വീണുപോയതാണ്. എന്റെ കാഞ്ചനയാണേ സത്യം. എന്റെ സീതയാണേ സത്യം."

"ഞാനതല്ലാ മൊതലാളി പറയുന്നത്. കള്ള് ആരിക്ക് വേണം."

ഹൊ, ശിവണ്ണൻ ആശ്വസിച്ചു. താൻ വെറുതെ ഇവനെ തെറ്റിദ്ധരിച്ചല്ലോ. "എന്താ നഞ്ചുണ്ടാ നിന്റെ കാരിയം. തൊറന്ന് പറയ്. നെയ്റോസ്റ്റ് ഒന്നൂടെ വേണോ. പറയ്...."

"അതല്ല ശിവേട്ടാ..." നഞ്ചുണ്ടൻ ശിരസ്സ് താഴോട്ട് കുനിച്ചു. ഒരിക്കലും ശിവണ്ണന്റെ മുഖത്ത് നോക്കി ചോദിക്കാൻ അയാൾ തയാറായിരുന്നില്ല. " കാഞ്ചേടത്തിക്ക് എത്ര വയസായി."

ശിവണ്ണൻ പരിസരംപോലും മറന്നു ചിരിച്ചു. ഒരിക്കലുമത് അയാളുടെ പ്രകൃതത്തിനു ചേരുന്നതായിരുന്നില്ല. "അത് ശരി, ഇവിടന്നാ നീ എന്റെ കാഞ്ചേടെ വയസ്സ് ചോദിക്കുന്നത്. അവൾക്ക് സാരിയോ, മറ്റോ വാങ്ങാനല്ലേ നഞ്ചുണ്ടാ. അതിപ്പോ വേണ്ട. സീതന്റെ കല്യാണത്തിന്റെയന്നേക്ക് ഞാൻ മാറ്റി വെച്ചതാ."

"അതൊന്നുമല്ല ശിവേട്ടാ.... നഞ്ചുണ്ടൻ തന്റെ കുനിഞ്ഞ മുഖം ധൈര്യത്തോടെ ഉയർത്തി. തന്റെ സങ്കോചം വെടിഞ്ഞു. മനസിലെ ആഗ്രഹം എടുത്തു പുറത്തേക്കിട്ടു. ശിവേട്ടനും ണ്ടാവൂലേ ഒരു പൂതിയൊക്കെ. ഇല്ലേ ശിവേട്ടാ.."

"എന്ത്...." ശിവണ്ണൻ തീർത്തും വിസ്മയഭരിതനായി. "എന്തിന്?"

"അല്ല, ഒരു പുതുപെണ്ണിന്റെ നെറം കാണാൻ, ഒരു ചെറിയ പെണ്ണിന്റെ മണം കേൾക്കാൻ. ഒരിളങ്കൊടിയെയൊന്നു കെട്ടിപ്പിടിച്ചുമ്മ വെക്കാൻ. നമ്മളൊക്കെ മനുഷ്യരല്ലേ ശിവേട്ടാ...."

ശിവണ്ണൻ തുറിച്ചു നോക്കി നിന്നു. താനെന്താണീ കേട്ടതെന്ന

യാൾക്ക് സത്യമായിട്ടും മനസിലായില്ല. തന്റെ മുമ്പിൽ നിൽക്കുന്നത് നഞ്ചുണ്ടൻ തന്നെയല്ലേയെന്ന് അയാൾക്ക് സംശയമായി. താനെന്തിലേ ക്കാണു ക്ഷണിക്കപ്പെടുന്നതെന്നയാളുടെ ഉള്ളം പറഞ്ഞു കൊടുത്തില്ല. ചെന്നമല്ലീപുരത്തിന്റെ മാനത്ത് പലപ്പോഴും ഉദിച്ചുയർന്നു നിശ്ചലനായി നിൽക്കുന്ന ശുക്രനക്ഷത്രംപോലെ ശിവണ്ണൻ നിലകൊണ്ടു.

"നമ്മക്ക് പോകാം നഞ്ചുണ്ടാ, വീട്ടിൽ പോകാം." ശിവണ്ണൻ അസ്വ സ്ഥനായി. അയാളുടെ തലച്ചോറിനകത്തെ വേട്ടാളൻ കൂടുകൾ ഇളകി യിരിക്കുന്നു. താൻ തന്നെയും പേ പിടിച്ചു പാട്ടുപാടി പാറിപ്പോകുന്ന മറ്റൊരു വേട്ടാളനാകുമോയെന്നും ശിവണ്ണൻ ഭയന്നു. ഇപ്പോൾ വീട്ടിലേക്ക് പോകാമെന്നുപറഞ്ഞത് താൻ തന്നെയായിരുന്നുവോ. എന്തുകൊണ്ട് തന്റെ കൈകൾ നഞ്ചുണ്ടനെ ഉന്തിമാറ്റുന്നില്ല.

തന്റെ കൈകൾ നഞ്ചുണ്ടന്റെ കരങ്ങളിൽ ബന്ധിതമാണെന്ന് ശിവ ണ്ണനറിഞ്ഞു. മരണശേഷം ആത്മാക്കൾ സംസാരിക്കുന്നതും അതു പോലെതന്നെ മൃതാത്മാക്കൾക്ക് കേൾക്കാൻ കഴിയുന്നതുമായ സ്വര ത്തിലും ഭാഷയിലും ശിവണ്ണൻ നഞ്ചുണ്ടന്റെ ജൽപ്പനങ്ങൾ കേൾക്കുന്നു: "ശിവേട്ടാ, പൊന്നു മുതലാളീ എത്ര കാലമായി കാഞ്ചേടത്തിന്റെ കസവ് ശിവേട്ടൻ അറിഞ്ഞ് തൊടങ്ങീട്ട്. അവരെ ചോരയും നീരുമൊക്കെ വറ്റീലേ ശിവേട്ടാ. വികാരോം തുടിപ്പുമൊക്കെയുള്ള ഒരു പെണ്ണ് ഈ ഹോട്ടലിൽ കിട്ടും മൊതലാളി. ശിവേട്ടനൊന്ന് മനസ്സ് വെച്ചാല് മതീ.. "

ആ ഇടനാഴികയിലേക്ക് കാലൊച്ചകൾ കേൾപ്പിക്കാതെ ഇരുൾ വന്നു മൂടുന്നത് ശിവണ്ണൻ അറിഞ്ഞു. പുറത്ത് മണലെറിയുന്നതുപോലെ മഴ ത്തുള്ളികൾ. തണുത്ത കാറ്റിന്റെ കടന്നുവരവ്. ഇടയ്ക്കെവിടെയോ പുറത്ത് വന്നു വീഴുന്ന മിന്നൽ ശകലങ്ങൾ. ചേർന്നുവരുന്ന ഇടിയുടെ കോമ്പലപ്പടക്കങ്ങൾ. നോക്കിനിൽക്കെ പുറത്ത് ശക്തമാകുന്ന ജല പ്രളയം. നുരയും പതയുമൊരുമിച്ച് തള്ളിവരുന്ന ജലസമൃദ്ധികൾ, ഏതോ വക്കിലും മൂലയിലും തട്ടിയുരുമ്മുന്ന ശബ്ദങ്ങൾ.

അനുസരണയുള്ള കുട്ടിയെപ്പോലെ തന്റെ കൈകൾ കുതറിമാ റ്റാതെ ശിവണ്ണൻ നിലകൊള്ളുകയായിരുന്നു അപ്പോഴും.

പുറത്തപ്പോഴും തിമിർക്കുന്ന മഴ. കനക്കുന്ന മിന്നൽ പ്രകാശങ്ങൾ. വീണ്ടും ആഞ്ഞുവീശുന്ന മഴപ്പെരുപ്പം. കാർഷെഡ്ഡിന്റെ ആസ്ബറ്റോസോ മറ്റോ കാറ്റെടുത്തുപോയതായിരിക്കാം ആളുകൾ എവിടേക്കോ ഓടിക്ക യറുന്നു. നോക്കി നിൽക്കെ പുറത്തുനിന്ന് വളകിലുക്കം കേട്ടു തുടങ്ങി. കാൽത്തളയുടെ ഒച്ചയനക്കം. ഏതോ കോണിപ്പടികൾ കയറി വരുന്ന പെൺപടയുടെ പാദസ്വനങ്ങൾ. പിന്നെയവരാർത്തു ചിരിക്കുന്ന ചെറിയ തമാശകൾ. മഴത്തുള്ളികളെ മുമ്പിൽ തെറിപ്പിച്ച് അവർ ആ വഴി കടന്നു പോവുകയായിരുന്നു. യൗവനത്തിന്റെ തുള്ളിച്ചാട്ടങ്ങൾ. ഓർക്കാപ്പുറത്ത് മഴനനഞ്ഞവരുടെ വസ്ത്രങ്ങൾ മേനിയിൽ ഒട്ടിപ്പിടിച്ചു നിന്നു. കടന്നുവരു മ്പോൾ നിറഞ്ഞു നനഞ്ഞ മാറിടത്തിന്റെ നേർക്കാഴ്ചകൾ കണ്ടു. അകന്നു പോയപ്പോൾ കനത്ത നിതംബത്തിന്റെ പൊലിമകൾ.

ചന്ദനത്തിരികളുടെ ഗന്ധം റസ്റ്റാറന്റിൽനിന്നു പുറത്തേക്കൊഴുകി വരുന്നു. പുതുമഴയിൽ നനഞ്ഞ ഉന്മാദഗന്ധം നൽകുന്നത് നവ്യാനുഭൂതി തന്നെയാണ്. പെൺകുട്ടികൾ കടന്നുപോയ വഴിയെ അവരുപേക്ഷിച്ചൊ രൗഭമാനുഭൂതിയപ്പോഴുമവിടെ തങ്ങിനിന്നിരുന്നു. പെണ്ണിന് മണ്ണിന്റെ മണ മാണെന്നായിരുന്നു പറഞ്ഞിരുന്നത്. അതല്ലെങ്കിൽ മണ്ണിന് പെണ്ണിന്റെ മണമാണെന്ന്. മഴയും തണുപ്പും മുകിലും മിന്നലും മണവുമെല്ലാം രോമ കൂപങ്ങളെ തൊട്ടുണർത്തി വിളിക്കുന്നു.

“വാ, ശിവേട്ടാ ഇതിലെ..” കൈ പിടിച്ചു വലിക്കുന്നു നഞ്ചുണ്ടൻ. അവന്റെ മുഖം ആർത്തിപിടിച്ച ഒരു നായയുടെ പോലെ തോന്നി ശിവ ണ്ണന്. രതിയെക്കുറിച്ച് മാത്രം ചിന്തിക്കുന്ന സർവവും രതിയുടെ മുമ്പിൽ ഹോമിക്കുന്ന ഒരു തെരുവുനായ. അതിന്റെ വായിൽനിന്ന് നുരയും പത യുമൊഴുകി വരുന്നു. കാമത്തിന്റെ തീത്തൈലം ധമനികളിലൊളിപ്പിച്ച പേപ്പട്ടി. ശിവണ്ണന്റെ കാലുകൾ നിലത്തുറയ്ക്കാത്തതുപോലെ തോന്നിച്ചു. നാഡി ഞരമ്പുകളെ തൊട്ടുണർത്തുന്ന ഏതോ ഒരിന്ദ്രജാല വിദ്യയുടെ മാസ്മരിക ശക്തിക്ക് മുമ്പിൽ അയാൾ ബലഹീനനാവുകയായിരുന്നു. പ്രഭാതങ്ങളിൽ കുളിച്ച് ഈറനുടുത്ത് തൊഴുകൈയോടെ താൻ ചൊല്ലി വരാറുണ്ടായിരുന്ന *ഭഗവദ്ഗീത*യുടെ രണ്ട് വരികളിലേക്ക് ശിവണ്ണന്റെ ചുണ്ടുകൾ പരതി നടന്നു.

“കാമഃ ക്രോധഃ സ്തഥാ ലോഭസ്തശ്മാദേതത് ത്രയം ത്വജേത്.” തീജ്വാലയിൽ നിറഞ്ഞ നരകത്തിലേക്കുള്ള മൂന്ന് വഴികൾ കാമവും ക്രോധവും മോഹവുമാണെന്നറിഞ്ഞിരിക്കുക.

“നഞ്ചുണ്ടാ....” ശിവണ്ണൻ ദയനീയനായി, “നമ്മക്ക് പോകാം, നഞ്ചുണ്ടാ....”

“ശരി, പോകാം മുതലാളി.” നഞ്ചുണ്ടൻ ഇടനാഴിയിൽനിന്ന് തിരിയെ പോകാനുള്ള വഴിയിലേക്ക് രണ്ടുമൂന്ന് ചുവടുകൾ നടന്നു. “ശിവേട്ടന് പെണ്ണുവേണ്ടേൽ എനിക്കും വേണ്ട. ഇരുട്ടുന്നതിനുമുമ്പ് വീട്ടിലെത്താം.”

പക്ഷേ, ഇപ്പോൾ കാലുകൾ ചലിക്കാത്തത് ശിവണ്ണന്റേതാണ്. അയാൾ നിന്ന ഇടത്തിൽ തന്നെയാണ് ഇപ്പോഴും. അൽപ്പം മുമ്പ് കണ്ണു കൾ മസ്തിഷ്കത്തിലേക്ക് എയ്തുവിട്ട കാമാസ്ത്രങ്ങളുടെ ബാണമ്പ് കൊണ്ട് വിവശനായിരിക്കുന്നു ശിവണ്ണൻ. തണുത്ത മഴയിൽ കടന്നുവന്ന ഉന്മാദം തന്റെ പഞ്ചേന്ദ്രിയങ്ങളിൽ പൂത്തിരി കത്തിച്ചിരിക്കുന്നതായി ശിവ ണ്ണനറിഞ്ഞു. ഓർമവെച്ച നാൾ തൊട്ട് അകതാരിൽ ഏഴ് തിരിയിട്ട് കത്തിച്ചു വെച്ചിരുന്ന പ്രകാശത്തിന്റെ വിളക്ക് ആരോ ഊതിക്കെടുത്തി യതായും ശിവണ്ണനറിഞ്ഞു.

നഞ്ചുണ്ടൻ മനസുനിറയെ ചിരിച്ചു. അയാൾക്കറിയാം ശിവണ്ണന്ന് മടങ്ങുവാൻ കഴിയില്ലെന്ന്. തിന്മയുടെ മേൽപ്പാലത്തിൽ ചവിട്ടിനിന്നവന് പുറകോട്ട് മടങ്ങുവാൻ കഴിയില്ല. അതല്ലെങ്കിൽ അവൻ ആ പാലത്തി ലേക്ക് കാലെടുത്ത് കുത്താതെയിരിക്കണം. ഇതൊക്കെ എത്ര കണ്ടിരി ക്കുന്നു നഞ്ചുണ്ടൻ.

നഞ്ചുണ്ടനും ശിവണ്ണനും ഒന്നിച്ച് മുമ്പോട്ട് നടന്നു. വരാന്ത കഴിഞ്ഞാൽ ചെറിയ മുറി കാണാം. അവിടെ കറുത്തുതടിച്ച ഒരാൾ ചാരുകസേരയിൽ ഇരുന്നു ടെലിവിഷൻ കാണുകയാണ്. ഏതോ ബ്ളാക്ക് ആന്റ് വൈറ്റ് സിനിമയിലാണ് തടിയന്റെ ശ്രദ്ധ മുഴുവനും.

നഞ്ചുണ്ടൻ പാതിതൊഴുതു, "നമസ്കാരം, മുത്തുവേൽ സാമി."

"നമസ്കാരം" മുത്തുവേൽ ടി വി ഓഫ് ചെയ്തു. പിന്നെയെഴുന്നേറ്റു ചോദിച്ചു. "നഞ്ചുണ്ടസ്വാമി, ഏൻ പാക്കലേ?[4]" (അപ്പോൾ നഞ്ചുണ്ടനും മുത്തുവേൽ സാമിയും നേരത്തെ പരിചയക്കാരാണ്).

മുറിയുടെ അരികെ പോയി നഞ്ചുണ്ടൻ എന്തൊക്കെയോ മുത്തുവേൽ സ്വാമിയോട് പേശുന്നത് ശിവണ്ണൻ കണ്ടു. ശിവണ്ണൻ ആ ഭാഗമേ ശ്രദ്ധിച്ചില്ല. നഞ്ചുണ്ടൻ അരികിലേക്ക് വന്നു. "മുതലാളീ, രണ്ടാൾക്ക് ആയിരം ഉറുപ്പിക കൊടുക്കണം. പൈസ ഇങ്ങെടുത്തോ."

"ആയിരം ഉറുപ്പിക..." ശിവണ്ണന്റെ വായിൽനിന്ന് അക്ഷരങ്ങൾ പുറത്തേക്ക് വീണില്ല. അത് പാതി വഴിയേ നിന്നു പോയി. താനെന്താണ് ഈ കേൾക്കുന്നത്. ദൈവം അനുഗ്രഹമായി നൽകിയ ദ്രവ്യം ഈയാവശ്യത്തിനോ. ഇതുകൊണ്ട് എന്തൊക്കെ ചെയ്യാം. കാഞ്ചനയ്ക്ക് ഒരാടിനെ കൂടി വാങ്ങിക്കൊടുക്കാം. നടക്കാനിരിക്കുന്ന സീതയുടെ പുടവമുറിക്ക് കുറെക്കൂടി നല്ല കാഞ്ചീപുരം വാങ്ങാം. ഒരു റാലി സൈക്കിൾ വാങ്ങിയാൽ മദ്ദൂരിലേക്കും കക്കൽതൊണ്ടിക്കുമൊക്കെ ഇങ്ങനെ കാളവണ്ടിയെ ആശ്രയിക്കാതെ വേഗം പോയി വരാമായിരുന്നു.

"ആയിരം ഉറുപ്പിക അധികമില്ല മൊതലാളി, അവര് നമ്മക്ക് പത്ത് പന്ത്രണ്ട് പെങ്കൊച്ചുങ്ങളെ കാണിച്ചു തരും, പാകത്തിന് രണ്ടെണ്ണത്തിനെ നമുക്കെടുക്കാലോ. പിന്നെ ലോഡ്ജിന്റെ പൈസയും ഒക്കെ കൂടിച്ചേർന്നു നമ്മക്ക് ലാഭമാണ് മൊതലാളി."

ശിവണ്ണൻ എന്നിട്ടും ഒരക്ഷരം മിണ്ടിയില്ല. നഞ്ചുണ്ടന്റെ ബാക്കി സംസാരംകൂടെ അയാൾ കേട്ടുനിന്നു. "അതായത്, റേറ്റ് അധികമാണെങ്കില് പോകാം മൊതലാളി. ആ നൊണയൻ അണ്ണാച്ചി ഒരു പത്ത് പൈസ കൊറച്ച് തരൂല, പക്ഷേങ്കില് നമ്മക്ക് ഈ ജാതി പെൺകൊച്ചുങ്ങളെ വേറെ എവിടന്നും തൊടാൻ കിട്ടൂല."

ശിവണ്ണൻ പുറംതിരിഞ്ഞു നിന്നു തന്റെ പൊതിയഴിച്ചു. മുതലിയാർ തന്നിരുന്ന പണത്തിൽ നിന്ന് നൂറ് രൂപയുടെ ഓരോരോ നോട്ടുകളെടുത്തയാൾ എണ്ണിത്തുടങ്ങി. ഒന്ന്, രണ്ട്, മൂന്ന് എന്നിങ്ങനെ ആയിരം രൂപയെടുത്ത് നഞ്ചുണ്ടന്റെ കൈയിൽ കൊടുത്തു. ചഞ്ചലചിത്തനായ ശിവണ്ണന്ന് പകരം ദൃഢചിത്തനായ ശിവണ്ണൻ പിറവിയെടുത്തു. ഇപ്പോൾ അയാളും രതിയുടെ അടുക്കളയിൽ എച്ചിലിന്നു കാത്തിരിക്കുന്ന ശ്വാനന്മാരിൽ ചേർന്നിരിക്കുന്നു.

നഞ്ചുണ്ടൻ പണം മുത്തുവേലുവിനെ ഏൽപ്പിച്ച ശേഷം അതേ നിമിഷം മുത്തുവേൽ തന്റെ കസേരയ്ക്കരികെയിരുന്ന കാളിങ് ബെൽ

4. എന്തേ ഇങ്ങോട്ട് കാണുന്നില്ല

അമർത്തി. അപ്പുറത്തേതോ ഒരു ഹാളിൽ അവ്യക്തമായി മുഴങ്ങുന്ന മണിയൊച്ച കേൾക്കാൻ കഴിഞ്ഞു.

നേരത്തെ കേട്ടു മറഞ്ഞിരുന്ന പെൺപടയുടെ ശബ്ദം ഇങ്ങടുത്തു വരുന്നു. അവരുടെ കാൽച്ചിലങ്കകൾ ശബ്ദിക്കുന്നത്, അവരുടെ മഞ്ജുഭാഷണങ്ങൾ, അമർത്തിയ ചിരികൾ, പാദസ്വനങ്ങൾ എല്ലാമെല്ലാം ശിവണ്ണനറിയുന്നു. അവരെത്തും മുമ്പെ അവരെ തലോടി വന്ന പുതുഗന്ധം ശിവണ്ണന്റെ ധമനികളിൽ വിദ്യുത്പ്രവാഹമായി ഒഴുകി നടന്നു. പെൺകുട്ടികൾ മുറിയിലേക്ക് പ്രവേശിച്ചു കഴിഞ്ഞു. ചുവരിന് മുകളിൽ ഘടിപ്പിച്ച ചുവന്ന ഡിംലൈറ്റിനരികെ ഭിത്തിയിലവർ ചാരി നിന്നു.

പെൺകുട്ടികൾ പത്തോ പന്ത്രണ്ടോ പേരുണ്ട്. നേരത്തേ നനഞ്ഞു വന്ന വസ്ത്രങ്ങൾക്കുപകരം പുതിയ ഉടുപ്പിട്ട് വന്നിരിക്കുന്നു. മുടിയിലെ വാടിയ പൂക്കൾക്കുപകരം പുത്തൻ ജമന്തിപ്പൂക്കൾ. രണ്ടു മൂന്നുപേർ പഴയ മട്ടിൽ പാവാടയും ബ്ലൗസുമണിഞ്ഞു വന്നിരിക്കുന്നു. ഒന്നു രണ്ടു പേർ ചുരിദാറിലാണ് കാണപ്പെടുന്നത്. മറ്റുള്ളവരെല്ലാം ജീൻസ് പാന്റ് ഇട്ടിരിക്കുന്നു. നിതംബത്തിന് ചുറ്റുമൊരാവരണമായി നിറയെ തൊങ്ങലും ബട്ടണുകളും ഘടിപ്പിച്ച ഇറുകിയ ജീൻസ് പാന്റ്. ചുവന്ന നിറമുള്ള ഇറുകിയ ടീഷർട്ട്. ഇരുവശത്തേക്കും അലക്ഷ്യമായി ചീകിയിട്ട ബോബ് ചെയ്ത വരണ്ട മുടിയിഴകൾ.

നഞ്ചുണ്ടൻ ഉഷാറായി, "നോക്കിയെടുത്തോ ശിവേട്ടാ."

ജാലകത്തിലൂടെ കാണാം, പുറത്ത് പെയ്തിട്ടും തീരാത്ത മഴത്തുള്ളികൾ. ഇരുൾ പിന്നെയും വന്നു മൂടുന്നു. ചുവന്ന ഡിംലൈറ്റിലും പ്രകാശത്തിന്റെയൊരു കുറവുള്ളതായി തോന്നി. മുത്തുവേൽ രംഗത്തേക്ക് കടന്നുവന്ന് ട്യൂബ് ലൈറ്റ് പ്രകാശിപ്പിച്ചു. ഇപ്പോൾ ധവള പ്രഭയിൽ കുളിച്ചു നിൽക്കുന്നു യുവതികൾ. പുറകിൽ നിന്ന് നഞ്ചുണ്ടന്റെ ആർത്തിപിടിച്ച ഒച്ചയനക്കം, "ശിവേട്ടാ... നല്ലോണം നോക്കിയെടുത്തോ."

ശിവണ്ണന് നോക്കിയെടുക്കുവാൻ കഴിഞ്ഞില്ല. അതിനു മുമ്പൊരു ശബ്ദം അയാൾ കേട്ടു. തീർച്ചയായും അതൊരു പരിചിത സ്വരമാണ്. "അച്ഛാ...." എന്ന ഒരൊറ്റ വിലാപം. ആ രണ്ടക്ഷരത്തിൽ ഒതുങ്ങിയ വിളിയിൽ സങ്കടമോ അത്ഭുതമോ ദൈന്യതയോ ക്രോധമോ എന്തൊക്കെയായിരുന്നു നിറഞ്ഞുനിന്നിരുന്നതെന്ന് വ്യക്തമായില്ല. എന്നാലതൊരു പെൺകുട്ടിയുടെ ശബ്ദമായിരുന്നു. ആളൊഴിഞ്ഞയിടത്തെ പൊട്ടക്കിണറ്റിൽനിന്ന് പുറത്തേക്ക് വന്നേക്കാവുന്ന മറ്റൊലി ശബ്ദത്തിന് തുല്യമായിരുന്നു അത്. നിർഭാഗ്യത്തിന്റെയും നൈരാശ്യത്തിന്റെയും മുഴുവൻ ചുവയും കലർന്ന ആ നിലവിളി ഒരിക്കൽക്കൂടെ ശിവണ്ണൻ കേട്ടു, "എന്താണച്ഛാ ഇതൊക്കെ...."

ശിരസിന് മുകളിൽ കാണുന്ന ചുവന്ന വെളിച്ചത്തിന്റെയും മുറിയെ പ്രകാശഭരിതമാക്കിയ ട്യൂബ് ലൈറ്റിന്റെയും ധവളിമയിൽ ഭിത്തിയിൽ പ്രദർശന വസ്തുവായി ചാരിനിന്ന ഒരു പെൺകുട്ടി നിരയിൽനിന്ന് പുറകോട്ട് ഓടിപ്പോകുന്നത് ശിവണ്ണൻ കണ്ടു. അവൾ ലക്ഷ്യം വെക്കുന്നത് താഴെ നിലയിലേക്ക് ഇറങ്ങുന്ന കോവണിപ്പടിയിലാണ്. പെൺകുട്ടിയുടെ

പുറകുവശം മാത്രമേ ശിവണ്ണന് കാണാൻ കഴിഞ്ഞുള്ളൂ. വെളുത്ത ശരീരം, ഇറുകിയ ജീൻസ് പാന്റാണവൾ ധരിച്ചിരിക്കുന്നത്. അതിൽ നിറയെ ബട്ടണുകളും മടക്കുകളും. നിശ്ചലനായി നിന്നുപോയ ആ വൃദ്ധന് പക്ഷേ, പെൺകുട്ടിയുടെ പേർ നിശ്ചയമാണ്. ശിവണ്ണൻ മന്ത്രിച്ചു, "എന്റെ രോഹിണീ.... നീയോ ഇത്."

പതിനാറ്

രാത്രി വൈകിയാണ് ശിവണ്ണൻ ചെന്നമല്ലീപുരത്തെത്തിയത്. നഞ്ചുണ്ടൻ അയാൾക്ക് വഴിയിലെവിടെയോ നഷ്ടപ്പെട്ടിരുന്നു.

തന്റെ കൊച്ചു വീടിന്റെ പുറകിൽ ശിവണ്ണൻ ഇരുളിന്റെ മറ പറ്റി നിന്നു. മദ്ദൂരിൽനിന്ന് ചെന്നമല്ലീപുരത്തെത്താൻ എത്രയോ ബുദ്ധിമുട്ടി. ശക്തമായ മഴ ചെന്നമല്ലീപുരത്തുമുണ്ടായിരുന്നെന്ന് അയാൾ അറിഞ്ഞു. ചളിക്കുണ്ടുകളിൽ തടഞ്ഞുവീണു. എവിടെ നിന്നോ ഒഴുകിവന്നുകൊണ്ടിരുന്ന പതയും നുരയും കലർന്ന ചെളിവെള്ളം ശിവണ്ണന്റെ വസ്ത്രം മുഴുവൻ നനച്ചു. ഇരുട്ട് ശിവണ്ണന് ഹൃദ്യമായി തോന്നി. എത്ര നല്ല കൂട്ടുകാരൻ. മുഴുവൻ വഴിവിളക്കുകളും കണ്ണടച്ചിരുന്നു. ഗുണ്ടിൽപേട്ട മുതൽ കക്കൽതൊണ്ടിയും കടന്നു മദ്ദൂർ വരെയും തുടർന്നു ചെന്നമല്ലീപുരവും കട്ടിയായ ഇരുളിൽത്തന്നെയായിരുന്നു. ഏതോ പുരാതനകാലത്ത് മഹാരാജാക്കന്മാർ നട്ടുനനച്ചു വളർത്തിയിരുന്ന കൂറ്റൻ പേരാൽ മരം രാജപാതയിലേക്ക് കടപുഴകി വീണതിനാൽ വാഹനങ്ങളുടെ നീണ്ട നിരകൾ കാണുവാൻ കഴിഞ്ഞു.

മഴയത്ത് പിറവിയെടുത്ത പരശ്ശതം ഈയാംപാറ്റകൾ ഒരിറ്റ് പ്രകാശം തിരഞ്ഞു ചിറകടിച്ചുയർന്നു. വീട്ടിലേക്കുള്ള യാത്രാമധ്യേ ശിവണ്ണന്റെ കണ്ണിലും മൂക്കിലുമൊക്കെ പാറ്റകൾ വഴിതെറ്റി വന്നലച്ചു.

കാഞ്ചന ഉറങ്ങിയിട്ടില്ലെന്ന് ശിവണ്ണൻ മനസിലാക്കി. അവളുറങ്ങുകയില്ല. സീതയുടെ മുറിയിലെ മൺചെരാത് പ്രകാശിക്കുന്നില്ല. ഒഴുകിയെത്തിയ മഴവെള്ളം ചാണകക്കുഴികളെ നിറച്ചു കവിഞ്ഞൊഴുകിയതിനാൽ ചേരികൾക്ക് ചാണകത്തിന്റെ മണമാണ്. എവിടെയും ചാണകത്തിന്റെ കറുത്ത ലായനികൾ ഒഴുകി നടക്കുന്നു. തൊഴുത്തുകളിൽനിന്ന് പലപ്പോഴും ഒരു മണിയടി ശബ്ദം കേൾക്കാം. ഇടയ്ക്ക് മൂരി നിവർന്നെഴുന്നേൽക്കുന്ന ഉഴവുകാളകളുടെ മണി ശബ്ദമാണത്. അവശേഷിക്കുന്ന പച്ചപ്പുല്ലുകൾ തേടി അവറ്റകൾ എഴുന്നേൽക്കുന്നു.

ശിവണ്ണൻ വാതിൽ മുട്ടി, "കാഞ്ചേ, കാഞ്ചേ...."

കാഞ്ചന വാതിൽ തുറന്നു. എവിടെയായിരുന്നുവെന്നോ, എന്തേ വൈകിയതെന്നോ അവൾ ചോദിച്ചില്ല. മുതലിയാർ പണം തന്നിരുന്നുവോയെന്നന്വേഷിച്ചില്ല. പറഞ്ഞതിത്ര മാത്രം; "മോളുറങ്ങി."

ശിവണ്ണനൊന്നും പറഞ്ഞില്ല. അയാൾ നനഞ്ഞ വസ്ത്രങ്ങളഴിച്ചു തുടങ്ങി. ഉണങ്ങിയ വസ്ത്രങ്ങളെടുത്ത് കാഞ്ചന വന്നു. നനഞ്ഞ വസ്ത്ര

ങ്ങൾ കാഞ്ചനയെടുത്തു പുറത്ത് മുറ്റത്തെ ബക്കറ്റിലേക്കിട്ടു. പുറത്തു നിന്നും തിടുക്കപ്പെട്ടു വന്ന കാഞ്ചന പറഞ്ഞു: "ശിവേട്ടാ മഴ ഇനിയും വരുന്നുണ്ട്."

അയാൾക്ക് കഴിക്കാനുള്ള പയർ കൊണ്ടാട്ടവും ചൂടുള്ള ചാമക്കഞ്ഞിയും കാഞ്ചന വേറെയെടുത്ത് വെച്ചിരുന്നു. ഒരക്ഷരം മിണ്ടാതെ ശിവണ്ണനത് കഴിക്കാനാരംഭിച്ചു. പണത്തിന്റെ കാര്യം അപ്പോഴാണ് ശിവണ്ണനോർമ വന്നത്, "കാഞ്ചേ പണമെടുത്ത് നിന്റെ അളുക്കിൽ വെച്ചേക്ക്."

"എത്ര കിട്ടി ശിവേട്ടാ?"

"ആറായിരം ഉറുപ്പിക. അത്രയേ അയാൾ തരുള്ളൂവത്രെ."

"പക്ഷേ, ഇതഞ്ചായിരമേ ഉള്ളൂ ശിവേട്ടാ."

"അത്..." ശിവണ്ണന്റെ തൊണ്ട വിറച്ചു.

"അത് അഞ്ചായിരമാണ്. ബാക്കി ലോറിക്കാർക്ക് അഡ്വാൻസ് കൊടുത്തു."

അവർക്കിടയിൽ നിശ്ശബ്ദത നിലനിന്നു. സാധാരണഗതിയിൽ കളവ് പറയുവാൻ അറിയാത്ത ശിവണ്ണന്റെ നാവ് കളവു പറഞ്ഞാൽ കാഞ്ചനയ്ക്ക് മനസിലാകും. പക്ഷേ, ഇപ്പോഴെന്തുകൊണ്ടോ അവ്യക്തത വന്നു മൂടുന്നു. ആയിരംരൂപ ഒരുപക്ഷേ, കടമെന്നു പറഞ്ഞു നഞ്ചുണ്ടൻ വാങ്ങിക്കാണും. എങ്കിൽ അതൊരു കാലവുമടങ്ങുകയില്ല. പരമ നിഷ്കളങ്കനായ തന്റെ ഭർത്താവും ഒട്ടേറെ ദുശ്ശീലങ്ങൾക്കുടമയായ നഞ്ചുണ്ടനും തമ്മിലുള്ള അവിശുദ്ധബന്ധം കാഞ്ചനയെ ഒട്ടുവളരെ അസ്വസ്ഥയാക്കിയിരുന്നു.

താഴെ വിരിച്ച പായയിൽ കാഞ്ചന ഉറങ്ങാൻ കിടന്നു. ചെറിയ വെളിച്ചത്തിൽ മിഴികളടച്ച കാഞ്ചനയുടെ മുഖത്തേക്ക് ശിവണ്ണൻ തെല്ല് നോക്കി നിന്നു. ഭക്ഷണം ഒട്ടും വേണ്ട. വളരെ സാവധാനം ശിവണ്ണൻ വാതിൽ തുറന്ന് കഞ്ഞിയും കൊണ്ടാട്ടവും ആടിന്റെ എച്ചിൽ പാത്രത്തിലേക്കൊഴിച്ചു. അകത്തേക്കുതന്നെ കയറിയ ശിവണ്ണൻ കാഞ്ചനയുടെ മുഖത്തേക്ക് വീണ്ടും നോക്കി. അവളുറക്കമായോ. തുമ്പപ്പൂവിന്റെ നൈർമല്യവും കുഞ്ഞാറ്റക്കിളിയുടെ നിഷ്കളങ്കതയുമായി അവളുറങ്ങുന്നു. ഇത്ര നേരവും ഉറക്കമൊഴിഞ്ഞത് തന്റെ കടന്നുവരവിനുവേണ്ടിയായിരുന്നു.

വർഷങ്ങൾക്കെത്രയോ മുമ്പ് കാഞ്ചന നവവധുവായി ചെന്നമല്ലീപുരത്ത് വന്നണഞ്ഞ ആദ്യരാത്രിയിൽ മഞ്ഞൾ പ്രസാദം തൊട്ടു ശിവണ്ണൻ പ്രതിജ്ഞ ചെയ്തിരുന്നു. പരസ്ത്രീയെ വിഷയാസക്തിയോടെ നോക്കുകയോ സ്പർശിക്കുകയോ ചെയ്യില്ലെന്ന്. ജീവിതത്തിലുടനീളം അയാളത് പാലിച്ചുപോന്നിട്ടുണ്ട്. ബാംഗ്ളൂരിലെ ഗേറ്റ് പാറാവുകാരന്റെ മുമ്പിൽ തപസിളക്കുവാനായി മേനകമാർ നൃത്തം ചെയ്തിട്ടുണ്ട്. മഴ പെയ്യുന്ന ഇരുണ്ട രാത്രികളിൽ ട്രക്ക് ഡ്രൈവർമാർക്കുവേണ്ടി അണിഞ്ഞൊരുങ്ങി വരുന്ന ഹൈവേ സുന്ദരികൾ അയാളുടെയും ഉറക്കം കെടുത്തിയിരുന്നു. പക്ഷേ, കുലുങ്ങിയില്ല ശിവണ്ണൻ. തന്റെ പ്രതിജ്ഞയെ എന്നും നെഞ്ചോടു ചേർത്തുപിടിച്ച് നിന്നതേയുള്ളൂ.

അയാൾ വിളക്കൂതിക്കെടുത്തി. മെല്ലെ വാതിൽ തുറന്നുവച്ചു.

വീണ്ടും ഒരുങ്ങി വന്നിരുന്ന മഴ പെയ്യാതെ പോയെന്നു തോന്നുന്നു. ആയിരക്കണക്കിനു മിന്നാമിനുങ്ങുകൾ നുറുങ്ങുവെട്ട പ്രകാശവലയങ്ങളുതിയുണ്ടാക്കുന്നു. ചീവീടുകളെ ആനക്കാട് പുറത്തേക്ക് തുറന്നുവിട്ടതായിരിക്കാം, വലിയ ശബ്ദഘോഷങ്ങളുണ്ടാക്കിക്കൊണ്ടിരിക്കുന്നു. വല്ലപ്പോഴും ദൂരെയെവിടെനിന്നോ ചിനപിടിച്ച വളർത്തുമൃഗങ്ങളുടെ കാമാസക്തിയിൽ മുങ്ങിയ കരച്ചിൽ കേൾക്കാം. ചെന്നമല്ലീപുരം മഴയിൽ നനഞ്ഞുകുളിച്ച് തണുപ്പിന്റെ വൽമീകം പുതച്ചുറക്കമൊണ്.

ശിവണ്ണൻ കേട്ടിട്ടുണ്ട്, സിന്ധുനദീതീരങ്ങളിലൂടെ കടന്നുവന്ന ആര്യവർഗ മനുഷ്യൻ തെക്കോട്ട് നീങ്ങിയ കഥ. അവന്റെ വളർത്തുമൃഗങ്ങൾക്ക് പുല്ലുതേടി, മുത്താറിയും മുതിരയും കരിമ്പും ചോളവും തക്കാളിയുമൊക്കെ വിളയുന്ന ദേശത്തിനുവേണ്ടിയലഞ്ഞു, കുന്തിരിക്കവും നെല്ലിക്കയും കാട്ടുതേനും മുളങ്കാടും കാണുന്ന ഇടമന്വേഷിച്ച്, കരിമരുതും മഹാഗണിയും ഈട്ടിയും ചന്ദനവും ചേർന്നു നിൽക്കുന്ന വനത്തിനു തിരഞ്ഞ്, മെരുക്കാൻ ആനയും പിന്നെ ആനക്കൊമ്പും കാണാവുന്ന മഹാരണ്യത്തെ തേടിയുള്ള സുദീർഘവും കഠിനതരവുമായ യാത്ര. എത്രയോ നദികളെയും സമതലങ്ങളെയും പർവതങ്ങളെയും താണ്ടിക്കടന്ന് അവരെത്തിച്ചേർന്നത് ചെന്നമല്ലീപുരമെന്ന ഇടനാഴികയിലായിരുന്നു. അന്വേഷിച്ചതും അതിനപ്പുറവും നൽകുന്നയിടം. അയൽപ്രദേശങ്ങളിൽനിന്ന് വേറെ ചിലരെത്തുകയുണ്ടായി. തിരുനെല്ലിക്കാടുകളിൽനിന്നു വൈദികജ്ഞാനവുമായി കുറച്ചുപേർ. ഗുഹാചിത്രങ്ങളുടെ അറിവാളന്മാരായി എടക്കൽനിന്നും കലാകാരന്മാർ. കൃഷിവിജ്ഞാനവുമായി വീരാജ് പേട്ടയിൽനിന്ന്, പക്ഷിപിടിത്തവിദ്യയുമായി തൃശ്ശിനാപ്പള്ളിയിൽനിന്ന്, കരിങ്കല്ലിൽ കൊത്തി അമ്മിയും ഉരലും നിർമിക്കാമെന്ന അവകാശവാദവുമായി പൊള്ളാച്ചിയിൽനിന്ന്, ശിലയെയും ശിൽപ്പത്തെയും വേർതിരിച്ചു കാണാനറിയാത്ത വിജയനഗര സാമ്രാജ്യത്തിൽനിന്ന് അൽപ്പം പേർ. ഇടമന്വേഷിച്ചു വരുന്നവർക്കൊക്കെയും ചെന്നമല്ലീപുരം അഭയം നൽകി.

കരിന്തേളിന്റെ കുത്ത് കൊണ്ടതുപോലെ ശിവണ്ണൻ അസ്വസ്ഥനായി. താനകപ്പെട്ട ചതിയെക്കുറിച്ചയാളോർത്തു. ബസവേശ്വരന്റെ അരുളപ്പാടുകൾ താനെത്ര വേഗത്തിലാണ് മറന്നത്. പ്രപഞ്ചം ഒരു മായയാണെന്ന് ഓർക്കണമായിരുന്നു. ശരിയും തെറ്റും തീർച്ചയാക്കി മുമ്പോട്ട് നീങ്ങാത്തവന് നാശമാണെന്നും ഓർത്തില്ല. നഞ്ചുണ്ടനെ എന്തിനു പഴിചാരണം. അവൻ കേവലം ഒരു നിമിത്തം മാത്രം. ശിവകീർത്തനങ്ങൾക്ക് താനെവിടെയും മുടക്കം വരുത്തിയിട്ടില്ലായിരുന്നു. ശരീരത്തിൽ ധരിച്ച ശിവലിംഗം[1] ഒരിക്കൽക്കൂടെ ശിവണ്ണൻ തൊട്ടുനോക്കി. അതവിടെത്തന്നെയില്ലായിരുന്നുവോ പാപകർമത്തിന് ഉദ്യമിക്കുമ്പോൾ. ഉവ്വ്, എന്നിട്ടുമെന്തേ മനസ്സ് ചാഞ്ചാടിയത്. ഒരിക്കൽ ബസവ ജയന്തിദിനത്തിൽ ചെന്നമല്ലീപു

1. വീരശൈവർ (മതുക്കാ) ശിവലിംഗാരാധകരാണ്. ശിവലിംഗം ശരീരത്തിൽ ധരിച്ച് നിത്യവും അതിനെ പൂജിക്കുന്നത് പ്രധാന ആചാരമാണ്.

രത്തെ ശിവക്ഷേത്രത്തിൽ പുരോഹിതന്റെ പ്രഭാഷണം കേട്ടിരുന്നു. ശരണസങ്കീർത്തനങ്ങളും[2] സുഭാഷിതങ്ങളുമാണദ്ദേഹം പറഞ്ഞത്. മരത്തിൽ ആടിക്കളിക്കുന്ന മർക്കടനെപ്പോലെയാണ് മനുഷ്യമനസ്സ്. അത് കാമത്തിന്റെ കൊമ്പിലേക്ക് ചാടും. തൃഷ്ണകളുടെ കൊമ്പിലേക്ക്, ക്രോധത്തിന്റെ, മോഹത്തിന്റെ, വൈരത്തിന്റെ അങ്ങനെയങ്ങനെ ജീവിതവൃക്ഷത്തിന്റെ ഓരോ ചില്ലകളിലൂടെയും ചാഞ്ചാടിക്കളിക്കുന്ന അവിവേകിയായ ഈ മർക്കടനെ ഓരോ ശിവാചാരക്കാരനും വിവേകത്തിന്റെയും ചിന്തകളുടെയും അധ്വാനത്തിന്റെയും തടിമരങ്ങളിലേക്ക് ചേർത്തുകെട്ടിയിടണം.

ശിവണ്ണൻ നെടുവീർപ്പിട്ടു. നഞ്ചപ്പന്റെ മകൾ തന്റെ മകളുമായി ചങ്ങാത്തം തുടങ്ങിയപ്പോൾത്തന്നെ താനെന്തുകൊണ്ടതിനെ എതിർത്തില്ല. ഉടുത്തൊരുങ്ങി രോഹിണി പോകുന്നത് റസ്റ്റാറന്റിലെ കാഷ് കൗണ്ടറിലേക്കാണെന്ന കളവ് താനടക്കം എല്ലാവരും വിശ്വസിച്ചു. അവളുടെ വേഷവിധാനം തനിക്കൊരിക്കലും പിടിച്ചില്ലായിരുന്നല്ലോ. എന്തായിരിക്കാം തന്നെപ്പറ്റി അവൾ വിചാരിച്ചിട്ടുണ്ടാകുക. സീതയോട് നാളെ കാലത്തുതന്നെ അവൾ ഈ വിഷയം പറയാതിരിക്കുമോ. എന്താണ് പറയുക. താനടക്കം പത്തുപന്ത്രണ്ടുപേർ ഉടുത്തൊരുങ്ങി ആവശ്യക്കാരെ കാത്തിരിക്കുന്നേടത്തേക്ക് ആവശ്യക്കാരനായി വന്നതിൽ നിന്റെ അച്ഛനുമുണ്ടായിരുന്നുവെന്നാണോ പറയുക.

ജഗദീശ്വരാ, ശിവനേ, പിന്നെ ഈ ഭൂമിയുടെ അടിഭാഗമല്ലേ കാമ്യം. എന്തുകൊണ്ട് തനിക്ക് ഈ രാത്രിയിൽത്തന്നെ ജീവിതം അവസാനിപ്പിച്ചുകൂടാ. അനുനിമിഷം ഈ പ്രപഞ്ചത്തിൽ പ്രാണിവർഗം കോടാനുകോടി രൂപമെടുക്കുന്നു. തൽസമയംതന്നെ പരകോടികൾ മൺമറയുന്നു. മന്വന്തരങ്ങളിലൂടെ ഈ പ്രക്രിയ ആവർത്തിക്കപ്പെടുന്നു. ഇതിലേറ്റവും പ്രധാനം മനുഷ്യനായി പിറവിയെടുക്കുകതന്നെ. കേവലമൊരു പെണ്ണിന്റെ ചൂടും ചൂരുമറിയുന്നതിലാണോ അത്യുൽകൃഷ്ടമായ പുരുഷ ജന്മത്തിന്റെ നിയോഗം. എണ്ണൂറ് സംവൽസരങ്ങൾക്കപ്പുറത്തെയൊരു കാലത്തിൽ ബസവേശ്വരനവർകൾ പറഞ്ഞതിലപ്പുറം മറ്റാരെങ്കിലും ചിന്തിച്ചുവോ. മലമൂത്ര വിസർജനങ്ങളുടെ പ്രഭവകേന്ദ്രത്തിന്റെയരികെയിരിക്കുന്ന അരക്കെട്ടിനെയും ജഘനഭാരത്തെയും എന്തിന് നിങ്ങൾ ഉപാസിക്കുന്നു. ഉമിനീരിന്റെയും കഫരസത്തിന്റെയും ഇരിപ്പിടമായ പെണ്ണിന്റെ മുഖകമലത്തെ നിങ്ങളെന്തിന് സദാസമയവും സ്വപ്നം കാണണം. വിയർപ്പുഗ്രന്ഥികളുടെ സിരാകേന്ദ്രമായ പെണ്ണിന്റെ മുലക്കണ്ണുകളെങ്ങനെയാണ് നിങ്ങൾക്കിത്രയും ആകർഷണീയമായത്?

ഇനിയുമൊരുപക്ഷേ... ശിവണ്ണൻ തന്റെ കൈകൊണ്ട് തലയ്ക്കടിച്ചു. തന്റെ മകളുമുണ്ടാകുമോ ഈ കൂട്ടത്തിൽ. ഈശ്വരാ.. എന്തുകൊണ്ട് രോഹിണി തന്റെ മകളെയും ഈ അഭിസാരക വൃത്തിക്ക് വിളിക്കില്ല എന്ന് താൻ വിചാരിക്കണം. രോഹിണി വിളിക്കുകയും വസ്ത്രങ്ങൾക്കോ

---

2. ബസവണ്ണന്റേതായി ആയിരത്തോളം വചനങ്ങളും സുഭാഷിതങ്ങളും കണ്ടുകിട്ടിയിട്ടുണ്ട്.

പണത്തിനോവേണ്ടി സീതയതിൽ പങ്കുചേരുകയും ചെയ്തിരിക്കുമോ. ഒരുവേള ഇന്നലെ നിരന്നുനിന്ന പെൺകുട്ടികളിൽ തന്റെ മകളുണ്ടാവുകയും തന്റെ മുമ്പിലവൾ ഓർക്കാപ്പുറത്ത് പ്രത്യക്ഷപ്പെടുകയും ചെയ്തിരുന്നെങ്കിലത്തെയവസ്ഥ എന്തായിരിക്കാം. എങ്കിൽ താൻ മാത്രമെന്തിന് ജീവനൊടുക്കണം. മകളെയും ഭാര്യയെയും ചേർത്ത് ഒരു കൂട്ട ആത്മഹത്യയല്ലേ നന്നായിരിക്കുക.

ശിവണ്ണന് താനൊരു ഭ്രാന്തനായി തീരുന്നതുപോലെ തോന്നി. തീരുമാനത്തിലെത്താത്ത അവസ്ഥ. ഒന്നുകിൽ ഇന്നു രാത്രി ആത്മഹത്യ ചെയ്യുക. അല്ലെങ്കിൽ എന്തെങ്കിലും കാരണം പറഞ്ഞ് കൂട്ട ആത്മഹത്യ നടത്തുക. ഗുണ്ടിൽപേട്ട സംഭവം തന്റെ മകളുടെ കാതിൽ പതിച്ചിട്ട് പിന്നീട് ഒരുനിമിഷം താൻ ജീവിക്കുകയില്ലെന്ന് അയാൾ ശപഥം ചെയ്തു. അരയിൽ കെട്ടിയ ശിവലിംഗത്തിൽ കൈകൾ തൊട്ടുകൊണ്ട് വീണ്ടും സത്യം ചെയ്തു. ഇത്തരമൊരച്ഛന്റെ ചിത്രം മകളുടെ മനസിലിട്ടുകൊടുത്ത് ജീവിക്കുന്നതിലെന്തർഥം. ഇനി ഞാൻ ജീവനൊടുക്കിയാൽത്തന്നെ എന്ത് ഫലം, പതിനഞ്ചുനാൾ കഴിയുമ്പോൾ രോഹിണി സീതയോട് അച്ഛന്റെ മരണകാരണം പറയുകതന്നെ ചെയ്യും.

രക്ഷ ഒന്നേയുള്ളൂ. ഒരിക്കലും അവർ തമ്മിലിനി കാണരുത്. മകളുടെ വിദ്യാഭ്യാസം നിർത്തിയേ മതിയാകൂ. ഗുണ്ടിൽപേട്ടയിലേക്കിനിയവൾ പോകരുത്. എന്തിനെന്ന് മകളോ നാട്ടുകാരോ ചോദിച്ചാൽ അതിന് താനെന്ത് സമാധാനം പറയും. അതല്ലെങ്കിൽ രോഹിണിയുടെ ഗുണ്ടിൽപേട്ട യാത്ര തടഞ്ഞാലും മതി. നഞ്ചപ്പന്റെയരികെ പോയി മകളെ ഗുണ്ടിൽപേട്ടയിലേക്കയക്കരുതെന്ന് പറഞ്ഞാലോ. കാരണം തിരക്കിയാൽ അവൾ മറ്റേതോ ശിവാചാരക്കാരനല്ലാത്ത ഒരുത്തനോട് ലോഹ്യം കൂടുന്നതു കണ്ടെന്ന് പറയുകതന്നെ വേണം.

പിന്നെ മകളോടും ഇതുതന്നെ പറയാം; രോഹിണിയുടെ കൂടെ നടക്കരുതെന്ന്. പക്ഷേ, ജീവിതത്തിലൊരിക്കൽപ്പോലും അവർ തമ്മിൽ കണ്ടുമുട്ടില്ലെന്നോ. അല്ലെങ്കിൽ ആത്മസുഹൃത്തുക്കളെ പെട്ടെന്നൊരു നാളിൽ മരിച്ചതുപോലെ വേർപെടുത്താമെന്നോ. ഇതൊരു വ്യാമോഹം മാത്രമായി തീരുകയില്ലേ.

ജഗദീശ്വരാ, ഇതൊരു പരീക്ഷണമല്ല. അഗ്നിപരീക്ഷ തന്നെയാണ്. ശിവനേ, തൃച്ചേവടികളിൽ ജീവിതത്തിന്റെ ഇഷ്ടാനിഷ്ടങ്ങളെ സമർപ്പിച്ചവനോട് ഇത്രയും വേണ്ടിയിരുന്നുവോ.

എപ്പോഴാണയാളുറങ്ങിയതെന്നോ എന്തൊക്കെ സ്വപ്നങ്ങളാണു കണ്ടതെന്നോ നിശ്ചയമില്ല. ഉറക്കത്തിൽ പലവട്ടം ശിവണ്ണൻ കരഞ്ഞുവെന്ന് കാഞ്ചന പറയുന്നു. പലപ്പോഴും ദൂരെ ദൂരേക്ക് കൈചൂണ്ടി പേടിയാകുന്നെന്ന് പറയുകയും ഉച്ചത്തിൽ കരയുകയും ചെയ്തുവെന്ന് കാഞ്ചന സാക്ഷ്യപ്പെടുത്തുന്നു. സീത വീട്ടിൽ തന്നെയുണ്ടോയെന്ന് എത്രയോ തവണ ചോദിച്ചത്രെ. ഈ പാതിരാത്രിയിൽ പിന്നെ സീത ഇവിടെയല്ലാതെ മറ്റെവിടെ പോകാനാണെന്ന് ചോദിച്ചതിന് കാഞ്ചനയുടെ

മുഖത്തടിച്ചു. കരണം വീങ്ങിയിട്ടുണ്ട്, കാഞ്ചനയുടെ. വിചിത്രമായ പലതും ചെയ്യുന്നുണ്ടായിരുന്നു ഉറക്കത്തിൽ ശിവണ്ണൻ. സീതയെ ചേർത്തണച്ച് ഉമ്മ വെക്കുകയും പിന്നെ തള്ളി മാറ്റുകയും ചെയ്തു.

പുലരുമ്പോഴേക്കും ശിവണ്ണന് കടുത്ത പനി ബാധിച്ചിരുന്നു. രാത്രിയിൽ കാഞ്ചനയും സീതയും എങ്ങനെയൊക്കെയോ നോക്കി നേരം വെളുപ്പിച്ചതാണ്. അച്ഛന് ഏതോ തരത്തിൽ കൊതി ബാധിച്ചതാണെന്ന് മകളോട് കാഞ്ചന തീർത്തു പറഞ്ഞു. അതിന് മന്ത്രവും ചരടും തന്നെയാണ് നല്ലത്. സീതയ്ക്കൊന്നുമറിയില്ല. അവൾ കരയുക തന്നെയായിരുന്നു. തന്നെ ദേഷ്യപ്പെട്ട് ഒന്നു നോക്കുകപോലും ചെയ്യാത്ത അച്ഛനാണ് പുലരുന്നതുവരെ തല്ലിയതും ഒപ്പം ആശ്ലേഷിച്ചതും.

സീത ഇന്നു കോളേജിൽ പോകേണ്ടെന്നു തീരുമാനമായി. ശിവണ്ണൻ മയക്കത്തിലാണ്. ഉണരട്ടെ. നേരത്തെ ചികിത്സിച്ചിരുന്ന ഗുണ്ടിൽപേട്ടയിലെ ധർമാശുപത്രിയിൽത്തന്നെ പോകാമെന്നു കാഞ്ചന പറഞ്ഞു. നിവൃത്തിയില്ല, നഞ്ചുണ്ടനെത്തന്നെ വിളിക്കാമായിരുന്നുവെന്ന് സീത അഭിപ്രായപ്പെട്ടു. എന്നാൽ, നഞ്ചുണ്ടനെ വീട്ടിലേക്ക് കണ്ടുപോകരുതെന്ന് കാഞ്ചന തീർത്തു പറഞ്ഞു. അവന്റെയൊപ്പം കൂടിയതുകൊണ്ടാണ് ശിവേട്ടന് ഇങ്ങനെയൊക്കെ വരുന്നത്. കാഞ്ചന തലേദിവസം ശിവണ്ണൻ അഴിച്ചിട്ട വസ്ത്രങ്ങൾ കഴുകി ഉണക്കാനിട്ടു.

എന്നാൽ, സംഭവിച്ചത് മറ്റൊന്നായിരുന്നു. അൽപ്പംകൂടെ സമയം കഴിഞ്ഞപ്പോൾ ശിവണ്ണൻ കട്ടിലിൽനിന്ന് സ്വയം എഴുന്നേറ്റു. ക്ഷീണവും തളർച്ചയുമൊക്കെയുണ്ട്. താനെഴുന്നേൽക്കാൻ ഏറെ വൈകിയെന്നയാളറിഞ്ഞു. കഴിഞ്ഞ പകലും രാത്രിയും തന്റെ ജീവിതത്തിലേക്ക് നൽകിയത് ഈശ്വരൻ തന്നെയാണ്. ആ തീച്ചൂളയിലൂടെ പാദം പൊള്ളാതെ നടന്നു കയറണമെന്നതായിരിക്കാം അവിടത്തെ ഇച്ഛ. ഓർക്കരുത്, ഒന്നുമോർക്കരുത്.

അതിനു കഴിയുമോ. വേണമെങ്കിൽ മൈസൂർ നഗരത്തോട് ചേർന്ന ചാമുണ്ഡിമലതന്നെ ഇളക്കി മാറ്റാം. എന്നാൽ, ഓർമകളെ തടഞ്ഞു നിർത്താനാർക്ക് കഴിയും. പെൺകുട്ടികളുടെ കൂട്ടത്തിൽ രോഹിണി ഇല്ലായിരുന്നെങ്കിൽ – ഭഗവാനേ – എന്തായിരിക്കും സംഭവിക്കുന്നത്. ഇനിയൊരുവേള പാർവതീപതിയായ കൈലാസനാഥൻതന്നെ രോഹിണിയുടെ വേഷമണിഞ്ഞു രക്ഷിച്ചുവോ.

നരകത്തിന് മൂന്ന് വാതിലുകളല്ല. അസംഖ്യം വാതിലുകളാണെന്ന് പറഞ്ഞ ബസവേശ്വരനദ്ദേഹം തന്നെയാണ് ശരി. അധർമത്തിന്റെ എല്ലാ വാതിലുകളും നരകത്തിലേക്ക് തുറക്കപ്പെടുന്നു. ശിവണ്ണൻ കണ്ണുകൾ തുറന്നു വിളിച്ചു: “കാഞ്ചേ, കാഞ്ചേ, നീയെവിടെ?”

മുറ്റത്തെ അയയിൽ വസ്ത്രങ്ങൾ ഉണങ്ങാനിട്ടുകൊണ്ടിരുന്ന കാഞ്ചന വിളികേട്ട് ഓടിവന്നു. ഭർത്താവിന്റെ നെറ്റിയിൽ കൈ തൊട്ടു. പനി കുറവുണ്ട്. സീതയും ഓടി വന്നു. ഇല്ല, അച്ഛന് പനിക്കുന്നില്ല. തീരെയില്ലെന്ന് പറയാം. കഴിഞ്ഞ രാത്രിയിലെന്താണുണ്ടായത്. ഓർക്കാനേ

കഴിയുന്നില്ല. എന്തോ അപസ്മാരമോ ചെന്നിക്കുത്തോ വന്നതായിരിക്കാം. മകൾ അച്ഛനെ കെട്ടിപ്പിടിച്ചു കരഞ്ഞു, "എന്താണച്ഛാ ഇതൊക്കെ എന്താണ്."

"എന്താണുണ്ടായത്......" ശിവണ്ണൻ തിരിച്ചു ചോദിച്ചു.

"രാപ്പനി വന്നുവല്ലേ, അതൊന്നും മനുഷ്യർ കണക്കാക്കുന്നതല്ലല്ലോ മകളെ, എന്തൊരു മഴയായിരുന്നു ഇന്നലെ. ഗുണ്ടിൽപേട്ടയിൽനിന്നു നടന്നുപോന്നു. വാഹനം ഒന്നും കിട്ടിയില്ല. കാളവണ്ടിക്കാരൊക്കെ നേരത്തെ വീട്ടിലേക്ക് വിട്ടു. മഴ നനഞ്ഞു. അപ്പോൾ പനിച്ചു. ഇപ്പോൾ പനി കുറഞ്ഞു. നിങ്ങളൊക്കെ ഇങ്ങനെ പേടിച്ചാലോ. എന്താ കാഞ്ചേ ഇത്. നീ പേടിച്ചാല് മോളും പേടിക്കൂലേ."

ചൂടുള്ള ചാമക്കഞ്ഞി ശിവണ്ണൻ ഊതിക്കുടിച്ചു. അതിനയാൾക്കൊരു ഇഷ്ടപ്പെട്ട ചമ്മന്തിയും കാഞ്ചന ഉണ്ടാക്കിയിരുന്നു. കാഞ്ചനയ്ക്ക് മാത്രമേ ആ ചമ്മന്തിയുടെ ചേരുവ രഹസ്യം അറിയുകയുള്ളൂ. എന്നാലും സീതയും കുറച്ചൊക്കെ ആ പരമരഹസ്യം മനസിലാക്കിയിട്ടുണ്ട്. ഇഞ്ചി, കറിവേപ്പില, മല്ലിയില, ഏലക്കായ, നാളികേരത്തിന്റെ പൂള്, നാട്ടുമാങ്ങയുടെ കഷണം, കറാമ്പൂ, രണ്ടേ രണ്ട് ചെറിയ ജീരകം ഇവയൊക്കെ ചേർത്ത് അമ്മിക്കല്ലിന്മേൽവച്ച് അരച്ച് ചെറുനാരങ്ങയുടെ നീരൊഴിക്കുക. ആർത്തിയുള്ള ഓരോ മനുഷ്യന്റെയും രസമുകുളങ്ങൾ ഉണർന്നിരിക്കും.

അച്ഛന്റെ കഞ്ഞികുടി അമ്മയും മകളും നോക്കി നിന്നു. കഴിഞ്ഞതെല്ലാം കഴിഞ്ഞു. ശാന്തമായല്ലോ. കഞ്ഞികുടിക്കുന്നതിനിടയിൽ പുറത്തുദിച്ച പത്തുമണി വെയിലിലേക്ക് ശിവണ്ണൻ നോക്കി നിൽക്കുകയായിരുന്നു. മുറ്റത്ത് അലക്കിയിട്ട തന്റെ വസ്ത്രങ്ങൾക്കടുത്തായി ഒരു ജീൻസ് പാന്റ് ശിവണ്ണന്റെ ശ്രദ്ധയിൽപ്പെട്ടു. അതിൽ നിറയെ പിച്ചളയുടെ ബട്ടണുകൾ, മടക്കുകൾ, കൊളുത്തുകൾ. പിന്നെ വീതിയുള്ള ബെൽറ്റും ഘടിപ്പിച്ചിട്ടുണ്ട്.

ശിവണ്ണൻ ഞെട്ടിയെഴുന്നേറ്റു. ചാമക്കഞ്ഞിയുടെ തവി നിലത്ത് വീണു. ചൂടുകാരണം അയാൾ കാൽ പിൻവലിച്ചു.

"എന്താണച്ഛാ..." സീത കൈ പിടിച്ചു, "ഈ അച്ഛനെന്തുപറ്റി വീണ്ടും... അമ്മേ, ഇങ്ങോട്ടൊന്നു വന്നേ.... "

കാഞ്ചനയും എത്തിച്ചേർന്നു. അവൾ മുറ്റത്തേക്കിറങ്ങിയതേ ഉണ്ടായിരുന്നുള്ളൂ. ശിവണ്ണന് അപസ്മാരത്തിന്റെ ഇളക്കമാണെന്ന് കാഞ്ചന ഉറപ്പിച്ചിരുന്നു.

ശിവണ്ണൻ പുറത്തെ അയയിലേക്ക് കൈ ചൂണ്ടി. "അതെന്താണ് മോളെ, ആരുടെ ഉടുപ്പാണ്."

"അത്..... അത് ഞാൻ വാങ്ങിയതാണച്ഛാ. ഞാനന്ന് പറഞ്ഞിരുന്നില്ലേ അച്ഛനോട്. അതുപോലെയൊരു ജീൻസ് പാന്റ് എനിക്ക് വാങ്ങിത്തരാൻ."

"എന്നിട്ട് ഞാനെന്തായിരുന്നു മോളെ പറഞ്ഞത്?"

"അത്... അത്..." സീത വിഷമിച്ചു നിന്നു, "കൂട്ടുകാരികൾക്കൊക്കെയുണ്ടച്ഛാ."

ശിവണ്ണന്റെ ശബ്ദം ഉയർന്നു. "എന്നിട്ട് ഞാനെന്തായിരുന്നെടീ പറഞ്ഞത്. ആ ഡ്രസ്സ് വാങ്ങണോന്നോ. അതോ വാങ്ങരുതെന്നോ... പറയെടീ."

ശിവണ്ണൻ രണ്ടടി മുമ്പോട്ട് നടന്നു. അയാളുടെ ശബ്ദവും മുഖവുമൊക്കെ തലേന്ന് രാത്രി കണ്ടതുപോലെതന്നെയായി മാറി. വേച്ചു നടക്കുവാൻപോലും അയാൾ പണിപ്പെട്ടു. സീത വിറച്ചു പോയി. അവൾ അമ്മയുടെ അരികിലേക്കോടി.

"എന്തായിത്?" കാഞ്ചന തിടുക്കപ്പെട്ടു വന്നു, "ശിവേട്ടനെന്തായിപ്പോയി ഇന്ന്. എനിക്കൊന്നും മനസിലാവണില്ലട്ടോ."

"ഈ കൂത്തിച്ചികളെ ഉടുപുടവ വാങ്ങണ്ടാന്ന് ഞാൻ പറഞ്ഞിരുന്നോന്ന് ചോദിച്ചുനോക്ക് നെന്റെ മോളോട്."

"പറയെടീ...." ശിവണ്ണൻ കലിയടങ്ങാതെ നിന്നു. ജീവിതത്തിൽ ഒരിക്കൽപ്പോലും ശിവണ്ണൻ മകളെ പേരെടുത്ത് വിളിച്ചിട്ടില്ലായിരുന്നു. മകളെന്നേ സംബോധന ചെയ്തിട്ടുള്ളൂ. ഇപ്പോൾ അയാൾ എടീ എന്ന് വിളിച്ചിരിക്കുന്നു. പേർ ചൊല്ലി വിളിക്കുന്നു. പരോക്ഷമായെങ്കിലും വേശ്യകളുടെ വസ്ത്രമാണ് തന്റെ മകൾ അനുകരിച്ചതെന്ന് പരാതിപ്പെടുന്നു.

"എവിടന്നാ ഇത് വാങ്ങാൻ കാശ് കിട്ട്യത്? എനിക്കതറിയണം."

ശിവണ്ണൻ വീണ്ടും ഒച്ചയെടുത്തു. അയാളെന്തോ ഓർമയിൽനിന്ന് തപ്പിയെടുക്കുകയായിരുന്നുവെന്ന് വ്യക്തം. എന്തൊക്കെയോ ശിവണ്ണനെ അലോസരപ്പെടുത്തുന്നു. അയാളൊരു നിലയില്ലാത്ത കയത്തിൽ വീണു ശ്വാസം മുട്ടിച്ചാകാൻ പോകുന്നു.

"എന്റീശ്വരാ.." കാഞ്ചന ഇരുകൈകളും തലയ്ക്ക് കൊടുത്തു. എനിക്കിത് കേൾക്കേണ്ടി വന്നല്ലോ, "ഞാൻ പറയാം ശിവേട്ടാ ഞാൻ കൊടുത്തതാണ് നമ്മടെ മോൾക്ക്, അതല്ലാതെ മോള്...."

ബാക്കി കാഞ്ചന പറഞ്ഞില്ല. ശിവണ്ണന്റെ പ്രതികരണം കണ്ടിട്ടു പറയാമെന്നു വെച്ചു. കരച്ചിൽ കാഞ്ചനയുടെ വാക്കുകളെ പുറത്തേക്ക് വിട്ടുമില്ല.

"ശിവേട്ടനറിയോ നമ്മളെ കറുത്ത ആട്ടിൻകുട്ടി എവിടെ പോയീന്ന്. ഞാനത് വിറ്റു ശിവേട്ടാ. മോൾക്കൊരു ഉടുപ്പ് വാങ്ങണോന്ന് പറഞ്ഞപ്പോ ആട്ടിൻകുട്ടിയെ വിറ്റതാണോ ഞാൻ ചെയ്ത തെറ്റ്."

"എനിക്കാ ഉടുപ്പ് വേണ്ടമ്മേ..." സീത ഉച്ചത്തിൽത്തന്നെ കരഞ്ഞു, "അച്ഛനിഷ്ടമില്ലാത്തത് എനിക്കെന്തിനാ. എനിക്ക് ചുരിദാറ് മതിയമ്മേ. അല്ലെങ്കില് ഞാൻ പാവാട തയ്പ്പിച്ചോളാം."

"അവളാണെന്റെ മോളെ കേടു വരുത്തുന്നത്" ശിവണ്ണൻ ആത്മഗതമായി പറഞ്ഞു തുടങ്ങി, "ആ നഞ്ചപ്പന്റെ മോളോട് ഇങ്ങോട്ട് വരണ്ടാന്ന് പറയണം. പട്ടണത്തിലെ ഓരോരോ ചേല് ഇങ്ങോട്ട് കൊണ്ടുവന്ന് ഇന്റെ മോളെ കേടു വരുത്താൻ. അസത്ത്, അലവലാതി. "

കാഞ്ചന വായടക്കി. പന്തികേടുവന്ന സമയത്ത് ഓരോന്നുപറഞ്ഞ് വീണ്ടും കലക്കേണ്ടെന്നു വിചാരിച്ചുകാണും. സീത മാത്രം എന്തൊ

ക്കെയോ ഓർത്ത് ഏറെനേരം കരഞ്ഞുകൊണ്ടിരുന്നു. പിന്നെയവൾ മുറ്റത്തേക്കിറങ്ങി. അവിടെയുണ്ടായിരുന്ന ഓട്ടു കിണ്ടിയിൽനിന്ന് വെള്ളമെടുത്ത് മുഖം കഴുകി. മുറ്റത്തേക്കിറങ്ങിയ അച്ഛനോടവൾ പറഞ്ഞു: "രോഹിണിയോട് കൂട്ടു കൂടുന്നില്ലച്ഛാ. ഞാനിനി കോളേജിലും പോകുന്നില്ല."

അപ്പോഴേക്കും ശിവണ്ണൻ നടന്നു വേപ്പുമരത്തിന്റെയരികത്തെത്തിച്ചേർന്നു. പുറകിൽനിന്ന് മകളുടെ ഏറ്റുപറച്ചിൽ അയാൾ കേട്ടു. "എനിക്ക് എന്റെ അച്ഛനെ മാത്രം മതി. അതാണമ്മേ എന്റെ സന്തോഷം."

പതിനേഴ്

നേരം പതിനൊന്നുമണി കഴിഞ്ഞപ്പോൾ മദ്ദൂരിൽനിന്നും ചെന്നമല്ലീപുരത്തേക്കുള്ള വഴി പൂർണമായും പൊലീസ് നിയന്ത്രണത്തിലായിക്കഴിഞ്ഞിരുന്നു. വലിയ പൊലീസ് സന്നാഹംതന്നെ അവിടെ കാണപ്പെട്ടു. ഉരുക്കുതൊപ്പി ധരിച്ചവർ, സ്റ്റീൽ പരിച കൈയിലേന്തിയവർ, തോക്കുധാരികൾ തുടങ്ങി ആകപ്പാടെ ഭീകരാന്തരീക്ഷം. ചെന്നമല്ലീപുരത്തേക്ക് കാളവണ്ടിപോലും കടത്തി വിടുന്നില്ല. അവിടെനിന്ന് പുറത്തേക്കുവരുന്ന ഓരോരുത്തരും നേരെ പൊലീസ് വാനിലേക്ക് കയറിത്തുടങ്ങി. അവരിൽ കർഷകരെന്നോ വൃദ്ധരെന്നോ സ്ത്രീകളെന്നോ ഭേദമില്ലായിരുന്നു.

ഗുണ്ടിൽപേട്ട്, ബേഗൂർ, നഞ്ചൻകോട് എന്നീ പൊലീസ് സ്റ്റേഷനുകളിലെ സബ്ഇൻസ്പെക്ടർമാരും ഗുണ്ടിൽപേട്ടയിലെ സർക്കിൾ ഇൻസ്പെക്ടർ രഘുപതി രാജു അവർകളുമാണ് കലാപമൊതുക്കാൻ നേതൃത്വം കൊടുക്കുന്നത്. ഇവർക്കുപുറമെ മുകളിൽ കറങ്ങുന്ന ലൈറ്റ് ഘടിപ്പിച്ച അംബാസഡർ കാറുകളിൽ ഉയർന്ന പൊലീസുദ്യോഗസ്ഥർ വന്നിറങ്ങിയും നിർദേശങ്ങൾ കൊടുത്തും പോയിക്കൊണ്ടിരുന്നു.

പക്ഷേ, എന്താണ് ചെന്നമല്ലീപുരത്ത് നടന്നുകൊണ്ടിരിക്കുന്നതെന്ന് വ്യക്തമായി ആർക്കും പറയുവാൻ കഴിയുന്നില്ല. ഊഹങ്ങളും അവയ്ക്കുമേൽ പൊടിപ്പും തൊങ്ങലും ചേർത്തു കഥകൾ പ്രചരിച്ചുതുടങ്ങി. സബ്ഇൻസ്പെക്ടർമാർ മദ്ദൂരിലെ നാഷണൽ ഹൈവേയിലേക്ക് ഇടക്കിടെ പൊലീസ് ജീപ്പിൽ വന്നും പോയും കൊണ്ടിരുന്നു. അവിടെയായിരുന്നു രഘുപതി രാജുവിന്റെ നിൽപ്പ്. മദ്ദൂരിൽ കൂട്ടംകൂടി നിന്ന പത്രക്കാരോടും ചാനലുകാരോടും വായതുറക്കുവാൻ സബ്ഇൻസ്പെക്ടർമാരോ സർക്കിൾ ഇൻസ്പെക്ടർമാരോ തയാറായില്ല. അൽപ്പമൊരു പ്രകോപനത്തിന്റെ ശൈലിയിലേക്ക് മീഡിയകൾ നീങ്ങിനോക്കിയെങ്കിലും പരിചയ സമ്പന്നനായ പൊലീസ് ഉദ്യോഗസ്ഥൻ രഘുപതി രാജു പാതി പുഞ്ചിരിച്ചുനിന്നതേയുള്ളൂ.

"കമ്മീഷണർ വരുന്നുണ്ട്" ആരോ പറയുന്നതുകേട്ടു. ശരിയായിരുന്നു. അപ്പോഴേക്കും അവിടെയെത്തിയ രണ്ട് ഡി വൈ എസ് പിമാർ കമ്മീഷണറെ സ്വീകരിക്കുന്നതിനുള്ള ഒരുക്കങ്ങൾ തുടങ്ങി. അരിക് ചേരാതെ നിർത്തിയിട്ടിരുന്ന ഒരു കാളവണ്ടി പൊലീസുകാരെക്കൊണ്ട്

തള്ളി മാറ്റിച്ചു. അലസരായി നിന്നിരുന്ന പൊലീസ് സേന ജാഗരൂകരായി. തൊപ്പി അഴിച്ച് തലയ്ക്ക് വിശ്രമം കൊടുത്തിരുന്ന കോൺസ്റ്റബിൾമാർ തൊപ്പി ധരിച്ചുനിന്നു.

കമ്മീഷണറുടെ ചോക്കളേറ്റ് കളർ അംബാസഡർ അതിവേഗതയിൽ പാഞ്ഞുവന്ന് സല്യൂട്ട് ചെയ്തുനിൽക്കുന്ന പൊലീസ് സേനയുടെയരികെ നിർത്തി. തുറന്നുകൊടുത്ത വാതിലിലൂടെ കമ്മീഷണർ സുബ്രഹ്മണ്യ ഗൗഡ ഇറങ്ങി വന്നു. ആ മുഖം ആകാംക്ഷയും ഉദ്വേഗവും നിറഞ്ഞതായിരുന്നു. തന്റെയരികത്തേക്ക് തിടുക്കപ്പെട്ടുവന്ന ഡി വൈ എസ് പിയോട് അദ്ദേഹം കാര്യങ്ങൾ തിരക്കുകയും ശ്രദ്ധാപൂർവം കേൾക്കുകയും ചെയ്യുന്നുണ്ടായിരുന്നു. കമ്മീഷണറദ്ദേഹം ഇപ്പോൾ പ്രശ്നബാധിത സ്ഥലത്തേക്ക് പോകേണ്ടതില്ലെന്നും കാര്യങ്ങൾ ഒതുക്കുവാൻ വേണ്ടതെല്ലാം സേന ചെയ്യുന്നുണ്ടെന്നും അദ്ദേഹത്തെ ബോധ്യപ്പെടുത്തിയതുപോലെ തോന്നിച്ചു.

തിരികെ കാറിൽത്തന്നെ കയറുവാൻവേണ്ടി സുബ്രഹ്മണ്യ ഗൗഡ തിരക്കിട്ടു വരികയായിരുന്നു. അപ്പോഴാണ് സർക്കിൾ ഇൻസ്പെക്ടർ തീർത്ത പ്രതിരോധം മറികടന്നു മീഡിയകൾ അദ്ദേഹത്തെ സമീപിച്ചത്. ഗുഡ്മോർണിങ് സർ... മുതിർന്ന പത്രപ്രവർത്തകനായ ഗോപാൽസ്വാമി അദ്ദേഹത്തെ അഭിവാദ്യം ചെയ്തു. പത്രക്കാർക്കും ചാനലുകാർക്കുമറിയാമായിരുന്നു കമ്മീഷണർക്ക് തങ്ങളെയവഗണിച്ചു മുന്നോട്ട് പോകാൻ കഴിയില്ലെന്ന്. ചിത്രദുർഗയിലെ സമ്പന്ന കുടുംബത്തിൽ ജനിച്ചതെങ്കിലും ഗൗഡയ്ക്ക് പത്രപ്രവർത്തനത്തിലായിരുന്നു താൽപ്പര്യം. കുടുംബ മഹിമ മൈസൂർ നഗരത്തിന് രൂപകൽപ്പന ചെയ്ത വിശ്വേശരയ്യയിലേക്കെത്തിനിൽക്കുന്നു. ജേർണലിസം പഠിച്ചുവന്ന സുബ്രഹ്മണ്യന് ചിത്രദുർഗയിൽ നിന്ന് ഇറങ്ങുന്ന *ജനപ്രഭ*യിൽ ജോലി കിട്ടി. സ്കൂപ്പുകളുടെ പുറകെ തന്നെയായിരുന്നു ഗൗഡ. എന്നാൽ, ആറടി പൊക്കവും അതിനൊത്ത ശാരീരിക ദൃഢതയുമുള്ള സുബ്രഹ്മണ്യത്തെ സിവിൽപരീക്ഷയെഴുതിച്ചത് സഹപ്രവർത്തകർ തന്നെയായിരുന്നു. യു പി എസ് സിയിൽ അഞ്ചാം റാങ്കുനേടി ഐ എ എസോ അതല്ലെങ്കിൽ ഐ എഫ് എസോ നേടാമായിരുന്ന സുബ്രഹ്മണ്യൻ തിരഞ്ഞെടുത്തത് ഇതൊന്നുമല്ല; ഐ പി എസായിരുന്നു.

“കുറച്ചു കഴിഞ്ഞു പറയാം. ധൃതിപ്പെടാതിരിക്കൂ.” ഗൗഡ ഗൗരവത്തിൽ തന്നെയായിരുന്നു. എന്നാലും അദ്ദേഹത്തിന് താൻ നടന്ന വഴികളെ മറക്കാൻ കഴിയുമായിരുന്നില്ല.

സ്ഥലം ചെന്നമല്ലീപുരവും പൊലീസ് സാന്നിധ്യവും പ്രശ്നങ്ങളുമൊക്കെയായതിനാൽ ആരെ ചുറ്റിപ്പറ്റിയായിരിക്കുമിതെന്നറിയുവാൻ ആർക്കും പ്രയാസപ്പെടേണ്ടി വന്നില്ല. സുള്ള്യൻ ഇത്തവണ എന്തു വേലയായിരിക്കും ഒപ്പിച്ചതെന്നേ അറിയേണ്ടതുള്ളൂ. ഒരു കാര്യത്തിൽ ആർക്കും സംശയമില്ലായിരുന്നു, ഗുണ്ടിൽപേട്ടയിലെ പൊലീസ് സേനയ്ക്ക് നിയന്ത്രിക്കുവാൻ കഴിയുന്നതിലുമപ്പുറമാണ് സ്ഥിതിഗതികളെന്ന്.

ചാനലുകാർ അവരവർക്ക് തോന്നിയതുപോലെ വാർത്തകൾ കൊടുത്തു തുടങ്ങി. ഇതോടെ ബീമൻ ബീടു, ദൊഡ്ഡനായ്ക്ക ഹള്ളി, അഗ്ഗള്ള, ഗോപാല സ്വാമി ഹള്ളി എന്നീ ഗ്രാമങ്ങളിൽനിന്ന് വിവരങ്ങളറിയുവാൻ ആളുകളെത്തിത്തുടങ്ങി. സ്ത്രീകളും കുട്ടികളുമൊക്കെയായി വൻജനാവലി ദേശീയപാതയിൽ തിങ്ങി നിറഞ്ഞപ്പോൾ പൊലീസിന് അത് മറ്റൊരു തലവേദനയായി. സുൽത്താൻ ബത്തേരി കടന്നു കർണാടകയിലേക്കും ഗുണ്ടിൽപേട്ടവഴി കേരളത്തിലേക്കും പോയിക്കൊണ്ടിരിക്കുന്ന വാഹനങ്ങൾ ജനക്കൂട്ടത്തിന്റെ സ്ഥിതിയറിയുവാൻ പാതയോരത്ത് നിർത്തുകകൂടി ചെയ്തതോടെ മദ്ദൂർ യുദ്ധക്കളത്തിന്റെ പ്രതീതി സൃഷ്ടിച്ചു. പൊലീസ് ചെറിയ തോതിൽ ലാത്തി വീശുകയുണ്ടായി. ചാനലുകാർ ഇതുകൂടെ പകർത്തി പൊതുജനങ്ങൾക്ക് മസാല വിളമ്പിക്കൊണ്ടിരുന്നു.

നിഗൂഢതകൾ ചൂഴ്ന്നു നിൽക്കുന്ന ചെന്നമല്ലീപുര ഗ്രാമത്തിന്റെ നിജസ്ഥിതി പൊതുജനം അറിയുന്നത് കമ്മീഷണർ സുബ്രഹ്മണ്യ ഗൗഡ മനസ്സ് തുറന്നതോടെയാണ്. അദ്ദേഹം പറയുന്നത് വിശ്വസിക്കാമെങ്കിൽ കാര്യങ്ങൾ ഇങ്ങനെയൊക്കെയാണ്.

ചെന്നമല്ലീപുരത്തിനും ഒങ്കള്ളിക്കുമിടയിലെ വിശാലമായ കൃഷിത്തോട്ടത്തിനടുത്ത് കീടനാശിനികൾ കയറ്റി വന്ന കമ്പനിവക പിക്അപ് വാൻ സുള്ള്യനും അയാൾ സംഘടിപ്പിച്ച ഗ്രാമീണരും ചേർന്നു തീവെച്ചു നശിപ്പിച്ചിരിക്കുന്നു. മാത്രവുമല്ല, കമ്പനി ഉദ്യോഗസ്ഥരെ മരത്തിൽ കെട്ടിയിട്ട് അവരുടെമേൽ മണ്ണെണ്ണയൊഴിച്ച് വെച്ചിരിക്കുന്നു. സമരക്കാരുടെ ആവശ്യങ്ങൾ അംഗീകരിച്ചാൽ ഇവരെയഴിച്ചുവിടാൻ തയാറാണ്. പൊലീസ് ബലം പ്രയോഗിക്കുകയോ ഉദ്യോഗസ്ഥർ പോക്രിത്തരം കാണിക്കുകയോ ചെയ്താൽ തീപ്പെട്ടിയുരച്ച് ബന്ദികളുടെ മേലെയെറിയുമെന്ന് ഭീഷണിപ്പെടുത്തുന്നു.

"എന്താണവരുടെ ആവശ്യം സാർ?"

"ആവശ്യം പലതുമുണ്ട്. ചെന്നമല്ലീപുരത്തേക്ക് കീടനാശിനി കമ്പനിക്കാരുടെ വാഹനം വരുവാനേ പാടില്ല. അതുണ്ടാകുകയില്ലെന്ന് സംസ്ഥാന സർക്കാരിനുവേണ്ടി ജില്ലാ കളക്ടർ എഴുതിക്കൊടുക്കണം. പിന്നെ ഈ സമരത്തിൽ പങ്കെടുത്ത ഒരാളുടെ പേരിലും ഒരു കേസുമെടുക്കാൻ പാടില്ല. തീവെച്ചു നശിപ്പിച്ച വാഹനത്തിന്റെ നഷ്ടം കമ്പനിക്കാരൻ സഹിച്ചുകൊള്ളണം."

"അവരെത്രപേരുണ്ട് സാർ?"

"അധികമൊന്നുമില്ല. കൂടിയാൽ അമ്പതുപേർ കാണും. അല്ലെങ്കിൽ അതിന് താഴെ."

"പൊലീസിന് ചെറിയ ഓപ്പറേഷനല്ലേ വേണ്ടു സർ, എല്ലാ സന്നാഹങ്ങളുമുണ്ടല്ലോ."

"ശരി..." സുബ്രഹ്മണ്യറെഡ്ഢി ചോദിച്ചു: "മണ്ണെണ്ണയൊഴിച്ചു മരത്തിൽ കെട്ടിയിടപ്പെട്ടവർക്കെന്തെങ്കിലും സംഭവിച്ചാൽ...?"

ഇതിന്റെ പശ്ചാത്തലം പൊലീസ് മേധാവി വിശദീകരിച്ചു. കീടനാശിനികൾ നിറച്ച വാഹനങ്ങൾ ചേരിയിലേക്ക് വരരുതെന്ന് നിരവധിതവണ

സുള്ള്യൻ അവർക്ക് മുന്നറിയിപ്പ് കൊടുത്തതാണ്. എന്നാൽ, ഇതിനൊരു മറുവശമുണ്ട്. ന്യൂനപക്ഷമേ സുള്ള്യന്റെ ഒപ്പമുള്ളു. ബഹുഭൂരിഭാഗവും കീടനാശിനികൾക്കനുകൂലമാണ്. മികച്ച വിളവ് കിട്ടുന്നത് ഇത്തരം കീട നാശിനികളുടെ സഹായത്താലാണ്. നവംനവങ്ങളായ കണ്ടുപിടുത്തങ്ങ ളാൽ കൃഷി നവീകരിച്ചില്ലെങ്കിൽ പിടിച്ചുനിൽക്കാൻ കഴിയില്ലെന്ന് കർഷ കരുടെ പുത്തൻതലമുറയ്ക്കറിയാം. പഴയ വിത്തുകൾ ഗുണത്തിലും രുചി യിലും മികച്ചു നിന്നേക്കാം. എന്നാൽ, അധിക വിളവിന് പരീക്ഷണങ്ങൾ താണ്ടിവന്ന വിത്തുകൾതന്നെ വേണം. ആ വിത്തുകളുടെ സംരക്ഷണ ത്തിന് പുകയിലക്കഷായവും വെളുത്തുള്ളി പ്രയോഗവും മതിയെന്നു പറയുന്നവർ ഈ സംസ്ഥാനത്തെ പുറകോട്ട് നയിക്കുന്നവരാണ്. പുരോ ഗതിയുടെ രഥചക്രത്തിന് താഴിട്ടുനിർത്തുന്നവർ. പതിനഞ്ച് ലക്ഷം ഗ്രാമ ങ്ങളാൽ സമ്പന്നമാണ് ഇന്ത്യ. അതിവിശാലമായ കൃഷിയിടമാണ് രാഷ്ട്ര ത്തിന്റെ സമ്പത്ത്. ധാന്യവിത്തുകളുടെ നേർപകുതിയും കീടങ്ങൾ പശി യടക്കുന്നത് കണ്ടുനിൽക്കുവാനാണ് ശരാശരി കൃഷിക്കാരന്റെ യോഗം. അവന്റെ പേടിസ്വപ്നമായ കറുത്ത വണ്ട് എട്ട് ലക്ഷത്തി അമ്പതിനായി രത്തോളം അംഗങ്ങളുള്ള ശലഭ കുടുംബത്തിലെ ഒരംഗം മാത്രം.... കീട നാശിനികൾക്കെതിരെ ചെന്നമല്ലീപുരത്ത് പ്രതിഷേധമുണ്ടായിരുന്നുവെന്ന് സ്പെഷ്യൽ ബ്രാഞ്ച് റിപ്പോർട്ട് ചെയ്തിരുന്നു. അതനുസരിച്ച് അങ്ങോട്ട് ചെല്ലരുതെന്ന് കമ്പനിക്കാർക്ക് മുന്നറിയിപ്പ് കൊടുത്തതുമാണ്. പക്ഷേ, അവരത് അവഗണിച്ചു.

"ഇനിയെന്തു ചെയ്യും സർ?"

"സമരക്കാരുമായി സംസാരിച്ചു വരുന്നു. ചർച്ചകൾ തുടങ്ങിക്ക ഴിഞ്ഞു."

"ആരാണ് ചർച്ചകൾക്ക് നേതൃത്വം നൽകുന്നത്. അസിസ്റ്റന്റ് കമ്മീ ഷണർ, അതല്ലെങ്കിൽ ഡി വൈ എസ് പി റാങ്കിലുള്ളവർ...?"

"അവരാരുമല്ല. ഒരു സബ്ഇൻസ്പെക്ടറാണ്. അയാളുടെ പേര് സിദ്ധാർഥൻ."

"സബ് ഇൻസ്പെക്ടർ സിദ്ധാർഥൻ. എന്തുകൊണ്ടാണ് സർ ഇത്രയും വലിയ ദൗത്യത്തിന് സബ്ഇൻസ്പെക്ടർ റാങ്കിലുള്ള പൊലീ സുകാരൻ മതിയെന്ന് തീരുമാനിച്ചത്."

"സബ്ഇൻസ്പെക്ടർ മാത്രമാണെന്ന് ആരു പറഞ്ഞു. അയാളെ സഹായിക്കുവാൻ സർക്കിൾ ഇൻസ്പെക്ടറുണ്ട്. അയാൾക്ക് ഞങ്ങളെ വിളിക്കാം. പൊലീസ് ഒരു ടീമായി പ്രവർത്തിക്കും. നിങ്ങൾ കരുതുന്നത് പോലെയല്ല പൊലീസ്. ചേരികളിൽ സിദ്ധാർഥന് നല്ല പരിചയമാണ്. നേതാവ് സുള്ള്യനെ സ്വാധീനിക്കുവാൻ സിദ്ധാർഥന് കഴിയുമെന്ന് എന്റെ സർക്കിൾ ഇൻസ്പെക്ടർ രഘുപതി രാജു പറഞ്ഞു. അത്രതന്നെ, അവി ടന്നങ്ങോട്ട് കഥയുണ്ടാക്കരുത്. "

കമ്മീഷണർ തിരക്കിലായിരുന്നു. ബാംഗ്ളൂരിലെ ഭരണ ആസ്ഥാ നത്തുനിന്ന് അദ്ദേഹം വിളിക്കപ്പെട്ടു. സംസ്ഥാനത്തിന്റെ മുഴുവൻ കണ്ണു

കളും ചെന്നമല്ലീപുരത്താണെന്ന് അറിയിച്ചു. കലാപക്കാർക്ക് അനർഹമായ ആനുകൂല്യങ്ങൾ നൽകി പ്രോത്സാഹിപ്പിക്കരുതെന്ന് മുന്നറിയിപ്പ് നൽകി. ഇത്തരക്കാരെ പ്രീതിപ്പെടുത്തിയാൽ നിരവധി കലാപക്കൊടികൾ ഉയർന്നു വരും. സർക്കാരിനെപ്പോലെതന്നെ പരിസ്ഥിതി പ്രവർത്തകരും ചെന്നമല്ലീപുരത്തെ ഉറ്റുനോക്കുന്നു. സുള്ള്യന് വിജയം കാണുകയാണെങ്കിൽ അതിന്റെയർഥം അതിക്രമങ്ങൾക്ക് വിജയം കാണുകയെന്നതാണ്. പൊതുവെ നിരാശരായ പരിസ്ഥിതി പ്രവർത്തകർ ഹിംസയുടെ മാർഗം സ്വീകരിച്ചുകൂടായ്കയില്ല. ഇവർ കർണാടകയിൽ മാത്രമല്ല, ദക്ഷിണേന്ത്യയിലും ഭാരതത്തിലുടനീളവുമുണ്ട്.

എങ്കിലും തീരുമാനങ്ങൾ കമ്മീഷണർക്ക് എടുക്കാവുന്നതാണ്. എത്ര വേഗത്തിലെന്ന് ചോദിച്ചാൽ ക്ഷണത്തിലെന്നാണ് ഉത്തരം. കഴുകൻകണ്ണുകളുമായി നിൽക്കുന്ന പ്രതിപക്ഷത്തിനോ മറ്റ് അധഃസ്ഥിത വിഭാഗത്തിനോ ഇതിൽനിന്ന് ഒരു തീപ്പന്തംപോലും കത്തിക്കാൻ ഇടവരരുത്. ജാഗ്രതയാണ് മുഖ്യം. അൽപ്പസ്വൽപ്പം വിട്ടുവീഴ്ചകളൊക്കെ ചെയ്തു. എന്നാൽ, മൗലിക വിഷയങ്ങളിൽ ഉറച്ചുനിന്നുകൊണ്ട് വേണം കാര്യങ്ങൾ തീരുമാനിക്കേണ്ടത്. പൊലീസ് സേനയുടെ അന്തസിന് കോട്ടം തട്ടരുതെന്ന് പ്രത്യേകം നിർദേശമുണ്ട്. ഡി ജി പിയെ എപ്പോൾ വേണമെങ്കിലും നേരിട്ട് വിളിക്കാം.

സബ്ഇൻസ്പെക്ടർ സിദ്ധാർഥന് ആദ്യ കൂടിക്കാഴ്ചയിൽ ഒട്ടും പുരോഗതിയുണ്ടാക്കുവാൻ കഴിഞ്ഞിട്ടില്ല. പ്രശ്നസ്ഥലത്തിനടുത്ത ഒഴിഞ്ഞ വീട്ടിൽ വെച്ചായിരുന്നു ചർച്ചകൾ. വളരെപ്പെട്ടെന്ന് എന്നു പറഞ്ഞാൽ പത്ത് മിനിട്ടിനകം സബ്ഇൻസ്പെക്ടർ സിദ്ധാർഥൻ, സർക്കിൾ ഇൻസ്പെക്ടർ രഘുപതി രാജു എന്നിവർ പുറത്തേക്ക് പോന്നു. പുറകിൽ തന്നെ സുള്ള്യനും ഭാര്യ കമലവും പിന്നെ രണ്ടുമൂന്നുപേരും വീട് വിട്ടിറങ്ങി സമരക്കാരിലേക്ക് ചേർന്നു. ഇരുവിഭാഗവും തർക്കത്തിലായിരുന്നുവെന്നും അവർക്ക് ഒരു കാര്യത്തിലും യോജിപ്പുണ്ടാക്കാൻ കഴിഞ്ഞില്ലെന്നും മീഡിയകൾ മണത്തറിഞ്ഞു.

ഈ സമയത്ത് മീഡിയകൾക്ക് സുള്ള്യനെ കാണുവാനുള്ള അവസരം പൊലീസ് അനുവദിച്ചു. സർക്കിൾ ഇൻസ്പെക്ടർക്ക് അതൃപ്തിയുണ്ടായിരുന്നുവെങ്കിലും സിദ്ധാർഥന്റെ സമ്മർദത്തിൽ എല്ലാവരും വഴങ്ങുകയായിരുന്നു. അടിയുറച്ച ജനാധിപത്യത്തിന്റെ ഉരുക്കുകോട്ടയെ താങ്ങി നിർത്തുന്ന നാലാം സ്തൂപത്തിനെ അവഗണിക്കേണ്ടതില്ലെന്ന് സിദ്ധാർഥൻ.

വികാര രഹിതനായല്ല, വികാരാധീനനായിട്ടു കാണപ്പെട്ടു സുള്ള്യനെ. രണ്ടുമൂന്നു ദിവസമായി ബ്ലേഡു കാണാത്ത മുഖം. തിങ്ങിയ തലമുടി അയാൾ പുറകോട്ടു ചീകിയൊതുക്കിയിരിക്കുന്നു. ആശങ്കയോ ഭയമോ ആ മുഖത്തില്ലെങ്കിലും ചിന്തകൾ അവിടെ തങ്ങുന്നുണ്ടായിരുന്നു. അയാൾ മാധ്യമങ്ങളോട് സംസാരിച്ചു തുടങ്ങി.

"നോക്കൂ സാർ, ആ ഭാഗത്തേക്ക്" സുള്ള്യൻ കൈകൾ കിഴക്ക് ഭാഗത്തേക്ക് ചൂണ്ടി. അവിടെയൊരു കുഞ്ഞിനെയെടുത്ത് അമ്മ നിൽപ്പുണ്ടാ

യിരുന്നു. നിസ്സംഗഭാവത്തിൽ നിൽക്കുന്ന അമ്മ മാറോട് ചേർത്തു പിടിച്ചു നിൽക്കുന്ന കുഞ്ഞിനെ കാണുവാൻ കൗതുകമുണ്ട്. കുറ്റിത്തലമുടിയാണ്. പത്ത് വയസോളം അവന്ന് പ്രായമുണ്ടെങ്കിലും അതൊരു മനുഷ്യക്കുട്ടിയെപ്പോലെ തോന്നിക്കുകയില്ല. കുരങ്ങിന്റെ കുഞ്ഞിനോടാണ് സാമ്യം. ചെവിയും തലയും മുഖവുമെല്ലാം കുരങ്ങൻ തന്നെ. എന്നാൽ അവന്റെ മസ്തിഷ്കം മനുഷ്യന്റേതുതന്നെയാണ്.

"ഇത് ഞങ്ങൾ നിങ്ങളെയൊക്കെ കാണിക്കുവാൻ കൊണ്ടുവന്നതാണ്. എത്രപേരെ വേണം സാർ ഇതുപോലെയുള്ളത്. ഇത് ദൈവത്തിന്റെ വികൃതികളല്ല. മനുഷ്യരുടെ വികൃതികളാണ്. ബഹുരാഷ്ട്രകുത്തകക്കമ്പനിക്കാരുടെ ലാഭേച്ഛയുടെ തോന്നിയവാസങ്ങൾ. കീടനാശിനിയുൽപ്പാദകരോട് ഈ ഗ്രാമത്തിലേക്ക് കാലെടുത്ത് കുത്തരുതെന്ന് ഞങ്ങളെത്രതവണ പറഞ്ഞെന്നോ."

പിന്നീട് സുള്ള്യൻ തീർത്തും വാചാലനായി. "ചെന്നമല്ലീപുരത്ത് വിളയാത്തതായി ഒന്നുമില്ല. കരിമ്പും മുത്താറിയും മുതിരയും റാഗിയും നെല്ലും തിനയും എല്ലാം ഇവിടെ സമൃദ്ധിയിൽ വളരുന്നു. തക്കാളിയും കാബേജും വത്തക്കയും ഇളവനും വാഴയും ചേർന്നു വിളയുന്ന മഹിതഭൂമിയാണിത്. ദക്ഷിണേന്ത്യയിലെ അനുഗൃഹീത കൃഷിക്കളം. കർണാടകയെ മാത്രമല്ല ഈ മണ്ണ് തീറ്റിപ്പോറ്റുന്നത്. ഭാഗികമായി കേരളത്തെയുമുണ്ട്. മനുഷ്യർ അധ്വാനശീലരാണ്. എന്നാൽ, ഇതിനൊരു പക്ഷേയുണ്ട്."

"എന്താണ് സുള്ള്യൻ ആ പക്ഷേ..?"

"വൻകീടനാശിനിക്കമ്പനികളിൽനിന്ന് ഉദ്യോഗസ്ഥർ ഇവിടെ വന്നു ക്ലാസെടുക്കുന്നു. അതേപോലെ രാസവസ്തുക്കമ്പനികളിൽനിന്നും വന്നുപോകുന്നു. ഗ്രാമീണരെ വിളിച്ചു ചേർത്ത് അശാസ്ത്രീയമായ കൃഷിരീതിയാണ് നിങ്ങൾ ചെയ്തുപോരുന്നതെന്ന് ഇവർ പറഞ്ഞുകൊടുക്കുന്നു. എന്നുവെച്ചാൽ നിങ്ങളുടെ വിത്തുകൾ മാറുമ്പോൾത്തന്നെ മൂന്നിരട്ടി വിളവുകൾ ലഭിച്ചുതുടങ്ങും. നെൽവിത്തുകൾ മാറണം, തക്കാളി, കാബേജ് തുടങ്ങിയ വിത്തുകളും മാറ്റണം. എന്തിനേറെ, വഴുതിനയുടെ വിത്ത് മാറ്റി നോക്കൂ, വലിയ മുന്തിയ വഴുതിനയുണ്ടാക്കുന്ന വിത്തുകൾ ഞങ്ങൾ തരും."

"എന്നിട്ടവർ തന്നുവോ സുള്ള്യൻ?"

"ഞങ്ങൾ ഗ്രാമീണരെ പറഞ്ഞു മനസിലാക്കി, ചെണ്ടുമല്ലി വിത്തുകൾ അപ്രത്യക്ഷമായിപ്പോയതുപോലെ നമ്മുടെ പരമ്പരാഗത വിത്തുകളൊക്കെ മൺമറഞ്ഞുപോകാമെന്ന്. വൈവിധ്യമുള്ള വിത്തുകളല്ലെങ്കിൽ പിന്നെയെന്താണ് ഒരു ജനതയുടെ സ്വത്തെന്ന ചോദ്യം കർഷകരുടെ മുമ്പിലേക്കിട്ടു. നമ്മുടെ ഭണ്ഡാരം ശൂന്യമായെന്നു കാണുമ്പോൾ വിത്തുകൾക്ക് അവർ പറയുന്ന വില കൊടുക്കേണ്ടി വരും. അവർ തരുന്നതോ അപ്പോൾ മുളയ്ക്കുമെന്നല്ലാതെ അതിന്റെ ധാന്യങ്ങളോ മണികളോ കായ്കളോ ഒന്നും മുളയ്ക്കുകയുമില്ല. പിന്നെയവർ കീടനാശിനി

കളെക്കുറിച്ച് പറഞ്ഞുതുടങ്ങി. നിങ്ങൾ പാടങ്ങളിൽ വിയർപ്പൊഴുക്കുന്നത് കീടങ്ങൾക്ക് തിന്നുമുടിക്കാനോ, അതോ മനുഷ്യർക്ക് പശിയടക്കുവാനോ മനുഷ്യർക്കുള്ളതാണെങ്കിൽ ഞങ്ങൾ തരുന്ന കീടനാശിനികളുപയോഗിക്കണമെന്നവർ ചൊല്ലിക്കൊടുത്തു. പശുവിന്റെ ചാണകത്തിലും പിന്നെ അടുക്കളയിലെ വെണ്ണീരിലും മണ്ണിന്നു വേണ്ട പോഷകങ്ങൾ ലഭിക്കുന്നില്ല. അവ ദുർഗന്ധമുണ്ടാക്കുന്നു. ഞങ്ങൾ നൽകുന്ന മനോഹരമായ പൊടികളും തരികളും മണ്ണിനെ സമ്പുഷ്ടമാക്കുന്നു. വിളവിനെ ഇരട്ടിയാക്കുന്നു. നിങ്ങളെ സമ്പന്നരാക്കുന്നു."

ഗ്രാമീണരിൽ നല്ലൊരു ഭാഗവും അത് ശരിയാകാമെന്ന് കരുതിയിരുന്നു തുടക്കത്തിൽ. ചാണകവും വെണ്ണീരും കേരളത്തിലേക്ക് വിറ്റു. കാളവണ്ടികൾ രാസവളങ്ങളുമായി ചെന്നമല്ലീപുരത്തേക്ക് വന്നു തുടങ്ങി. മുന്തിയ വിത്തുകൾ നിസ്സാരവിലക്ക് കർഷകർക്ക് കിട്ടി. തളിരും പൂക്കളുമിട്ട സസ്യങ്ങൾക്കുമേലൊഴിക്കാനുള്ള കീടനാശിനി സ്പ്രേകൾ യഥേഷ്ടം വന്നുചേർന്നു. ധാന്യങ്ങൾക്ക് മേലെയും പച്ചക്കറികൾക്ക് മേലെയും ഇടംവലം നോക്കാതെ കീടനാശിനി തളിച്ചു. ഫുറിഡാൻ, ഫോറേറ്റ്, ഡൈമെക്രോൺ, മോണോക്രോട്ടൊഫോസ്, ക്ലോർപയറിയോസ്, എക്കാലക്സ്, മാലത്തിയോൺ എന്നിങ്ങനെ നിരവധി ഭാവങ്ങളിൽ വിഷവസ്തുക്കൾ ഗ്രാമങ്ങളെ കീഴടക്കി. ആദ്യമൊക്കെ നന്നായി വിളവുണ്ടായിരുന്നു. പിന്നീട് വണ്ടുകൾക്കും ചെള്ളുകൾക്കുമെല്ലാം വിഷം ഫലിക്കാതെ വന്നു. കൂടുതൽ ശക്തിയിൽ വിഷം തളിക്കേണ്ടി വന്നു. ചെന്നമല്ലീപുരത്തുനിന്ന് ചെറുജീവജാലങ്ങൾ അപ്രത്യക്ഷമായിത്തുടങ്ങി. എത്രയോ തരം ചിത്രശലഭങ്ങൾ, ചെറുകുരുവികൾ, ഉറുമ്പിൻകൂട്ടങ്ങൾ, ആമ്പൽപ്പൊയ്കയിലെ മത്സ്യങ്ങൾ, തവളകൾ എന്നിവയെല്ലാം ഇതിൽപ്പെടുന്നു. പിന്നീട് കുട്ടികളിലേക്ക് രോഗങ്ങൾ വന്നു ചേർന്നു. വയറിളക്കം, പനി, ഛർദി എന്നിങ്ങനെയൊക്കെയായി കുട്ടികളുടെ രോഗങ്ങൾ, മുതിർന്നവർക്ക് ശ്വാസതടസം സാധാരണയായി. കാൻസർ രോഗം ചെന്നമല്ലീപുരത്ത് കൂടുതൽ കാണപ്പെട്ടുതുടങ്ങി. ഒരുഭാഗത്ത് നിരുപദ്രവപരവും പ്രയോജനകരവുമായ ജീവികൾ അപ്രത്യക്ഷമാകവേ മറ്റൊരു ഭാഗത്ത് തണ്ടുതുരപ്പൻ വണ്ടുകളും എലികളും പെരുച്ചാഴികളും എവിടെയും കാണപ്പെട്ടു. എലികൾ വർധിക്കുവാൻകാരണം വനത്തിൽ മുളങ്കാടുകൾ പൂത്തതാണെന്നു കമ്പനിക്കാർ പറഞ്ഞു നടന്നു. തവളകൾ അപ്രത്യക്ഷമായപ്പോൾ കൊതുകുകൾ ഗ്രാമത്തെ വളഞ്ഞു. പനിമൂലം എത്രയോ ആളുകൾ മരണപ്പെട്ടു. കോർപ്പറേറ്റ് കമ്പനികൾ കൂടുതൽ ശക്തമായ കീടനാശിനികൾ കൃഷിവകുപ്പിന്റെ കീഴിലൂടെതന്നെ വിതരണം ചെയ്തു. സർക്കാരിന്റെ അനുഗ്രഹത്തോടെ, ആശീർവാദത്തോടെതന്നെ.

ആയിടെയാണ് റൗണ്ടപ്പു വന്നത്. കളകൾ നശിപ്പിക്കുവാൻ പണിക്കാരെ തേടിയലയേണ്ടതില്ലെന്നും റൗണ്ടപ്പ് അതിനുവേണ്ടി കണ്ടുപിടിച്ചതാണെന്നും കമ്പനി മേധാവികൾ ചെന്നമല്ലീപുരത്തെ കവലയിൽ മൈക്കുകെട്ടി പ്രസംഗിച്ചു. തോട്ടങ്ങളിൽ അത് പ്രയോഗിച്ച് കാണിച്ചു

തരികയും ചെയ്തു. തൊഴിലില്ലായ്മകാരണം ഗ്രാമത്തിലെ നല്ലൊരു വിഭാഗം യുവാക്കൾ കേരളത്തിലെ നിരവധി കടത്തിണ്ണകളിൽ നാണം കെട്ട കുത്തിയിരിപ്പു നടത്തുന്ന നേരത്താണ് ഇത്തരം പ്രചരണം നടക്കുന്നത്. അബദ്ധത്തിൽ റൗണ്ടപ്പ് തളിച്ച പുല്ലുകൾ കടിച്ചുപോയ ആടുകളും മാടുകളും ചത്തു. ഇതൊക്കെയും അവഗണിക്കാമെന്നുവെച്ചാൽ തന്നെ അന്താരാഷ്ട്ര ഭീമന്റെ ബീഭൽസ മുഖം കാണാനിരിക്കുന്നതേ ഉണ്ടായിരുന്നുള്ളു.

എൻഡോസൾഫാന്റെ കൊടും വിഷബാധയേറ്റു മരണത്തെ കാത്തിരിക്കുന്നവർ ഒങ്കള്ളിയിലും ചെന്നമല്ലീപുരത്തും ബർഗിയിലുമൊക്കെയുണ്ട്. ദൊഡ്ഡനായ്ക്കഹള്ളിയിലെ മഞ്ജു, പ്രേമ പിന്നെ കക്കൽതൊണ്ടിയിലെ മുത്തി, ബസവ എന്നിവരൊക്കെ ഇതിനുദാഹരണങ്ങളാണ്. വയലുകളിലും നീർത്തടങ്ങളിലും വിഷം നിറഞ്ഞിരിക്കുന്നു. കിണറുകളിലും വളർത്തുമൃഗങ്ങളുടെ അകിട്ടിലുമെല്ലാം വിഷമുണ്ട്. വയൽവരമ്പുകളിലെ തവളകളെയും ഞണ്ടുകളെയും നീർനായയെയും മഞ്ഞച്ചേരയെയും തിരിയെ കൊണ്ടുവരണം. തുമ്പികളെയും മീനൊറ്റിപ്പക്ഷിയെയും, മരംകൊത്തിയെയും പുനരധിവസിപ്പിക്കണം. ഈശ്വരന്റെ വരദാനമായി കിട്ടിയ പ്രകൃതിയിലെ ജൈവവൈവിധ്യം നിലനിർത്തണം. നിർത്തിയേ തീരൂ....

"ഒരു കാര്യംകൂടെ പറയാം സാർ" സുള്ള്യൻ തന്റെ മനസിന്റെ അടിത്തട്ടു തുറന്നുകാണിക്കുകയായിരുന്നു. "കീടങ്ങളില്ലാത്ത ലോകം നിങ്ങൾക്ക് സങ്കൽപ്പിക്കാം. എന്നാൽ, നിർമിക്കുവാൻ സാധ്യമേയല്ല. ഈ ഉരുണ്ടഗോളത്തിലെ വിഭവങ്ങൾ കുറച്ചൊക്കെ കീടങ്ങൾക്കും നൽകി മനുഷ്യർക്ക് പശിയടക്കാമെന്നതാണ് ഈശ്വര നിയമം. കീടങ്ങളെ കൊല്ലുന്നേരത്ത് പിടഞ്ഞു മരിക്കുന്ന മനുഷ്യരെ കാണാതെ പോകുന്നതാണ് ഇവർക്കുള്ള കുഴപ്പം."

"താങ്കൾ പറഞ്ഞത് ശരിയാകാം. എന്നാൽ, നിയമം കൈയിലെടുക്കുവാൻ നിങ്ങൾക്ക് ആരാണ് അധികാരം തന്നത്?"

"നിവേദനങ്ങൾ ഗുണ്ടിൽപേട്ടയിലെ കൃഷിഭവനിൽനിന്നു തുടങ്ങി ബാംഗ്ളൂരിലെ വിധാൻ സൗദ്‌വരെയെത്തി. പ്രതിഷേധങ്ങളും പ്രകടനങ്ങളും എത്രയോ തവണ ആവർത്തിച്ചു. ദേശീയപാത സ്തംഭിപ്പിച്ചു. ലാത്തിയടി വാങ്ങിച്ചു. പൊലീസ് മർദനത്തിനെതിരെ സർക്കിൾ ഇൻസ്പെക്ടർ ഓഫീസ് മാർച്ച്. മാർച്ചിൽ അന്യായമായി ഇടപെട്ട പൊലീസിനെതിരെ എസ് പി ഓഫീസ് മാർച്ച്. അതിൽ ടിയർ ഗ്യാസ് പ്രയോഗം. പിന്നീട് കോർപ്പറേറ്റ് കമ്പനിക്കാരോട് ഗ്രാമത്തിലേക്ക് കടക്കരുതെന്ന അഭ്യർഥന. അഭ്യർഥന മാനിച്ചില്ലെങ്കിൽ ഭീഷണിയായി കണക്കാക്കിക്കൊള്ളണമെന്ന മുന്നറിയിപ്പ്. ഒന്നും ഫലം കണ്ടില്ല സർ. അവസാനം ഇവിടെയെത്തി."

"ഒന്നും ഫലം കണ്ടില്ല സർ, അവസാനം ഇവിടെയെത്തി."

സുള്ള്യൻ പിന്തിരിഞ്ഞു. പിന്നീട് ഒരു ചോദ്യത്തിനും ഉത്തരം പറ

യുവാൻ അയാൾക്ക് താൽപ്പര്യമില്ലായിരുന്നു. സമരക്കാരുടെ കൂട്ടത്തിലേക്കു ചേർന്നു സുള്ള്യൻ. കാഴ്ചക്കാരായി നോക്കിനിന്ന ഗ്രാമീണരോട് മുഴുവൻ വീടുകൾക്കകത്തേക്ക് കയറണമെന്ന് പൊലീസ് ഉച്ചഭാഷിണിയിലൂടെ പറഞ്ഞുകൊണ്ടിരുന്നു. ആരുംതന്നെ പുറത്തിറങ്ങരുത്. പത്രക്കാരും ചാനലുകാരും ഉടൻ രംഗം വിടണമെന്നും കൽപ്പനയുണ്ടായി. കവലയിലെ പുളിമരത്തിനു ചുവടെ കാക്കി ധരിച്ച വിവിധ പൊലീസ് വകുപ്പുകാരുടെ പ്രളയം കാണാം. അപ്പോഴേക്കും ഒരു ബസ് നിറയെ ഉരുക്കുതൊപ്പി ധരിച്ച സായുധ റിസർവ് പൊലീസ് വന്നിറങ്ങി. ഡി വൈ എസ് പി തന്റെ വലതുകൈയിലെ വിസിൽ ചുണ്ടോടു ചേർത്തുപിടിച്ചു.

പതിനെട്ട്

പൂത്തുവിടർന്നു നിൽക്കുന്ന ചെണ്ടുമല്ലിപ്പൂവുകൾ മൂപ്പെത്തിയിരുന്നു. ചെന്നമല്ലീപുരത്തിന്റെ ആകാശത്തിൽ ശലഭങ്ങളും തുമ്പികളും പറന്നു നടന്നു. വണ്ടുകളും തേനീച്ചകളും വേട്ടാളന്മാരുമൊക്കെയായി ശിവണ്ണന്റെ തോട്ടത്തിൽ ഗായകസംഘം പെരുകി. ഷഡ്പദങ്ങളും ഉരഗങ്ങളുമെല്ലാം ഇപ്പോൾ അന്തിയുറങ്ങുന്നത് തോട്ടത്തിലാണ്. ഒരു പോറലുമേൽക്കരുത് പ്രാണിവർഗത്തിനെന്ന നിശ്ചയം ശിവണ്ണനുണ്ടായിരുന്നു. രാത്രിയിൽ അഭൗമമായ ഒരുന്മാദഗന്ധം പൂക്കളിൽ നിന്നുയർന്നുകൊണ്ടിരുന്നു. ആർദ്രയും തരളിതയുമായ ഭൂമി വിളിച്ചുപറഞ്ഞു: “കുഞ്ഞുങ്ങളേ, ഇങ്ങോട്ടുവരൂ. ഇവിടെയിതാ വിഷമേൽക്കാത്ത ഒരുതുണ്ട് സ്ഥലം കിടക്കുന്നു.”

ആയിടെ ചെറുകിളികളുടെ വരവുണ്ടായി.

അത്തരം ചെറുകിളികൾ സാധാരണയായി ചെന്നമല്ലീപുരത്ത് കാണാറില്ല. ചക്രവാളങ്ങളിൽ അപൂർവമായി അവ പറന്നുപോകുന്നത് കാണാമായിരുന്നു. ഇത്തവണ ശിവണ്ണന്റെ തോട്ടത്തിൽ കൂട്ടമായി പറന്നിറങ്ങി. എന്നാൽ, വികൃതിക്കിളികൾ ചെണ്ടുമല്ലിപ്പൂക്കൾക്ക് യാതൊരു പോറലുമേൽപ്പിച്ചില്ല. മഹാ മഞ്ഞസമുദ്രത്തിൽ നീരാടി ഹരിതരഥ്യയിലൂടെ താഴോട്ടിറങ്ങിവരുന്ന ഒരുതരം ചെറുവണ്ടുകളെ തിന്നാനായിരുന്നു പക്ഷിക്കൂട്ടം ചെന്നമല്ലീപുരത്തെത്തിയത്. കൃഷിപ്പാടങ്ങളിൽ അതൊരു കൗതുകമായി.

“ഈശ്വരന്റെ ഓരോ കളികള്...” നഞ്ചപ്പൻ തൊഴുതു നിന്നു. എല്ലാവർക്കും അതുതന്നെയായിരുന്നു പറയുവാനുണ്ടായിരുന്നത്. “അവന്റെ ലീലകള് നമ്മളെത്ര കൊറച്ചാണ് കണ്ടത് കൂട്ടരെ.”

“ഈ കറുത്ത വണ്ടുകളില്ലേ...” നഞ്ചപ്പൻ ലക്ഷ്മണനോട് പറയുകയായിരുന്നു, “ഇതിനെ നശിപ്പിക്കാനാ ഇവിടെ കുറേയാളുകള് മാലത്തിയോൺ വെശം അടിച്ചത്. ഇവിടെ ശിവണ്ണൻ അതൊന്നും ചെയ്തില്ല. പക്ഷേ, ഈശ്വരനില്ലേ, അവൻ കൊറേ കിളികളെ അയച്ച് അവറ്റയെ നശിപ്പിച്ചു.”

നഞ്ചപ്പൻ മറ്റൊരനുഭവം കൂടെ പറഞ്ഞു: "ഓരോ ജീവിയെ പടച്ച് പുറത്തേക്ക് വിടുമ്പോഴും അതിന്ന് താമസിക്കാനുള്ള ഇടം, കഴിക്കാനുള്ള ഭക്ഷണം ഇവയൊക്കെ ദൈവം കരുതിയിരിക്കും." ഇതിനുദാഹരണവും നഞ്ചപ്പന്റെ പക്കലുണ്ട്, "ലക്ഷു നീ കൂരിയാറ്റക്കിളിയെ അടുത്തെങ്ങാൻ കണ്ടോടാ?"

ഇല്ലെന്ന് ലക്ഷ്മണൻ തലയാട്ടി.

"എന്നാ നെങ്ങള് ബസുമതി ഒന്നു വെതച്ച് നോക്ക് കൂട്ടരേ. അവറ്റകള് വന്നു കൊത്തിത്തീർക്കും. അതെവെട്ന്ന് വരുന്നൂന്ന് ആർക്കും തിരിയുല. മനസിലായോ?"

മണ്ടൻ ലക്ഷ്മണയ്ക്ക് കാളയുടെ ചുണയും ചൂരും രതിയുമൊക്കെ അറിയാമെന്നല്ലാതെ മഹത്തായ കാര്യങ്ങളൊന്നുമറിയില്ലെന്ന് നഞ്ചപ്പയ്ക്ക് നല്ല നിശ്ചയമുണ്ട്. അതിനാൽ നഞ്ചപ്പൻ തന്റെ മഹത്തായ ജ്ഞാനം ലക്ഷ്മണയ്ക്ക് ചൊല്ലിക്കൊടുക്കുകയായിരുന്നു.

നാലുവേലികൾക്കപ്പുറത്ത് തൃശിനാപ്പള്ളിക്കാരൻ ദൊരൈമുത്തുവിന് അൽപ്പം പാട്ടഭൂമിയുണ്ടായിരുന്നു. അയാൾ പുതിയ കൃഷി പരീക്ഷിക്കാനുറച്ചുവന്നവനായിരുന്നു. തക്കാളിയും കരിമ്പുമൊന്നും ദൊരൈമുത്തു കൃഷിചെയ്തില്ല. ബസുമതി നെൽവിത്ത് തഞ്ചാവൂരിൽനിന്ന് മുത്തു കൊണ്ടുവന്ന് കൃഷിയിറക്കി. കിണർ കുഴിച്ചു മേത്തരം പമ്പുവാങ്ങി വെള്ളമൊഴുക്കി വിട്ടു. തോട്ടത്തിന്റെ മൂലകളിൽ ആനപ്പനയുടെ വരമ്പുനാട്ടിയുറപ്പിച്ചു. പിന്നീട് വരമ്പുകളിൽ വയൽചളി കൊണ്ടുവന്ന് പശപോലെ ഉറപ്പിച്ചു. ഒരുതുള്ളി വെള്ളവും പുറത്തുപോകാത്ത കൃഷിയിടമായി ദൊരൈമുത്തു തന്റെ ഭൂമിയെ മാറ്റിയെടുത്തു. വയലിനേക്കാളും കേമമായ കണ്ടത്തിൽ നെൽച്ചെടികൾ ഉഷാറായി വളർന്നു.

ഒരു ദിനം നെൽച്ചെടികൾ കതിരിട്ടു. എന്തൊരു കരുത്ത്. എന്തൊരു മിനുമിനുപ്പ്. ദിവസങ്ങൾ കഴിഞ്ഞപ്പോൾ കതിരുകളിലെ വെള്ളം കനത്തു. അരുണിമയും ശോണിമയും കതിരുകളെ ലാവണ്യവതിയാക്കി. ഗ്രാമത്തിലെ ഓരോ മൂലകളിലും പഴുതിലുമെല്ലാം ഉന്മാദഗന്ധം ഒഴുകി നടക്കുകയായിരുന്നു. പുളിമരങ്ങൾക്ക് മുമ്പിൽ ചേക്കേറിയ വാലാത്തൻകുരുവികളും, തൊഴുത്തുകളിലെ വൃഷ്ണമുടയ്ക്കാത്ത കാളക്കൂറ്റന്മാരും, മാളങ്ങളിലൊളിച്ചു പാർക്കുന്ന കരിമൂർഖന്മാരുമൊക്കെ രതിസുഖസാഗരത്തിലേക്ക് തങ്ങളെ ക്ഷണിക്കുന്ന സുഗന്ധത്തിനുവേണ്ടി ബസുമതിപ്പാടത്തേക്ക് വന്നടുത്തു. എല്ലാവരും പറഞ്ഞു, "ബസുമതി മൂപ്പെത്തിയിട്ടുണ്ട്."

പിറ്റേന്നു രാവിലെ കൊയ്ത്തു നിശ്ചയിച്ചതായിരുന്നു. ദൊരൈമുത്തു തഞ്ചാവൂരിലേക്ക് ഇൻലന്റ് കത്തയച്ച് ആളെ വരുത്തിയിരുന്നു. തഞ്ചാവൂരുകാർക്കേ ബസുമതി കൊയ്തെടുക്കാനുള്ള പാടവമുള്ളൂ. ഒരു കറ്റ കാമ്പിടി[1]പോലും അവർ കൊയ്താൽ ബാക്കിയില്ല.

പുലർച്ചെ കഥയറിയാതെ വന്ന മുത്തു വാവിട്ടു കരഞ്ഞു. അയാൾ കൃഷിയിടത്തിലൂടെ തലങ്ങും വിലങ്ങും ഓടി നടന്നു. നഗ്നപാദനായ

1. നെൽവയൽ കൊയ്യുമ്പോൾ വിട്ടുപോകുന്ന നെൽച്ചെടികൾ പൊതുസ്വത്താണെന്ന് വ്യാഖ്യാനം. ആർക്കും എടുക്കാം.

ദൊരൈമുത്തുവിന്റെ കാലുകൾ ചളിയിൽ പുതഞ്ഞു. ബ്ലേഡിന്റെ മുനയുള്ള നെൽച്ചെടികളയാളുടെ കാൽത്തുടയിൽ ചോരയൊലിപ്പിച്ചു. ഇരുകൈകളിലും അയാൾ പറിച്ചെടുത്ത കറ്റകൾ വെളിച്ചപ്പാടിനെപ്പോലെ ഉയർത്തിപ്പിടിച്ചിരിക്കുന്നു. ധാന്യമണികൾ ഏതാണ്ടെല്ലാം കിളികൾ കൊത്തിത്തിന്നിരിക്കുന്നു.

"ആനയോ പന്നിയോ വന്നിറങ്ങിയതാണോ നഞ്ചപ്പാ?" ലക്ഷ്മണയ്ക്ക് ജിജ്ഞാസയടക്കുവാൻ കഴിഞ്ഞില്ല.

"ഇല്ല, അവിടേക്ക് അതിറ്റിങ്ങള് വരൂല്ല, അത് കൊറച്ച് ഉള്ളിലേക്കാ. കൂരിയാറ്റക്കിളികള് പുലർച്ചെ വന്നത് ആരും അറിയൂല. വരൂന്ന് ആരും നിരീക്കേം ചെയ്തില്ല."

കുരിയാറ്റക്കിളികളുടെ പട ചെന്നമല്ലീപുരത്തിന്റെ അകാശങ്ങളിലെവിടെയോ പ്രത്യക്ഷപ്പെട്ടു. അങ്ങ് ദൂരെദൂരെ അരിമില്ലുകൾ പുകയുയർത്തുന്ന, ബസുമതി നെൽവിത്തുകൾ നാമ്പിടുന്ന ഹാസനിലാണ് സാധാരണയായി കൂരിയാറ്റക്കിളികൾ തീറ്റതേടി പോകുന്നതും കൂടൊരുക്കുന്നതും. അവയെ അകറ്റുവാനായി വയൽവരമ്പുകളിൽനിന്ന് മണ്ണെണ്ണ വായിലൊഴിച്ചു പുറത്ത് കൊള്ളി കത്തിച്ചു തീയൂതി പേടിപ്പിക്കുന്ന കലാപ്രകടനം ഹാസനുകാർക്കറിയാം. പാവം തമിഴനോർത്തില്ല ചെന്നമല്ലീപുരത്ത് കൂരിയാറ്റക്കിളികൾ പറന്നെത്തുമെന്ന്.

"അതാണ് പറഞ്ഞത്..." നഞ്ചപ്പൻ കൂട്ടിച്ചേർത്തു, "അതാത് പ്രാണികൾക്ക് ഈശ്വരനുണ്ടാക്കിയ തീറ്റികള് കണ്ടുപിടിക്കാന് ആരും അവറ്റിങ്ങളെ പഠിപ്പിക്കണ്ടാന്ന്. എവിടാന്ന് കണ്ട് പിടിച്ച് അവറ്റിങ്ങള് കൊത്തിത്തിന്നോളും."

അത് ശരിയാണെന്ന് എല്ലാവരും സമ്മതിച്ചു. നഞ്ചപ്പന്റെ കഥയിൽ മറ്റൊരു പാഠംകൂടെയുണ്ടായിരുന്നു. പ്രകൃതിയിലെ ഭക്ഷണത്തിന്റെ കലവറ ഈശ്വരന് മാത്രമവകാശപ്പെട്ടതാണ്. അത് തുറന്ന് തരുമ്പോൾ മത്സരിക്കുന്നവനും നേടുന്നവനുമുള്ളതാണ് ആഹാരം. ഇത്തവണ അത് കൂരിയാറ്റക്കിളികൾക്കായിരുന്നു വിധിച്ചത്. ആശങ്കപ്പെടേണ്ടതില്ല, അടുത്ത തവണ മനുഷ്യർ പരിശ്രമിച്ചു നേടിക്കൊള്ളട്ടെ.

ശിവണ്ണൻ ചെന്നമല്ലീപുരത്തെ സിദ്ധപ്പനെ കണ്ടപ്പോൾ ഓർമിപ്പിച്ചു:

"സിദ്ധപ്പാ നീ ബത്തേരീൽ പോകുമ്പോ ഓണത്തിനേക്ക് എത്ത്റ ദെവസംണ്ടെന്ന് ചോദിച്ചു പോരണം കെട്ടോ." സിദ്ധപ്പൻ ആഴ്ചയിൽ ഒന്നുരണ്ടുതവണ സുൽത്താൻബത്തേരിയിൽ പോയി വരാറുണ്ട്. നല്ല മുഴുത്ത മുത്താറിപ്പൊടി, ബില്ലാത്തി കുവ്വപ്പൊടി തുടങ്ങിയവയൊക്കെ പാക്കറ്റുകളിലാക്കി ബത്തേരിയിൽ കൊണ്ടുപോയി മുസ്ലീങ്ങൾക്ക് നല്ല വിലയ്ക്ക് വിൽക്കും, അവർക്ക് പുറം രാജ്യങ്ങളിൽ കൊണ്ടുപോയി അറബികളെ സന്തോഷിപ്പിക്കുവാനായിരിക്കും.

നഞ്ചുണ്ടനും വന്നിരുന്നു വീട്ടിൽ. "ശിവേട്ടാ നമ്മക്ക് വെള്ളിയാഴ്ച തന്നെ കൊയ്യാം. ശനിയാഴ്ച രാവിലെ കോഴിക്കോട് മാർക്കറ്റില് പൂക്കളെത്തിച്ചാല് ചൂടോടെ പൈസയും വാങ്ങിവരാലോ. ഞായറാഴ്ച മാർക്കറ്റ്

ലീവാണ്. തിങ്കളാഴ്ച മുതല്ക്ക് ഓണം തൊടങ്ങുന്ന് കേട്ട്."

ശിവണ്ണൻ മൂളിക്കേട്ടു.

"ശിവേട്ടനെന്താ ഒരു ഉഷാറില്ലാത്തത്. ശിവേട്ടന് പേടിയാണെങ്കില് പൂക്കളുംകൊണ്ടു ഞാൻ പോയ്ക്കോളാം എന്താ."

ശിവണ്ണൻ അതിനും മറുപടി പറഞ്ഞില്ല. മുതലാളി എന്ന വിളി ഏതാണ്ട് നഞ്ചുണ്ടൻ മറന്നുപോയിരുന്നു. ഇപ്പോൾ ശിവേട്ടൻ എന്നുതന്നെയാണ് വിളിക്കുന്നത്. അത് എന്നു മുതലാണ് മാറ്റിയതെന്നും ശിവണ്ണൻ ഓർത്തെടുത്തു. ഗുണ്ടിൽപേട്ടിലെ സംഭവത്തിനുശേഷം പൂവും കൊണ്ട് ഒറ്റയ്ക്ക് നഞ്ചുണ്ടനെ വിടാൻ പാടില്ല. എന്നാൽ, ഒപ്പം പോകുവാനും തയാറല്ല. ഒരു യാത്രക്കും ഇനി നഞ്ചുണ്ടനോടൊപ്പമില്ലെന്ന് അഷ്ടദിക്കുകളെ സാക്ഷിനിർത്തി പ്രതിജ്ഞയെടുത്തതാണ്. ഇനി സ്വയം കോഴിക്കോട്ടേക്ക് പോകാനും വയ്യ. കോഴിക്കോടെന്നല്ല സുൽത്താൻ ബത്തേരിപോലും ഇതുവരെ കണ്ടിട്ടില്ല. അറിയാത്ത വീട്, മനസിലാകാത്ത ഭാഷ, വിചിത്രമായ സ്വഭാവക്കാർ. ഒട്ടും വയ്യ. ഇനി തുണയ്ക്കൊരാളെ വേറെ കൂട്ടുകയാണെങ്കിൽ നഞ്ചുണ്ടൻ പിണങ്ങും. തന്റെ രഹസ്യങ്ങളും ദൗർബല്യങ്ങളുമറിയുന്ന നഞ്ചുണ്ടനെ തൽക്കാലം ശത്രുവാക്കരുത്.

"അയാളെ തനിയെ വിടണ്ട അച്ഛാ..." അയാൾ പെരുങ്കള്ളനാണ്. സീതയും പറഞ്ഞു. അമ്മയും മകളും ഇതൊക്കെ ചർച്ച ചെയ്യുകയായിരുന്നെന്ന് ശിവണ്ണൻ മനസിലാക്കി. ശിവണ്ണൻ മകളെ തുറിച്ചു നോക്കി. സീത മുഖം തിരിച്ചു. ഈയിടെയായി മകൾ തന്നെ പേടിക്കുന്നുണ്ടെന്ന് ശിവണ്ണന് തോന്നി. പഴയ സൗഹൃദമൊക്കെ അച്ഛന്റെയും മകളുടെയും ഇടയിൽനിന്നു വിട പറഞ്ഞിരിക്കുന്നു.

"ഞാനും പോകുന്നുണ്ട് കേരളത്തിലേക്ക്...." ശിവണ്ണൻ പറഞ്ഞു. കാഞ്ചന പക്ഷേ, അത് സമ്മതിച്ചില്ല. നഞ്ചുണ്ടൻ ചതിയനും കൊള്ളരുതാത്തവനുമാണ്. ശിവണ്ണന് എന്തൊക്കെയോ അസുഖങ്ങളുണ്ട്. മാത്രവുമല്ല കേരളത്തിൽ ഭയങ്കര ഉഷ്ണമാണത്രെ. വീട് വെടിഞ്ഞു നിൽക്കുവാൻ ശിവണ്ണനും വിഷമമുണ്ട്. താനില്ലാത്തപ്പോൾ മകളും രോഹിണിയും തമ്മിൽ സന്ധിക്കുമെന്നയാൾ ഭയക്കുന്നു. പിന്നീടിതുവരെ രോഹിണി ഈ വീട്ടിലേക്ക് വന്നിട്ടില്ല. അച്ഛനെ പേടിച്ചു സീത വീട്ടിൽ നിന്നിറങ്ങിയിട്ടുമില്ല.

II

വെള്ളിയാഴ്ച രാവിലെ ചെന്നമല്ലീപുരത്തെ വിദ്യാലയങ്ങളിലൊക്കെ ഹാജർ കുറവായി കണ്ടു. കുട്ടികളൊക്കെ ശിവണ്ണന്റെ കൊയ്ത്തുത്സവത്തിൽ ഉത്സാഹികളായി കൂടിയിരുന്നു. കൊയ്ത്തു കഴിഞ്ഞാൽ കുട്ടികൾക്കൊക്കെ ഒറ്റരൂപ നാണയമാണ് പതിവ്. ശ്രീരാമന്റെ കടയിലെ മുളകും കറിവേപ്പിലയുമിട്ട് മൂപ്പിച്ച മോരുവെള്ളം കുടിക്കുവാൻ അത് ധാരാളമായിരുന്നു. വീടുകളിലെ മുറ്റത്ത് ഒക്കിച്ചിരുന്ന് വെയിൽ കൊള്ളുന്ന പ്രായം

ചെന്നവരൊക്കെ തോട്ടത്തിലേക്ക് നീങ്ങി. ബഹളങ്ങളും ആർപ്പുവിളികളും കേട്ട് വെയിൽകൊള്ളുന്നത് ഒരു സുഖമാണല്ലോ.

ഉച്ചയാകുമ്പോഴേക്കും പൂക്കൾ പറിച്ചു തീർത്തു. മദ്ദൂരിലോ കക്കൽതൊണ്ടിയിലോ ചെന്നു ലോറി വിളിച്ചു കൊണ്ടുവരാൻ നഞ്ചുണ്ടനെത്തന്നെയാണ് ശിവണ്ണൻ ഏൽപ്പിച്ചത്. നഞ്ചുണ്ടൻ വളരെ വേഗം ലോറിക്ക് കൈ കാണിച്ചുനിർത്തി. ലോറിയുമായി ചെന്നമല്ലീപുരത്ത് എത്തേണ്ട താമസേ ഉണ്ടായിരുന്നുള്ളൂ. എല്ലാവരും കൂടിയാണ് ലോറിയിലേക്ക് പൂക്കൾ കയറ്റിയ ചാക്ക് നിറച്ചത്. പൂക്കളുടെമേൽ തണുത്ത വെള്ളമൊഴിച്ചു. വാടിപ്പോകരുത്. ആരോ ഡ്രൈവറോട് പറഞ്ഞു: "നേരെ കോഴിക്കോട് മാർക്കറ്റിലേക്ക്. കേടുവന്നുപോയാല് ഒരുറുപ്പികന്റെ മൊതലും കിട്ടാത്ത സാധനമാണ് ലോറിപ്പുറത്തെന്ന് ഓർമ വേണം."

ഡ്രൈവർക്കതറിയാമായിരുന്നു. വളരെ ധൃതിയിലുമായിരുന്നു. ആരൊക്കെയാണ് ലോറിയിൽ കയറി കേരളത്തിലേക്ക് വരുന്നതെന്ന് ഡ്രൈവർ തിരക്കിക്കൊണ്ടിരുന്നു. നഞ്ചുണ്ടൻ കുറച്ച് നേരത്തെതന്നെ ലോറിയിൽ കയറി ഇരിപ്പുറപ്പിച്ചിട്ടുണ്ട്. ഒരു കുപ്പി നിറയെ വെള്ളവും കുറച്ച് അവിലും നഞ്ചുണ്ടൻ കൈയിൽ കരുതിയിരുന്നു. രാത്രി ഭക്ഷണമൊന്നും ഇനി വേണ്ടത്രെ. ഒരു ചുവന്നമുണ്ട് തലയിൽ കെട്ടിയിട്ടുമുണ്ട് നഞ്ചുണ്ടൻ.

ഡ്രൈവർ നിരന്തരം ഹോണടിച്ചുകൊണ്ടിരുന്നു. വേറെയാരെങ്കിലും കയറുന്നുണ്ടോ. ഇത് കളിയല്ല. പച്ചമീൻ കയറ്റിയാലും പൂക്കൾ കയറ്റിയാലും ഞങ്ങൾ ഡ്രൈവർമാർക്ക് തിരക്കാണ്. പിന്നെ ലോറിക്കാരെ പറഞ്ഞിട്ട് കാര്യം ഉണ്ടാകില്ല. കോഴിക്കോട് പച്ചക്കറിമാർക്കറ്റ് പിടിക്കണം.

നഞ്ചുണ്ടൻ തല പുറത്തേക്കിട്ടു. എന്നിട്ട് അറിയാവുന്ന മലയാളത്തിൽ വിളിച്ചു പറഞ്ഞു: "വേഗം കയറ് ആരാന്ന് വെച്ചാല്. ശിവേട്ടനെ വിളിക്ക്." (കേരളത്തിലേക്കാണ് യാത്രയെന്നും തനിക്ക് കുറച്ചൊക്കെ മലയാളം അറിയാമെന്നും വ്യംഗ്യം).

പൂക്കളൊഴിഞ്ഞ പാടത്ത് ശിവണ്ണൻ ശിലാപ്രതിമപോലെയിരുന്നു. എന്ത് ചെയ്യണമെന്നയാൾക്ക് നിശ്ചയമില്ലായിരുന്നു. തന്റെ മുമ്പിലെ ഓരോ നിമിഷത്തിനും പ്രാധാന്യമുണ്ടെന്നുമയാൾക്കറിയാം. മുതിർന്നവരും ചെണ്ടുമല്ലികൃഷി പതിവായി ചെയ്യുന്നവരും അയാളോട് സമയപ്രാധാന്യം പറഞ്ഞു മനസിലാക്കിയിട്ടുണ്ട്. ഒരു വലിയ സംഖ്യക്കുള്ള ചരക്കാണ് ലോറിയിൽ കയറ്റിയത്. ഇത് വിറ്റ് കിട്ടിയിട്ട് വേണം മുതലിയാരോട് പലിശയ്ക്ക് വാങ്ങിയ പണം കൊടുക്കാൻ. സീതയുടെ വിവാഹം നടത്താനും ഇതിൽനിന്നുതന്നെ കിട്ടേണ്ടിയിരിക്കുന്നു. പിന്നെയും പണം ബാക്കി വരാതിരിക്കുമോ. ഏതെങ്കിലും വ്യക്തിക്കോ ബാങ്കിനോ പലിശക്ക് കൊടുത്തു ജീവിക്കാം.

"ശിവേട്ടാ ലോറീലേക്ക് കയറിക്കോ" നഞ്ചുണ്ടൻ ലോറിക്കകത്ത് നിന്ന് വീണ്ടും വിളിച്ചു പറഞ്ഞു. "ഇനി ഞാൻ കൊണ്ടുപോയിറ്റ് വെല പോരാന്നും അല്ലെങ്കില് ഞാൻ സുയിപ്പാക്കീന്നും ഒന്നും പറയണ്ട. മുത

ലാളി തന്നെ പോരട്ടെ."

നഞ്ചുണ്ടൻ ഇടംകണ്ണാൽ കാഞ്ചനയെ നോക്കി. നഞ്ചുണ്ടനറിയാം കാഞ്ചന തന്നെ കിട്ടിയാൽ സൂപ്പ് വെച്ച് കുടിക്കുമെന്ന്.

"അച്ഛനും കൂടെ പോയ്ക്കോ. നഞ്ചുണ്ടേട്ടനെ തനിയെ വിടണ്ടച്ഛാ" സീത നിവൃത്തിയില്ലാതെ പറഞ്ഞു.

"ശിവേട്ടൻ പോകണ്ട" കാഞ്ചന തീർപ്പു കൽപ്പിച്ചു.

ശിവണ്ണൻ ഷാളുകൊണ്ട് മേലാകെ പുതച്ചിരുന്നു. എന്തുചെയ്യണമെന്ന് ഒരു നിശ്ചയവുമില്ല. ശരീരത്തിന്റെ ഏതോ ഒരു കോണിൽനിന്ന് കുളിരും കിടിലവും വരുന്നുണ്ടോയെന്നയാൾ സംശയിച്ചു. എന്തുകൊണ്ടാണ് തന്റെ ശരീരത്തിൽനിന്ന് പനി മുഴുവനായും ഒഴിഞ്ഞുപോകാത്തത്. ശിവണ്ണൻ ഒരു തീരുമാനത്തിലെത്തിയിരുന്നു. അയാൾ നഞ്ചപ്പന്റെയരികിലേക്ക് ഇഴഞ്ഞു ചെന്നു. പിന്നെ ഇരന്നു പറഞ്ഞു, " നഞ്ചപ്പാ ഇതില് കേറിയൊന്ന് കേരളത്തിലേക്ക് പോ. ചെല്ല് നഞ്ചപ്പാ... "

നല്ലവനായ നഞ്ചപ്പനെ ഒപ്പം പറഞ്ഞയച്ചാൽ പിന്നെ നഞ്ചുണ്ടന്റെ വികൃതികൾ നടക്കില്ലെന്ന് ശിവണ്ണനറിയാം. കാഞ്ചനയ്ക്കുമറിയാം, സീതയ്ക്കുമറിയാം. നഞ്ചപ്പനെന്ത് പറയുമെന്ന് കാതോർക്കുകയായിരുന്നു എല്ലാവരും.

"ശിവേട്ടന് നിർബന്ധമാണെങ്കില് ഞാൻ പോയ്ക്കോളാം."

"നിർബന്ധമാണ്."

"എന്നാല് എനിക്ക് വീട്ടില് പോകണംന്നില്ല. രോഹിണിക്കും അവളെ അമ്മയ്ക്കും പേടിയാകാതിരിക്കാൻ ശിവേട്ടൻ വിളിച്ച് ഇങ്ങളെ വീട്ടിക്കേറ്റിക്കോ രാത്രീല്."

ശിവണ്ണൻ വിയർത്തു. സീതയുടെ മുഖം ആകാംക്ഷകൊള്ളുന്നതയാൾ മനസിലാക്കി. നേരത്തെ താൻ സംശയിച്ചിരുന്ന രാപ്പനി ശരീരത്തിന്റെ സകല രോമകൂപങ്ങളിൽ കൂടെയും ഉഷ്ണവേദനയിലൂടെ വരുന്നുവെന്നയാൾക്കനുഭവപ്പെട്ടു. എന്തൊരു ദാഹം. കോഴിക്കോട്ടേക്ക് നഞ്ചുണ്ടനോടൊത്ത് പോയാലും സാരമില്ല. നഞ്ചപ്പൻ ഇപ്പോൾ ആവശ്യപ്പെട്ടത് അനുവദിച്ചുകൂടാ.

"അല്ലേങ്കില് എന്തിനാ ശിവേട്ടാ അവര് നെങ്ങളെ വീട്ടില് വര്ന്നത്" നഞ്ചപ്പൻ എന്തോ ഓർത്തുപറഞ്ഞു, "അവര്ക്ക് പേടി ഇല്ലെന്നേ. ഞാൻ തൃക്കണാമ്പി ചന്തയ്ക്ക് പോയാലും ഏറ് മാടത്തില് കാവലിന്ന് പോയാലും അവര് ഒറ്റയ്ക്ക് കെടക്ക്ണതല്ലേ. ഞാനോർത്തില്ല. ഞാനെന്തൊരു പൊട്ടനാ."

ലോറി നീങ്ങി. ആൾക്കൂട്ടം പിരിയവേ ഇരുൾ വന്നു ചെന്നമല്ലീപുരത്തെ മൂടിക്കൊണ്ടിരുന്നു. ശിവണ്ണൻ ഓർക്കുകയായിരുന്നു നഞ്ചപ്പൻ പറഞ്ഞത്. താനെന്തൊരു പൊട്ടനാ. ശരിയാണ് ശിവണ്ണനും വിചാരിച്ചു. നഞ്ചപ്പൻ ഒരു പൊട്ടൻ തന്നെ.

പത്തൊമ്പത്

ചെണ്ടുമല്ലിപ്പൂക്കളുമായി ലോറി നീങ്ങിയപ്പോൾ ശിവണ്ണൻ നെടുവീർപ്പിട്ടു. എല്ലാം ശാന്തമായി കഴിഞ്ഞുവല്ലോ. ഇനിയും ആശ്വസിക്കാം. എത്രയോ ദിവസമായി ഉറങ്ങിയിട്ട്. നന്നായി ഉറങ്ങണം. തുളസിയില യിട്ടു കാച്ചിയ വെളിച്ചെണ്ണ തലയിൽ തേച്ചു കുളിച്ചാൽ നല്ല ഉറക്കം കിട്ടുമെന്ന് കാഞ്ചന പറഞ്ഞിട്ടുണ്ട്. അങ്ങനെതന്നെ ചെയ്യാം. നാളെ കാലത്ത് അതിരാവിലെയൊന്നും എഴുന്നേൽക്കേണ്ടതില്ല. പത്തുമണി വെയിൽ മൂക്കുമ്പോൾ എഴുന്നേറ്റാൽ മതി.

ഈശ്വരാധീനമുണ്ടെങ്കിൽ നാളെ വൈകുന്നേരമോ രാത്രിയോ ആകുമ്പോഴേക്കും കാലിവണ്ടിയുമായി നഞ്ചുണ്ടനും നഞ്ചപ്പനും മടങ്ങിയെത്തും. ഇനി ലോറിക്കാർ കേരളത്തിൽനിന്ന് കർണാടകയിലേക്കുള്ള ഏതെങ്കിലും ലോഡ് കയറ്റാനുറച്ച് കോഴിക്കോട് തങ്ങിയെങ്കിൽ രണ്ടുപേരോടും ഏതെങ്കിലും ബസിൽ കയറിവരാൻ വേണ്ടി പറഞ്ഞിട്ടുണ്ട്. കൈനിറയെ കാശുള്ളതുകൊണ്ട് സൂക്ഷിക്കണമെന്ന് കാഞ്ചന എത്രയോ തവണ നഞ്ചപ്പനോട് പറയുന്നത് ശിവണ്ണൻ കേട്ടതാണ്. കാഞ്ചന പണം സൂക്ഷിക്കുവാനായി ചണകൊണ്ട് ഉണ്ടാക്കിയ ഒരു സഞ്ചിയെടുത്ത് ഭദ്രമായി സൂക്ഷിച്ചു വെച്ചിട്ടുണ്ട്. എസ് എം പെരുമുഖത്തിന്റെ കുതിരമാർക്ക് പെരുങ്കായം ഇട്ടുവരുന്ന സഞ്ചിയാണത്. നല്ല ഉറപ്പ്, നല്ല ചന്തം.

നഞ്ചുണ്ടന്റെ മുഖം വ്യാളീമുഖംപോലെ ശിവണ്ണന്റെ മനസിൽ കടന്നുവരും. ഉടൻതന്നെ അയാൾ സമാശ്വസിക്കും. എന്തിന് താൻ വൃഥാ വേവലാതിപ്പെടുന്നു. സർവസമ്മതനായ നഞ്ചപ്പനില്ലേ കൂടെ. ഒന്നും നടക്കില്ല നഞ്ചുണ്ടന്. വിളവെടുത്ത പറമ്പിലേക്ക് ശിവണ്ണൻ വെറുതെ നോട്ടമയച്ചു. എവിടെ പോയി അഭയം പ്രാപിച്ചു അവിടത്തെ ആശ്രിതർ. വണ്ടുകളും തേനീച്ചകളും ശലഭങ്ങളും കുരുവികളും ഉറുമ്പുകളുമൊക്കെ ഇപ്പോൾ തന്നെപ്പറ്റി വിചാരിക്കുന്നതെന്താണാവോ. ഇനിയിവിടം മുതൽ അവരുടെ ജീവിതം കരുപ്പിടിപ്പിക്കുവാൻ വിഷമമില്ലാത്ത മറ്റൊരു തോട്ടം തിരഞ്ഞു യാത്ര തുടങ്ങിയിരിക്കുമോ. അതോ പാട്ടുപാടി പറന്നു നടന്നു തല തല്ലിച്ചത്തിരിക്കുമോ.

നേരത്തെയുറങ്ങാമെന്ന് കരുതിയാണ് വീട്ടിൽ വന്നിരുന്നതെങ്കിലും ശിവണ്ണൻ എത്രയോ നേരം സംസാരിച്ചിരിക്കുകയാണുണ്ടായത്. സീത മുറ്റത്ത് ഉലാത്തിക്കൊണ്ട് പുസ്തകം നിവർത്തി ഏതോ കാവ്യമുരുവിട്ടു മനഃപാഠമാക്കുകയായിരുന്നു. കാഞ്ചന ഭർത്താവിനോട് കേരളത്തിലേക്ക് കൂടെ പോയിരുന്നെങ്കിലുണ്ടാകുമായിരുന്ന ഭവിഷ്യത്തുക്കൾ എണ്ണിപ്പറഞ്ഞുകൊണ്ടിരുന്നു. കാഞ്ചനയുടെ നിരീക്ഷണം ശരിയാണെങ്കിൽ ഭർത്താവിന്റെ ഉള്ളിൽ രൂപംകൊണ്ടിരുന്ന പനിയും ദെണ്ണവുമൊന്നും ഇനിയും മാറിയിട്ടില്ല.

നല്ല കരിങ്കോഴികളെ മാദേശ്വരകോവിലിലേക്ക് നേർച്ച നേർന്നേ പറ്റുകയുള്ളൂ. മാത്രവുമല്ല, അടുത്തു വരുന്ന അമ്പയുത്സവത്തിന് രഥം വലി

ച്ചുകൊണ്ടുവരുന്നവരിൽ ഒരാളായി ശിവേട്ടനുണ്ടാകണം. ശിവേട്ടൻ ഇക്കാലമത്രയും ഏതെങ്കിലുമൊരു ഉത്സവത്തിൽ പങ്കെടുത്തിട്ടില്ല. മകരസംക്രാന്തിയോ മഹാശിവരാത്രിയോ ചാന്ദ്രമാനയുഗാദിയോ എന്താണെന്ന് ശിവേട്ടനറിഞ്ഞില്ലല്ലോ, ബാംഗ്ളൂരിലായിരുന്നില്ലേ. മഹാവീരജയന്തിക്കും ബസവജയന്തിക്കും ഗണേശ ചതുർഥിക്കുമൊക്കെ ആളുകൾ വന്നുപോകുന്നത് വെറുതെയാണോ. ഈശ്വര ചിന്തയിൽനിന്ന് പുറകോട്ട് പോകുന്നുവെങ്കിൽ മനുഷ്യജീവിതമാർഗത്തിൽ വിഘ്നം വരുമെന്നാണ് കാഞ്ചനയുടെ പക്ഷം.

"അബ്ദക്ക് പോകാം കാഞ്ചേ" ശിവണ്ണൻ എന്തോ ഓർത്തു ചോദിച്ചു. "മാണ്ഡ്യയിൽ നിന്ന് പിന്നെയാരെങ്കിലും വന്നോ?"

"അടുത്തയാഴ്ച വരുമെന്നല്ലേ പറഞ്ഞത്. ഇങ്ങള് അത് മറന്നോ?"

ശിവണ്ണൻ വീണ്ടും എന്തോ ഓർത്തുനിന്നു, സീതയ്ക്ക് ഒരു കല്യാണാലോചനയുമായി പൂതസ്വാമി വന്നിരുന്നു. അയാൾ നല്ല ബ്രോക്കറാണെന്നാണ് പറഞ്ഞുകേട്ടത്. ഗുണ്ടിൽപേട്ടയിൽനിന്ന് മുതലിയാരാണത്രെ പൂതസ്വാമിയോട് ഇക്കാര്യം പറഞ്ഞത്. മാണ്ഡ്യയിൽനിന്ന് കുറച്ചകലെ ചിക്ബല്ലാരിയിൽനിന്നാണ് പയ്യൻ. വീട്ടിൽ അച്ഛനും അമ്മയുമുണ്ട്. ഒരു പെങ്ങളെകൊടുത്തയച്ചു. പയ്യൻ പഠിപ്പുള്ളവനാണ്. അതുകൊണ്ട് ശിവണ്ണന്റെ മകള് ചേർച്ചയൊക്കും.

പയ്യനെന്താണ് ജോലിയെന്ന് ശിവണ്ണനന്വേഷിച്ചിരുന്നു. ചിക്ബല്ലാരിയിലെ വലിയ ഹോട്ടലിൽ ബിൽ മുറിക്കലാണ്. കൗണ്ടറിൽ ഇരുന്നാൽ മതി. സപ്ളയർമാർ പറഞ്ഞു കൊടുക്കുന്നതെല്ലാം കമ്പ്യൂട്ടറിൽ അടിച്ചു ബിൽ മുറിച്ചു കൊടുക്കും. രാവിലെ 9 മണിക്ക് ഡ്യൂട്ടിയിൽ കയറിയാൽ രാത്രി ഏഴ് മണിക്ക് മടങ്ങാം.

"കാഞ്ചേ....." ശിവണ്ണൻ വിളിച്ചു, "നാളെ കഴിഞ്ഞ് അവരോട് വന്നു പെണ്ണുകാണാൻ പറഞ്ഞാലോ. എന്തിനാ കാഞ്ചേ വൈകിക്ക്ണത്."

കാഞ്ചനയും അത് ശരിവെച്ചു. തന്റെ ഭർത്താവിന് എന്തോ ശനിദശ വന്നിരിക്കുന്നുവെന്ന് കാഞ്ചനയ്ക്ക് തോന്നിത്തുടങ്ങിയിരിക്കുന്നു. അതൊക്കെ നീങ്ങുകയായിരിക്കാം. സൽസ്വഭാവിയായിരുന്ന ശിവേട്ടൻ വെറുതെ ചൂടാകൽ തുടങ്ങിയത്, അകാരണമായി കയർക്കുന്നത്, മോളുടെ പഠിത്തം നിർത്തിച്ചത്, പിന്നെയിടയ്ക്കിടെ പനിയും വിറയലും എല്ലാം അസാധാരണമായിരുന്നുവല്ലോ. ദൈവത്തിന്നു നന്ദി പറയണം. പൂതസ്വാമി പറഞ്ഞത് ശരിയാകുമെങ്കിൽ വസന്താരംഭത്തിലെ ഒരു നല്ല വ്യാഴാഴ്ച നോക്കി കല്യാണം നടത്താം. ദൂരം കുറച്ചധികമാണെന്നത് നോക്കണ്ട. കാലം മാറുന്നത് കാണാതിരുന്നുകൂടല്ലോ. ഇപ്പോൾ ഇഷ്ടംപോലെ ബസുകൾ പെരുകി വരുന്നു. പിന്നെയും ചെറുതും വലുതുമായ യാത്രാ വാഹനങ്ങൾ. മിനിലോറികൾ, വാനുകൾ, കാണെക്കാണെ കാളവണ്ടികൾ അപ്രത്യക്ഷമാകുന്നു. പഴയതിന്റെ പകുതിപോലും കാളവണ്ടികൾ ഇപ്പോൾ കാണാനില്ല.

"ഒറങ്ങിക്കോ ശിവേട്ടാ" കാഞ്ചന പായയെടുത്തു കുടഞ്ഞു വിരിച്ചു.

സന്തോഷം തുളുമ്പുന്ന അന്തരീക്ഷം. കാഞ്ചനയ്ക്കുമുണ്ടായിരുന്നു ഉറക്കം. സീത കുറച്ചു മുമ്പെ നടുവിലകത്ത് കിടന്നുറങ്ങുന്നു. അവൾക്ക് പേടിയാണത്രെ. ഒരാഴ്ച മുമ്പെ ചളിയിൽ നിന്നൊരു മഞ്ഞച്ചേര ഇഴഞ്ഞു അകത്ത് കയറിയത് കണ്ടവൾ ബഹളം വെച്ചിരുന്നു.

ശിവണ്ണൻ ഏറെ നേരത്തേക്ക് ഉറങ്ങിയില്ല. അയാളുടെ ചിന്തകളിൽ മകൾ മാത്രമായിരുന്നു. പഠനം നിർത്തണമെന്നാവശ്യപ്പെട്ടപ്പോൾ നിശ്ശബ്ദയായി അവൾ അനുസരിച്ചു. ഒരിക്കലുമവൾ അമ്മ മുഖാന്തരം അച്ഛനോട് തുടർന്നു പഠിക്കട്ടെയെന്ന് സമ്മതം ചോദിക്കാൻ നിന്നിട്ടില്ല. ആത്മസഖിയായിരുന്ന രോഹിണിയുടെ കൂടെ കൂടരുതെന്ന് പറഞ്ഞിട്ടും അതുമനുസരിച്ചു. എന്തുകൊണ്ടാണച്ഛാ എന്നു ചോദിച്ചില്ല. അച്ഛന്റെ ഇഷ്ടമാണവളുടെയിഷ്ടമെന്നു തുറന്നു പറഞ്ഞു. സൗഹൃദത്തിന്റെ കണ്ണികൾ മുറിച്ചു മാറ്റിയതെന്തിനെന്നന്വേഷിക്കുവാൻ ഒരിക്കലെങ്കിലും മകൾ രോഹിണിയുടെയരികെ പോയില്ലെന്നു വിശ്വസിക്കാമോ. എങ്കിൽ അതിനെന്ത് കാരണമായിരിക്കും രോഹിണി ചൊല്ലിക്കൊടുത്തിരിക്കുക.

ശിവണ്ണൻ മനസിൽനിന്ന് മായിക്കുവാൻ ശ്രമിക്കുന്ന കാര്യമാണിതൊക്കെ. അതെപ്പോഴൊക്കെ ചിന്തയിലേക്ക് കടന്നുവരുന്നുവോ അപ്പോഴൊക്കെ അയാൾ അസ്വസ്ഥനാകും. തന്റെ അരയിൽ ഭദ്രമായി കെട്ടിയിട്ട ശിവലിംഗത്തിലേക്ക് ശിവണ്ണൻ കൈകൾ തെരുപ്പിടിപ്പിക്കും. ഒരിക്കലും ആ സംഭവം ഓർക്കരുത്. അങ്ങനെ ഒരുദിവസമില്ലായിരുന്നു. ആ ദിവസം പിറന്നിട്ടില്ല. അവിടെയൊരു ഹോട്ടലും ആരും പണിതിട്ടില്ല. താനന്ന് ഗുണ്ടിൽപേട്ടയിൽ പോയിട്ടുമില്ല.

ഇനി കരിന്തേളിന്റെ വാൽകുത്ത് കൊണ്ടതുപോലെ ശിവണ്ണന് പിടയുന്ന ഓർമകളുണ്ട്. രോഹിണിയുടെ ഏറ്റവുമടുത്ത ചങ്ങാതിയായിരുന്ന തന്റെ മകളെന്തിനു തേവിടിശ്ശികളുടെ ഉടയാട മോഹിച്ചു. താനത് ഇഷ്ടപ്പെടുന്നില്ലെന്നറിഞ്ഞിട്ടും അവളെന്തിന്ന് ആട്ടിൻകുട്ടിയെ വിറ്റു വസ്ത്രം വാങ്ങിച്ചു. രോഹിണിയോട് ചേർന്നു തന്റെ മകളും പോയി നിൽക്കുന്നുണ്ടാകുമോ ആ ഹോട്ടലിൽ പ്രദർശനവസ്തുവായി. എങ്കിലാദിവസം ഏതൊരു ഈശ്വര പ്രസാദത്താലായിരുന്നു താനും മകളും തമ്മിൽ കണ്ടുമുട്ടാതിരുന്നത്. അങ്ങനെ സംഭവിച്ചിരുന്നുവെങ്കിൽ എന്തായിരുന്നു തന്റെ ഗതി. മരണശേഷം ഗതികിട്ടാതെ തന്റെ ആത്മാവ് നിത്യനരകത്തിൽ പതിച്ചേനെ.

ചിന്തകൾ ഇങ്ങനെ കാടുകയറേണ്ട ആവശ്യമെന്ത്. ശിവണ്ണൻ മറുവശവും ചിന്തിച്ചു. ഗുണ്ടിൽപേട്ടയിലെ കലാലയങ്ങളിൽ നിരവധി വിദ്യാർഥിനികൾ വേഷമണിഞ്ഞു പഠിക്കാനെത്തുന്നു. കൂട്ടത്തിൽ തന്റെ മകളുമുണ്ടെന്നു മാത്രം. നഞ്ചപ്പന്റെ മകളുടെ സംസ്കാരമാണോ ശിവണ്ണന്റെ മകൾക്കുമുണ്ടാകുന്നത്. ഒരിക്കലുമല്ല. സുഹൃത്തുക്കളുടെ സ്വഭാവം പകരുമെന്ന് ചിന്തിക്കരുത്. എങ്കിൽ നഞ്ചുണ്ടന്റെ സ്വഭാവം തനിക്കും വരേണ്ടതല്ലേ.

വന്നിട്ടില്ലേ, അയാൾ മനസിനോട് തുറന്നു ചോദിച്ചു. സുഹൃത്തിന്റെ

സ്വഭാവം പകർന്നതു കൊണ്ടല്ലേ താൻ ഗുണ്ടിൽപേട്ടയിൽ നിന്നു മദ്യപിച്ചത്. അതേ ഗുണ്ടിൽപേട്ടയിലെ ഹോട്ടലിലേക്ക് കാഞ്ചന ജീവിച്ചിരിക്കേ പരസ്ത്രീയുടെ ശരീരം രുചിച്ചു നോക്കാൻ താൻ പോയതും സുഹൃദ് പ്രേരണ കൊണ്ടല്ലെങ്കിൽ മറ്റെന്തായിരുന്നു. അതുപോലെ ജീവിതത്തിന്റെ സുഖങ്ങൾ തേടി പകിട്ടുകൾ തിരഞ്ഞു മോടികളിലേക്ക് ആർത്തിപിടിച്ചു തന്റെ മകളും എന്തുകൊണ്ട് പോയിട്ടുണ്ടാവില്ല. അവളുടെ ധമനികളിൽ തീക്ഷ്ണ യൗവനം ഉരുക്കിയൊഴിച്ച തീത്തൈലം എന്തിനൊക്കെ അവളെ പ്രേരിപ്പിച്ചിരിക്കാം. ഒരു പുരുഷന്റെ ഉന്മാദഗന്ധത്തിനുവേണ്ടി അവളുടെ രസമുകുളങ്ങൾ ഉണർന്നിരിക്കാതിരിക്കുമോ.

ഏതൊക്കെയോ തൊഴുത്തുകളിൽനിന്ന് അർധരാത്രിയിൽ പശുക്കൾ കരയുന്നത് കേട്ടയാൾ മിഴിച്ചു നിന്നു. ഏതൊക്കെയോ വൃക്ഷശിഖരങ്ങളിൽനിന്ന് രാക്കിളികൾ ചിലയ്ക്കുന്നത് കേട്ടയാൾ നിസ്തബ്ധനായി. എവിടെ നിന്നോ, നിശ്ചയമായും എവിടെ നിന്നെന്നയാൾക്കറിയില്ല. വില്ലിന്മേൽ തായമ്പക കൊട്ടുന്ന ശബ്ദം കേൾക്കുന്നു. ഹൈവേയിലൂടെ അനേകം ചക്രങ്ങൾ ഘടിപ്പിച്ച ട്രക്കുകളുടെ മുഴക്കം. പിന്നെ നിർത്താതെ പട്ടികളുടെ ദീർഘമായ മോങ്ങലുകൾ.

ഏതൊക്കെയോ കാട്ടുജീവികൾ മനുഷ്യരുടെ ആവാസസ്ഥലത്തേക്ക് കടന്നുവരികയാണ്.

ശിവണ്ണനുറങ്ങി. ഏതോ ഒരു സമയത്ത് തണുപ്പിന്റെ കരിമ്പടം പുതച്ചു ചെന്നമല്ലീപുരത്തിന്റെ മാറിൽ കിടന്നയാൾ ശിശുവിനെപ്പോലെയുറങ്ങി. പെരുവിരലുണ്ടു സ്വർഗത്തെ സ്വപ്നം കണ്ടുള്ള ഉറക്കം.

II

തെളിഞ്ഞ വെയിൽ. തുടുത്ത പ്രഭാതം. പ്രകൃതിയുടെ ശീതീകരിച്ച വയലുകളിൽനിന്നും പറമ്പുകളിൽ നിന്നുമൊക്കെ ചിത്രശലഭങ്ങൾ സോത്സാഹം പറന്നുല്ലസിച്ചു. ഋതുക്കൾ മനുഷ്യനെ മാത്രമല്ല മയക്കുന്നതും മത്തുപിടിപ്പിക്കുന്നതും. പുഷ്പിണിയായ ഭൂമി സകല ജീവജാലങ്ങൾക്കും ഊർജവും ഉന്മാദവും നൽകുന്നു. വസന്തം പ്രകൃതിയുടെ ആഘോഷമാണ്. അതിനെ എതിരേൽക്കാൻ ഉരഗങ്ങളും സസ്തനികളും ശലഭങ്ങളും പറവകളുമൊക്കെ മത്സരിക്കുന്നു.

ശിവണ്ണൻ ചൂടുള്ള ചാമക്കഞ്ഞി കുടിച്ചു. എഴുന്നേറ്റു മുറ്റത്തുകൂടെ കുറെ നടന്നു. വൃക്ഷങ്ങൾക്കിടയിലൂടെ മുറ്റത്ത് പൊൻവെയിൽ സ്വർണമരിക്കുന്ന കാഴ്ചയിലേക്ക് കൗതുകപൂർവം നോക്കിനിന്നു. കഴിഞ്ഞ ദിവസങ്ങളിൽ വൃഷ്ടി ചൊരിഞ്ഞു നനഞ്ഞുകുതിർന്നിരുന്ന പ്രകൃതി തന്നെയോ ഇത്. ഇന്നവൾ ഈറൻ മാറ്റി നേരിയതുടുത്തു മുടിമെനഞ്ഞു നെറ്റിയിൽ ചന്ദനക്കുറി തൊട്ടുനിൽക്കുന്നു.

അൽപ്പമകലെയുള്ള പുണ്ടാരിയുടെ ചെറിയ ചെക്കൻ മുറ്റത്തേക്ക് കടന്നുവരുന്നത് ശിവണ്ണൻ കണ്ടു. അവൻ കൈകൾകൊണ്ട് ലോറിയോടിക്കുന്നതുപോലെ സ്റ്റിയറിങ് തിരിക്കുകയും പിന്നെ ഗിയർ മാറ്റുകയു

മൊക്കെ ചെയ്തുവരുന്നത് നേരത്തെ നടവരമ്പിൽനിന്ന് ശിവണ്ണൻ കണ്ടിരുന്നു.

"ശിവേട്ടാ അങ്ങോട്ട് ചെല്ലാൻ പറഞ്ഞു."

"ആരാണ് കുട്ടീ വിളിച്ചത്?"

"ശിവേട്ടന് ഫോണ്ണ്ട്. കൗണ്ടരുടെ വീട്ടിലേക്ക് ചെല്ലാൻ. നഞ്ചുണ്ടേട്ടനാണ് വിളിച്ചതെന്ന്. വേഗം ചെല്ലാൻ."

ശിവണ്ണൻ ഒന്നും നോക്കിയില്ല. കാഞ്ചനയോടുപോലും പറയാൻ നിന്നില്ല. എന്താണച്ഛായെന്ന് ചോദിച്ചു വന്ന സീതയെപ്പോലുമയാൾ അവഗണിച്ചു നടന്നു. പിന്നെയും നടന്നു. ശേഷം ഓടി. ഗൗണ്ടറുടെ വീട്ടിലെത്തിയശേഷമയാൾ ശ്വാസമയച്ചു.

രംഗോലി വരച്ച മുറ്റത്തിന്റെയതിർവരമ്പിൽ ശിവണ്ണൻ നിന്നു. ഉമ്മറത്തെ കോലായിലിരുന്നു വയസൻ ഗൗണ്ടർ തന്റെ മടിയിൽ ഭാര്യ വെച്ചു കൊടുത്ത മുറത്തിൽനിന്ന് അരിയിലെ കല്ലുകൾ പെറുക്കി ദൂരെയെറിയുകയായിരുന്നു. ശിവണ്ണൻ കടന്നുവരുന്നത് അറിഞ്ഞമട്ടില്ല. ശിവണ്ണൻ കുരച്ചു ശബ്ദിച്ചപ്പോൾ മാത്രം മുറത്തിൽനിന്ന് കണ്ണെടുത്തു.

"ശിവാ നിനക്ക് ഫോൺ വന്നിരുന്നല്ലോ. നമ്മുടെ നഞ്ചുണ്ടനാണ് കെട്ടോ. ഇപ്പോ വിളിക്കും."

ശിവണ്ണൻ കൈ കൂപ്പുക മാത്രം ചെയ്തു. ആകാംക്ഷകൊണ്ട് പൊട്ടിപ്പോകുന്നതുപോലെ. എന്തിനായിരിക്കാം നഞ്ചുണ്ടൻ വിളിച്ചത്. വണ്ടി കോഴിക്കോട്ടെത്തി ചരക്കുകൾ വിറ്റു കഴിയാനുള്ള സമയമേതായാലും ആയിട്ടില്ല. കാര്യങ്ങളൊന്നുമില്ലെങ്കിൽ വിളിക്കുമോ. ഗൗണ്ടർ മുറം ഉമ്മറപ്പടിമേൽ വെച്ചു മെല്ലെ അകത്ത് പോയി. ഫോണെടുത്തു കൊണ്ടുവന്ന് ഉമ്മറപ്പടിമേൽ വെച്ചു. പിന്നെ വയർ അകത്തേക്ക് തന്നെയിട്ടു പ്ലഗിൽ കുത്തിയുറപ്പിച്ചു.

അപ്പോൾ ഫോൺ പിന്നെയും ശബ്ദിച്ചു.

നഞ്ചുണ്ടന്റെ വേവലാതി നിറഞ്ഞ ശബ്ദം അകലെയെവിടെയോ നിന്നു കേൾക്കാം. "ശിവേട്ടാ ഒന്നും ഇങ്ങോട്ട് പറയരുത്. ഇതാരുടേം കുറ്റം കൊണ്ടല്ല ശിവേട്ടാ. ഞാനിപ്പോ വിളിക്കുന്നത് താമരശ്ശേരി ചുരത്തിൽ നിന്നാണ്. ഇവിടെ നമ്മളെ ലോറി മറിഞ്ഞു. ചില്ലറ പരിക്ക് എല്ലാരിക്കുംണ്ട്. ആകെ ബ്ലോക്കായി നിക്ക്ണ് ശിവേട്ടാ."

"അതിനെന്താ നഞ്ചുണ്ടാ, ശരിയാക്കി പോകാലോ."

"ശിവേട്ടാ, ലോറി മറിഞ്ഞപ്പോ നമ്മളെ പൂക്കൊട്ടയൊക്കെ ഓരോരുത്തര് വന്ന് വാരിക്കൊണ്ട് പോയി. ഇനി കൊറച്ച് കിട്ടുന്ന് വെച്ചാല് നാളെ ഞായറാഴ്ച മാർക്കറ്റ് ലീവാണ്. തിങ്കളാഴ്ച കേരളത്തില് എന്തോ ബന്ദ് ഉണ്ട് പോലും."

ഫോണിന്റെ റിസീവർ ശിവണ്ണൻ തന്റെ ചെവിയിലേക്ക് ചേർത്തുവെച്ചു. ശരിയല്ലേ, താൻ കേൾക്കുന്നതെല്ലാം ശരിതന്നെയല്ലേ.

"ശിവേട്ടാ ഞാനും നഞ്ചപ്പനും അങ്ങോട്ട് ബസ് കയറി വരികയാണ്. ലോറിക്കാരെ പൈസ എന്താക്കുന്ന് ഒരു പിടിയും ഇല്ല. ചെലവിന് തന്ന പൈസ ഞങ്ങള് ലോറിക്കാർക്ക് കൊട്ത്ത്ട്ട്ണ്ട്."

ശിവണ്ണൻ എല്ലാം കേട്ടു മറുത്തൊരക്ഷരം പറഞ്ഞില്ല. സ്കൂളധ്യാപകൻ കൊടുക്കുന്ന മനഃപാഠം കേൾക്കുന്ന കുട്ടിയെപ്പോലെ എല്ലാം ശ്രവിച്ചു.

“ശിവേട്ടാ....” നഞ്ചുണ്ടന്റെ നെഞ്ചുകീറിയ വിളി.

ശിവണ്ണൻ ഗൗഡരുടെ ഉമ്മറക്കോലായിൽ നിന്ന് പുറത്തിറങ്ങി. കളം വരച്ച മുറ്റത്തുകൂടെ ഒറ്റയടിപ്പാതയിലേക്ക് നടന്നു. പിന്നെ ചെമ്മൺനിരത്തിലേക്കും അവിടെനിന്ന് ബോളർ പതിച്ച റോഡിലേക്കും എത്രയോ വേഗത്തിൽ നടന്നുചെന്നു. ഇനിയും പാതകൾ സന്ധിക്കുന്നേടത്ത് അയാൾ സന്ദേഹിച്ചുനിന്നു. വലത്തോട്ട് തിരിഞ്ഞാൽ സ്വന്തം വീട്ടിൽ ചെന്നു കിടന്നു വിശ്രമിക്കാം. ഇടത്തോട്ട് തിരിഞ്ഞാൽ മദ്ദൂരിലേക്ക്. പിന്നെയും നടന്നാൽ കക്കൽതൊണ്ടി. അവിടെനിന്നും പോയാൽ ഗുണ്ടിൽപേട്ട. ശിവണ്ണൻ ഇടത്തോട്ട് തിരിഞ്ഞു മദ്ദൂരിലെത്തി. അവിടെ ദേശീയ പാതയിൽ കൈകൾകൊണ്ട് പെഡൽ കറക്കി വെള്ളമെടുക്കുന്ന ടാങ്കിന്റെയരികെ എത്രയോ സ്ത്രീകളും കുരുന്നു കുഞ്ഞുങ്ങളുമുണ്ടായിരുന്നു. അവർ നിരത്തിവെച്ച കുടങ്ങൾ എത്രയോ ദൂരം കാണപ്പെട്ടു. പ്ലാസ്റ്റിക്കിന്റെയും സ്റ്റീലിന്റെയും പിച്ചളയുടെയും കുടങ്ങൾ. ആ കുടങ്ങൾക്കിടയിലൂടെ ഒളിച്ചു കളിക്കുന്ന കുഞ്ഞുങ്ങൾ.

അതിനരികെ പൊതുമരാമത്ത് വകുപ്പുകാർ സ്ഥാപിച്ച സിമന്റ് ബഞ്ചിൽ ശിവണ്ണൻ കുത്തിയിരുന്നു. താനൊരുനിമിഷം ഒരു കുഞ്ഞായി ജനിക്കുവാനയാൾ ആഗ്രഹിച്ചു. ഉത്തരവാദിത്വങ്ങളോ ചുമതലകളോ കന്മഷങ്ങളോ ഇല്ലാത്ത ഒരു കുഞ്ഞായി മാറുക. അതല്ലെങ്കിലൊരു പിച്ചളക്കുടമായി മാറുവാനും ശിവണ്ണൻ ആഗ്രഹിച്ചു പോയി. മോഹങ്ങളും മോഹഭംഗങ്ങളുമൊന്നുമില്ലാത്ത ഒരചേതന വസ്തുവായി തീരുക.

ചെപ്പുകുടമെടുത്തു മടങ്ങുന്ന പെണ്ണുങ്ങൾ ശിവണ്ണനോട് വിവരം തിരക്കി. കാളവണ്ടിയുമായി മടങ്ങുന്ന ഗ്രാമീണർ എന്തേയിവിടെയെന്ന് ചോദിച്ചു. ശിവണ്ണൻ ഒരക്ഷരം മിണ്ടിയില്ല. വാ തുറന്നതേയില്ല. സ്വന്തത്തോട് പോലും അയാൾ ഒന്നും മനനം ചെയ്തില്ല. ഗ്രാമത്തിലും വിവരമെത്തിയിരുന്നു. ഓരോരുത്തർ വന്ന് ആശ്വാസവചനങ്ങൾ ഓതിക്കേൾപ്പിച്ചു. ഗൗണ്ടർ തന്നെയും വന്നു. സിദ്ധപ്പജി കോവിലിൽ നിന്നും മാദേശ്വരകോവിലിൽ നിന്നുമൊക്കെ സ്വാമിജിമാർ വന്നിരുന്നു. പൂജനീയ സ്വാമിമാർ കൈ കൊടുത്തു ശിവണ്ണനെ എഴുന്നേൽപ്പിക്കുവാൻ ശ്രമിച്ചു. അയാൾ ആർക്കും കൈയോ മുഖമോ കൊടുത്തില്ല. സിമന്റ് തറയിൽ മറ്റൊരു സിമന്റ് സ്തൂപംപോലെ അയാളിരുന്നു.

അൽപ്പം വൈകിയാണ് കാഞ്ചനയെയും സീതയെയും വിവരമറിയിച്ചത്. അമ്മയും മകളും കൊടുങ്കാറ്റു കണക്കെ വന്നു. ഓരോ കാര്യങ്ങൾ എണ്ണിപ്പറഞ്ഞുകൊണ്ട് കാഞ്ചന ഭർത്താവിനോട് വീട്ടിലേക്ക് വരുവാൻ കേണപേക്ഷിച്ചു. അവർ കൊണ്ടുവന്ന പലഹാരം കഴിക്കുവാൻ പറഞ്ഞുനോക്കി. സീത അച്ഛന്റെ കൈപിടിച്ചു യാചിച്ചു. തന്റെ വിവാഹക്കാര്യമോർത്ത് അച്ഛൻ കുഴങ്ങേണ്ടെന്നും നമുക്കൊക്കെ എന്തെങ്കിലും

ജോലിയെടുത്തു ജീവിക്കാമെന്നുമൊക്കെ അവൾ അച്ഛനോട് പറഞ്ഞു നോക്കി.

അതിനും ശിവണ്ണൻ മറുപടി പറഞ്ഞില്ല.

സമയം ഉച്ചകഴിഞ്ഞു. വൈകുന്നേരമായി. ശിവണ്ണന്റെ തപസ്സ് തുടർന്നുകൊണ്ടേയിരുന്നു. ചെന്നമല്ലീപുരത്തുനിന്ന് ഓരോരോ ചെറു സംഘങ്ങൾ മദ്ദൂരിലെ കവലയിൽ വരികയും അൽപ്പം ദൂരെ നിന്ന് ശിവണ്ണനെ ഏതോ ഒരു ജീവിയെ കാണുന്നപോലെ കണ്ടു മടങ്ങുകയും ചെയ്തു. ശിവണ്ണനെ കാണാത്തവരായി അവിടെയാരുമില്ലെന്നായി. വെയിൽ മങ്ങുകയും അങ്ങുദൂരെ ആനക്കാട്ടിൽനിന്ന് സമയം വൈകുന്നുവെന്ന് പക്ഷിസംഘങ്ങൾ കൂട്ടമായി അറിയിപ്പ് തരികയും ചെയ്തുകൊണ്ടിരിക്കെ ശിവണ്ണന്റെ കാര്യത്തിൽ ഇനിയെന്തുചെയ്യുമെന്ന ചോദ്യമുയർന്നു. എല്ലാവരും ശിവണ്ണനെ വിട്ടൊഴിയണമെന്നും തനിച്ചാക്കണമെന്നും അങ്ങനെ ചെയ്താലൊരുവേള ശിവണ്ണൻ വീട്ടിലേക്ക് സ്വയം വന്നുകൊള്ളുമെന്ന അഭിപ്രായം ഉയർന്നു. അങ്ങനെ ഗ്രാമീണരും അയൽവാസികളും പിൻവാങ്ങി. അവസാനമായി ഗ്രാമമുഖ്യരുടെ അഭിപ്രായം മാനിച്ചു കാഞ്ചനയ്ക്കും സീതയ്ക്കും പിന്മാറേണ്ടി വന്നു.

അയാൾക്ക് മുമ്പിൽ ഇരുളിന്റെ രഥചക്രങ്ങളുരുണ്ടുതുടങ്ങിയിരുന്നു. നേർത്ത ചാണകത്തിന്റെയും കന്നുകാലികളുടെയും ഉച്ഛ്വാസ വായുവിന്റെ ഗന്ധം. മടങ്ങിയെത്തുന്ന കാളവണ്ടികളുടെ ചക്രക്കിലുക്കം. ദൂരെ ചളികെട്ടിക്കിടക്കുന്ന പറമ്പുകൾക്കും തോട്ടങ്ങൾക്കുമപ്പുറം മൺകട്ടകളും ഇഷ്ടികകളും കൊണ്ട് തീർത്ത വീടുകളുടെ ഗ്രാമ്യകാഴ്ചകൾ. കരിമ്പിൻ തുണ്ടുകൾ സൈക്കിളിന്റെ പുറകിൽ വെച്ചുകെട്ടി അവയുന്തിക്കൊണ്ടു വരുന്ന മധ്യവയസ്കർ. തൊഴുത്തുകളിലേക്ക് നിരനിരയായി വന്നു തുടങ്ങുന്ന വളർത്തുമൃഗങ്ങൾ. വീട്ടുമുറ്റത്തിരുന്നു എള്ളുചേറുന്ന അർധനഗ്നകൾ. റാഗി ചേറുന്ന ബാല്യങ്ങൾ. ചോളത്തണ്ടു ചവയ്ക്കുന്ന കാളകൾ. പ്ലാവിലകളും മുത്തിരിയിലകളും തലയിലേറ്റി വരുന്ന എല്ലുന്തിയ പയ്യൻമാർ.

എല്ലാം പഴയ പടി. ചെന്നമല്ലീപുരത്തിന്റെ ആകാശം ഒരിക്കൽക്കൂടി ചുവന്നുവരുന്നു. അങ്ങ് ദൂരെ സ്വയംഭൂവനങ്ങളിൽ രാത്രി ജാഗർ ഇര തേടാനുള്ള പുറപ്പാടിലാണ്. ശിവണ്ണൻ എഴുന്നേറ്റു. അപ്പോഴും ടാപ്പിനരികെ വെള്ളമെടുക്കുന്ന പെണ്ണുങ്ങളുണ്ട്. അയാൾ ചെന്നു ടാപ്പിന്റെയരികെയിരുന്നു കൈക്കുമ്പിൾ കുത്തിക്കാണിച്ചു. ആരോ പെഡൽ അടിച്ചുകൊടുത്തു. ശിവണ്ണൻ വെള്ളം കുടിച്ചുതുടങ്ങി. എത്രയെന്ന് അയാൾക്ക് തന്നെയറിയില്ല. പിന്തിരിഞ്ഞു പോകുന്ന ശിവണ്ണനെ വിചിത്രജീവിയെപ്പോലെയവർ തുറിച്ചു നോക്കി നിന്നു.

വീട്ടിലേക്കുള്ള വഴിമധ്യേ അയാൾക്ക് ആരെയും നേരിടേണ്ടി വന്നില്ല. കാളവണ്ടിച്ചക്രങ്ങൾ തെറിപ്പിച്ച കരിങ്കൽച്ചീളുകളിൽ തപ്പിയും തടഞ്ഞും വീട് ലക്ഷ്യമാക്കി നടന്നു. നിസ്സംഗനായി ഒന്നും ചിന്തിക്കാതെ ഒന്നും കാണാതെ ശിവണ്ണൻ നടന്നുനീങ്ങി. വീടെത്താറായെന്ന് അയാളറിഞ്ഞു.

പ്രധാന നിരത്തിൽനിന്ന് ഊടുപാതയിലേക്ക് തിരിഞ്ഞു. കരിനൊച്ചികളും അരിപ്പൂചെടികളും ഇടതിങ്ങിയ ഒറ്റയടിപ്പാതയിലൂടെ ശിവണ്ണൻ പിന്നെയും നടന്നു. ഗ്രാമത്തിന്റെ പാതിവീടുകളിൽ വെളിച്ചം കത്തിച്ചിരിക്കുന്നു.

ഇല്ലിമുളകൾ വളർന്നു തിങ്ങിയേടത്ത് പടർന്നു പന്തലിച്ച വേപ്പുമരത്തിന്റെയരികെ ശിവണ്ണൻ നിന്നു. അയാൾക്കൊരു വളകിലുക്കവും അടക്കിയ സംസാരവും കേൾക്കാൻ കഴിഞ്ഞു. രണ്ടുപെൺകുട്ടികളുടെ പരിഹാസച്ചിരികൾ. ചുഴറ്റിയ അടക്കംപറച്ചിലുകൾ. ഇല്ലിമുള്ളുകളിൽ അയാൾ ബലമായി കൈയമർത്തി പിടിച്ചു നിന്നു. രക്തമൊലിച്ചത് കാണാനയാൾക്ക് കണ്ണില്ലായിരുന്നു. ആ കണ്ണുകൾ പിരിയാൻ ഭാവിച്ച കൂട്ടുകാരികളിലായിരുന്നു. അവരെത്ര നേരമായിരിക്കാം അവിടെ കൂടിയിട്ട്?

ഇരുപത്

നിലയ്ക്കാത്ത മഴ ആനക്കാടിനെ കുളിപ്പിച്ചു തുടങ്ങിയിട്ട് ദിവസങ്ങളേറെയായി. എത്രയാണ് വെള്ളം ഒഴുക്കിക്കൊണ്ടുവരുന്ന പതകളും നുരകളുമെന്ന് നിശ്ചയമില്ല. കാട്ടിൽ നിന്നെന്തൊക്കെയോ മുറിയുകയോ, പിളരുകയോ ചെയ്യുന്ന ശബ്ദം കേട്ടുവത്രെ. മുമ്പൊരിക്കലും വർഷപാതം ഇത്രയും രൗദ്രമായിട്ടില്ലെന്നു പറഞ്ഞു കേൾക്കുന്നു.

ഇനിയൊരുനാളും തോരുകയില്ലെന്ന് നിശ്ചയിച്ചത് പോലെയായിരുന്നു മഴ പെയ്തു തുടങ്ങിയത്. മഴമേഘങ്ങൾ ചെന്നമല്ലീപുരത്തിന്റെ ആകാശങ്ങളിലേക്ക് എവിടെനിന്നോ കയറിവരുന്നു. അവ പെയ്തൊഴിയുമ്പോഴേക്കും പുതിയത് വരവായി. ചരിഞ്ഞ ഇളം മഴ. ചരിയാത്ത ഘോര മഴ. ശബ്ദമുണ്ടാക്കി തുള്ളികളായി വരുന്നത് വേറെയുമുണ്ട്. എവിടെയും വെള്ളം കെട്ടിക്കിടക്കുന്നു. അല്ലെങ്കിൽ ഒലിച്ചുപോകുന്ന കാഴ്ച. അതുമല്ലെങ്കിൽ പുതിയപുതിയ ഉറവകൾ പിറവിയെടുക്കുന്ന കാഴ്ചകൾ.

മഴയ്ക്ക് മുമ്പുതന്നെ ആനക്കാട്ടിലെ മരുത് വൃക്ഷങ്ങൾ പൂക്കൾ കൊഴിച്ചു തുടങ്ങിയിരുന്നു. മഹാഗണിയും മഴുക്കാഞ്ഞിരവും മഞ്ഞക്കടമ്പും കരിമരുതുമൊക്കെ മഴ വീണുതുടങ്ങിയപ്പോഴേക്കും ഇലകളെ മുഴുവനായി ഉപേക്ഷിച്ചു. അവയ്ക്ക് ചുവടെ വീണു കിടക്കുന്ന പുഷ്പങ്ങളും വിത്തുകളും ചെറു ശിഖരങ്ങളുമൊക്കെ പോയവർഷങ്ങളിലെ ജൈവികമെത്തയോട് ചേർന്നുകഴിഞ്ഞു. ഋതുഭേദമെന്യേ പൂക്കളെ വിരിയിക്കുന്ന നീർമരുത് വൃക്ഷം മാത്രം അതീവ ദുർബലമെങ്കിലും ശോണിത പൂക്കളെ ചൂടി നിൽക്കുന്നത് കാണാമായിരുന്നു.

ചെന്നമല്ലീപുരം മാത്രമല്ല വിറച്ചു നിന്നത്. മദ്ദൂരും കക്കൽതൊണ്ടിയും ദൊഡ്ഡ്യനായ്ക്കഹള്ളിയും അഗിള്ളിയും ഗോപാൽ സ്വാമി ബെട്ടയുമൊക്കെ ഇളകി വരുന്ന ജലപ്രളയത്താൽ പേടിച്ചു നിന്നു. ചാമരാജനഗരത്തിൽനിന്നും മൈസൂരിൽനിന്നുമൊക്കെ കാളവണ്ടിയും തെളിച്ചു മടങ്ങിയെത്തിയവർ പറയുന്നത് ഈ മഴ കർണാടകത്തിൽ ഉടനീളമുണ്ടെന്നാണ്. തൃക്കണാമ്പിയിലെ പട്ടുനൂൽപ്പുഴു വളർത്തുകേന്ദ്രത്തിലേക്ക്

സുൽത്താൻ ബത്തേരിയിൽനിന്നും കാപ്പിത്തൊലി കയറ്റി മടങ്ങിവന്ന ട്രക്ക് ഡ്രൈവർ ശ്രീ ചന്ദ്രഡു പറഞ്ഞത് കേരളത്തിലും മഴ തന്നെയെന്നാണ്.

എല്ലാവരും പറഞ്ഞത് ശരിതന്നെയായിരുന്നു. എവിടെയും മഴ തന്നെ.

തണുത്ത കുടിലുകളിൽനിന്ന് പുറത്തേക്കിറങ്ങുവാൻ ആരും ഇഷ്ടപ്പെട്ടില്ല. പുറത്ത് തിമിർത്തുകാണുന്ന ജലകേളികളിലേക്ക് നോക്കി ആണുങ്ങൾ വിഷാദിച്ചു നിന്നു. അവർക്ക് പുറകിൽ നെടുവീർപ്പിടുന്ന പെണ്ണുങ്ങളും കുട്ടികളും. പുകയുതിർന്ന വീടുകളിലേക്ക് ആകാംക്ഷാഭരിതരുടെ കണ്ണുകൾ നീണ്ടുചെന്നു. കടം വാങ്ങലും കൊടുക്കലുമൊക്കെ മുറയ്ക്ക് നടന്നുവെങ്കിലും വിശപ്പെന്ന മഹാസത്യം അവർക്ക് മുകളിൽ വാളുയർത്തി നിന്നു.

അവർ ഉണക്കമേറെ ചെന്ന റാഗികൊണ്ട് കഞ്ഞിവെച്ചു കുടിച്ചു. മുത്താറി പുഴുങ്ങി ശർക്കര ചേർത്ത് അവിയൽ പോലെ വേവിച്ചു കഴിച്ചു. പച്ചത്തക്കാളി അങ്ങനെതന്നെയും പപ്പായ ഉപ്പുകുട്ടിയുമൊക്കെ തിന്നുതുടങ്ങി. കോലാടിനെയും ചെമ്മരിയാടിനെയുമൊക്കെ ഗുണ്ടിൽപേട്ടയിലെയും തൃക്കണാമ്പിലിയിലെയും ചന്തയിൽ കൊണ്ടുപോയി വിറ്റു. മഴമേഘങ്ങൾ മനുഷ്യനെ ചതിക്കുമെന്ന് പണ്ടുള്ളവർ പറഞ്ഞുവെച്ചത് ശരിയാണെന്ന് എല്ലാവരും സമ്മതിച്ചുതുടങ്ങി. മൈസൂർ നഗരത്തിലെ റെഡ്ഡിമാരുടെ ഹോട്ടലുകളിലേക്ക് വാഴയിലകൾ ആവശ്യമുണ്ടെന്ന് ആരോ പറഞ്ഞത് കേട്ടു പലരും വാഴക്കന്നുകൾ മുറിച്ചു ലോറിപ്പുറത്ത് കയറ്റി അയച്ചുതുടങ്ങി. നല്ല മുന്തിയ ഇനം ബസുമതിയും കുറുവയുമൊക്കെ വിത്തിന് വെച്ചത് വിശക്കുന്ന വയറിന് മുമ്പിൽ കലങ്ങളിലേക്ക് കഴുകിയിടുകയേ നിർവാഹമുണ്ടായിരുന്നുള്ളൂ. ചെന്നമല്ലീപുരത്തിന്റെ പാർശ്വങ്ങളിൽ കാളകളെ വേർപെടുത്തിയ കാളവണ്ടികൾ എമ്പാടും ഇനിയൊരു യാത്രയുടെ അനന്തതയിലേക്ക് കൺപാർത്തുനിന്നു.

ചുവന്ന നിറവും തലയൽപ്പം വലിപ്പവുമുള്ള ഉറുമ്പുകൾ ആനക്കാട്ടിൽനിന്ന് വളരെയധികം ദൂരത്തിലേക്ക് നിരനിരയായി നീങ്ങുന്നത് കാണാമായിരുന്നു. അവ പോകുന്ന ഇടങ്ങളിലൊക്കെ നനുത്ത മൺതരികളാൽ അടയാളമിട്ടു. തലേന്ന് രാത്രിയിൽ പൊടിഞ്ഞു സ്വയംവരം നടത്തി പിന്നെ ആത്മാഹുതി ചെയ്ത ഈയാംപാറ്റകളുടെ ചേതനയറ്റ ചിറകുകൾ പൊക്കിപ്പിടിച്ചായിരുന്നു ഉറുമ്പുകളുടെ അറ്റമില്ലാത്ത ഘോഷയാത്രകൾ നീങ്ങിയിരുന്നത്.

വനത്തിൽ ഇനി അഴുകാനൊന്നും ബാക്കിയില്ലായിരുന്നു. അടിക്കാട്ടിൽ മെത്ത വിരിച്ച ഇലക്കൂട്ടങ്ങൾക്കിടയിൽനിന്ന് അനേകമനേകം പ്രാണികൾ ഉയിർത്തെഴുന്നേറ്റു. കൊന്നിട്ടതും സ്വയം ജീവൻ വെടിഞ്ഞതുമായ ഒട്ടനേകം ജീവികളുടെ ശവശരീരങ്ങളെ തിന്നുതീർക്കുവാൻ ഇന്നേവരെ ജീവശാസ്ത്രജ്ഞർ കണ്ടെത്തിയിട്ടില്ലാത്ത പുതുവർഗങ്ങൾ വന്നെത്തി. എങ്ങും കടന്നലുകളുടെയും വണ്ടുകളുടെയും മൂളിച്ചകൾ. പഴുതാരകളും കരിന്തേളുകളും കട്ടുറുമ്പുകളുമെല്ലാം സ്വൈരവിഹാരം തുടങ്ങി. മാളങ്ങൾ നഷ്ടപ്പെട്ട അണലിയും മൂർഖനും ചേനത്തണ്ടനുമൊക്കെ പുതിയ താവളങ്ങൾ തേടിയിറങ്ങിത്തുടങ്ങി. തണുപ്പിനെ അങ്ങേയറ്റം സ്നേഹി

ക്കുന്ന രാജവെമ്പാലകൾ ദൈവത്തിന്ന് സ്തുതിപാടി തങ്ങളുടെ ഗുഹകളിൽ അനന്തമായ ശയനം ആരംഭിച്ചു.

കടുവകളുടെ ഗർജനം ഏഴുവേലിക്കപ്പുറം കേൾക്കാമെന്ന വായ്മൊഴി സത്യമായിരുന്നു. ഇരുണ്ട രാത്രികളിൽ ചെണ്ടുമല്ലിപ്പാടവും സൂര്യകാന്തിക്കണ്ടങ്ങളും കടന്നു പുലിയുടെ രൗദ്രസ്വരം ചെന്നമല്ലീപുരത്തുകാർ കേട്ടു. കേൾക്കാതിരിക്കുവാൻ വേണ്ടി അവർ തൊഴുതു പ്രാർഥിച്ചു. എന്നാൽ, പലപ്പോഴും ദൈവം അത്തരം പ്രാർഥനകൾക്കുനേരെ മുഖം തിരിച്ചു. കാട് വെടിഞ്ഞു മൃഗങ്ങൾ പുറത്തേക്ക് വരുന്നത് ഭക്ഷണത്തിനുവേണ്ടി മാത്രമല്ല, വനത്തിലെ ആവാസവ്യവസ്ഥയുടെ സന്തുലിതത്വം തെറ്റുന്നേരത്തും അവ നാട്ടിലേക്ക് ഇറങ്ങി വരും. ചീഞ്ഞളിഞ്ഞ കാട്ടിൽ ചോരകുടിയൻ പ്രാണികളുടെ എണ്ണം പെരുകി വരും.

വിശാല കർണാടകയുടെ അതിർത്തി ചെന്നവസാനിക്കുന്ന കേരളത്തിലെ മുത്തങ്ങ – നായ്ക്കുട്ടി ഗ്രാമങ്ങളിലായിരുന്നു കേരളത്തിലെ ആനക്കൊമ്പ് വേട്ടക്കാർ വസിച്ചിരുന്നത്. ആനവേട്ടയുടെ നിരവധി സാഹചര്യങ്ങൾ ക്ഷമയോടെ കാത്തിരിക്കുവാൻ അവർ മിടുക്കന്മാരായിരുന്നു. സുൽത്താൻ ബത്തേരിയിലെ ലോഡ്ജുകളിൽ അവർ രാപാർത്തു. പകലുകളിൽ റമ്മിയും ഇരുപത്തിയെട്ടും കളിച്ചു സമയം കളയും. രാത്രികളിൽ ഒന്നാമത്തെയും രണ്ടാമത്തെയും ഷോകൾ കണ്ടു തിയേറ്ററിൽനിന്ന് പിന്തിരിയും. അർധരാത്രിയിൽ ജീപ്പെടുത്തു മുത്തങ്ങയിലും അവിടെക്കഴിഞ്ഞു മൂലൻഹോളയിലും[1] കറങ്ങിത്തിരിക്കും. ജീപ്പ് ഏതെങ്കിലും ഓരത്ത് നിർത്തി എന്തൊക്കെയോ കുശുകുശുക്കുന്ന സ്വഭാവവും ഉണ്ട്. പന്നിപ്പടക്കമോ വെടിയുണ്ടയോ ഏൽപ്പിച്ചിട്ട് ആനകളെ തള്ളിയിടുന്ന വിദ്യയാണ് ആദ്യം നടപ്പാക്കുന്നത്. പിടിയാനകൾ കൊമ്പനെ നടുവിൽ നടത്തിച്ച് സുരക്ഷയൊരുക്കാറുണ്ടെങ്കിലും പലപ്പോഴും ഉന്നം തെറ്റി പിടിയാനകളും അപായപ്പെടാറുണ്ട്. എങ്കിൽ അതിനെയുപേക്ഷിച്ച് കൊമ്പനെ വീഴ്ത്തും. വീണുകിടക്കുന്ന ശക്തന്റെ ജീവൻ കാൽഭാഗംപോലും പോയിക്കാണില്ല, അതേനിൽപ്പിൽ മൂർച്ചയുള്ള മഴുകൊണ്ട് കൊമ്പുകൾ വെട്ടിക്കീറിയെടുക്കും. അതല്ലെങ്കിൽ ശക്തിയുള്ള തോട്ട ആനയുടെ വായയിൽ കൊണ്ടിട്ട് പൊട്ടിക്കും. കൊമ്പുകൊണ്ട് മനുഷ്യൻ പോയിക്കഴിഞ്ഞാലും പിന്നീട് എത്രയോ മണിക്കൂറുകൾ വേദന ചവച്ചരച്ചുമാത്രമേ ആനകൾ ജീവൻ വെടിയാറുള്ളൂ. മനുഷ്യത്വത്തിന്റെ കണികയുള്ളവർക്ക് പറഞ്ഞ പണിയല്ലിത്.

പത്തും പതിനഞ്ചും പേരടങ്ങുന്ന വേട്ടസംഘമാണ് കാട്ടിലേക്ക് പുറപ്പെടുക. ഇരുപത് ദിവസത്തേക്ക് വേണ്ട ഭക്ഷണം ഇവർ കരുതിയിരിക്കും. ടെന്റുകൾ ഉറപ്പിക്കുവാനുള്ള സാമഗ്രികൾ, കമ്പിളിപ്പുതപ്പുകൾ, സ്റ്റൗ, തീപ്പെട്ടി, ഉണക്കിയ വാട്ടക്കപ്പ, ഉപ്പിലിട്ട ആട്ടിൻകുടൽ, ഞെരിഞ്ഞിൽ, വയൽച്ചുള്ളി തുടങ്ങിയതെല്ലാം തലച്ചുമടായി കൊണ്ടുപോകും. ലൈസൻസില്ലാത്ത നിറത്തോക്കുകൾ എല്ലാവരുടെ കൈയിലുമുണ്ടായിരിക്കും. ഇത്തരം തോക്ക് നിർമാണത്തിന് വൈദഗ്ധ്യം നേടിയ പെരു

1. കേരളത്തിന്റെയും കർണാടകത്തിന്റെയും അതിർത്തി. ഇവിടെ കർണാടക സർക്കാരിന്റെ ചെക്ക് പോസ്റ്റ് സ്ഥാപിച്ചിരിക്കുന്നു.

ങ്കൊല്ലൻ കോഴിക്കോടിനടുത്ത ഓമശ്ശേരി ഗ്രാമത്തിൽ പാർത്തിരുന്നു. കളി തീക്കളിയാണെന്നെല്ലാവർക്കുമറിയാം. ഫോറസ്റ്റ് വകുപ്പിന് മുന്നറിയിപ്പില്ലാതെ വെടിവെച്ചിടാൻ അധികാരമുണ്ട്. നാട്ടിലെ പൊലീസിന് വെടിവെപ്പ് നടത്തണമെങ്കിൽ മുൻകൂർ പാലിക്കേണ്ട ഒരുപാട് നടപടിച്ചട്ടങ്ങളുള്ളേടത്താണ് വനംവകുപ്പ് അതിന്റെ പരിപാലകന്മാർക്ക് ഈയൊരു പരമാധികാരം കൊടുത്തതെന്നോർക്കണം. അതുപോലെ ഫോറസ്റ്റ് ഉദ്യോഗസ്ഥന്മാരെ തിരിയെ വെടിവെച്ചു കൊല്ലാനുള്ള അധികാരം കാട്ടുനീതി വേട്ടക്കാർക്കും കൊടുത്തിരിക്കുന്നു. കുറച്ചുമുമ്പൊരു വർഷം കാട്ടിൽ സംശയകരമായ സാഹചര്യത്തിൽ കാണപ്പെട്ട യുവാവിനെ വനംവകുപ്പുകാർ വെടിവെച്ചിട്ടു. ഒപ്പമുണ്ടായിരുന്നവർ ഓടിക്കളഞ്ഞുവത്രെ. മരണപ്പെട്ടയാൾ സുന്നത്ത് കഴിച്ചയാളായിരുന്നു, കോഴിക്കോട് ജില്ലക്കാരൻ. എന്നാൽ, തുടർനടപടികൾ ഭയന്നു ബന്ധുക്കളാരും സ്ഥലത്തെത്തിയില്ല. വനംവകുപ്പുകാർ ഗുണ്ടിൽപേട്ടയിലെയും ചാമരാജ നഗരത്തെയും മുസ്ലിം സംഘടനകളോട് മൃതദേഹം ഏറ്റെടുത്തു മറവുചെയ്യുവാൻ താൽപ്പര്യമുണ്ടോയെന്നന്വേഷിച്ചു. ആരുമില്ലാത്ത സ്ഥിതിക്ക് കാട്ടിൽ തന്നെ ആ ഹതഭാഗ്യന് അന്ത്യഗേഹമൊരുക്കി.

ചെന്നമല്ലീപുരത്തിനടുത്ത മുക്കള്ളിയിൽ ഒരർധരാത്രിയിൽ വഴിതെറ്റി വന്ന കൊമ്പൻ പ്രത്യക്ഷപ്പെട്ടു. അവൻ കടന്നുവരാനിടയായ നാൾവഴികളാണ് പറഞ്ഞു വരുന്നത്. വരുന്നവഴിക്കവൻ കർഷകരധ്വാനിച്ചുണ്ടാക്കിയതെല്ലാം ചവിട്ടിക്കുഴച്ചു. വിളവൊഴിഞ്ഞ സമയമായതിനാൽ നഷ്ടം കുറവായിരുന്നു. എന്നാലും ബാക്കിയായ കരിമ്പും ചോളവും ചവിട്ടിയരച്ചു. മുളക് തോട്ടവും കടുക് കൃഷിയുമെല്ലാം തീർത്തും ഉപയോഗശൂന്യമായി. വാഴയും വാഴക്കുലയും ആകാശത്തിൽ പറന്നുനടന്നു. മഞ്ഞൾ നട്ടത്, ആവണക്കിൻ തൈകൾ വളർന്നു വരുന്നത്, റാഗിക്കണ്ടം ഒന്നും നോക്കുകയുണ്ടായില്ല. നോക്കാൻ സമയമോ ക്ഷമയോ ഉണ്ടായിരുന്നില്ലെന്നുവേണം പറയുവാൻ. വലത്തെ ചെന്നിയിൽനിന്ന് രക്തം താഴോട്ട് ഒലിച്ചിറങ്ങുന്നുണ്ടായിരുന്നു. ദൈവം അവന് അലങ്കാരമായി കൊടുത്തതും എന്നാൽ പിന്നീട് വിനയായി ഭവിച്ചതുമായ കൊമ്പിലൂടെ രക്തം കനിഞ്ഞുകൊണ്ടിരുന്നു.

എവിടെയോ ഒരു വെടിയേറ്റിട്ടുണ്ട്. അത് തലയുടെ ഭാഗത്ത് തന്നെയാണ്. എന്നാലത് ജീവനെ അപഹരിക്കുവാൻ പര്യാപ്തമായിട്ടില്ല. എന്നാൽ ഇഞ്ചിഞ്ചായി മൃത്യുവിനെ അപഹരിക്കാൻ തയാറാകൂ എന്നവനോടത് പറയുന്നുമുണ്ട്. ചെവികളാട്ടിക്കൊണ്ട് തുമ്പിക്കൈ മുകളിലേക്കുയർത്തി തീവ്രവേദനയെ കടിച്ചമർത്തി അവൻ മരണത്തിന്റെ കാലൊച്ചകൾ കേട്ടുതുടങ്ങുകയാണ്.

എന്നാൽ, ഇതിനിടെ അവൻ കാലുകൊണ്ട് തട്ടിപ്പൊളിച്ചെറിഞ്ഞ വീടിന്റെ ഒരു ചുമർമാത്രം വീഴാതെ കിടക്കുന്നു. മൺകട്ടകൾ തകർന്നിടിഞ്ഞുവീണു കിടക്കുന്നതിനിടയിൽ പഴയ ചെമ്പുകലങ്ങൾ, തേച്ചു വെളുപ്പിച്ച ഓട്ടുകിണ്ടി, പിച്ചളയുടെ കിണ്ണം, മോർ പാത്രം, വസ്ത്രങ്ങൾ എന്നിവ തെളിഞ്ഞു കാണാം. ദൂരത്തേക്ക് എടുത്തെറിയപ്പെട്ടതിൽ പഴയ ഒരു മർഫി റേഡിയോ, മരത്തിന്റെ ബെഞ്ച് എന്നിവയും പെടും. ഇനിയും മറി

ഞ്ഞുവീഴുവാൻ ബാക്കിയായ ഒരേയൊരു ചുമർ മാത്രമാണ് തലേന്നുവരെ അവിടെയൊരു വീടുണ്ടായിരുന്നുവെന്നതിന് തെളിവായിട്ടുള്ളത്. അതു തന്നെ കൊമ്പൻ ഒന്നായുകയേ വേണ്ടു അതു കൂടെ തകർന്നു വീഴും.

ഓർക്കാപ്പുറത്ത് വന്ന അക്രമത്തിൽ സകലതും ഇട്ടെറിഞ്ഞ് ഓടിയ സമയത്ത് ഒരു കുഞ്ഞിനെ അവിടെയുപേക്ഷിക്കേണ്ടി വന്നു. അവന്റെ ഉച്ചത്തിലുള്ള കരച്ചിൽ ഇപ്പോൾ നിലച്ചിട്ടുണ്ട്. അവന് വയ്യാതായിട്ടുണ്ടെന്ന് സാരം. ജനം പൊതിഞ്ഞു നിൽക്കുന്ന ദൂരത്തു നിന്ന് ചിക്നാഗനും അവന്റെ ഭാര്യ കരിങ്കണ്ണിയും തടയപ്പെട്ടിരിക്കുകയാണ്. തലേന്ന് രാത്രിയിൽ വന്ന കൈയബദ്ധം എണ്ണിപ്പറഞ്ഞു കരയുകയാണ് ഇരുവരും. ഏതോ കാരണത്താൽ കുഞ്ഞിനെ വാരിപ്പുണർന്നെടുക്കുവാനവർ മറന്നു. കുഞ്ഞും ആനയും തമ്മിൽ അധികം അകലമില്ല. വീഴുവാൻ ഭാവിച്ചു നിൽക്കുന്ന ചുമരിനരികെ തകർന്നുവീണ മറ്റൊരു ഭിത്തിക്കപ്പുറമാണ് കുഞ്ഞ് ഒറ്റപ്പെട്ടു പോയത്. എന്നുവെച്ചാൽ ആ അരച്ചുമർ കാരണം കുഞ്ഞിന് ആനയുടെ അരികിലേക്ക് വേച്ചുപോകാൻ കഴിയില്ല. എന്നാൽ ആനയ്ക്കൊന്ന് ആയുകയേ വേണ്ടു കുഞ്ഞിനെ ചവിട്ടിയരയ്ക്കാം. ഇനിയതുമല്ലെങ്കിൽ ആനയുടെ ചലനംകൊണ്ട് മറിഞ്ഞു വീഴുന്ന ചുമർ കാരണം കുട്ടി മരണപ്പെടാം. ഇതിൽ ആദ്യം പറഞ്ഞതിനാണ് സാധ്യത. ചെകിട്ടിലെവിടെയോ വെടിയേറ്റു തളർന്ന ആനക്കെന്ത് കുഞ്ഞു വന്നിരിക്കുന്നു. അതും മനുഷ്യക്കുഞ്ഞ്. വർഷങ്ങൾക്കുശേഷം തോക്കുമേന്തി കാട്ടിലേക്ക് വരേണ്ടവൻ. ഇനിയും പിറന്നുവീണിട്ടില്ലാത്ത മറ്റൊരു സഹജീവിയുടെ അന്തകനാകേണ്ടവൻ.

സൂര്യനുദിച്ച് അൽപ്പമേ ആയുള്ളൂ.

ചിക്നാഗനെയും കരിങ്കണ്ണിയെയും ബലമായിത്തന്നെ പിടിച്ചു വെച്ചിരിക്കുകയാണ്. കുഞ്ഞിനെ വിട്ടേച്ചു മറന്ന രംഗം കരിങ്കണ്ണി എണ്ണിപ്പറഞ്ഞു വിസ്തരിക്കുന്നു. മഴയും ശക്തമായ മിന്നലുമായിരുന്നു. കരിംഭൂതം പോലെ ആന മുമ്പിൽ പ്രത്യക്ഷപ്പെട്ടപ്പോൾ ഭർത്താവിനോട് കുഞ്ഞിനെയെടുത്തോടാൻ പറഞ്ഞതായിരുന്നു. ഇതുതന്നെയാണ് ചിക്നാഗനും പറയുന്നത്. കുഞ്ഞിനെ ഭാര്യയെടുത്തിട്ടുണ്ടാകുമെന്ന് കരുതിയത്രെ.

"നാഗ, നീയൊന്നടങ്ങ്. ആനയിപ്പോ മടങ്ങിപ്പോകും." ആരൊക്കെയോ ചിക്നാഗനെ പറഞ്ഞു സമാധാനപ്പെടുത്തുന്നു. പക്ഷേ, കൊമ്പന്റെ ഭാവ മെന്തെന്ന് ദൈവത്തിനേ അറിയൂ. നിന്നനിൽപ്പിൽത്തന്നെ പിന്തിരിഞ്ഞാൽ മാത്രം കുട്ടി രക്ഷപ്പെടും. മുമ്പോട്ട് നടന്നാണ് പോകാൻ തീരുമാനമെങ്കിൽ കാലുകൾക്കിടയിൽ കിടന്നു ചവിട്ടിയരയും. അറിയാതെയോ അറിഞ്ഞോ ചുമരിന് ആനയുടെ സ്പർശമേറ്റാലും ചുമരിടിഞ്ഞ് കുട്ടി മരണപ്പെടും. അത് തീർച്ചയായ കാര്യമാണ്.

അപ്പോൾ കരഞ്ഞ് അവശനായ കുട്ടി കൈകൾ പുറത്തേക്ക് നീട്ടി വിളിച്ചു; "അച്ഛാ... അമ്മാ..."

ഇനിയാർക്കും തടുത്തുനിർത്താൻ വയ്യാത്ത തരത്തിൽ മുമ്പോട്ട് തള്ളുകയാണ് കരിങ്കണ്ണി. അവളുടെ മെയ്യൂക്കിന്റെയും ഉണർന്ന മാതൃത്വത്തിന്റെയും മുമ്പിൽ സാഹസപ്പെടുകയായിരുന്നു പെണ്ണുങ്ങൾ. ചിക്നാഗനെ ആരൊക്കെയോ ചേർന്നു മറ്റൊരു വീടിന്റെ മുറിയിലടച്ചു താഴിട്ടു.

ആളുകൾ കൂടിവരുന്നുണ്ടായിരുന്നു. മുക്കള്ളിക്കടുത്ത ഒങ്കള്ളിയിൽ നിന്നും ബർഗിയിൽ നിന്നുമൊക്കെ പെണ്ണുങ്ങളും കുട്ടികളും വന്നു തുടങ്ങി. പുരുഷന്മാർ നേരത്തെത്തന്നെ എത്തിയിരുന്നു. ആന പിന്തിരിഞ്ഞു വന്നു വീടുകളിലേക്ക് കയറാതിരിക്കുവാൻ പുളിവിറകുകൾ കൊണ്ടു വന്നു തീയിട്ടു സുരക്ഷാവലയമുണ്ടാക്കിയിട്ടുണ്ട് ചിലർ. പക്ഷേ, അതുകൊണ്ട് പ്രശ്ന പരിഹാരമായില്ല. നിർദേശങ്ങൾ തുരുതുരാ വന്നു കൊണ്ടിരിക്കുന്നു. പന്തമുണ്ടാക്കി തീ കൊടുത്ത് എറിഞ്ഞാൽ ആന ജീവൻ കൊണ്ടോടുമെന്ന് പറഞ്ഞത് പ്രായം ചെന്നവരാണ്. പക്ഷേ, ദേഷ്യം വന്നു കുട്ടിയെ തുമ്പിക്കൈകൊണ്ട് പൊക്കിയെറിഞ്ഞാലെന്തു ചെയ്യുമെന്ന് തിരിച്ചു ചോദിച്ചപ്പോൾ അതിനുത്തരമുണ്ടായില്ല. തപ്പ് കൊട്ടിയോടിക്കാമെന്നു പറഞ്ഞപ്പോഴും അനന്തരഫലമെന്തെന്ന് ചോദ്യമുയർന്നു. ഇനിയെന്തെങ്കിലും ചെയ്യാമെന്നുവെച്ചാൽതന്നെ പെരുകി വരുന്ന ആൾക്കൂട്ടം എല്ലാത്തിനും തടസവുമാണ്.

വനം വകുപ്പുകാർ ഉടനെയെത്തുമെന്നും അവർ പ്രശ്നത്തിന്ന് പരിഹാരമുണ്ടാക്കുമെന്നും ശ്രുതി പരന്നു. പുലർച്ചെ തന്നെ വനംവകുപ്പ് ഓഫീസിലേക്ക് ആളുകൾ പോയിരുന്നു. ഫോറസ്റ്റർ ക്വാർട്ടേഴ്സിലുണ്ടത്രെ. എന്നാൽ, റേഞ്ചറെയും ഡി എഫ് ഒവിനെയും കൂട്ടി വരാൻ ജീപ്പ് പോയിട്ടുണ്ടെന്ന വിവരമാണ് കിട്ടിയത്.

ആനയുടെ ശരീരഭാഷയറിയാനും ശ്രമം നടന്നു. പ്രായം കൂടിയവരും ഇടയ്ക്കിടെ വനവിഭവങ്ങൾ ശേഖരിക്കുവാൻ കാട്ടിൽ പോകുന്നവരുമൊക്കെ അൽപ്പസ്വൽപ്പം *മാതംഗലീലകൾ*[2] വശമാക്കിയിരുന്നു. എന്നാൽ നിന്നനിൽപ്പിൽ നിന്ന് ഒരടിയനങ്ങാതെ കൊമ്പുകൾ താഴോട്ട് കുനിച്ച് രക്തമൊലിപ്പിച്ചു നിൽക്കുന്ന കൊമ്പന്റെ മനസ്സ് പറയുന്നതെന്തെന്ന് ആർക്കും ഊഹിക്കുവാൻ കഴിഞ്ഞില്ല.

ഇനിയുമൊരു മരണപ്പിടച്ചിലിന്റെ വക്കത്തെന്നോണം ഇരുകൈകളും നീട്ടി കുട്ടി കേണു തുടങ്ങി. തളർന്നു തളർന്നു നിശ്ശബ്ദനായിരുന്നു മുമ്പ്. അവന്റെ വായിൽനിന്ന് വെളുത്ത നുരപ്പിണ്ടികൾ വന്നു തുടങ്ങുന്നു. കൃഷ്ണമണികൾ മുകളിലേക്കുയരുന്നു. കുഞ്ഞിളംകൈകൾ എങ്ങുനിന്നും കിട്ടാത്ത സഹായത്തിനു മുമ്പിൽ തളർന്നു വീഴുന്നു.

അപ്പോൾ വനംവകുപ്പിന്റെ ജീപ്പ് അവിടേക്ക് കുതിച്ചു വന്നു. ഒന്നല്ല, രണ്ടെണ്ണം. ഒന്നിൽനിന്ന് റേഞ്ചറും ഫോറസ്റ്ററുമൊക്കെ ചാടിയിറങ്ങി. അടുത്ത വാഹനത്തിൽ നിന്ന് വനംവകുപ്പിന്റെ ജില്ലാ മേധാവിയായ ഡി എഫ് ഒ സാവകാശം ഇറങ്ങി വന്നു. അദ്ദേഹം ക്ഷീണിതനും മെലിഞ്ഞവനുമായിരുന്നു. അദ്ദേഹം സ്ഥിതിഗതികൾ വിലയിരുത്തി. "ഓ, മൈ ഗോഡ്..." ഡി എഫ് ഒ തലയിൽ കൈവച്ചുപോയി. " ഹു വിൽ സെർവ് ദിസ് ചൈൽഡ്....."

"റേഞ്ചർ....." അദ്ദേഹം വിളിച്ചു, "എവിടെയാണ് നമ്മുടെ മയക്കുമരുന്നു വെടിക്കാരനെന്ന് തിരക്കൂ. അയാൾക്ക് കഴിയുമായിരിക്കും ഈ കുട്ടിയെ രക്ഷിക്കുവാൻ."

"പക്ഷേ ഒന്നുണ്ട് സാർ....." റേഞ്ചർ ഭവ്യനായി. "അദ്ദേഹം വന്നാൽ

---

2. ആനയെപ്പറ്റി പ്രതിപാദിക്കുന്ന ശാസ്ത്ര ഗ്രന്ഥം

തന്നെയും വെടികൊണ്ട് ആന മുമ്പോട്ട് ഓടുമെങ്കിൽ കുഞ്ഞിനെ ചവിട്ടിയരയ്ക്കുമെന്നുറപ്പ്. നമുക്ക് വേണ്ടത് രക്ഷിച്ചെടുക്കുകയാണല്ലോ."

"ഷട്ടപ്പ്..." ഡി എഫ് ഒ റേഞ്ചറോട് സ്വകാര്യമായി കയർത്തു. "നമുക്കത് കാര്യമാക്കേണ്ട. ഡിപ്പാർട്ട്മെന്റ് എന്ത് ചെയ്തുവെന്നേ ജനം നോക്കുള്ളൂ. നാം മയക്കുമരുന്നു വെടിവെച്ച് ആനയെ വീഴ്ത്തുന്നു. ഇതിനിടയിൽ കുട്ടി രക്ഷപ്പെടുകയോ പെടാതിരിക്കുകയോ ചെയ്യുന്നു. അതൊക്കെ ദൈവത്തിനു വിടൂ."

ആ സംസാരം അവിടെ മുറിഞ്ഞു. ആരോ പറഞ്ഞു കളക്ടർ വരുന്നുണ്ടെന്ന്. ജില്ലാ കളക്ടറുടെ കാർ ജനത്തിനെ വകഞ്ഞുമാറ്റിക്കൊണ്ടെത്തി. പുറകിൽ പൊലീസ് സൂപ്രണ്ടിന്റെ വാഹനം. അതിന് പുറകിൽ സർക്കിൾ ഇൻസ്പെക്ടർ രഘുപതി രാജുവിന്റെ ജീപ്പ്. എമ്പാടും പൊലീസുകാർ ഒരു ബസ് നിറയെ എത്തിയിട്ടുണ്ട്.

കളക്ടർ അസ്വസ്ഥനായിരുന്നു. അദ്ദേഹം വളരെ ചെറുപ്പമായിരുന്നു. മുപ്പത് വയസിനു ചുവടെയേ പ്രായം വരുന്നുള്ളൂ. ചെറിയ മീശ, ചെറിയ കണ്ണുകൾ, ചെറിയ ചെവി, കണ്ടാൽ പ്രൈമറി സ്കൂൾ ടീച്ചറുടെ മട്ടുണ്ട്.

രഘുപതി രാജു വന്നിറങ്ങിയ ഉടനെ ജനത്തോടു കയർത്തു. "എല്ലാവർക്കും എന്താണിവിടെ കാര്യം. സകലരും പിരിഞ്ഞു പോകണം. കൂട്ടം കൂടി നിന്നാൽ കുഞ്ഞിനെ രക്ഷിക്കുവാൻ കഴിയുമോ. വീട്ടിലേക്ക് പോയി കതകടച്ച് നിൽക്കിൻ. ബന്ധപ്പെട്ടവർ എല്ലാം ചെയ്തിരിക്കും. അതിൽ കൈയിടാൻ വരണ്ട."

"മിസ്റ്റർ പുട്ടണ്ണ" കളക്ടർ പൊലീസ് സൂപ്രണ്ടിനെ വിളിച്ചു. "ബ്രിങ് യുവർ സർക്കിൾ ഇൻസ്പെക്ടർ."

രഘുപതി രാജു ഓടി വന്ന് സല്യൂട്ട് ചെയ്തു.

"സാർ ഞാൻ ആളുകളെ അകറ്റുകയായിരുന്നു."

"അതാണ് ഞാൻ വിളിച്ചത്. ഇപ്പോൾ അതുകൊണ്ടെന്ത് കാര്യമെന്നു ഞാൻ ചോദിക്കുന്നു."

"സർ, എന്താണെന്നുവെച്ചാൽ..."

"മിണ്ടാതിരിക്കൂ, നമ്മുടെ മുമ്പിലുള്ള വിഷയം ആ കുട്ടിയെ രക്ഷിച്ചെടുക്കുകയെന്നതാണ്. അതിനാർക്ക് കഴിയും. ഗ്രാമീണരെ വിരട്ടിയോടിച്ചതുകൊണ്ടത് കഴിയുമോ. ശബ്ദങ്ങൾക്കിടയിൽ ആന അസ്വസ്ഥനാകും. പ്രശ്നങ്ങൾ നിങ്ങൾ വിളിച്ചു വരുത്തരുത്."

"ശരിയാണ് സാർ, ഞാനതോർത്തില്ല."

"ഡി എഫ് ഒ, വന്നിട്ടുണ്ടെന്ന് കേട്ടു. എവിടെയദ്ദേഹം?"

ഡി എഫ് ഒ അരികിൽ തന്നെയുണ്ടായിരുന്നു. അദ്ദേഹം വിയർപ്പിൽ കുളിച്ചു നിന്നു. കാക്കി ഷർട്ടും പാന്റുമൊക്കെ ശരീരത്തിലൊട്ടിപ്പിടിച്ചു നിന്നു. തല ചുറ്റുന്നതുപോലെ തോന്നിത്തുടങ്ങിയിരുന്നു, വനം വകുപ്പിന്റെ ജില്ലാ മേധാവിക്ക്. ജീവനുവേണ്ടിയുള്ള കുഞ്ഞിന്റെ വാവിട്ടു കരച്ചിൽ അദ്ദേഹത്തിന്റെ ഹൃദയത്തെ തൊട്ടുണർത്തിയിരുന്നു.

"സർ," ഡി എഫ് ഒ ഭവ്യനായി.

"എന്റെ പ്രിയപ്പെട്ട ഡി എഫ് ഒ, എവിടെ കിട്ടും നിങ്ങളുടെ മയക്കുവെടിക്കാരനെ."

"വിളിക്കാം സാർ. പക്ഷേ അത് താമസിക്കും."

"എവിടെയാണയാൾ. ബന്ദിപ്പൂരാണെങ്കിലും സാരമില്ല. പെട്ടെന്ന്. വളരെപ്പെട്ടെന്ന്. ഓരോ നിമിഷവും നമുക്ക് വിലപിടിച്ചതാണ്. ഞാൻ വിചാരിക്കുന്നത്..." കളക്ടർ റേഞ്ചറുടെ നേരെ തിരിഞ്ഞു. "നോക്കൂ റേഞ്ചർ, വനംവകുപ്പിന്റെ ഓഫീസ് ഇവിടെ നിന്നകലെയല്ല. ഈ അത്യാഹിതം രാത്രി സംഭവിച്ചതുമാണ്. ഗ്രാമീണർ വളരെ പുലർച്ചയ്ക്കുതന്നെ താങ്കളെ വിവരം അറിയിക്കുകയും ചെയ്തു. പക്ഷേ, വനംവകുപ്പിന് എല്ലാം ഒരു തമാശയാണ്. പറയൂ എവിടെ നിന്നാണ് നിങ്ങളുടെ വെടി വെടിപ്പുകാരൻ വരുവാനുള്ളത്. ഏത് നരകത്തിലാണയാളുള്ളത്."

"ബാംഗ്ലൂരിലാണ് സാർ, അവധിയെടുത്ത് പോയതാണ്." റേഞ്ചർ താമസിച്ചാണെങ്കിലും കുറ്റസമ്മതം നടത്തി. "പക്ഷേ വിളിച്ചിട്ടുണ്ട്. ടാക്സി വിളിച്ചു വരുന്നുണ്ട്. ഉടനെ ഇങ്ങെത്തും."

"ഈശ്വരാ..." കളക്ടർ നെഞ്ചത്ത് കൈവച്ചു. എവിടെയോ അദ്ദേഹത്തിന് വാക്കുകൾ മുറിയുന്നുണ്ടായിരുന്നു. ഇനിയുമെത്രയോ നീണ്ടു കിടക്കുന്ന സർവീസ് ജീവിതത്തിലൊരിക്കലും ഇത്തരമൊരഗ്നി പരീക്ഷ തന്നെത്തേടി വരില്ലായിരിക്കാം. ഈ പിഞ്ചുകുഞ്ഞിന്റെ ജീവൻ രക്ഷിച്ചെടുക്കുവാൻ സർക്കാരിന്റെ സകല സന്നാഹങ്ങളും മതിയാകാതെ വരുമോ. ദൈവമേ, നിന്റെ നിശ്ചയം ഇങ്ങനെയോ ഈ കുട്ടിയോട്. ബാംഗ്ളൂരിൽനിന്ന് പോയിട്ട് മദ്ദൂരിൽ നിന്നുപോലും ഒരാൾ വരാൻ കാത്ത് നിൽക്കാൻ വയ്യാത്ത അവസ്ഥയിലാണ്.

കളക്ടർ പിന്നീട് തന്റെ ചുറ്റും കൂടി നിൽക്കുന്ന ഉദ്യോഗസ്ഥപ്പടയുടെ മുഖത്തേക്ക് നോക്കിയതേയില്ല. അദ്ദേഹം തികച്ചും അസ്വസ്ഥനായിരുന്നു. അൽപ്പമകലെ കൂടി നിൽക്കുന്ന ജനക്കൂട്ടത്തിനിടയിലേക്ക് നോക്കിയദ്ദേഹം വിളിച്ചു ചോദിച്ചു: "നിങ്ങളിലാർക്ക് കഴിയും ആ കുഞ്ഞിനെ രക്ഷിക്കുവാൻ."

ബാക്കികൂടെയദ്ദേഹം പൂരിപ്പിച്ചു. "വളരെ പെട്ടെന്ന് .... മറുവശത്തു കൂടെച്ചെന്ന് കുട്ടിയെ ഓടിയെടുത്ത് തിരിയെ വരണം."

ആരും നിന്ന നിൽപ്പിൽനിന്ന് അനങ്ങിയതേയില്ല. എന്നാൽ, മർമരങ്ങൾ ഉയർന്നിരുന്നു. പൊടുന്നനെ അതും നിലച്ചു. അതിനൊരു കാരണമുണ്ടായി. കളക്ടർ ഒരു കൊച്ചുകുഞ്ഞിന്റെ ആർത്തിയോടെ കരഞ്ഞു വിളിച്ചു: "അങ്ങനെയാരെങ്കിലുമുണ്ടെങ്കിൽ ഞാൻ പറയുന്നു, അവർക്ക് ഭരണകൂടം അഞ്ചായിരം രൂപ തരുമെന്ന്."

ഈശ്വരാ, അഞ്ചായിരം ഉറുപ്പിക. മനസിൽ കൊണ്ടുനടക്കുകയും ഒരിക്കലും സഫലീകൃതമാകാതെയുമിരിക്കുന്ന എത്രയോ സ്വപ്നങ്ങൾക്ക് അത് ഉതകും. അത്രയും വലിയൊരു സംഖ്യ ഒന്നിച്ചു കണ്ടിട്ടില്ലാത്തവരുമുണ്ട്. ആ സംഖ്യകൊണ്ട് അരയേക്കർ ഭൂമി പാട്ടത്തിനു കിട്ടും. ഉഴവുകാളയെ വാങ്ങാം. കറവയുള്ള പശുവിനെ കിട്ടും. കുറച്ചധികം ആടുകളെ അത് കോലാടുകളായാലും ചെമ്മരിയാടുകളായാലും ശരി വാങ്ങിക്കാം. വീടിനോട് ചേർന്നൊരു മുറിയുണ്ടാക്കാം. പിന്നെയുമെന്തൊക്കെയോ ആഗ്രഹങ്ങളുണ്ടല്ലോ, അതൊക്കെ നടക്കും.

ആൾക്കൂട്ടം ഇപ്പോൾ ശാന്തമാണ്. മൂകവുമാണ്. എന്നാലവർ

തീർത്തും നിസ്സഹായാവസ്ഥയിലാണ്. പരദേശിയായ കളക്ടറേക്കാൾ കുഞ്ഞിനെ രക്ഷിക്കേണ്ടത് തങ്ങളുടെ കർത്തവ്യമാണെന്നവർ മനസിലാക്കുന്നു. ഗ്രാമത്തിന്റെ മുത്താണ്. വാക്കുകൾ കൂട്ടിച്ചൊല്ലാൻ അറിയാത്തവൻ. എന്നാൽ, ഇടഞ്ഞുനിൽക്കുന്ന കൊമ്പന്റെയരികിലേക്ക്, അതും, മരണത്തിന്റെ വായിലേക്ക് എടുത്തു ചാടുവാനുള്ള നെഞ്ചൂക്ക് അവർക്കാർക്കുമില്ല.

കളക്ടർ പ്രത്യാശയോടെ വീണ്ടും സർവരുടെയും മുഖത്തേക്ക് നോക്കി. പിന്നെയദ്ദേഹം വിളിച്ചു ചോദിച്ചു: "ശ്രദ്ധിച്ചു കേൾക്കുവിൻ, നിങ്ങളിലാർക്കും പതിനായിരം രൂപ ആവശ്യമില്ലെന്നോ."

നിശ്ശബ്ദരായവർ വീണ്ടും ശബ്ദിച്ചു തുടങ്ങി. സ്വന്തത്തോട് തന്നെയും തൊട്ടരികെ നിൽക്കുന്നവരോടായും ഓരോരുത്തർ ചോദിച്ചു തുടങ്ങി; കഴിയുമോ നമുക്ക്. എന്നുവെച്ചാൽ ആനയുടെ പുറകിലേക്ക് ഓടിച്ചെല്ലുക. നിമിഷനേരംകൊണ്ട് കുഞ്ഞിനെ വാരിയെടുത്ത് കുതിക്കുക. കഴിയുമോ? കളിക്കുന്നത് തീക്കളിയാണ്. എന്നാൽ, ആയുഷ്കാലത്തിലൊരിക്കൽ മാത്രമേ ഇത്തരം അവസരങ്ങൾ വന്നു മുട്ടിവിളിക്കുകയുള്ളൂ. അതിനെ ഉപയോഗപ്പെടുത്തിയാൽ നന്ന്. പക്ഷേ, ആർക്ക് കഴിയും?

"വീണ്ടും നോക്കൂ" കളക്ടർ വിളിച്ചു കൂവി. അതെ, ഈയൊരു രംഗത്തിന് സാക്ഷികളായവർ പറഞ്ഞത് അദ്ദേഹം കൂവിയെന്നു തന്നെയാണ്. ഹതാശയനായ ഒരു മനുഷ്യന്റെ നിലവിളിതന്നെയായിരുന്നു അത്. "ഞാൻ പറയുന്നത്, നിങ്ങളിലാരെങ്കിലും ഈയൊരു പുണ്യകർമം ചെയ്യുന്നപക്ഷം ആ വ്യക്തിയുടെ പേര് ജീവൻരക്ഷാ അവാർഡിനു വേണ്ടി ഇന്ത്യൻ പ്രസിഡന്റിന് ശുപാർശ ചെയ്യുന്നതായിരിക്കും. സർക്കാർ ബഹുമാനിക്കുമെന്നർഥം."

"സ്വാമീ, എനിക്കതിനു കഴിയും." ഒരാൾ ഉറക്കെ വിളിച്ചു പറഞ്ഞു വരുന്നത് കളക്ടർക്ക് കേൾക്കാം. അയാൾ ഇപ്പോൾ മാത്രം അങ്ങോട്ട് കടന്നുവന്നയാളാണ്. എന്നാലും കളക്ടറുടെ ആവർത്തിച്ചുള്ള അഭ്യർഥന അയാൾ കേട്ടിട്ടുണ്ട്. ദൃഢനിശ്ചയക്കാരനാണെന്ന് മുഖം വിളിച്ചു പറയുന്നു. കറുത്ത നിറം. പക്ഷേ, അത് ഉരുക്കിന് സമമാണ്. അയാളോട് ചേർന്നുകൊണ്ട് സഹധർമിണിയായിരിക്കണം മറ്റൊരാളും കടന്നുവരുന്നുണ്ട്.

"സ്വാമി" കടന്നുവന്നയാൾ പറഞ്ഞു "എനിക്കതിനു കഴിയും. പക്ഷേ, അത് നിങ്ങളുടെ പണവും കടലാസും മോഹിച്ചുകൊണ്ടല്ല. എനിക്കത് രണ്ടും വേണ്ട."

തടിച്ചുകൂടിയവരിൽ ഒരത്ഭുതവും ആ വാക്കുകൾ ഉണ്ടാക്കിയില്ല. അങ്ങനെയൊരു സാഹസത്തിന് തുനിയുവാൻ ഒരാൾക്കേ കഴിയൂ. സ്വാമി എന്നത് പൂജക സംബോധനയാണെങ്കിലും കളക്ടറെ അങ്ങനെ വിളിക്കുവാനും ഒരാളെ തയാറാകൂ. വില്ലേജ് ഓഫീസിലെ പ്യൂണിനെ പോലും സർ എന്ന് വിളിച്ചു ശീലിച്ച ഒരു ജനവിഭാഗത്തിനിടയിൽനിന്ന് ജില്ലാ മേധാവിയെ സ്വാമി എന്ന് വിളിക്കുന്നവനെ വേറെ തിരഞ്ഞു പോകേണ്ടതില്ല. ദൃഢവും പതർച്ചയില്ലാത്തതുമായ ആ ശബ്ദത്തിനുടമയെ സക

ലരുമറിയും, കളക്ടറൊഴിച്ച്.

അയാൾ കളക്ടർ നിൽക്കുന്ന ഭാഗത്തേക്ക് തന്നെയാണു കടന്നുവരുന്നത്. അവിടെ നിന്നെളുപ്പത്തിൽ പോകാവുന്നതേയുള്ളു ആപൽസ്ഥലത്തേക്ക്.

"ആരാണയാൾ....." കളക്ടർക്ക് തന്റെ കാതുകളെ വിശ്വസിക്കുവാനേ കഴിഞ്ഞില്ല. നടന്നുവരുന്നയാൾ പറഞ്ഞത് താൻ കേട്ടതുപോലെ തന്നെയായിരിക്കുമല്ലോ.

"സർ," രഘുപതി രാജു പറഞ്ഞു, "ഞാനതിനെ സ്വാഗതം ചെയ്യുന്നില്ല." ഏറ്റവും നീരസത്തോടെ രഘുപതി രാജു തുടർന്നു: "അയാളുടെ പേർ സുള്ള്യനെന്നാണ്. നിരവധി കേസുകൾ അയാൾക്കെതിരെ പൊലീസ് ചുമത്തിയത് കോടതിയിലുണ്ട്. പൊലീസ് വിഭാഗത്തിന്റേത് മാത്രമല്ല വനംവകുപ്പും അയാളെ നോട്ടമിട്ടിട്ടുണ്ട് സാർ. അവരുടെ കേസുകളും ഇയാൾക്കെതിരെയുണ്ട്."

"എന്നുവെച്ചാൽ പിടികിട്ടാപ്പുള്ളിയാണോ?"

"അല്ല സാർ, ഒളിച്ചു നടക്കുന്ന പതിവില്ല."

"എന്തൊക്കെയാണ് അയാളുടെ പേരിലുള്ള കുറ്റം. ഏതുതരത്തിലുള്ള കുറ്റവാളിയാണയാൾ?"

ആ ചോദ്യത്തിനു മുമ്പിൽ രഘുപതി രാജുവെന്ന പൊലീസ് സർക്കിൾ ഇൻസ്പെക്ടർ ഒന്നു പകച്ചു. അയാൾക്കതിനു മറുപടി പറയണമെന്നുണ്ട്. പക്ഷേ, എന്തുത്തരമാണ് ഉത്സാഹശീലനായ കളക്ടറോട് പറയുക. വളരെ കൃത്യമായും കണിശമായും പറഞ്ഞില്ലെങ്കിൽ ഒരുവേള വാദിതന്നെ പ്രതിയായിക്കൂടെന്നില്ല.

പക്ഷേ, അതൊന്നും വേണ്ടിവന്നില്ല. സുള്ള്യൻ നടന്നെത്തിക്കഴിഞ്ഞിരുന്നു. കളക്ടറുടെയരികത്തേക്കുതന്നെ.

പൊടുന്നനെ ആന തുമ്പിക്കൈ ഒന്നുയർത്തി ചലിപ്പിച്ചു. അതൊരു കരച്ചിലോ വിലാപമോ എന്ന് തിട്ടപ്പെടുത്താൻ കഴിയുകയില്ല. ഒരു മനുഷ്യൻ എന്തുദ്ദേശ്യത്തിനു വേണ്ടിയായാലും തന്റെയരികിലേക്ക് വരേണ്ട എന്നായിരിക്കാം അർഥം. ഇനിയടുത്തുവന്നാൽ പ്രാണനുംകൊണ്ട് തിരിയെ മടങ്ങുകയില്ലെന്നായിരിക്കുമോ ധ്വനി.

അവിടെ കൂടിയ ഒരാൾക്കും അശേഷം സംശയമുണ്ടായിരുന്നില്ല; അടുത്ത നിമിഷത്തിൽ ആന രണ്ട് ചുവടുകൾ മുമ്പോട്ട് വെക്കുമെന്നും അതിനിടയിൽപ്പെട്ട് കുട്ടി ചതഞ്ഞരയുമെന്നും. ജനം ഒരുപാട് പുറകോട്ട് മാറി. ഉദ്യോഗസ്ഥപ്പട തങ്ങളുടെ വാഹനങ്ങൾ സ്റ്റാർട്ട് ചെയ്തു ദിശ മദ്ദൂരിനുനേരെ തിരിച്ചുവച്ചു. കുട്ടിയുടെ കഥ കഴിച്ചശേഷം ആനയ്ക്ക് ഓടിയടുക്കാനുള്ളത് ആൾക്കൂട്ടത്തിനു നേരെയാണല്ലോ. അവർക്ക് സുരക്ഷാകവചമായി നിന്ന തീക്കുണ്ഡത്തിൽനിന്ന് ഇപ്പോൾ അഗ്നിശകലങ്ങൾ ഉയരുന്നില്ല.

അവിടെ മൂന്നാളുകൾ മാത്രം അക്ഷോഭ്യരായി കാണപ്പെട്ടു; രണ്ട് പുരുഷന്മാരും ഒരു സ്ത്രീയും.

"മിസ്റ്റർ സുള്ള്യൻ" കളക്ടർ തന്റെയടുത്തേക്ക് നടന്നെത്തിക്കഴിഞ്ഞ ആ മഹാകുറ്റവാളിയോട് പറഞ്ഞു, "ഞാൻ ഇപ്പോൾ പറയുന്നു താങ്കൾ

അതിനൊരുമ്പെടരുത്. ആനയുടെ സ്വഭാവം മാറിയിരിക്കുന്നു. ഇപ്പോൾ ഞാനാലോചിക്കുന്നത് അതിനെ വെടിവെച്ചുകൊല്ലാനുള്ള ഉത്തരവ് കൊടുക്കാനാണ്. കുഞ്ഞിന്റെ രക്ഷയ്ക്ക് ഇനി അതേയുള്ളൂ മാർഗം."

"എനിക്ക് താങ്കളെ അങ്ങോട്ടയക്കുവാൻ മനസില്ല." കളക്ടർ സുള്ള്യന്റെ മുഖത്തേക്ക് സൂക്ഷിച്ചു നോക്കി. "താങ്കൾ മുമ്പോട്ട് പോയാൽ രണ്ട് മനുഷ്യജീവിതങ്ങളാകും നഷ്ടപ്പെടുന്നത്. ഇത്തരം ഘട്ടങ്ങളിൽ നിയമം മനുഷ്യജീവന് വില കൽപ്പിക്കുന്നു."

ശേഷം കളക്ടർ പൊലീസ് സൂപ്രണ്ട് പുട്ടണ്ണയെ തിരഞ്ഞു. പുട്ടണ്ണ അരികിൽത്തന്നെയുണ്ടായിരുന്നു. "സൂപ്രണ്ട്, എവിടെയാണ് നിങ്ങളുടെ ഷൂട്ടിങ് സ്ക്വാഡ്. വേഗത്തിൽ വിളിക്കൂ..."

"സർ," സൂപ്രണ്ട് വിശദീകരിച്ചു: "കമ്മീഷണർ ഇപ്പോൾ വിളിച്ചിരുന്നു. അദ്ദേഹം മദ്ദൂരിലെത്താറായി. ഉടൻ ഇങ്ങെത്തിയാൽ."

കളക്ടർക്ക് സൂപ്രണ്ട് പറയുന്നതെന്താണെന്ന് മനസിലായി. തന്റെ മേലുദ്യോഗസ്ഥനായ കമ്മീഷണർ വന്നിട്ട് മാത്രമേ പൊലീസ് എന്തെങ്കിലും കാര്യമായ പ്രവർത്തി ചെയ്യുള്ളൂ. അതല്ലാതെ കാലിനടിയിലെ ചുവപ്പ് മാറാത്ത കളക്ടർ പയ്യൻ കൽപ്പിച്ചാൽ തൽക്കാലം ഒഴികഴിവുകൾ പറയുകയേ നിവൃത്തിയുള്ളൂ.

രഘുപതി രാജു കളക്ടറെ വട്ടമിട്ടുനിന്നു. സുള്ള്യനുമായി ഒരിക്കലും കളക്ടർ കൂടുതൽ സംസാരിക്കരുതെന്ന് ആ പൊലീസ് സർക്കിൾ ഇൻസ്പെക്ടർ ആഗ്രഹിച്ചിരുന്നു. എത്രയും വേഗത്തിൽ സുള്ള്യനെ കളക്ടറുടെയരികെ നിന്ന് അകറ്റുവാനും അയാൾ ആഗ്രഹിച്ചു. അവർ തമ്മിൽ സംസാരിക്കരുത്. ഈ ഗ്രാമീണനിൽ ഒളിഞ്ഞിരിക്കുന്ന അസാമാന്യ കഴിവുകളും ധിഷണാ വൈഭവവും കളക്ടർ അറിയുവാൻ പാടില്ല.

സുള്ള്യൻ പിന്നെയവിടെ നിന്നില്ല. അതിവേഗതയിൽ ശരം കണക്കെ ആനയുടെ അരികിലേക്ക് ഓടിച്ചെന്നു. അസ്ത്രം തറച്ചപോലെ അൽപ്പമകലെയായി അയാൾ നിൽപ്പുറപ്പിച്ചു. ഇനിയും ക്ഷുബിതനായ ആ വലിയ ജീവിയുടെയരികിലേക്ക് ഒന്നരയാളുടെ ദൂരമേകാണുകയുള്ളൂ. ആകാംക്ഷ പൂണ്ട അനേകം കണ്ണുകൾ സുള്ള്യനെ പൊതിഞ്ഞു നിന്നു. ഒരു മഹാമൗനം – അത് പ്രകൃതിയുടെതായാൽ പോലും – ചെന്നമല്ലീപുരത്തിന്റെ ആകാശങ്ങളിൽ ഉദയംകൊണ്ടു.

അപ്പോൾ ഒരു വലിയ ശബ്ദം സർവർക്കും കേൾക്കുവാൻ കഴിഞ്ഞു. അതൊരു പീഡിതന്റെ ചിന്നംവിളിയായിരുന്നു. മുറിവേറ്റവന്റെ കരച്ചിൽ. നിരപരാധിയുടെ അട്ടഹാസം. ഉപദ്രവിക്കപ്പെട്ട പ്രാണിയുടെ മഹാസങ്കടം. തലമുറകൾ തലമുറകളായി പീഡനമേറ്റു വാങ്ങുന്നവന്റെ പീഡിതനോടുള്ള രോഷാഗ്നിയെന്നും വേണമെങ്കിൽ പറയാം. തുമ്പിക്കൈയിൽ എവിടെയോ എപ്പോഴോ സൂക്ഷിച്ചുവെച്ച ജലധാരകൾ അന്തരീക്ഷത്തിലേക്ക് കുടഞ്ഞു വീണ്ടും ചിന്നം വിളിക്കുന്നു.

നേരത്തെ രംഗം കണ്ടു നിന്നിരുന്ന സകല കണ്ണുകളും ഇപ്പോൾ പിൻവലിച്ചിരിക്കുകയാണ്. ഇനിയാർക്കുമത് കാണേണ്ടെന്ന് തോന്നി. ആർത്തനാദങ്ങളും അട്ടഹാസങ്ങളും നേരത്തെയുണ്ടായിരുന്ന മൗനത്തിന് വഴിമാറിനിന്നു.

പിന്നീട് സുള്ള്യൻ ആനയുടെ പുറകിലൂടെ പരിഭ്രമമില്ലാതെ കയറി ച്ചെന്നു. ആവി പറക്കുന്ന ആനപ്പിണ്ടികൾ. ഇടതുഭാഗത്തെ അരമതിൽ ചാടിക്കടന്നാൽ അയാൾക്ക് കുഞ്ഞിനെ വാരിയെടുക്കാം. വലതുഭാഗത്തും മുമ്പിലുമെല്ലാം തലേന്ന് രാത്രിയിൽ ആനകൾ തകർത്തെറിഞ്ഞ മൺക ട്ടകളും വീട്ടുപകരണങ്ങളും. ഇനിയും അരമതിൽ ചാടിക്കടന്നു സുള്ള്യൻ കുഞ്ഞിനെ വാരിയെടുത്താൻ മുമ്പിലൂടെ വീണ്ടുമൊരു അരമതിൽ ചാടി ക്കടന്നു ജനക്കൂട്ടത്തിനിടയിലേക്ക് കുതിക്കാം. അവിടെയയാൾ കാണു ന്നത് പൊലീസ് സൈന്യത്തെയാണ്. അവർ മുട്ടുകുത്തിയിരിക്കുന്നു. തോക്കുകൾ നീട്ടി വെച്ചിരിക്കുന്നു. ഇനിയൊരു വിസിലിന്റെ ശബ്ദമേ വേണ്ടൂ കൈകൾ കാഞ്ചിയിലേക്ക് താഴുവാൻ. രണ്ട് മനുഷ്യാത്മാക്കളെ രക്ഷിക്കുവാൻ ഒരു കാട്ടുജീവിയെ കൊല്ലാം. ആ നിയമം പക്ഷേ, സനാ തനമല്ല. ജീവികളിൽ ഒരു കൂട്ടർ പടച്ചുണ്ടാക്കിയതാണ്. ആരോടും ഇതിന് സമ്മതം വാങ്ങിയിട്ടില്ല. എന്നിട്ടവർ ഗ്രന്ഥങ്ങളിൽ എഴുതി വെക്കുന്നു. കരുണയ്ക്കും ധർമത്തിനും നീതിക്കും പുതിയ ചമൽക്കാരങ്ങൾ സൃഷ്ടി ക്കുന്നു.

ഇനിയും കുഞ്ഞിനെ സുള്ള്യൻ വാരിയെടുത്താൽത്തന്നെ ഇരുവ രെയും തുമ്പിക്കൈകൾകൊണ്ട് ഒരു വാരലിന് പിടിക്കാം. അനായാസം നിലത്തടിച്ചോ ചവിട്ടിയോ കുത്തിക്കോർത്തുകൊണ്ടോ അപായപ്പെ ടുത്താം. മുറിവേറ്റവനോട് ഇതിൽ കൂടുതലെന്താണ് പ്രതീക്ഷിക്കേണ്ടത്.

ഇടിഞ്ഞ ചുമരുകൾക്കരികെ വിറപൂണ്ട് നിന്ന ആ മനുഷ്യൻ കുഞ്ഞിളം കൈകൾകൊണ്ട് തന്നെ പുണരാൻ വെമ്പിനിൽക്കുന്ന പൈത ലിന്റെ മുഖത്തേക്ക് ഒരു മാത്ര നോക്കി നിന്നു. ശിംശിപ പൂക്കളുടെ ശോണിമ മാഞ്ഞുകഴിഞ്ഞ ആ നിഷ്കളങ്ക മുഖം അയാളോട് അന്ത്യ യാത്ര ചോദിക്കുന്നപോലെയേ തോന്നിയുള്ളൂ. സ്വർഗലോകത്ത് നിന്നുള്ള ഒരു പരിമളം സുള്ള്യന് ആ സമയത്ത് നിശ്ചയമായും ആസ്വദിക്കുവാൻ കഴിഞ്ഞിട്ടുണ്ടാകണം.

എവിടെയാണ് ഈശ്വരനെന്നയാൾ അന്വേഷിച്ചു. താൻ സമീപസ്ഥ നാണെന്നും പരിഭ്രമമകറ്റാനും ഈശ്വരൻ നേരിട്ടയാളോട് പറഞ്ഞു.

പിന്നെ താമസമൊന്നുമുണ്ടായില്ല. നിമിഷങ്ങൾക്കകം കുഞ്ഞിനേ യുമെടുത്തയാൾ കുതിച്ചുവന്നു. തന്നെ പൊതിയുന്ന ആയിരം കരങ്ങളി ലേക്ക് കുഞ്ഞിനെയേൽപ്പിക്കുമ്പോൾ ഗദ്ഗദങ്ങളും തേങ്ങലുകളും അയാ ളോട് സംസാരിച്ചു. എന്നാൽ, എല്ലാവരോടുമായി സുള്ള്യൻ മൗനം ദീക്ഷി ച്ചതേയുള്ളൂ.

തന്നോട് സംസാരിക്കുവാൻ അക്ഷമനായി കാത്തുനിൽക്കുന്ന കള ക്ടറുടെയരികിലേക്ക് സുള്ള്യൻ കടന്നുചെന്നു. "സാർ, ആ സാധുജീ വിയെ രക്ഷിക്കണം. അതിന്റെ കാൽ അടയ്ക്കാജാടിയിൽ[3] കുടുങ്ങിയി രിക്കുകയാണ്. കഷ്ടമാണ് സാർ.

3. വീടിന്നകത്ത് ഏതാണ്ട് നാലടിയോളം താഴ്ചയിൽ കുഴിച്ചിടുന്ന മൺഭരണി. ഇതിൽ വെള്ളം നിറച്ചു അടയ്ക്ക ഇട്ടുവെക്കുന്നു. പലർക്കും ഇത് പ്രിയംകരമാണ്. മുമ്പ് കേരളത്തിലുമുണ്ടായിരുന്നു.

തന്നെ പിന്തുടരുന്ന രണ്ട് കണ്ണുകളെ സുള്ള്യൻ തിരിച്ചറിഞ്ഞു. അയാൾ രഘുപതി രാജുവിന്റെ മുഖത്തേക്ക് ശാന്തമായ ഒരു നോട്ടത്തെ പായിച്ചു.

ഇരുപത്തിയൊന്ന്

സർക്കിൾ ഇൻസ്പെക്ടർ രഘുപതി രാജു മുകളിലേക്ക് എഴുതി യയച്ച റിപ്പോർട്ടിന്റെ പകർപ്പ് ഞങ്ങൾക്ക് കിട്ടിയിട്ടുണ്ട്. അതിൽ ഇങ്ങനെ കാണുന്നു. സർ, കൃഷിക്കാരുടെ ആത്മഹത്യകൾ ഗൗരവത്തിലെടുക്ക ണമെന്നും അവ യഥാസമയം സർക്കാറിനെ അറിയിക്കണമെന്നും ഉത്ത രവുണ്ടായിരുന്നല്ലോ. ചെന്നമല്ലീപുരം ഗ്രാമത്തിലെ ചെണ്ടുമല്ലികൃഷിക്കാ രൻ ശിവണ്ണന്റെയും ഭാര്യ കാഞ്ചനയുടെയും മകൾ സീതയുടെയും ആത്മ ഹത്യകൾ പൊലീസ് സബ്ഇൻസ്പെക്ടർ റിപ്പോർട്ട് ചെയ്തിരിക്കുന്നു. പൂക്കൾ പറിച്ചൊഴിഞ്ഞ കൃഷിത്തോട്ടത്തിലായിരുന്നു പ്രേതങ്ങളെ കണ്ടെ ത്തിയത്. മൃതദേഹത്തിനരികെ വിഷദ്രാവകത്തിന്റെ ബാക്കി ഭാഗം കാണാമായിരുന്നു. കാട്ടുമൃഗങ്ങൾ മൃതദേഹങ്ങൾക്ക് പോറലുകൾ ഏൽ പ്പിച്ചിട്ടുണ്ട്. കൃഷിയിൽ കടം വന്നതാണ് കൂട്ട ആത്മഹത്യക്ക് കാരണ മെന്ന് മനസിലാകുന്നു. സംഭവത്തിൽ ദുരൂഹതയില്ല....

ചെന്നമല്ലീപുരത്തുകാരുടെ ഹൃദയങ്ങളിൽനിന്ന് വിഷാദമൊഴിയു വാൻ സമയം ചെന്നിട്ടില്ല. അവർ എവിടെയും സംസാരിച്ചു നടന്നത് ഗ്രാമ ത്തിലെ ആത്മഹത്യയെക്കുറിച്ചായിരുന്നു. കന്മഷങ്ങളില്ലാത്ത ഗ്രാമത്തിൽ ആത്മഹത്യകൾ പേരിനുപോലുമില്ല. ഒരാൾക്കും ഉപദ്രവമൊന്നും ചെയ്യാത്ത ശിവണ്ണൻ നേരിന്റെയും ആത്മാർഥതയുടെയും പ്രതീകമാ യിരുന്നു. കാഞ്ചനയാണെങ്കിൽ ശാലീനഗ്രാമീണതയുടെ പര്യായമായി തിളങ്ങി നിന്നതാണ്. സീത ജീവിതത്തിലേക്ക് നടന്നുവരുന്നതേയുള്ളൂ.

തലേന്ന് രാത്രിയിൽ നടന്ന ദുരന്തം പ്രഭാതത്തിലാണ് ആളുകളറി ഞ്ഞത്. പൊലീസ് വന്നു മൃതദേഹങ്ങൾ നീക്കുന്നേരത്ത് വൻജനാവലി തടിച്ചു കൂടിയിരുന്നു. അയൽ ഗ്രാമങ്ങളിലൊന്നും ഒരാൾകൂടി അവശേ ഷിക്കാതെ ചെന്നമല്ലീപുരത്തേക്കൊഴുകി. സർവരും വാവിട്ടു കരയുന്നു ണ്ടായിരുന്നു. അതിൽ പ്രായം ചെന്നവരെന്നോ കുട്ടികളെന്നോ സ്ത്രീക ളെന്നോ വകതിരിവുണ്ടായില്ല.

തലേന്ന് രാത്രിയിൽ നടന്ന മരണമായിട്ടുപോലും ശിവണ്ണന്റെ നാസി കയും ഒരു ചെവിയും കുറുക്കൻമാർ കടിച്ചെടുത്തിരുന്നു. അയാളുടെ മുഖം മരണത്തിനു മുമ്പുള്ള മനസെന്തെന്ന് പിടിതരാത്ത തരത്തിലായി രുന്നു. കാഞ്ചനയാണെങ്കിൽ താൻ അനുസരിക്കപ്പെടേണ്ട സ്ത്രീയാ ണെന്നും ഹതവിധി വേട്ടയാടിയ തങ്ങൾക്കിനിയൊന്നും ചെയ്യുവാനി ല്ലെന്നും മുഖംകൊണ്ട് വിളിച്ചു പറഞ്ഞു. ജീവിച്ചു കൊതി തീരാത്ത താൻ പോവുകയാണെന്ന് വ്യക്തമാക്കുന്നതായിരുന്നു സീതയുടെ ശരീരഭാഷ. എങ്കിലും താൻ അച്ഛനെ അനുസരിക്കുന്നുവെന്നും അച്ഛൻ കഴിഞ്ഞേ തനിക്കെന്തുമുള്ളുവെന്നും അവളുടെ പാതിയടഞ്ഞ കണ്ണുകൾ വിളിച്ചു പറഞ്ഞു.

എന്തിന്റെയൊക്കെയോ മണം പിടിച്ചുകൊണ്ട് ഏതൊക്കെയോ സംഭവങ്ങളെ കോർത്തിണക്കി ഒരു സ്വകാര്യചാനൽ പുറത്ത് വിട്ട വാർത്തയ്ക്ക് ജനസ്വീകാര്യതയുണ്ടായില്ല. ലോറിയപകടത്തിൽ കൊള്ളയടിക്കപ്പെട്ട മുതലുകൾ കേരള പൊലീസ് കൈയോടെ പിടികുടിയിരുന്നു. അതെല്ലാം വീണ്ടെടുത്ത് രണ്ടുനാൾ കഴിഞ്ഞാണ് നഞ്ചുണ്ടനും നഞ്ചപ്പനും ചെന്നമല്ലീപുരത്ത് വന്നുചേർന്നത്. അന്ന് രാത്രിയിൽത്തന്നെ ഗൗണ്ടറുടെ വീട്ടിലേക്ക് വിളിച്ചു വിവരങ്ങൾ നഞ്ചുണ്ടൻ പറയുകയും അത് ശിവണ്ണൻ അറിയുകയും ചെയ്തിട്ടുണ്ടത്രെ. പിന്നെയെന്തിനാണ് ശിവണ്ണൻ പോയതെന്ന് നഞ്ചുണ്ടൻ എത്രയോ ഗദ്ഗദ സ്വരത്തിൽ ചാനലിലൂടെ ജനത്തിനോട് ചോദിച്ചു. എന്തുകൊണ്ട് അൽപ്പം കൂടെ കാത്തിരിക്കാതെ അതേ രാത്രിയിൽത്തന്നെ ശിവണ്ണൻ അതിനൊരുങ്ങണം. ഭാര്യയെയും മകളെയും എന്തിന് കുരുതി കൊടുത്തു.

ചെന്നമല്ലീപുരത്തുകാർ പോകുന്നിടങ്ങളിലൊക്കെ ഈ ദുരന്തത്തിന്റെ കഥ പറഞ്ഞു. അതൊരു നാടിന്റെ ദുഃഖമായി മാറുകയായിരുന്നു. ഗ്രാമീണരുടെ ഉത്സാഹശീലം കുറഞ്ഞു തുടങ്ങി. കന്നുപൂട്ടു കണ്ടങ്ങളിൽ മുത്താറിയുണക്കുന്നേടത്ത്, റാഗി കൊയ്യും പാടങ്ങളിൽ, തക്കാളിപ്പഴങ്ങൾ പറിക്കുന്നേടത്തൊക്കെ ആണുങ്ങളും പെണ്ണുങ്ങളും ശിവണ്ണന്റെ കഥ പറഞ്ഞു. അയൽഗ്രാമങ്ങളും കടന്നു കർണാടകത്തിന്റെ അങ്ങേതലയ്ക്കൽ വരെ ഈ ദുരന്തവൃത്താന്തം പാഞ്ഞുചെന്നു. കൂലിപ്പണിക്ക് നാടുവിട്ടുപോകുന്ന സാധാരണക്കാരൻ സുൽത്താൻ ബത്തേരിയിലും കൽപ്പറ്റയിലും അത് കഴിഞ്ഞു താമരശ്ശേരി ചുരം കടന്നും ഈ ദുരന്തവാർത്തയ്ക്ക് നിറം കൊടുത്തു.

ശിവണ്ണന്റെ വീട് അനാഥപ്രേതങ്ങൾ വാഴുന്നിടമായി. പൊളിഞ്ഞു വീണ കുമ്മായം ഇഷ്ടികയുടെയും ചെമ്മൺകട്ടയുടെയും തനിനിറം തുറന്നു കാണിച്ചു. മുറ്റത്തും കോലായിലും പട്ടികൾ അസംഖ്യം കുഞ്ഞുങ്ങൾക്ക് ജന്മം കൊടുത്തു. കാഞ്ചനയുടെ കരിങ്കോഴികളെ കുറുക്കന്മാരും കീരികളും പിടിച്ചു തിന്നു. ബാക്കിയായതിനെ പകൽനേരത്ത് നായ്ക്കൾ ഓടിച്ചുപിടിച്ചു. കാന്താരി മുളകിൻ തൈകൾ രാത്രിയിൽ വഴിതെറ്റി വന്ന പന്നിക്കൂട്ടം തിന്നു തീർത്തു. കമഴ്ത്തിവെച്ചിരുന്ന മൺകുടങ്ങൾ രാത്രിയിൽ വിരുന്നുവന്നവരിലാരോ ചവിട്ടിപ്പൊളിച്ചു. ഇറയത്ത് തൂക്കിയിട്ടിരുന്ന വിത്ത് വെള്ളരിയുടെ കയർ പൊട്ടി താഴെ വീണു എത്രയോ കഷണങ്ങളായി. കാലാകാലങ്ങളിലായി കാഞ്ചന തേച്ചുമിനുക്കിയെടുത്തുപോന്നിരുന്ന ഓട്ടുകിണ്ടി ഉമ്മറക്കോലായിൽ നിന്ന് ആരോ കട്ടുകൊണ്ടുപോയി. എണ്ണമറ്റ ചവറുകൾക്കിടയിൽ സീത വായിച്ചു മടക്കിവെച്ച ഒരു പുസ്തകം കാണാമായിരുന്നു. *ചന്ദ്രഗിരി തീരദല്ലി*[1]യെന്ന പുസ്തകത്തിന്റെ കവർ ചട്ട ചിതലുകൾ തിന്നുതീർത്തു കഴിഞ്ഞു.

പടിയിറങ്ങിയത് മൂന്ന് മനുഷ്യാത്മാക്കളോ അവരുടെ സ്വപ്നങ്ങളോ മാത്രമായിരുന്നില്ല. വീടിന്റെയും ഗ്രാമത്തിന്റെയും സർവാശൈര്യങ്ങളും കൂടെയായിരുന്നു.

---

1. *ചന്ദ്രഗിരിപ്പുഴയുടെ തീരങ്ങളിൽ* – സാറാ അബൂബക്കർ, കന്നട നോവലിസ്റ്റ്.

ആ ഗ്രാമീണ സൗഭഗതങ്ങളിലേക്ക് കരിനിഴൽ വീഴ്ത്തിയ ഹത വിധി അവിടംകൊണ്ടു തീർന്നെന്നു വിചാരിക്കരുത്. കാറൊഴിയാത്ത മാനം ചെന്നമല്ലീപുരത്തിനുമുകളിൽ ആകാശക്കുട താഴ്ത്തിയിരുന്നതു പോലെതന്നെ ആപത്തുകളും അനർഥങ്ങളും ഗ്രാമത്തെ പുൽകി നിൽക്കുകയായിരുന്നുവെന്ന് ആരുമറിഞ്ഞില്ല. വസന്താരംഭത്തിന്റെ നാന്ദി കുറിച്ചുകൊണ്ട് വനങ്ങളിൽ അകിലും കുന്തിരിക്കവും പാരിജാതവു മെല്ലാം പൂത്തുമണക്കുന്ന ഒരു പത്ത് മണിനേരത്ത് മദ്ദൂരിൽനിന്നും ഓടി വന്ന ആട്ടിടയന്മാർ ചെന്നമല്ലീപുരത്തേക്ക് തീപാറുന്ന ഒരു വാർത്ത കൊണ്ടുവന്നു. ഗ്രാമത്തിന്റെ അതിർത്തി വനത്തോട് സന്ധിക്കുന്നയിടത്ത് രാജപാതയുടെയരികു ചേർന്ന് ഒരു ജഡം കണ്ടിട്ടുണ്ട്. പരന്നുകിടക്കുന്ന പാറപ്പുറത്താണ് കിടക്കുന്നത്. തലേന്ന് രാത്രിയിൽ നടന്ന അത്യാഹിത മാകാം. പൊലീസും വനംവകുപ്പുമൊക്കെ അവിടേക്ക് നിരവധി വാഹന ങ്ങളിൽ കുതിച്ചെത്തിയിട്ടുണ്ട്. ആളുകൾ കേട്ടറിഞ്ഞ് എത്തിത്തുടങ്ങുന്നു. മദ്ദൂരിൽ രണ്ട് ബസ് നിറയെ സായുധ പൊലീസ് വന്നു നിൽക്കുന്നുണ്ട്. അവർ ചെന്നമല്ലീപുരം വന്നു ക്യാമ്പ് ചെയ്യാനുള്ള ഒരുക്കത്തിലാണ്.

"ആ ശവം നമ്മുടെ സുള്ളേട്ടന്റേതാണ്."

കമിഴ്ന്നു കിടക്കുകയാണത്രെ. പുറകിൽനിന്നാണ് വെടിയേറ്റത്. അതിശക്തമായ വെടിയുണ്ട നെഞ്ച് പൊളിച്ചു പുറത്തേക്ക് വന്നുകാണും. രക്തപ്രളയമായിരുന്നു പാറക്കെട്ടുകളിൽ. അൽപ്പമൊരു കാപ്പിക്കളറിന്റെ ഷർട്ടും കൈലിമുണ്ടുമാണ് ധരിച്ചത്. വലത് ചെവിയും ഇടത് കൈയുടെ ചെറുവിരലും മൃഗങ്ങൾ സ്വാദ് നോക്കിയിട്ടുണ്ട്. രാത്രിയുടെ ആരംഭത്തി ലാകണം വെടിയേറ്റത്. മൃതദേഹം പഴകിയാൽ മാത്രം വന്നു കൂടുന്ന ഒരുതരം മണിയനീച്ചകൾ ജഡത്തെ പൊതിഞ്ഞു നിൽപ്പുണ്ടായിരുന്നു.

II

സർക്കിൾ ഇൻസ്പെക്ടർ രഘുപതിരാജുവിന്റെ ഒരുദിവസം ആരം ഭിക്കുന്നതേയുള്ളു. അദ്ദേഹം വളരെ തിരക്കിലാണ്. കഴിഞ്ഞ രണ്ടു മൂന്നു ദിവസങ്ങളിലായി കസേരയിൽ ഒന്നിരിക്കുവാൻപോലും അദ്ദേഹത്തിനു കഴിഞ്ഞിരുന്നില്ല. രഘുപതി രാജുവിന് ഔദ്യോഗിക ജീവിതത്തിലൊരു പക്ഷേ, ഇത്രയും തിരക്കുപിടിച്ച ദിവസങ്ങൾ കഴിഞ്ഞിരിക്കില്ല.

ജീപ്പ് ഡ്രൈവറോട് വണ്ടി തിരിച്ചുവെക്കുവാൻ രഘുപതി രാജു ആവ ശ്യപ്പെട്ടത് ആ സമയം കൂടെ ലാഭിക്കുവാനാണ്. ആ മുഖം തന്നെയും വിളിച്ചു പറയുന്നത് ചെയ്തു തീർക്കേണ്ട കാര്യങ്ങൾ ഒരുപാടുണ്ടെന്നാണ്. കസേരയിലിരുന്ന രഘുപതി നിരന്തരം ശബ്ദിക്കുന്ന ഫോൺ തൊട്ടു നോക്കിയതുപോലുമില്ല. ഫയലുകൾക്കിടയിൽനിന്ന് അദ്ദേഹം എന്തോ തിരഞ്ഞുകൊണ്ടിരുന്നു. വിചാരിച്ചത് കിട്ടാത്തതുകൊണ്ടാകാം നേരത്തെ യെടുത്തത് ഒരു ഭാഗത്തേക്കെറിയുകയും പുതിയത് വലിച്ചെടുക്കുകയു മാണ്. അതിനിടയിലദ്ദേഹം ഒരു ചായ കൊണ്ടുവരാൻ പ്യൂണിനോട് ആജ്ഞാപിച്ചു.

ചായ കുടിച്ചുകൊണ്ടിരിക്കെ സർക്കിൾ ഇൻസ്പെക്ടർ പുറത്തേക്ക് നോക്കി അവിടെ കാത്തുനിൽക്കുന്ന ഡ്രൈവറോട് ആംഗ്യം കാണിച്ചു.

വേഗം സ്റ്റാർട്ട് ചെയ്തു നിൽക്കുവാനാണ് കൽപ്പന. നഞ്ചൻകോട്ടേക്ക് ഡി വൈ എസ് പി ഉടൻ ചെല്ലുവാൻ നിർദേശിച്ചിട്ടുണ്ട്.

ആ സമയത്ത് തന്നെയാണ് അദ്ദേഹത്തിന്റെ മുറിയുടെ അരവാതിലിൽ ഒരാൾ പ്രത്യക്ഷപ്പെട്ടത്. നേരംകെട്ടനേരത്ത് വന്ന സന്ദർശകൻ. അത് സബ്ഇൻസ്പെക്ടർ സിദ്ധാർഥനായിരുന്നു.

"മേ ഐ കം സർ?"

രഘുപതി അതെയെന്നേ വേണ്ടെന്നോ പറഞ്ഞില്ല. പക്ഷേ, ഇപ്പോഴൊരു കൂടിക്കാഴ്ചയ്ക്ക് തന്റെ കൈയിൽ സമയമില്ലെന്ന് രഘുപതി ചിന്തിച്ചു. നഞ്ചൻകോട്ടെ ടി ബിയിൽ മീറ്റിങ്ങിനു ചെല്ലേണ്ടിയിരിക്കുന്നു. അടിയന്തരമായി കുറച്ച് ഫയലുകൾ എത്തിക്കേണ്ടിയിരിക്കുന്നു. മാത്രവുമല്ല, തന്റെ കീഴുദ്യോഗസ്ഥൻ തന്റെ സമയം അന്വേഷിക്കാതെയും അനുവാദം വാങ്ങാതെയുമാണ് കടന്നുവന്നത്. അക്ഷന്തവ്യമായ ഒരപരാധംകൂടെ ഇൻസ്പെക്ടർ ചെയ്തിരിക്കുന്നു. അയാൾ സിവിൽ വേഷത്തിൽ വന്നിരിക്കുന്നു. തന്റെ മുമ്പിലേക്ക് കടന്നുവരുമ്പോൾ നിശ്ചയമായും യൂണിഫോം അണിഞ്ഞിരിക്കണം. അതാണ് പൊലീസിന്റെ മുറ. സിദ്ധാർഥൻ അത് തെറ്റിച്ചിരിക്കുന്നു. കർണാടക പൊലീസ് ആക്ടിലെന്നല്ല, ഇന്ത്യൻ പൊലീസ് മാനുവൽതന്നെ അതാണ് നിർദേശിക്കുന്നത്.

"ഞാൻ ബുദ്ധിമുട്ടിക്കുന്നില്ല സർ, എനിക്കൊരഞ്ചു മിനിറ്റ് തന്നെ വേണ്ട. സാറിന്റെ ധൃതി എനിക്കറിയാം. വളരെ പെട്ടെന്ന്.."

ക്ഷണിക്കപ്പെടാത്ത അതിഥിയെ വരവേൽക്കുന്നതുപോലെ രഘുപതിയുടെ മുഖം കാണപ്പെട്ടു. ഒന്നുമയാൾ ശബ്ദിച്ചില്ല.

"സിദ്ധാർഥനിരിക്കൂ" രഘുപതിക്ക് അങ്ങനെ പറയേണ്ടിവന്നു. സാഹചര്യങ്ങൾ അദ്ദേഹത്തെയതിന് നിർബന്ധിച്ചുവെന്നുപറയാം. അസ്വസ്ഥതകൾ രഘുപതി ഉള്ളിലേക്ക് വിഴുങ്ങി. പക്ഷേ, മറ്റൊരു വിഷയം എടുത്തുപുറത്തേക്കിട്ടു. അതൊരുപക്ഷേ, സിദ്ധാർഥൻ ആ കാര്യത്തിലേക്ക് കടന്നുവരുന്നതിന് മുമ്പാകട്ടെയെന്ന് നിശ്ചയിച്ചതാകാം.

"നോക്കൂ സിദ്ധാർഥൻ, സുള്ള്യനെ കൊന്നത് പൊലീസ് ഡിപ്പാർട്ടുമെന്റല്ല."

"ആണെന്ന് ഞാൻ പറഞ്ഞില്ല സർ, എനിക്കൊന്നേ അറിയൂ, അത് സുള്ള്യൻ മരണപ്പെട്ടുവെന്നാണ്."

"അതാണ് ശരി. താങ്കൾ തെറ്റിദ്ധരിച്ചില്ലല്ലോ. ഡിപ്പാർട്ട്മെന്റ് അതാഗ്രഹിച്ചതാണ്. എന്നാൽ പിന്നീടുപേക്ഷിച്ചു. എന്നെ പുലർച്ചെ അജ്ഞാതൻ വിളിച്ചു പറഞ്ഞതാണ്, സുള്ള്യനെ ഞങ്ങൾ തട്ടിയെന്ന്."

"എന്തോ ആകട്ടെ സർ. ഞാൻ വന്നത് ആ വിഷയത്തെ കുറിച്ചു സംസാരിക്കാനല്ല."

"പക്ഷേ, എനിക്കറിയാം താങ്കൾ എന്നിൽ നിന്നെന്തോ കേൾക്കാൻ ആഗ്രഹിക്കുന്നെന്ന്. സിദ്ധാർഥൻ, രണ്ടുവഴിക്ക് എന്റെ ചിന്തകൾ പോകുന്നു. ഒന്നാമതായി നമ്മെ പോലെതന്നെ വനംവകുപ്പും അയാളെ നോട്ടമിട്ടിരുന്നു. ഉയർന്ന ഓഫീസർമാർ മാത്രം അറിഞ്ഞുചെയ്തതാകാം. പരിസരത്ത് നിന്നെവിടെ നിന്നെങ്കിലും പിടിച്ചു നിറയൊഴിച്ച് അവരവിടെ കൊണ്ടിട്ടതാകാം. പിന്നെ വിളിച്ചു പറഞ്ഞതാകാം. അതല്ലെങ്കിൽ....."

അതല്ലെങ്കിലെന്തെന്ന് സിദ്ധാർഥൻ തുടർന്നു ചോദിച്ചില്ല. ഒരു മുനിയെപ്പോലെ അയാൾ മൗനംപാലിച്ചു. പറയാനാഗ്രഹിക്കുന്നവൻ തന്നെ പറയട്ടെ.

"ആനക്കൊമ്പ് വേട്ടക്കാർ തമ്മിലുള്ള കുടിപ്പകയിലേക്കും എന്റെ സംശയങ്ങൾ നീളുന്നു. ആനക്കൊമ്പ് വേട്ടക്കാരോടുള്ള സുള്ള്യന്റെ നിലയ്ക്കാത്ത സമരം, അവരിൽ ആരെയെങ്കിലും തിരിച്ചറിഞ്ഞു സുള്ള്യൻ ഒറ്റുകൊടുക്കുമോയെന്ന പേടി. അങ്ങനെയെന്തെങ്കിലുമൊന്ന് വനത്തിൽ വച്ച് എന്തുകൊണ്ട് നടന്നുകൂടാ. അവർക്കെന്ത് സുള്ള്യൻ. സിദ്ധാർഥൻ, കാട്ടുകോഴിക്കെന്ത് സംക്രാന്തി."

"പക്ഷേ സർ," മഹാമൗനി മൗനത്തിൽനിന്ന് പുറത്തുകടന്നു. "സംസ്ഥാനത്തെ മീഡിയകൾ പൊലീസിനെ പ്രതിസ്ഥാനത്ത് നിർത്തുന്നു."

"ഞാനതറിയുന്നുണ്ട്. പക്ഷേ, അതവരുടെ ഊഹങ്ങളാണ്."

"സർ, പ്രേതത്തിന്റെ ഉടുപ്പുകൾ... കൈലിയും കാക്കിയോടടുത്ത നിറമുള്ള കുപ്പായവും ഭർത്താവ് വീടിനരികത്ത് മാത്രം ധരിക്കുന്നതാണെന്ന് ഭാര്യ പറയുന്നു. പുറത്തേക്കെവിടെ പോവുകയാണെങ്കിലും വേഷം മാറുമെന്നും കമലം ആണയിടുന്നു. ആ നിലയ്ക്ക് വീടിന്റെയരികെ നിന്ന് സൂത്രത്തിൽ സുള്ള്യനെ പൊക്കുവാൻ വനംവകുപ്പിന് സന്നാഹങ്ങൾ പോരെന്നും പൊലീസിന് മാത്രമേ കഴിയുള്ളൂവെന്നും മീഡിയകൾ സംശയിക്കുന്നു."

"അതാണ് ഞാൻ പറഞ്ഞത് ഊഹങ്ങളെന്ന്. ഊഹങ്ങൾക്ക് മേൽ ഊഹങ്ങൾ. ഇതാണ് അവരുടെ രീതി. ഏതായാലും പൊലീസ് സംശയകരമായ രീതിയിലുള്ള മരണത്തിന് കേസ് രജിസ്റ്റർ ചെയ്തിട്ടുണ്ട്. താങ്കൾ ലീവിൽ ആയതുകൊണ്ട് അറിഞ്ഞില്ലെന്ന് വരാം?"

രഘുപതി രാജു ഒന്നുകൂടെ പറഞ്ഞുറപ്പിച്ചു. "നോക്കൂ ഇൻസ്പെക്ടർ, ഞാനീ മേശപ്പുറത്ത് കാണുന്ന ദേവന്റെ പുറത്ത് കൈവച്ച് സത്യം ചെയ്യാം. പൊലീസ് ഓപ്പറേഷനിലല്ല സുള്ള്യൻ കൊലചെയ്യപ്പെട്ടത്. ഇതിൽ കൂടുതൽ ഞാനെന്ത് സത്യമാണു ചെയ്യേണ്ടത്. ഇനിയൊരു വേള...."

"പറയൂ സർ."

"ഞാൻ പോലുമറിയാതെ പൊലീസ് മെഷിനറികൾ പ്രവർത്തിച്ചിട്ടുണ്ടെങ്കിൽ.... അതെപ്പറ്റി പറയുവാൻ ഞാനശക്തനാണ്. നോക്കൂ സിദ്ധാർഥൻ, പൊലീസ് സൂപ്രണ്ട് വിളിച്ചു ചേർക്കുന്ന മീറ്റിങ്ങിൽ പോകാനെനിക്ക് ധൃതിയുണ്ട്. മിക്കവാറും മീറ്റിങ്ങിൽ സുള്ള്യന്റെ കൊലപാതകിയെ പിടികൂടുവാനുള്ള സ്പെഷ്യൽ സ്ക്വാഡ് രൂപീകരിക്കും. അതിന്റെ തലപ്പത്തേക്ക് ഞാൻ താങ്കളുടെ പേർ നിർദേശിക്കട്ടെ. എന്റെ വാക്കുകളിലെ ആത്മാർഥത നിങ്ങൾ കാണാതെ പോകരുത്."

രഘുപതി തന്റെ മേശപ്പുറത്തുവച്ച വിനായക വിഗ്രഹത്തിന്മേൽ ഇരു കൈകളും തൊട്ടുനിന്നു. എന്തൊക്കെയോ ചിന്തിച്ചു കൂട്ടുന്നുണ്ടെന്ന് മനസിലാക്കാം. ധൃതികുട്ടി പോകേണ്ട കാര്യംകൂടെ മറന്നുപോയിരിക്കുന്നു.

"സർ" സിദ്ധാർഥൻ എഴുന്നേറ്റു, "താങ്കൾക്ക് ധൃതിയുണ്ട്. എനി

ക്കുമതെ. ഇതെന്റെ രാജിക്കത്താണ്. ദയവുചെയ്ത് മുകളിലേക്ക് അയച്ചുകൊടുക്കൂ"

"എന്ത്..." രഘുപതി രാജു തന്റെ മുമ്പിലുള്ള സിദ്ധാർഥനെ അവിശ്വാസത്തോടെ നോക്കി. എപ്പോഴും അത്ഭുതമായിരുന്നല്ലോ ഈ ഇൻസ്പെക്ടർ പയ്യനെ. ചെറിയ പ്രായത്തിന്റെ ആവേശക്കാരൻ, ലോകത്തിന്റെ ചലനങ്ങളറിയാത്ത ചെറുപ്പക്കാരൻ. ഈയൊരു കാക്കിയണിയുവാനായി കർണാടകത്തിന്റെ മുക്ക് മൂലകളിൽ പതിനായിരങ്ങൾ ഗ്രാജുവേറ്റുകളായി നിൽക്കുന്നു. കടമ്പകൾ കടന്നുവന്നവൻ പറയുന്നു, തനിക്കീ ജോലി വേണ്ടെന്ന്. വർഷങ്ങൾക്കുശേഷം സംസ്ഥാനത്തിന്റെ ഡി ജി പി പദവിയിൽ ഈ പയ്യൻ കയറിയെത്തുമെന്ന് ഉറപ്പുണ്ട്.

"സിദ്ധാർഥൻ, നിങ്ങളെന്താണ് പറഞ്ഞു കൊണ്ടുവരുന്നത്?"

"താങ്കൾക്ക് അവിശ്വസനീയമായി തോന്നാം. എന്നാൽ, ഞാൻ സത്യം മാത്രമേ പറഞ്ഞുള്ളു. എനിക്കീ ജോലി വേണ്ട. എന്റെ വഴികൾ വേറെയാണ് സാർ."

"ആയിരിക്കാം സിദ്ധാർഥൻ, എന്നാൽ ഇത് കുട്ടിക്കളിയല്ല. ശരിക്കും ഓർമ വെക്കണം."

പിന്നെയെന്തോ ഓർത്തിട്ടെന്നപോലെ രഘുപതി രാജു തുടർന്നു. "ഒരുവേള താങ്കൾ ഈ ജോലിയുപേക്ഷിക്കുന്നത് മാതേവൻ മുതലാളി പറഞ്ഞത് കൊണ്ടായിരിക്കും. അദ്ദേഹത്തിന്റെ മകളുടെ ഭർത്താവായിരിക്കുവാൻവേണ്ടി. എങ്കിൽ ഞാനെന്റെ വാക്കുകൾ പിൻവലിക്കുന്നു. സ്വാഗതം ചെയ്യുന്നു. അഭിനന്ദിക്കുന്നു മിസ്റ്റർ സിദ്ധാർഥൻ."

"താങ്കൾക്ക് തെറ്റി സാർ" സിദ്ധാർഥൻ തുടർന്നു പറഞ്ഞു, "ഞാനദ്ദേഹത്തിന്റെ ജാമാതാകുവാൻ ആഗ്രഹിക്കുന്നില്ല. അവളെന്റെ കൂട്ടുകാരിയും സഹപ്രവർത്തകയുമായിരിക്കും. അവൾ കൂടി ചേർന്നുകൊണ്ടാണ് ഞങ്ങളെന്റെ ഭാവി ഭാര്യയെ കണ്ടെത്തിയത്. വിവാഹമൊക്കെ മൂന്നു മാസങ്ങൾക്കുശേഷം മുറപോലെ നടക്കും."

"സിദ്ധാർഥൻ..." രഘുപതി മേശപ്പുറത്ത് ഇരുകൈകളും താങ്ങി മുഖമമർത്തി, "എനിക്കൊന്നും മനസിലാകുന്നില്ല. ഒരൊറ്റ സന്ദേഹമേ എന്റെ മുമ്പിലുള്ളു. ഇത് ഉണർച്ച തന്നെയോ അതോ ഉറക്കമോ."

"ഉണർച്ച തന്നെയാണ് സാർ തീർച്ചയായും. എന്റെ പ്രതിശ്രുത വധുവിന് എന്നേക്കാൾ വയസ്സ് കൂടും. ഒരു കുട്ടിയുടെ അമ്മയാണ്. അവളൊരു വിധവയാണ്. പിന്നെ ദരിദ്രചേരിയിൽ താമസിക്കുന്ന പരമ ദരിദ്രയുമാണ്. പിന്നെ ജാതി, സമുദായം എന്നൊക്കെ നമ്മൾ പടച്ചുണ്ടാക്കിയ അളവുകോൽ വെച്ചളന്നാൽ എന്റെ താഴെയുമാണ്. പേര് പറഞ്ഞാൽ താങ്കൾ അറിയും."

"എന്റെ പൊന്നു സിദ്ധാർഥൻ...." രഘുപതി രാജു അങ്ങനെതന്നെയായിരുന്നു സംബോധന ചെയ്തിരുന്നത്. "ആ സ്ത്രീ ഏതാണെന്ന് വ്യക്തമായും വേഗത്തിലും പറയൂ."

"കമലേടത്തിയാണ് സാർ ആ സ്ത്രീ. അവരുടെ ഭർത്താവിനെ പൊലീസ് കൊന്നതല്ലെങ്കിൽ പിന്നെയാരോ ആകട്ടെ. ഏതായാലും മനുഷ്യരായിരിക്കുമല്ലോ. കാട്ടുമൃഗങ്ങൾക്ക് തോക്ക് പ്രയോഗിക്കാനറിയില്ല

ല്ലോ. എന്റെ മുമ്പിലൊരു ദൗത്യമുണ്ട് സർ. കർണാടകയുടെ മേൽ കരിനിഴൽ വീഴ്ത്തുന്ന രാഷ്ട്രീയ ഭിക്ഷാംദേഹികളുടെ ചെരിപ്പുനക്കിത്തുടയ്ക്കുന്ന ഐ പി എസ് പദവി നേടിയെടുക്കലല്ല ആ ദൗത്യം. സുള്ള്യനുപേക്ഷിച്ചു പോകേണ്ടിവന്ന വഴികളിൽ കൊടിപിടിച്ചു നയിക്കാനാണെന്റെ നിയോഗം. ദാരിദ്ര്യത്തിലും അജ്ഞതയിലും താഴ്ന്നുകിടക്കുന്ന ചേരികളിൽ നിന്നൊരുപറ്റം മനുഷ്യരെ കൈപിടിച്ചു കൊണ്ടുവരണം. അവർക്ക് വഴി കാണിക്കാനൊരാൾ മുമ്പിൽ നടക്കേണ്ടിയിരിക്കുന്നു. ഇവരുടെ മുമ്പിലടഞ്ഞു കിടക്കുന്ന ബ്യൂറോക്രസിയുടെ ചുറ്റമ്പലങ്ങൾ തച്ചുതകർക്കേണ്ടതല്ലേ സർ. മഹത്തായ സംസ്കാരവും ഭാഷയും സംഗീതവും കൈവശമുള്ള കർണാടക സംസ്ഥാനത്തിൽ നിന്നൊരു പുതിയ വെളിച്ചം ഭാരതത്തിന് വഴികാണിക്കുമെന്ന് വിശ്വസിക്കൂ. അതാണ് ഞങ്ങളുടെ സ്വപ്നം. കീഴ്പ്പെടുത്തപ്പെട്ടവരുടെ ഉയിർത്തെഴുന്നേൽപ്പെന്ന് ഞങ്ങളതിനു പേരിട്ട് വിളിക്കും.''

സിദ്ധാർഥൻ പുറത്തേക്ക് രണ്ടടി നടന്നു. പിന്നെയെന്തോ ഓർത്തു തിരിയെ വന്നു. തന്റെ മുമ്പിൽ കസേരയിലിരിക്കുന്ന, അപ്പോഴേക്കും ഒരു ശിലാ വിഗ്രഹമായിക്കഴിഞ്ഞിരുന്ന മേലുദ്യോഗസ്ഥന്റെ മുമ്പിൽ അറ്റൻഷനായി നിന്നു പിന്നെ സല്യൂട്ട് ചെയ്തു. അവസാനത്തെ സല്യൂട്ട്. "കാണാം സർ. നമുക്കിനിയും കാണുവാൻ ദൈവം അനേകം വഴികൾ കാണിച്ചുതരും.''

"സിദ്ധാർഥൻ,'' രഘുപതി രാജു പിന്നിൽനിന്ന് വിളിച്ചു. സിദ്ധാർഥനോടൊപ്പം അദ്ദേഹവും പുറത്തേക്ക് വന്നു. "ആരാണ് താങ്കൾക്കിത് ഉപദേശിച്ചു തന്നത്. ഞാൻ ദൈവത്തെ തൊട്ട് ആണയിടുന്നു താങ്കൾ ഖേദിക്കുമെന്ന്.''

സിദ്ധാർഥൻ ഇത് ഗൗനിക്കുകയുണ്ടായില്ല. അയാൾ പുറപ്പെടുകയായിരുന്നു. പക്ഷേ, രഘുപതിരാജു ബാക്കി കൂടെ പറഞ്ഞു. "ഞാനൂഹിക്കുന്നു നിങ്ങൾ വായിക്കുന്ന പുസ്തകങ്ങളാണ് നിങ്ങളെ കേടുവരുത്തിയതെന്ന്. ഒരിക്കലും പുസ്തകങ്ങൾ തൊട്ടു നോക്കരുത്. അവ വാങ്ങി ഷെൽഫിൽ വെക്കണം. അത്രമാത്രം.''

"സർ'' സിദ്ധാർഥൻ ബാക്കി ഭാഗം പറഞ്ഞത് വളരെ പതുക്കെയായിരുന്നു. രഘുപതിക്ക് കേൾക്കാം. പിന്നെ സ്വയം കേൾക്കുകയുമാകാം.

"എനിക്കിത് പറഞ്ഞുതന്നത് തുമ്പികളും ശലഭങ്ങളുമാണ്.

"തുമ്പികളും ശലഭങ്ങളും.....''

"അതെ സർ, താങ്കൾക്കതു കാണുവാൻ കഴിയും. എന്നാൽ മനസിലാക്കുവാൻ കഴിയില്ല.''

സിദ്ധാർഥൻ കൈ ചൂണ്ടിക്കാണിച്ചേടത്തേക്ക് രഘുപതി രാജു നോക്കുകയായിരുന്നു. ഗുണ്ടിൽപേട്ടയിൽനിന്ന് തുടങ്ങി ചെന്നമല്ലീപുത്തേക്കുള്ള കാണാദൂരംവരെ തുമ്പികളും ശലഭങ്ങളും നിറഞ്ഞാടുന്നത് രഘുപതി രാജു കണ്ടു. ഇളംതണുപ്പ് അപ്പോഴും ചുരത്തിത്തരുന്ന ഭൂമി വർണത്തുമ്പികളാലും വർണശലഭങ്ങളാലും കോൾമയിർ കൊള്ളുന്നതും അദ്ദേഹം കണ്ടു. ചെന്നമല്ലീപുരത്തെ പ്രായം ചെന്നവർ പറയും, "ഇത് പയർമണികൾ ഭൂമിയിലെറിയാനുള്ള സമയമാണെന്ന്.''

www.ingramcontent.com/pod-product-compliance
Lightning Source LLC
LaVergne TN
LVHW100814051026
849519LV00006B/2079
* 9 7 8 9 3 8 3 9 0 3 2 2 1 *